मनोगत

पुणे विद्यापीठांतर्गत तृतीय वर्ष वाणिज्य शाखेच्या 'व्यवसाय नियामक कायदे' या विषयाच्या बदललेल्या अभ्यासक्रमावर आधारित हे क्रमिक पुस्तक आपल्या हाती देताना आम्हाला आनंद होत आहे. विद्यार्थी, शिक्षक आणि या पुस्तकाचा वापर करणाऱ्या सर्वांना याचा निश्चितच उपयोग होईल.

वाणिज्य शाखेतील विद्यार्थ्यांना शिक्षण घेताना मराठीमध्ये लिहिलेल्या उत्तम पुस्तकांची नेहमीच उणीव भासते; ही उणीव भरून काढण्याचा हा अल्पसा प्रयत्न.

'व्यवसाय नियामक कायदे' हा विषय तसा बराच व्यापक, तांत्रिक व गुंतागुंतीचा आहे; त्यामुळे या विषयावर लेखन करीत असताना या विषयाचे शास्त्रीय स्वरूप कायम राहील आणि भाषा सहज समजेल अशी ठेवणे आवश्यक होते. त्याचप्रमाणे कायद्यामध्ये बदललेल्या तरतुदी व अधिनियम यांची सांगड घालणे देखील आवश्यक होते. त्या दृष्टीने या विषयाचे अध्ययन व अध्यापन सुलभ व्हावे व विद्यार्थ्यांना विषयाचे नेमके स्वरूप समजावे यासाठी हे पुस्तक आम्ही लिहिलेले आहे. सदर पुस्तक लिहिताना विविध संदर्भग्रंथांचा बहुमोल उपयोग झाला आहे. तरीसुद्धा या पुस्तकात काही त्रुटी राहून गेल्या असण्याची शक्यता आहे; तरी वाचकांनी आपल्या सूचना अवश्य कळवाव्यात.

प्रस्तुत पुस्तकाच्या प्रकाशनाची जबाबदारी लोकप्रिय आणि नामवंत डायमंड पब्लिकेशन्सने स्वीकारली, त्याबद्दल श्री. दत्तात्रेय पाष्टे व इतर सर्व कर्मचाऱ्यांचे मन:पूर्वक आभार.

डॉ. रूपाली शेठ
प्रा. नेहा पुराणिक
प्रा. अस्मिता कुलकर्णी

लेखक परिचय

डॉ. रूपाली शेठ *(Ph.D., M.Com., ICWA (Inter), SET)*

* हुजूरपागा महिला वाणिज्य महाविद्यालयात साहाय्यक प्राध्यापक म्हणून १३ वर्षे कार्यरत.
* स्वामी रामानंदतीर्थ विद्यापीठ, मराठवाडा यांच्या वाणिज्य शाखेच्या प्रथम वर्ष, द्वितीय वर्ष, बी.बी.ए. शाखांसाठी विविध विषयांवर पुस्तक लेखन.
* सावित्रीबाई फुले पुणे विद्यापीठांतर्गत व्यवसाय नियामक कायदे, Financial Accounting, Corporate Accounting, Costing I, II, III, व्यवसाय व्यवस्थापन इ. विषयांवर पुस्तक लेखन. Accountancy विषयासाठी पेपर तपासनीस म्हणून कार्यरत.
* टिळक महाराष्ट्र विद्यापीठाच्या अभ्यास मंडळाचे सदस्यत्व, टिळक महाराष्ट्र विद्यापीठात विविध विषयांचे संदर्भसाहित्य तयार करण्यात सक्रिय सहभाग. टिळक महाराष्ट्र विद्यापीठात M.Com. व B.Com. Paper Setter म्हणून अनेक वर्षे कार्यरत.
* सावित्रीबाई फुले पुणे विद्यापीठाअंतर्गत Soft Skills Development Trainer.

सावित्रीबाई फुले पुणे विद्यापीठ-तृतीय वर्ष वाणिज्य शाखेच्या (T. Y. B. Com.)
२०१५-१६च्या सुधारित अभ्यासक्रमानुसार लिहिलेले क्रमिक पुस्तक
तसेच महाराष्ट्रातील इतर सर्व विद्यापीठांना उपयुक्त.

व्यवसाय नियामक कायदे

Business Regulatory Framework
(Marcantile Law)

डॉ. रूपाली शेठ
प्रा. नेहा पुराणिक
प्रा. अस्मिता कुलकर्णी

डायमंड पब्लिकेशन्स

व्यवसाय नियामक कायदे
डॉ. रूपाली शेठ, प्रा. नेहा पुराणिक, प्रा. अस्मिता कुलकर्णी

Vyavsay Niyamak Kayade
Dr. Rupali Sheth, Prof. Neha Puranik, Prof. Asmita Kulkarni

प्रथम आवृत्ती : जून २०१५

ISBN : 978-81-8483-631-8

© डायमंड पब्लिकेशन्स

मुखपृष्ठ
शाम भालेकर

प्रकाशक
डायमंड पब्लिकेशन्स
२६४/३ शनिवार पेठ, ३०२ अनुग्रह अपार्टमेंट
ओंकारेश्वर मंदिराजवळ, पुणे-४११ ०३०
☎ ०२०-२४४५२३८७, २४४६६६४२
info@diamondbookspune.com

ऑनलाईन पुस्तक खरेदीसाठी भेट द्या
www.diamondbookspune.com

प्रमुख वितरक
डायमंड बुक डेपो
६६१ नारायण पेठ, अप्पा बळवंत चौक
पुणे-४११ ०३० ☎ ०२०-२४४८०६७७

प्रा. नेहा पुराणिक *(M.Phil., M.Com., M.B.A., D.T.L., D.C.M., SET)*

- हुजूरपागा महिला वाणिज्य महाविद्यालयात साहाय्यक प्राध्यापक म्हणून ११ वर्षे कार्यरत. विविध पदव्युत्तर अभ्यासक्रमांसाठी अध्यापन.

- सावित्रीबाई फुले पुणे विद्यापीठांतर्गत अकाउंट्स विषयासाठी पेपर तपासनीस म्हणून अनेक वर्षे कार्यरत.

- टिळक महाराष्ट्र विद्यापीठ यांच्या M.Com. साठी संदर्भसाहित्य लेखन व पेपर सेटींग व पेपर तपासनीस म्हणून कार्यरत.

- सावित्रीबाई फुले पुणे विद्यापीठांतर्गत व्यवसाय नियामक कायदे, फायनान्शिअल अकाउंटिंग, कार्पोरेट अकाउंटिंग, कॉस्टींग, व्यवसाय व्यवस्थापन इ. विषयांवर पुस्तक लेखन.

- सेंट मीराज कॉलेज (वाणिज्य शाखेच्या), मार्केटिंगच्या बोर्ड ऑफ स्टडीजचे सदस्यत्व तसेच पेपर सेटर व पेपर तपासनीस म्हणून कार्यरत.

- महाविद्यालयांमध्ये कॉलेज एक्झॅमिनेशन ऑफिसर म्हणून कार्यरत.

- सावित्रीबाई फुले पुणे विद्यापीठांतर्गत विविध उपक्रमांत सक्रिय सहभाग.

प्रा. अस्मिता कुलकर्णी *(M.Phil., M.Com., SET)*

- हुजूरपागा महिला वाणिज्य महाविद्यालयामध्ये साहाय्यक प्राध्यापक म्हणून १२ वर्षे कार्यरत. पदव्युत्तर अभ्यासक्रमाच्या कॉस्टींग विषयाचे अध्यापन.

- सावित्रिबाई फुले पुणे विद्यापीठाची अकाउंटन्सी, व्यवस्थापन, व्यवसाय नियामक कायदे इ. विषयांवर पुस्तक लेखन.

- स्वामी रामानंदतीर्थ विद्यापीठ, मराठवाडा यांच्या वाणिज्य शाखेच्या प्रथम वर्ष, द्वितीय वर्ष, बी.बी.ए. या शाखांसाठी विविध विषयांवर पुस्तक लेखन.

- यशवंतराव चव्हाण मुक्त विद्यापीठाच्या वाणिज्य शाखेच्या विपणन व्यवस्थापन विषयाचे साहित्य लेखन.

- टिळक महाराष्ट्र विद्यापीठाच्या दूरस्थ शिक्षण मंडळासाठी वाणिज्य शाखेच्या विविध विषयांचे अध्यापन.

- सावित्रीबाई फुले पुणे विद्यापीठांतर्गत अकाउंट्स विषयासाठी पेपर तपासनीस म्हणून कार्यरत.

- २००६ ते २०१० या कालावधीत टिळक महाराष्ट्र विद्यापीठाच्या वाणिज्य विभागासाठी विविध विषयांचे पेपर सेटींग करणे व तपासणे म्हणून कार्यरत.

- सावित्रीबाई फुले पुणे विद्यापीठाच्या राष्ट्रीय सेवा योजना विभागाचे विभागीय समन्वयक म्हणून कार्यरत; त्याचप्रमाणे सावित्रीबाई फुले पुणे विद्यापीठांतर्गत विविध उपक्रमात सक्रिय सहभाग.

अनुक्रम

१ करार कायदा सर्वसामान्य तत्त्वे

भारतीय करार कायदा, १८७२

The Indian Contract Act, 1872

१.१ प्रास्ताविक (Introduction)

१.१ प्रास्ताविक (Introduction)

१ सप्टेंबर, १८७२ पासून भारतीय करार कायदा, जम्मू काश्मीर राज्य सोडून भारतातील सर्व राज्यांना व केंद्रशासित प्रदेशांना लागू करण्यात आला. कायद्याची सर्वांत जुनी शाखा म्हणून हा कायदा ओळखला जातो. या कायद्याची मांडणी आणि रचना ब्रिटिश कॉमन लॉ नुसार केली गेली आहे.

करार कायदा प्रामुख्याने व्यापारी व्यक्तींना लागू असतो. परंतु अव्यापारी व्यक्तींनासुद्धा दैनंदिन व्यवहारात करार कायद्याचा आधार घ्यावा लागतो. करार कायदा १९७२ हा फक्त व्यक्ती, राज्य आणि भारत देशासाठी मर्यादित आहे, तर तो आंतरराष्ट्रीय पातळीवरसुद्धा राबविता येतो.

सर विल्यम ॲन्सन (Sir William Anson) म्हणतात, ''करार करणाऱ्या व्यक्तीच आपल्यासाठी कायदा करतात.''

करार कायद्यामध्ये अटी, मुक्तता, भंग, दोषी व्यक्ती, उपाययोजना इ.चे नियम दिलेले आहेत. करार करणाऱ्या व्यक्तींना त्यापासून हक्क व कर्तव्ये निर्माण होतात. त्यांचे विश्लेषण यात केलेले आहे. करार करण्याचे स्वातंत्र्य असले तरी कायद्याने काही बंधने व मर्यादा घातल्या आहेत. उदा., करारातील १) दोन्ही व्यक्ती सज्ञान असल्याच पाहिजेत. २) दोन्ही व्यक्तींची करारास मुक्त अथवा स्वखुशीने परस्पर संमती असली पाहिजे ३) कराराचा हेतू कायदेशीर असलाच पाहिजे.
म्हणजेच करारातील -

१) दोन्ही व्यक्ती अल्पवयीन नकोत.
२) दोन्ही व्यक्तींची करारास बळजबरीची संमती नको.
३) कराराचा हेतू बेकायदेशीर असू नये.

करार कायदा हा प्रामुख्याने तीन प्रश्नांशी निगडित असतो-

१) ठराव आहे का ?
२) अंमलबजावणी शक्य आहे का ? व
३) त्याची अंमलबजावणी कशी करावी ?

१.२ करार-व्याख्या आणि संकल्पना (कलम २) (Meaning and Detinition of Contract) (Sec-2) :

१) **भारतीय करार कायदा [कलम २(एच)] अनुसार :** ''कायद्याने अंमलबजावणी करता येणाऱ्या ठरावास 'करार' म्हणतात.''

२) **श्री.सॅलमंड (Mr. Salmond) यांच्या मते,** ''ज्या ठरावामुळे संबंधित व्यक्तींमध्ये कर्तव्ये निर्माण होऊन निश्चित होतात त्याला 'करार' म्हणतात.''

३) **सर विल्यम ॲन्सन (Sir William Anson) :** यांच्या मते, ''ज्या ठरावामुळे

संबंधित व्यक्तींना एखादे कार्य करण्याचा हक्क प्राप्त होतो आणि दुसऱ्या व्यक्ती ते कार्य करून शकणार नाहीत यासाठी निर्बंध घातले जातात त्या ठरावास 'करार' असे म्हणतात.''

४) **सर एफ.पोलोक** (Sir. F. Pollock) यांच्या मते ''कायदेशीररीत्या अंमलबजावणी, योग्य प्रत्येक ठराव आणि वचन म्हणजे 'करार' होय.''

वरील विवेचनावरून आपणास असे दिसते की, करार करण्यासाठी खालील दोन गोष्टींची आवश्यकता असते–

१) ठराव आणि

२) कायदेशीररीत्या अंमलबजावणीयोग्य ठराव. या दोन्ही संकल्पना पुढीलप्रमाणे–

१) ठराव : व्याख्या : कलम २ (इ) अनुसार

'ज्या प्रत्येक वचनामुळे किंवा वचनांच्या गटामुळे एकमेकांस प्रतिफल मिळते त्याला 'ठराव' असे म्हणतात.'

वचन : व्याख्या : कलम २ (बी) अनुसार

''जो प्रस्ताव स्वीकृत केला जातो त्याला 'वचन' म्हणतात.''

अर्थात, ''ठराव म्हणजे स्वीकृत प्रस्ताव होय.''

खालील समीकरण पहा –

१) **ठराव = वचन.**

२) **वचन = स्वीकृत प्रस्ताव = ठराव.**

कायदेशीर अंमलबजावणीयोग्य ठरावास 'करार' असे म्हणतात.

''म्हणजेच ठराव हा कायदेशीररीत्या अंमलबजावणीयोग्य ठराव असतो.''

थोडक्यात,

करार = प्रस्ताव + स्वीकृती

(Contract) = (Offer) + (Acceptene)

१.३ ठरावांचे वर्गीकरण (Classification of Agreements)

१) व्यर्थ ठराव (Void Agreements) : कलम २ (जी) अनुसार, 'जो ठराव कायदेशीररीत्या अंमलबजावणी योग्य नाही त्याला 'व्यर्थ' ठराव म्हणतात.' या व्याख्येनुसार 'व्यर्थ ठराव' असू शकतो. परंतु 'व्यर्थ करार' असू शकत नाही. कायद्याच्या नजरेत 'व्यर्थ ठराव' म्हणजे 'शून्य पोकळी' होय. 'व्यर्थ ठराव' म्हणजे, जणू काही संबंधित व्यक्तींमध्ये ठरावच झाला नव्हता, असा ठराव कोणत्याच प्रकारचे कायदेशीर हक्क निर्माण करू शकत नाही किंवा कोणतीच बंधने जोडली जात नाहीत.

असे काही ठराव असतात की, अशक्य अंमलबजावणी व बेकायदेशीरपणा या व्यतिरिक्त ते ठराव कायदेशीरच असतात, म्हणून ते ठराव 'व्यर्थ' ठराव होतात.

ठरावांचे प्रमुख वर्गीकरण

१) व्यर्थ ठराव (Void Agreements)
२) वर्जनीय ठराव (Voidable Agreements)
३) कायदेशीर ठराव (Valid Agreements)
४) बेकायदेशीर ठराव (Illegal Agreements)
५) अंमलबजावणीस अयोग्य ठराव (Unenforseable Agreements)

म्हणून 'व्यर्थ ठराव' व 'व्यर्थ करार' हे दोन शब्दप्रयोग तुलना करण्यास योग्य आहेत.

जर सुरुवातीपासूनच ठराव 'व्यर्थ' असेल तर अर्थातच तो 'व्यर्थ ठराव' ठरतो. अशा प्रकारच्या ठरावाला 'करार' हा शब्दप्रयोग वापरता येत नाही. उदा., अल्पवयीन व अपात्र व्यक्तीबरोबर झालेला ठराव हा पहिल्यापासूनच 'व्यर्थ' ठराव असतो.

त्याचप्रमाणे विवाह प्रतिबंधक ठराव, व्यापार प्रतिबंधक ठराव, पैजेच ठराव, अशक्य कृती करण्याचा ठराव, अनिश्चित अर्थाचा ठराव, कोर्टात दावा लावण्याच्या हक्कावर प्रतिबंध करणारा ठराव इ. हे पहिल्यापासूनच 'व्यर्थ ठराव' होत.

कायद्याच्या तरतुदीमुळे कराराची अंमलबजावणी अशक्यप्राय होत असेल तर तो करार 'व्यर्थ करार' ठरतो. तसेच तेव्हा करारातील एखाद्या व्यक्तीला तो करार 'रद्द' करण्याचा हक्क पोहोचत असतो अशा वेळी जर त्या व्यक्तीने तसे ठरविले तर तो करार 'व्यर्थ' ठरतो.

२) वर्जनीय ठराव (Voidable Agreements) : कलम २ (आय) अनुसार, "ज्या ठरावाच्या संबंधित व्यक्तींपैकी एका व्यक्तीच्या इच्छेनुसार ठरावाची अंमलबजावणी करता येते. परंतु दुसऱ्या व्यक्तीला तसा अधिकार प्राप्त होत नाही, त्या ठरावाला 'वर्जनीय ठराव' म्हणतात."

एखाद्या व्यक्तीची संमती जर, धाक, बलप्रयोग, फसवणूक, नैतिक दडपण, असत्य विधान करून मिळविली असेल तर तो ठराव अशा तऱ्हेने संमती दिलेल्या व्यक्तीला अमलात आणता येतो किंवा रद्द करता येतो तेव्हा तो ठराव 'वर्जनीय ठराव' असतो. जर या व्यक्तीने तो ठराव अमलात आणावयाचे ठरविले तर तो 'कायदेशीर ठराव' होतो.

'व्यर्थ' ठराव (Void Agreements)	'वर्जनीय' ठराव (Voidable Agreements)
१) कायद्याच्या नजरेत असा ठराव हा 'शून्य पोकळी' आहे; कारण हे ठराव सुरुवातीपासूनच व्यर्थ स्वरूपाचे असतात.	१) असा ठराव 'मुळात' चांगल्या हेतूने केलेला असतो व कायदेशीर कराराप्रमाणे त्याची अंमलबजावणी करता येते. परंतु संमती घेतलेल्या व्यक्तीने ठरविले तर तो करार रद्द होतो व सर्व संबंध संपुष्टात येतात.

२) कायदेशीररीत्या अंमलबजावणी करता येत नाही.	२) संमती घेतलेल्या व्यक्तीने ठरविले तर तो करार रद्द होतो व अंमलबजावणी करणे शक्य होत नाही.
३) अशा ठरावाचे पुन्हा अंमलबजावणी योग्य ठरावात रूपांतर करता येत नाही.	३) अशा ठरावाची अंमलबजावणीयोग्य परिस्थिती निर्माण करता येणे शक्य असते. असा ठराव पूर्णपणे रद्द होत नाही.
४) नुकसानभरपाईसाठी एकमेकांवर दावा लावता येत नाही.	४) ठराव रद्द करण्याचा हक्क ज्याला असतो तो झालेल्या नुकसानीबद्दल नुकसान भरपाईचा दावा लावू शकतो.
५) जेव्हा असा ठराव हा कायदेशीर उद्दिष्ट व कायदेशीर प्रतिफलाच्या अभावी व्यर्थ ठरतो. तेव्हा मूळ ठरावास जोडून असणारा आनुषंगिक ठरावदेखील व्यर्थ ठरतो.	५) अशा ठरावावर जोडून असणाऱ्या आनुषंगिक ठरावावर मूळ ठरावाच्या वर्जनियतेचा काही परिणाम होत नाही.
६) कुणालाच मालकी हक्क प्राप्त होत नाही.	६) करार रद्द केला नसेल तर संबंधित व्यक्तींना हक्क प्राप्त होतात.

असा 'वर्जनीय ठराव' रद्द करण्याचा किंवा अमलात आणण्याचा हक्क वापरावयाचा असल्यास वेळ जाण्यापूर्वी व तिऱ्हाइतांना त्याचा हक्क प्राप्त होण्याच्या अगोदर वापरला पाहिजे. अन्यथा संमती देणाऱ्या व्यक्तीवर तो करार बंधनकारक ठरतो.

कायद्याने दोन्ही व्यक्तींना समानता प्राप्त करून दिली आहे. करार रद्द झाल्यानंतर त्या करारातील दोन व्यक्ती करारापूर्वी ज्या अवस्थेला होत्या त्याच अवस्थेला येतात आणि त्या करारामुळे कोणास लाभ झाला असेल तर तो विरुद्ध व्यक्तीला परत दिला जातो.

(३) कायदेशीर ठराव (Valid Agreements) : कलम १० अनुसार, जो करार कायद्याच्या सर्व तरतुदी पूर्ण करतो त्याला 'कायदेशीर ठराव' म्हणतात. अशा कराराचे सर्व हक्क दोन्ही व्यक्तींना प्राप्त होतात. त्यामुळे ज्या व्यक्तीने कराराची अंमलबजावणी करावयाची आहे किंवा ज्या व्यक्तीने करारानुसार कृत्य करावयाचे आहे किंवा नाही त्या व्यक्तीविरुद्ध कायदेशीररीत्या अंमलबजावणी करता येते. कायदेशीर करारासाठी –

अ) करारपात्र व्यक्ती.

ब) मुक्त संमती.

क) कायदेशीर उद्दिष्ट.

ड) कायदेशीर प्रतिफल इ.

इत्यादी अटींची पूर्तता करावी लागतेच.

कायदेशीर करारातील व्यक्तींना योग्य ते हक्क, कर्तव्ये जबाबदाऱ्या प्राप्त होतात.

(४) बेकायदेशीर ठराव (Illegal Agreements) : जर ठराव या देशातील कायद्याच्या विरुद्ध असेल तर तो ठराव 'बेकायदेशीर ठराव' होय. प्रथमपासूनच बेकायदेशीर असलेले ठराव हे 'व्यर्थ' ठराव असतात.

अ) कायद्याने प्रतिबंधित केलेले ठराव.

ब) सामाजिक धोरणाविरुद्ध असणारे ठराव.

क) दुसऱ्याच्या मालमत्तेला हानी पोहचविण्याचे करार.

ड) दुसऱ्याला शारीरिक दुखापत करण्याचा ठराव.

इ) नैतिकतेला विरोध करणारे ठराव.

'जरी, सर्व 'बेकायदेशीर ठराव' हे 'व्यर्थ' असले तरी सर्व 'व्यर्थ' ठराव हे बेकायदेशीर असतातच असे नाही.' म्हणून आपणास असे म्हणता येते, बेकायदेशीर ठराव हे 'व्यापक' आहेत व 'व्यर्थ ठराव' हे त्या मानाने कमी व्यापक आहेत. उदा., अज्ञान व्यक्तीने केलेला ठराव हा व्यर्थ असतो, पण बेकायदेशीर नसतो.

बेकायदेशीर ठरावावर अवलंबून असणारे आनुषंगिक ठराव हे व्यर्थ ठरतात. परंतु व्यर्थ ठरावावर अवलंबून असणारे आनुषंगिक ठराव हे व्यर्थ ठरतातच असे नाही.

'ज्या ठरावाचे, उद्दिष्ट किंवा प्रतिफल हे बेकायदेशीर असते असा ठराव बेकायदेशीर ठरतो.'

व्यर्थ ठराव व बेकायदेशीर ठराव यांची तुलना

व्यर्थ ठराव (Void Agreements)	बेकायदेशीर ठराव (Illegal Agreements)
१) ठराव व्यर्थ ठरण्याची कारणे शोधून काढावी लागतात.	१) पुरावा शोधण्याची गरज नाही. कारण पुरावा असो वा नसो बेकायदा ठरावाची अंमलबजावणी करण्यास कोर्ट 'नकार' देते.
२) सर्वच व्यर्थ करार बेकायदेशीर असतात असे नाही.	२) सर्वच बेकायदेशीर ठराव हे व्यर्थ असतात.
३) व्यर्थ ठरावाशी संबंधित असलेले सर्व करार व्यर्थ नसतात.	३) बेकायदा ठरावाशी संबंधित असलेले सर्व करार बेकायदा व म्हणून व्यर्थ असतात.
४) अंमलबजावणी करता येत नाही.	४) अंमलबजावणी करता येत नाही.

५) अंमलबजावणीस अयोग्य ठराव (Unenforceable Agreements) : असा ठराव हा कायदेशीर असून अंमलबजावणीस योग्य असतो. केवळ काही तांत्रिक दोष वा अडचणींमुळेच तो ठराव कायदेशीररीत्या अंमलबजावणीस अयोग्य ठरतो.

उदा., अ) पुराव्याचा अभाव, ब) अंमलबजावणी कालमर्यादा समाप्ती, क) लेखी ठराव नसणे, ड) ठराव नोंदणी केलेली नसणे, इ) अपुऱ्या रकमेचा कोर्ट स्टँप, ई) साक्षीदाराची सही इ. कारणांमुळे तो ठराव कायदेशीर असून, व्यर्थ नसून, वर्जनीय नसून, बेकायदेशीर नसूनही अंमलबजावणीस अयोग्य ठरतो.

उपाय : जर वर नमूद केलेले तांत्रिक दोष दूर केले तरच तो ठराव कायदेशीररीत्या अंमलबजावणीसयोग्य ठराव होतो अन्यथा त्या ठरावाची अंमलबजावणी करता येत नाही.

१.४ अ) कायदेशीर करारांचे स्वरूप / कायदेशीर करारांसाठी आवश्यक बाबी (कलम १०) (Nature and Essentials of Contract) (Valid Contract) (Sec. 10)

'ठराव' हा करार कायद्याचा मूलभूत आधार ठरतो. सर्वसाधारणपणे कायदेशीर करार करण्यासाठी - १) किमान दोन पक्ष, २) सर्व सज्ञान पक्ष, ३) मुक्त संमती, ४) कायदेशीर हेतू, ५) ठराव, ६) अंमलबजावणी शक्य, ७) अंमलबजावणीची साधने. इ.गोष्टींची नितांत गरज असते; तरच तो करार कायदेशीर करार मानला जातो.

कलम १० मध्ये करार कायदेशीर ठरण्यासाठी आवश्यक गोष्टी दिल्या आहेत. या कलमानुसार-

'कायदेशीर हेतू समोर ठेवून पात्र व्यक्तींमध्ये प्रतिफल अपेक्षेने केलेल्या ठरावास 'करार' म्हणतात; म्हणून असे म्हटले आहे, प्रत्येक करार हा ठराव असतोच, परंतु प्रत्येक ठराव हा करार असतोच असे नाही.'

त्यामुळे कोणत्याही कराराला कायदेशीर म्हणून ओळखण्यासाठी खालील गोष्टींची आवश्यकता असते.

१) किमान दोन व्यक्ती : एकच व्यक्ती असेल तर करार होणार नाही. ठराव दोघांच्यात होत असतो. उदा., अशोकने घर खरेदी करण्याचे ठरविले. एवढ्यावर तो करार होणार नाही. त्यासाठी, घर विकणारा सुभाष याच्याकडे जाऊन त्याच्याशी किमतीची चर्चा करून तशी दोघांची कबुली असली पाहिजे, तरच करारास आकार येणार आहे.

२) ठराव : कराराची पूर्वतयारी म्हणजे ठराव होय. प्रस्ताव व स्वीकृती यांचा मिलाफ म्हणजे ठराव होय. विशिष्ट कार्य करावे किंवा करू नये असे एक पक्ष प्रस्तावाद्वारे सांगतो व दुसरा तसे मान्य करतो; यालाच दोन पक्षाच्या विचारांचे/

मनांचे मीलन झाले असे म्हणता येईल. जर विचारांचे किंवा मनांचे मीलन झाले नाही, तर तो करार होणार नाही. उदा., श्रीकांत दोन घरांचा मालक आहे. एक घर लक्ष्मीपुरी येथे आहे व दुसरे घर शाहुपुरीत आहे. यांपैकी लक्ष्मीपुरीतील जुने घर विकण्याचा रमेशला प्रस्ताव करतो व त्याची किंमत चार लाख रुपये सांगण्यात आली. परंतु रमेशने शाहुपुरीतील नवे घर तो विकणार असल्याचे समजून होकार व संमती दिली. अशा वेळी हा करार कायदेशीररीत्या अंमलबजावणी योग्य नाही; कारण श्रीकांतचे व रमेशचे विचारांचे व मनांचे मीलन झालेले नाही.

३) मुक्त संमती : दोन्ही पक्ष एकमताने, एक विचाराने, एकत्रित आले तरच तो ठराव हा कायदेशीररीत्या अंमलबजावणीयोग्य ठराव होतो. दोघांची संमती मुक्त असली पाहिजे. ठरावाला संमती स्वीकृती ही कोणत्याही दबावापासून, दडपणापासून दूर असली पाहिजे.

अनिर्बंध संमती, मुक्त संमती केव्हा म्हणता येईल ?

जर संमतीसाठी धाक दाखविला नसेल, दडपण आणले नसेल, बलप्रयोग, अनुचित प्रभाव, कपटभाव, फसवणूक नसेल, असत्य विधान नसेल, चूक नसेल– तरच त्याला मुक्त संमती म्हणतात; जर वरील प्रकारचे निर्बंध लादले असतील तर संमती देणारी व्यक्ती करार टाळू शकते.

४) करार पात्रता : ठराव करण्यासाठी ज्या दोन व्यक्ती एकत्रित येतात त्या कायद्याने पात्र व्यक्ती असल्याच पाहिजेत. त्यासाठी कायद्याने तीन निकष सांगितले आहेत – १) प्रौढ व्यक्ती, २) सुज्ञ व ३) कायद्याने निर्दोष व्यक्ती. अपात्र व्यक्तींनी करार केल्यास त्याची कायदेशीर अंमलबजावणी होणार नाही, कारण तो करार बेकायदेशीर ठरतो. उदा. चुलत्याने आपल्या १५ वर्षांच्या अल्पवयीन पुतण्याकडून घराचा हिस्सा मिळविण्यासाठी करार केला तर तो करार कायदेशीर नसल्यामुळे पुतण्या कोर्टात जाऊन तो करार रद्द करू शकतो.

५) कायदेशीर प्रतिफल : कोणत्याही कायदेशीर करारासाठी कायदेशीर प्रतिफल असणे आवश्यक असते. मालमत्ता विक्रीच्या करारात ५,००,००० रु. किंमत ठरली. तर विक्रेत्याच्या दृष्टीने ५,००,००० रु. व खरेदीदाराच्या दृष्टीने मिळालेली मालमत्ता हे एकमेकांच्या दृष्टीने प्रतिफल होय. प्रतिफल नसलेल्या ठरावास 'उघडाबोडका' ठराव आणि कायदेशीर अंमलबजावणीस अयोग्य ठराव असे म्हणतात. उदा., सर्कशीतील एक हत्ती मोफत प्राणिसंग्रहालयाला देण्याचा करार झाला पण प्रत्यक्ष त्यांनी हत्ती देण्याचे नाकारल्यास तो करार प्रतिफल ठरलेले नसल्याने कायदेशीर अंमलबजावणीस अयोग्य ठरतो.

६) कायदेशीर हेतू : ठरावाचा हेतू कायदेशीरच असला पाहिजे. कायद्याने मनाई केलेला किंवा कायद्यातील तरतुदींना मारक होईल असा हेतू नसावा. लबाडीचा,

दुसऱ्याच्या जीविताला किंवा वित्ताला हानिकारक तसेच अनैतिक व जनहितास बाधक असा हेतू नसावा.

७) ठराव कायद्याने व्यर्थ ठरविलेला नसावा : कायदेशीररीत्या अंमलबजावणी करता येण्यासाठी त्या ठरावाचा समावेश कायद्याने व्यर्थ ठरविलेल्या ठरावात नसावा. कायद्यानेच काही ठराव व्यर्थ ठरविलेले आहेत. उदा., १) **कलम २६** – विवाहास प्रतिबंध करणारा ठराव, २) **कलम २७** – व्यापारधंदा प्रतिबंधक ठराव, ३) **कलम २८** – कायदेशीर कारवाई प्रतिबंधक ठराव, ४) **कलम २९**– अनिश्चित अर्थाचे ठराव, ५) **कलम ३०** – पैजेचा ठराव इ.

८) अमलात आणण्याची क्षमता : ज्या ठरावाद्वारे एखादे कार्य करण्याचे ठरविले आहे ते कार्य अमलात आणता येईल असे असावे. अशक्य कोटीचे कार्य करण्यासंदर्भात जे ठराव असतील ते कायदेशीररीत्या अंमलबजावणी योग्य नसतात. उदा. रामाने १,००० रुपयांचे १,००,००० रुपये जादूने करून देण्याचा ठराव केला तर तो कायदेशीररीत्या अंमलबजावणीयोग्य नाही किंवा दोन सरळ रेषा एकमेकांना जुळविण्याचा करार, जादूने गुप्त खजाना दाखविण्याचा ठराव इ. ठराव अशक्य कोटीचे, म्हणून कायदेशीररीत्या अंमलबजावणी योग्य नाहीत.

९) अटींची निश्चितता : ठरावाच्या अटी निश्चित असाव्यात किंवा त्या अटी निश्चित करता येतील अशा तरी असाव्यात. उदा.कोल्हापुरात तुम्हाला एक घर मोक्याच्या जागी ५,००,००० रु. किमतीला देण्याचा ठराव हा अटींची निश्चितता दाखवत नाही म्हणून हा ठराव कायदेशीररीत्या अंमलबजावणीयोग्य नाही.

१०) कायदेशीर संबंध निर्माण करणे : ठराव करणाऱ्या व्यक्तींमध्ये कायदेशीर संबंध निर्माण झालेले असले पाहिजेत. अन्यथा तो ठराव कायदेशीररीत्या अंमलबजावणीयोग्य असणार नाही. उदा. मित्राच्या घरी जेवणाचे वचन, सार्वजनिक किंवा धार्मिक कार्यक्रमास हजर राहण्याचे वचन, मित्रत्वाचा क्रिकेट सामना खेळण्याचे वचन, मित्राची मुलगी आपल्या मुलाला देण्याचे वचन, मनोरंजन सहलीला जाण्याचे वचन, नाटकाला जाण्याचे वचन इ. वचनांमध्ये कायदेशीर संबंध निर्माण करण्याची आवश्यकता नसते; म्हणून असे ठराव हे कायदेशीररीत्या अंमलबजावणीस अयोग्य असतात.

११) कायदेशीर औपचारिकता : ठराव हे लेखी किंवा तोंडी असू शकतात. परंतु कायदेशीर अंमलबजावणीसाठी लेखी करारच असले पाहिजेत. उदा. कंपनी कायद्यानुसार घटनापत्रक व नियमावली लेखी असले पाहिजेत. विश्वस्त कायद्याने सर्व गोष्टी लेखी पाहिजेत. सर्व चलनक्षम दस्तऐवज लेखी पाहिजेत.

अशा प्रकारे या ११ आवश्यक गोष्टींची पूर्तता झाली तरच त्याची कायदेशीररीत्या अंमलबजावणी करता येते.

१.४ ब) कराराचे वर्गीकरण (Classification of Contract) :

१) ठरावाच्या स्वरूपावरून त्याचे वर्गीकरण

अ) व्यक्त करार : ठराव करताना करारातील अटींविषयी दोन्ही व्यक्तींचे जेव्हा एकमत होते तेव्हा तो ठराव व्यक्त ठराव होतो. यामध्ये प्रस्तावातील अटी स्पष्ट व उघडपणे मांडलेल्या असतात व प्रस्तावाचा स्वीकार या अटी मान्य करून केलेला असतो.

उदा., शोरूमची मारुती कार सर्व अटींसह पैसे देऊन खरेदी करणे.

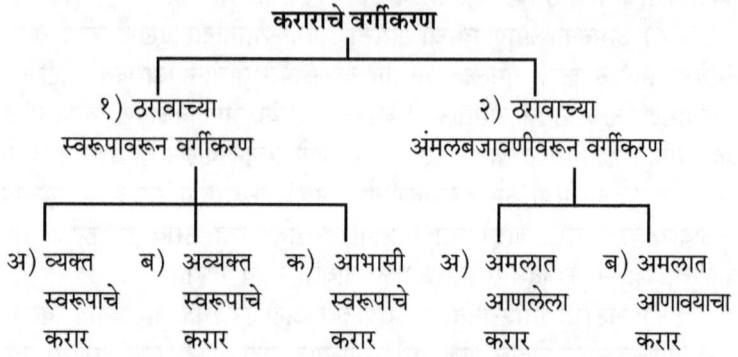

कराराचे वर्गीकरण

- १) ठरावाच्या स्वरूपावरून वर्गीकरण
  - अ) व्यक्त स्वरूपाचे करार
  - ब) अव्यक्त स्वरूपाचे करार
  - क) आभासी स्वरूपाचे करार
- २) ठरावाच्या अंमलबजावणीवरून वर्गीकरण
  - अ) अमलात आणलेला करार
  - ब) अमलात आणावयाचा करार

ब) अव्यक्त करार : याला सूचित करार असेही म्हणतात. या करारातील अटी उघडपणे मान्य केलेल्या नसतात. परंतु त्या करारातील व्यक्तीच्या वागणुकीवरून, कृतीवरून, सभोवतालच्या एकूण परिस्थितीवरून अटी मान्य केल्याचे सूचित केले जाते तेव्हा त्याला अव्यक्त किंवा सूचित करार म्हणतात.

उदा., एस.टी. बसमध्ये बसून प्रवास करणे व वाहकाने (कंडक्टरने) पैसे घेऊन त्यासाठी तिकीट देणे.

उदा., हॉटेलमध्ये जाऊन इच्छेप्रमाणे फराळ व चहा घेणे आणि जाताना वेटरने सांगितलेले पैसे देऊन जाणे.

क) आभासी करार : यात कराराचा आभास निर्माण केला जातो. मुळात करार करण्याचा हेतू नसतो. हा करार न्याय्य तत्त्वावर आधारलेला असतो. कोणाचे नुकसान कोणाचा फायदा असे होत नाही; म्हणून आभासी करारातील हक्क, कर्तव्ये, जबाबदाऱ्या करारातील भाग घेणाऱ्या व्यक्तींच्या इच्छेनुसार होत नाहीत तर कायद्याच्या अंमलबजावणीने निर्माण होतात. यांना 'तादृश्य करार' म्हणतात.

उदा., घरभाडेकरूने घरमालकाच्या जप्ती आलेल्या घराच्या नगरपालिकेत घरफाळा भरला. तर भाडेकरू ती रक्कम वसूल करू शकतो.

उदा., भ्रमिष्टाला जीवनावश्यक वस्तूंचा पुरवठा करणे व त्याच्या मालमत्तेतून वसुली करणे.

उदा., ग्राहकाला 'जांगड पद्धतीने पसंतीवर' मालाची विक्री या पद्धतीने पाठविले. त्याने न कळविता दुसऱ्याला विकणे व किंमत वसूल करणे.

हे सर्व व्यवहार आभासी करार आहेत.

२) ठरावाच्या अंमलबजावणीवरून वर्गीकरण

अ) अमलात आणलेला करार : दोन्ही व्यक्ती आपापली जबाबदारी करारानुसार पार पाडतात व हक्क बजावतात तेव्हा त्याला 'अमलात आणलेला करार' असे म्हणतात.

उदा., 'अ' ने 'ब' चा घोडा ३,००० रुपयास खरेदी केला आणि 'अ'ने ३,००० रु. रोख मोजले व घोडा घेऊन घरी गेला. असा हा व्यवहार पूर्ण झाला. म्हणून याला 'अमलात आलेला करार' म्हणतात.

ब) अमलात आणावयाचा करार : जेव्हा ठरावातील व्यक्तींनी आपापली कर्तव्ये व जबाबदाऱ्या पार पाडलेल्या नसतात तेव्हा त्याला 'अमलात आणावयाचा करार' म्हणतात.

उदा., 'अ'ने 'ब'ला आपली मोटार विकत देण्याचा ठराव केला. परंतु किंमत आली नसेल व मोटार दिली नसेल तर त्याला अमलात आणावयाचा ठराव म्हणतात.

१.५ अ) प्रस्ताव आणि प्रस्तावाची स्वीकृती [(कलम २ (अ) (ब)]
(Offer Proposal and Acceptance) : Sec.2 (a) (b)

प्रस्ताव आणि त्यास स्वीकृती या दोन गोष्टींची पूर्तता झाली म्हणजे कराराची निर्मिती होते. कराराची निर्मिती होण्यासाठी किमान दोन व्यक्तींची आवश्यकता असते. एका व्यक्तीने प्रस्ताव करावा लागतो व दुसऱ्या व्यक्तीने त्या प्रस्तावास स्वीकृती द्यावी लागते.

प्रस्ताव

एका व्यक्तीने दुसऱ्या व्यक्तीजवळ एखादे कार्य करण्यासंबंधी किंवा न करण्यासंबंधी इच्छा व्यक्त करणे, याला 'प्रस्ताव करणे' म्हणतात. कलम २ (अ) यामध्ये दोन व्यक्ती नमूद केलेल्या आहेत – १) प्रस्तावक व २) प्रस्तावता किंवा प्रस्ताव स्वीकृता किंवा वचन गृहीता.

१) **प्रस्तावक :** जी व्यक्ती प्रस्ताव करते ती 'प्रस्तावक' होय.

२) **प्रस्तावता :** ज्या व्यक्तीला प्रस्ताव केला आहे तिला 'प्रस्तावता' म्हणतात. यालाच 'प्रस्ताव-स्वीकृता' किंवा 'वचन-गृहीता' असेही म्हणतात.

व्याख्या : 'प्रस्ताव' या संज्ञेची व्याख्या भारतीय करार कायदा, कलम २ (ए) अनुसार खालीलप्रमाणे आहे, 'जेव्हा एखादी व्यक्ती दुसऱ्या व्यक्तीची एखादे कार्य करण्यासाठी किंवा न करण्यासाठी संमती मिळविण्याच्या उद्देशाने इच्छा व्यक्त करते तेव्हा त्यास 'प्रस्ताव' असे म्हणतात.'

प्रस्ताव हा १) तोंडी
            २) लेखी, आणि
            ३) कृतीने, करता येतो.

प्रस्तावाच्या कायदेशीर अटी/नियम/तरतुदी

१) प्रस्ताव स्वीकृतीची मुदत : उदा., १ जानेवारी, २०१५ रोजी प्रस्ताव केला व त्याला १५ दिवसांची स्वीकृतीची मुदत दिली असेल तर प्रस्ताव-स्वीकृतीने, तो प्रस्ताव १५ जाने.,२००६ च्या आत स्वीकारला तरच करार होईल, अन्यथा १६ जानेवारीच्या पुढे तो प्रस्ताव रद्द होतो.

२) विशिष्ट अटीचा प्रस्ताव : 'प्रस्ताव-स्वीकृताने' दोन जामीन दिले पाहिजेत, किंवा 'बयाणा रक्कम' किंवा डिपॉझिटची रक्कम भरूनच टेंडर भरावे अशी अट प्रस्तावक टाकू शकतो. उदा., महानगरपालिकेच्या बांधकामाचे टेंडर निघते तेव्हा कॉन्ट्रॅक्टर लोक ते टेंडर विशिष्ट अटींची पूर्तता करून भरतात.

३) प्रस्तावाचे नियंत्रण व प्रस्ताव फरक : जंगी लिलाव, प्रदर्शन व विक्री, क्लिअरन्स सेल, दुकानदाराने मालाच्या किमतीचा लावलेला फलक, इ.सर्व गोष्टींमध्ये एक प्रकारचे आवाहन असते. म्हणजेच लोकांनी प्रस्ताव करावा म्हणून केलेले निमंत्रण असते. हे निमंत्रण स्वीकारून गेल्यास तो प्रस्ताव स्वीकारला असा अर्थ होत नाही. त्यांच्या आवाहनास प्रतिसाद देऊन आपण त्यांच्या दुकानी हजर राहिलो तरी आपण त्यांचा माल घेतलाच पाहिजे असे निमंत्रितांवर बंधन नसते; म्हणजेच प्रस्तावाच्या निमंत्रणाची स्वीकृती होत नाही व तसे दोघांवर कायदेशीररीत्या बंधनकारक नसते. विविध सार्वजनिक संस्था, कंपन्या हे टेंडर मागवितात तेव्हा कॉन्ट्रॅक्टर लोक टेंडर्स भरतात. ते टेंडर्स द्यावे याबद्दल निमंत्रण असते. त्यांच्या निमंत्रणाला प्रतिसाद देऊन टेंडर मंजूर, नामंजूर करण्याचे अधिकार कंपनीने आपल्याकडे ठेवलेले असतात. जर टेंडर स्वीकारले तरच करार पूर्ण होतो.

४) प्रस्तावाचा हेतू कायदेशीर संबंधांसाठीच असावा : करार भंगाबद्दल दुसऱ्या व्यक्तीविरुद्ध नुकसानभरपाईचा दावा करण्याचा हेतू असला पाहिजे. म्हणजेच त्यांच्यात प्रस्ताव-स्वीकृतीमुळे कायदेशीर संबंध निर्माण झालेले असलेच पाहिजेत अन्यथा तो प्रस्ताव व करार कायदेशीररीत्या अंमलबजावणीयोग्य होत नाही. उदा., श्रीकांतने राधेशामला रविवारी पार्टीस येण्याचे निमंत्रण दिले; परंतु राधेशाम रविवारी पार्टीस हजर राहू शकला नाही तेव्हा श्रीकांत चिडून जाऊन राधेशामला कोर्टात खेचू शकत नाही कारण श्रीकांतच्या प्रस्तावाचा हेतू कायदेशीर संबंध प्रस्थापित करण्याचा नसल्यामुळे असा दावा कायदेशीर ठरत नाही.

५) एक किंवा अनेक व्यक्तींसाठी प्रस्ताव : उदा., श्री. मनसुखलाल यांचा मुलगा हरवला व त्यांनी वृत्तपत्रामध्ये मुलगा आणून देणाऱ्यास ५,००० रूपयांचे बक्षीस जाहीर केले असल्यास तो प्रस्ताव सर्व जनतेसाठी असतो. त्यांपैकी एकालाच

ते बक्षीस मिळणार असते. सर्व जणांनी प्रयत्न करण्यासाठी खर्च केला असेल व मुलगा सापडला नसेल तरी त्यांना खर्चवसुलीचा व बक्षीसवसुलीचा हक्क पोहोचत नसतो.

६) संबंध पोहोचणाऱ्या व्यक्तीजवळच प्रस्ताव केला पाहिजे : प्रकाश व पद्माकर यांच्यात संभाषण सुरू आहे. प्रकाश पद्माकरला म्हणतो, ''दीप-सागर कन्स्ट्रक्शन कंपनीने मला शिवाजी पुतळ्याजवळ जर फ्लॅट दिला तर मी त्याला ५,००,००० रु. द्यावयास तयार आहे.'' अशा संभाषणाचा त्या कंपनीवर काहीच परिणाम होणार नाही कारण प्रकाशने जोपर्यंत दीप-सागर कन्स्ट्रक्शन कंपनीजवळ आपला प्रस्ताव व्यक्त केलेला नाही तोपर्यंत प्रस्ताव स्वीकृतीचा प्रश्नच येत नाही; केवळ प्रकाश व पद्माकर या दोन मित्रांत संभाषण होऊन प्रस्ताव होणार नाही, तर ती फक्त मित्रत्वाची चर्चा होईल; म्हणून प्रस्ताव करण्यासाठी प्रकाशने त्या कंपनीजवळच गेले पाहिजे व आपली इच्छा प्रकट केली पाहिजे.

७) 'शक्य' कृत्यासाठीच प्रस्ताव असावा : उदा. बाबुराव आपल्या मित्राजवळ म्हणाले, ''जानुराव, तुम्हाला मी जादूच्या कांडीने गुप्त खजिन्याची जागा दाखवितो, तुम्ही मला १०,००० रु बक्षीस द्या.'' या प्रस्तावामध्ये १००% शक्यता नाही. त्यामुळे हा कायदेशीर प्रस्ताव होणार नाही. तसेच दोन समांतर रेषा एकमेकांस मिळवून दाखविण्याचा प्रस्ताव, हिमालय एका बाजूला कलता करण्याचा प्रस्ताव, असे प्रस्ताव करार कायद्याच्या कक्षेत येत नाहीत, त्यामुळे त्यांना कायदेशीर संरक्षण मिळणार नाही.

८) प्रस्तावाचे संदेशवहन झाले पाहिजे : संदेशवहनाचे अनेक प्रकार आहेत. उदा., स्वत: बोलण्याने, पत्राने, दूध्वनीने, तारेने, वृत्तपत्राने, रेडिओने, टी.व्ही.ने इ. माध्यमांतून संदेशवहन करता येते. यांपैकी कोणत्याही माध्यमाने प्रस्तावकाने 'आपला संदेश प्रस्ताव-स्वीकृता'जवळ पोहोचविला पाहिजे. अन्यथा परोपकार वृत्तीने शेजारधर्मासाठी, मालकासाठी, एवढे काम करूया असे म्हणून कार्य करण्यास सुरुवात केली व ते कार्य पूर्ण होण्याअगोदर प्रस्तावकाने बक्षीस जाहीर केल्यास त्या बक्षिसावर परोपकारवृत्तीने कार्य सुरू करणाऱ्या व्यक्तीला हक्क सांगता येणार नाही.

न्यायालयीन संदर्भ : लालमन वि.गौरीदत्त यांच्या खटल्याची हकिकत पाहिल्यास संदेशवहन किती महत्त्वाचे असते हे लक्षात येईल. या केसमधील निर्णय अलाहाबाद हायकोर्टाने ग्राह्य धरला आहे -

'गौरीदत्ताचा मुलगा हरवला. म्हणून गौरीदत्तने आपल्या लालमन या मुनीमजीला मुलगा शोधण्यासाठी बाहेर पाठविले - लालमन शोध घेण्यासाठी गेल्यानंतर इकडे गौरीदत्तने हाताने वाटण्यासाठी छोट्या जाहिराती छापून घेतल्या व त्यात शोधून देणाऱ्यास ५०१ रूपयांचे बक्षीस जाहीर केले. तेवढ्यात, लालमनने मुलगा शोधून आणला व बक्षीसाची बातमी मिळताच लालमनने गौरी दत्तला बक्षीसाची मागणी केली. गौरी दत्तने तुझ्या-माझ्यात तसे ठरले नव्हते, म्हणून उडवून लावले. लालमनने चिडून जाऊन बक्षीस वसुलीसाठी कोर्टात दावा केला. परंतु बक्षिसाच्या प्रस्तावाचे

संदेशवहन हे लालमनला कळविले नव्हते असे सिद्ध झाल्याने लालमनला बक्षीस मिळविण्याचा हक्क नव्हता.'

प्रस्ताव कायदेशीररीत्या अंमलबजावणीयोग्य होण्यासाठी त्याचे संदेशवहन होणे महत्त्वाचे असते; म्हणून 'प्रस्तावकाने' व्यक्त प्रस्ताव (लेखी, तोंडी) किंवा अध्याहृत प्रस्ताव (स्वतःची कृती व वर्तणूक) करून संदेशवहन केले पाहिजे; तरच तो कायदेशीर प्रस्ताव ठरतो.

९) प्रस्ताव निश्चित स्वरूपाच्या कृत्यासाठी असावा : प्रस्ताव कायदेशीर होण्यासाठी तो निश्चित स्वरूपाच्या कृत्यासाठीच असला पाहिजे, जर अनिश्चित स्वरूपाचे कृत्य असेल तर त्याला कायदेशीर स्वरूप प्राप्त होत नाही. उदा., कुळाने शेतजमीन मालकाला असे म्हटले की, जर यंदा भरपूर पाऊस पडला तर तुम्हाला १०० पोती ज्वारी देईल. यामध्ये कुळाने केलेला प्रस्ताव हा अनिश्चित आहे आणि जर भरपूर पाऊस पडला अगर पडला नाही तर शेतजमीन मालक कुळावर १०० पोती ज्वारी मिळण्यासाठी दावा करू शकत नाही.

१.५ ब) प्रस्तावाची स्वीकृती (Acceptace of Proposal) :

भारतीय करार कायद्याच्या कलम २ (ब) 'प्रस्तावाची स्वीकृती' या संज्ञेची व्याख्या खालीलप्रमाणे केली आहे –

'ज्या व्यक्तीला कायदेशीर प्रस्ताव करण्यात आला आहे अशी व्यक्ती त्या कायदेशीर प्रस्तावाला जेव्हा संमती व्यक्त करते तेव्हा त्या व्यक्तीने तो प्रस्ताव स्वीकारला आहे असे म्हणतात.'

प्रस्तावाची–स्वीकृती–कायदेशीर नियम (कलम ७) : खालील नियमांचे पालन झाले तरच प्रस्तावाची स्वीकृती कायदेशीर मानली जाते.

१) प्रत्यक्ष कृतीची गरज : प्रस्तावाची स्वीकृती ही प्रत्यक्ष कृतीने व्यक्त केली पाहिजे. प्रभाकरने रवीचे घर ५०,००० रु.ला खरेदी करण्याचा प्रस्ताव केला. त्यावर रवीने प्रभाकरलाच घर देणार, दुसरे कुणालाच विकणार नाही असे मनात निश्चित ठरविले; तर त्याला कृतीचा अभाव असल्यामुळे प्रभाकरचा प्रस्ताव स्वीकारला नाही असा अर्थ होतो; जर रवीने प्रभाकरच्या प्रस्तावाला संमती देऊन प्रत्यक्ष घर प्रभाकरलाच विकले तरच तो करार पूर्ण होतो; म्हणजेच प्रस्तावाची स्वीकृती ही प्रत्यक्ष कृतीने होत असते.

२) त्याच व्यक्तीची संमती आवश्यक : कृत्य करण्यासंदर्भात किंवा न करण्यासंदर्भात ज्या व्यक्तीला प्रस्ताव केला त्याच व्यक्तीने प्रस्तावाची स्वीकृती दिली पाहिजे, तरच तो करार कायदेशीररीत्या अंमलबजावणीयोग्य होतो. उदा., जगदीशने आपली मोटर ४०,००० रुपयास विकण्याचा प्रस्ताव त्याचा मित्र महेंद्र वेदला केला परंतु हा प्रस्ताव मथुरादास दावडाने स्वीकृत केला तर तो करार

कायदेशीर होणार नाही. येथे महेंद्र वेदनेच त्या प्रस्तावाची स्वीकृती दिली पाहिजे. तरच तो करार कायदेशीर होईल.

३) 'मिळाली माहिती दिली स्वीकृती' असे होत नाही : प्रस्तावकाने प्रस्ताव-स्वीकृता व्यक्तीला मालाची संपूर्ण माहिती विचारली, ती सर्व माहिती सांगितली व माल मागविला; तो पाठविला नाही, तर प्रस्ताव-स्वीकृता जबाबदार राहू शकत नाही.

४) मुदतीत स्वीकृती हवी : प्रस्ताव स्वीकृतीसाठी कालावधी निश्चित असल्यास त्या कालावधीच्या आत व नसल्यास योग्य कालावधीत प्रस्तावाची स्वीकृती दिली पाहिजे. अन्यथा तो प्रस्ताव काढून घेतला, माघार घेतली व त्यानंतर जर स्वीकृती दिली तर करार बेकायदेशीर ठरतो. उदा., नगरशेठने ओसवालांना प्लाझा हॉटेलजवळील घर ७५,००० रूपयांना १० दिवसांत घेण्याचा प्रस्ताव केला. तर ओसवालने आपली संमती १०व्या दिवसाच्या आत दिलीच पाहिजे अन्यथा प्रस्ताव रद्द होतो व त्यानंतरच्या प्रस्ताव स्वीकृतीला कायदेशीर महत्त्व राहणार नाही.

५) प्रस्ताव-स्वीकृतीच्या अटी पूर्ण करणे : 'प्रस्तावता' व्यक्तीने प्रस्ताव स्वीकृतीच्या अटी पूर्ण केल्या पाहिजेत. उदा., नाट्यप्रयोग ठरविताना एकूण मानधन रकमेच्या निम्मी रक्कम भरावी, टेंडर सोबत १/४ रक्कम अनामत भरावी इ.सारख्या अटी घातलेल्या असतात. त्या अटींची पूर्तता प्रस्ताव-स्वीकृता व्यक्तीने केली पाहिजे.

६) वर्तणूक हीच स्वीकृती : प्रस्तावाला स्वीकृती कोणत्या पद्धतीने द्यावी हे कायदेशीररीत्या महत्त्वाचे असते. एखादी प्रस्तावता व्यक्ती प्रस्तावाला स्वीकृती देताना बोलून, पत्राने, दूध्वनीने, तारेने इ. मार्गाने 'व्यक्त-स्वीकृती' पद्धतीने स्वीकृती देईल. परंतु एखादी व्यक्ती आपल्या कृतीने वा वर्तणुकीने प्रस्तावकाच्या प्रस्तावाला स्वीकृती देईल. उदा., परगावी जाण्यासाठी वेळापत्रकानुसार एस.टी. बसमध्ये प्रवेश करणे म्हणजे वर्तणुकीने दिलेली स्वीकृती होय. याच संदर्भात Carlill V/s. Carbolic Smoke Ball Company या खटल्यात अशाच प्रकारची वर्तणुकीने स्वीकृती दिली गेली होती व त्यावरून कोर्टाने बक्षीस देण्याचा हुकूम केला होता. त्यामध्ये कंपनीने तयार केलेल्या औषधांचा वापर करून, रोग बरा झाला नाही तर त्याला १०० पौंड बक्षीस जाहीर केले. एका स्त्रीने औषध घेऊनसुद्धा तिचा रोग बरा झाला नाही; त्या बाईंनी बक्षिसासाठी दावा केला. कंपनीचा बचाव असा की, औषध घेण्यापूर्वी आम्हास कळविले नाही म्हणून बक्षीस देणार नाही. त्या बाईने कोर्टात दावा केला. कोर्टाने असा निर्णय दिला की, बाईंनी तुमचे औषध घेऊन म्हणजे वर्तणुकीनेच प्रस्ताव स्वीकृती दिली होती; म्हणून त्या बाईंना तुम्ही १०० पौंड बक्षीस द्यावे असा हुकूम दिला. तसेच, दुसरे उदाहरण, कंडक्टरने पॅसेंजरला तिकीट देण्याचे कृत्य म्हणजे आपल्या वर्तणुकीने कंडक्टरने पॅसेंजरचा प्रस्ताव स्वीकारणे होय.

७) अटींची पूर्तता म्हणजेच स्वीकृती होय : उदा., वकिलांची महत्त्वाच्या कागदपत्रांची बॅग टाऊन हॉल ते डेक्कन जिमखाना या मार्गावरून धावणाऱ्या एका रिक्षात हरवली आहे. वकीलसाहेबांनी ती बॅग जशीच्या तशी आणून देणाऱ्यास ५०० रु. बक्षीस जाहीर केले व वर्तमानपत्रात जाहिरात दिली. अशा वेळी ज्या व्यक्तीला ती बॅग सापडेल व वकील साहेबांच्याकडे कागदपत्रासह परत करील त्याच व्यक्तीने वकीलसाहेबांचा प्रस्ताव स्वीकृती केली आहे असा अर्थ होतो आणि त्या व्यक्तीस वकीलसाहेबांनी जाहीर केलेले ५०० रु.चे बक्षीस मिळण्याचा हक्क प्राप्त होतो.

८) स्वीकृती ठरलेल्या पद्धतीनेच कळविणे : प्रस्तावकाने ठरवून दिलेल्या पद्धतीनेच 'प्रस्ताव-स्वीकृता' व्यक्तीने स्वीकृती दिली पाहिजे. यामध्ये प्रस्तावकाने दूरध्वनी क्रमांक ८८८-२५०-१२३ वरच संपर्क साधा किंवा रजिस्टर्ड ए.डी. नेच पत्र पाठवा, किंवा पोस्ट बॉक्स नं.५०१, कोल्हापूर इ. पद्धतीत सांगितल्या असतील तर त्याच पद्धतीने स्वीकृती द्यावी.

९) अटी विनाबदल स्वीकारल्या पाहिजेत : प्रस्तावामध्ये ज्या अटी लिहिलेल्या आहेत त्याप्रमाणेच संपूर्ण अटी मान्य करून प्रस्तावाला स्वीकृती दिली पाहिजे. त्या अटी कमी-जास्त करण्याचा अधिकार प्रस्ताव-स्वीकृता व्यक्तीस नसतो. अर्धवट प्रस्ताव स्वीकारता येणार नाही, जर प्रस्तावास बदल सुचविला तर त्याला 'प्रति-प्रस्ताव' असे म्हणतात व तो स्वीकारण्याचे बंधन प्रस्ताव करणाऱ्या व्यक्तीवर नसते. उदा., 'जशी आहे जेथे आहे' या तत्त्वावर 'जीप २५,००० रुपयाला विकणे आहे.' या जाहिरातीवरून श्रीकांतने त्या प्रस्तावकाला जीप रंगवून व चारी टायर्स बदलून दिल्यास मी २६,००० रुपयास जीप घेईन अशी स्वीकृती पाठविली तर जीप विकणाऱ्या कंपनीवर श्रीकांतच्या प्रस्ताव मान्य करण्याचे कायदेशीर बंधन राहत नाही; कारण श्रीकांतने प्रस्तावातील सर्वच अटी बदललेल्या आहेत.

करार कायद्यामध्ये प्रस्ताव आणि प्रस्तावाची स्वीकृती ही लेखी स्वरूपात असावी.

१.५ क) 'प्रस्ताव-स्वीकृती, माहीत होणे आणि रद्द होणे' (कलम : ४,५,६)
Communication and Cancellation of Offer Acceptance (Sec. 4, 5 and 6) :

कलम ४ : प्रस्ताव केव्हा कळतो ? स्वीकृती केव्हा पूर्ण होते ?

१) प्रस्ताव केव्हा कळतो ? : प्रस्तावक व्यक्तीने केलेला प्रस्ताव 'प्रस्ताव-स्वीकृता' व्यक्तीला केव्हा कळतो, हा महत्त्वाचा प्रश्न आहे. याचे उत्तर असे देता येईल की, जेव्हा प्रस्ताव-स्वीकृता व्यक्तीला तो प्रस्ताव बोलणे, ऐकून, दूरध्वनीवरून, ई-मेलने, पत्राने प्रत्यक्ष ऐकायला व पहायला मिळते तेव्हाच तो प्रस्ताव प्रस्ताव-स्वीकृता व्यक्तीला मिळाला असा अर्थ होतो. प्रस्तावक प्रस्ताव केल्यानंतर

तो प्रस्ताव मागे घेऊ शकला नाही तर वरील माध्यमाद्वारे प्रस्ताव-स्वीकृता व्यक्तीला मिळाला तेव्हा तो त्याला कळतो. उदा., माधवने नारायणला ई-मेल करून आपली अकलूजची ५ एकर जमीन नारायणला २,००,००० रुपयांस विकण्यासाठी प्रस्ताव केला. येथे जेव्हा नारायणला माधवची ई-मेल मिळेल तेव्हा नारायणला माधवाचा प्रस्ताव कळला आहे, असा अर्थ होतो.

२) स्वीकृती केव्हा पूर्ण होतो? : यामध्ये दोघांच्या दृष्टीने प्रस्तावाची-स्वीकृती केव्हा पूर्ण होते हे ठरविणे महत्त्वाचे असते.

अ) प्रस्तावक व्यक्तीच्या दृष्टीने : जेव्हा प्रस्ताव-स्वीकृता व्यक्ती आपली स्वीकृती प्रस्तावक व्यक्तीकडे पोहोचण्यासाठी पाठवितो तेव्हा प्रस्तावक व्यक्तीच्या दृष्टीने प्रस्तावाची स्वीकृती पूर्ण होते.

ब) प्रस्ताव-स्वीकृता व्यक्तीच्या दृष्टीने : जेव्हा प्रस्तावक व्यक्तीला प्रस्ताव-स्वीकृता व्यक्तीचे स्वीकृतीचे पत्र, e-mail इ. मिळते तेव्हा 'प्रस्ताव-स्वीकृता' व्यक्तीच्या दृष्टीने प्रस्तावाची-स्वीकृती पूर्ण होते व त्या वेळेपासून प्रस्ताव-स्वीकृता व्यक्तीवर ती स्वीकृती पूर्ण झाली, असे समजले जाते.

कलम ५ : प्रस्ताव आणि प्रस्ताव-स्वीकृती रद्द करण्याचे नियम : करार कायद्यातील कलम ५ अनुसार प्रस्ताव आणि प्रस्ताव स्वीकृती रद्द करण्याचे नियम खालीलप्रमाणे आहेत –

प्रस्ताव रद्द करण्याचे नियम : प्रस्ताव केल्यानंतर विशिष्ट वेळेत परत घेतल्यानंतर तो प्रस्ताव रद्द होतो. यामध्ये एक महत्त्वाची गोष्ट म्हणजे, तो प्रस्ताव केल्यानंतर त्याची स्वीकृती येण्याअगोदर तो प्रस्ताव मागे घेतला गेला पाहिजे. अन्यथा प्रस्ताव करणाऱ्यावर प्रस्ताव-स्वीकृती बंधनकारक ठरते.

उदा., देवने आपला जुहू भागातील बंगला विकण्यासाठीचे पत्र १ जाने., २०१५ रोजी दिलीपला पाठविले. किंमत १० कोटी, व स्वीकृतीची शेवटची तारीख १५ जाने.,२०१५ आहे. तर, यामध्ये दोन शक्यता आहेत–

१) स्वीकृतीपूर्वी प्रस्ताव रद्द : यामध्ये देवने १५ जाने.,२०१५ पूर्वीच म्हणजे, उदा., १० जाने.,२०१५ रोजी प्रस्ताव मागे घेतला व रद्द केला आणि त्यानंतर केव्हाही दिलीपने प्रस्ताव स्वीकृती दिल्यास ती स्वीकृती देववर बंधनकारक राहणार नाही.

२) स्वीकृतीनंतर प्रस्ताव रद्द : यामध्ये दिलीपने १५ जानेवारीच्या आत म्हणजे उदा., १० जाने.,२०१५ रोजी स्वीकृती पोस्टाने पाठविण्यासाठी पत्र पाठविले म्हणजे, दिलीपच्या दृष्टीने स्वीकृती पूर्ण झाली. परंतु देवने जर तो प्रस्ताव १४ जाने., २०१५ रोजी मागे घेऊन रद्द केला तर त्याचा आता उपयोग होणार नाही; म्हणून दिलीपने पाठविलेली स्वीकृती ही देववर बंधनकारक राहील.

ब) स्वीकृती रद्द करण्याचे नियम : प्रस्ताव-स्वीकृता व्यक्ती आपण दिलेली स्वीकृती मागे घेऊन स्वीकृती रद्द करू शकते.

यामध्ये विविध शक्यता सांगता येतील –

१) स्वीकृतीचे पत्र पोहोचण्यापूर्वी : जर प्रस्ताव-स्वीकृता व्यक्तीने प्रस्तावकाला स्वीकृतीचे पत्र पोस्टाने पाठविले व ते प्रस्तावकाला पोहोचण्यापूर्वीच जर प्रस्ताव-स्वीकृता व्यक्तीने ती स्वीकृती रद्द केली तर त्याची जबाबदारी 'प्रस्ताव-स्वीकृती' व्यक्तीवर राहणार नाही व बंधनकारक ठरणार नाही.

२) स्वीकृतीचे पत्र पोहोचल्यानंतर : जर प्रस्ताव-स्वीकृता व्यक्तीने आपली प्रस्ताव स्वीकृती प्रस्तावकाकडे पोस्टाने पाठविली आहे व त्या स्वीकृतीचे पत्र जर प्रस्तावकाला मिळाले असेल व त्याच्यानंतर प्रस्ताव-स्वीकृता व्यक्तीने आपली प्रस्ताव-स्वीकृती रद्द केली असल्याचे पत्र प्रस्तावकाला पाठविले तर त्याचा उपयोग होणार नाही. उलट, त्याची पहिली स्वीकृती ही दोघांच्यावर बंधनकारक राहते.

३) स्वीकृतीचे पत्रच मिळाले नाही : जर प्रस्ताव-स्वीकृता व्यक्तीने पाठविलेले पत्र प्रस्तावक व्यक्तीला त्याचा संपूर्ण पत्ता व्यवस्थित लिहून पोस्टाने पाठविले, त्याचवेळी प्रस्तावक व्यक्तीच्या दृष्टीने प्रस्तावाची स्वीकृती पूर्ण होते. त्यामुळे स्वीकृतीचे पत्र प्रस्तावकाला जरी मिळाले नाही तरी ही स्वीकृती प्रस्तावकाच्या दृष्टीने पूर्ण झालेली असते म्हणून ती 'स्वीकृती' प्रस्तावकावर बंधनकारक राहते. त्याचप्रमाणे प्रस्तावक व्यक्तीला स्वीकृती पत्र पोहोचल्यानंतर प्रस्ताव-स्वीकृती व्यक्तीवर अशी स्वीकृती बंधनकारक ठरते. त्यामुळे स्वीकृती रद्द करण्यासाठी ती स्वीकृती पोहोचण्यापूर्वीच रद्द केली पाहिजे. प्रस्ताव-स्वीकृता व्यक्तीने जर,

१) चुकीचा पत्ता लिहिला.

२) पत्र वेळेवर पोस्टबॉक्समध्ये टाकले नाही.

३) योग्य रकमेचे तिकीट लावले नाही.

तर, ते पत्र प्रस्तावकाला मिळणार नाही व त्यामुळे विलंब झाला, पत्र गहाळ झाले, दुसरीकडे गेले, तर प्रस्ताव-स्वीकृता व्यक्तीने स्वीकृती दिली नाही असे मानले जाईल.

प्रस्तावकाने जर, चुकीचा पत्ता कळविला असेल आणि प्रस्ताव-स्वीकृता व्यक्तीने पाठविलेली स्वीकृती चुकीच्या पत्त्यावर गेली असेल, तरी स्वीकृती प्रस्तावकावर बंधनकारक ठरते.

प्रस्ताव-स्वीकृता व्यक्तीचे स्वीकृतीचे पाठविलेले पत्र जोपर्यंत प्रस्तावकाला मिळत नाही तोपर्यंत प्रस्ताव-स्वीकृता व्यक्तीच्या दृष्टीने तो करार वर्ज्यनीय (Voidable) समजला जातो.

कलम ६ : प्रस्ताव रद्द करण्याचे मार्ग : करार कायदा, कलम ६ अनुसार प्रस्ताव रद्द करण्याचे भिन्न मार्ग आहेत –

१) **स्वीकृतीची ठरलेली पद्धती बदलली :** जर प्रस्ताव-स्वीकृता व्यक्तीने स्वीकृतीची ठरवून दिलेली पद्धती वापरली नाही तर प्रस्ताव आपोआपच रद्द होतो. उदा. रोख पैसे पाठविण्यास सांगून देखील 'क्रॉस्ड चेक पाठविला' किंवा 'रजिस्टर्ड ए.डी.'ने स्वीकृती पाठविण्यास सांगून सुद्धा 'अंडर पोस्टल सर्टिफिकेट' पद्धतीने पाठविली तर अशावेळी प्रस्ताव रद्द होतो.

२) **प्रति-प्रस्ताव चालणार नाही :** मूळ प्रस्ताव स्वीकारण्याऐवजी आपण त्याला प्रति-प्रस्ताव केला तर मुळचा प्रस्ताव रद्द होतो. उदा., एक ट्रक ५,००,००० रुपयांना विकण्याचा प्रस्ताव, त्यावर प्रति-प्रस्ताव-४,००,००० रुपयांना द्या. विक्रेत्याचा नकार, पुन्हा ५,००,००० रुपयांना ट्रक घेतो असे खरेदीदार म्हणाला – तर त्याला पुन्हा तोच प्रस्ताव स्वीकारता येणार नाही.

३) **स्वीकृती पूर्वी प्रस्तावक मरण पावला, भ्रमिष्ट झाला :** अशावेळी प्रस्ताव रद्द होतो. परंतु प्रस्ताव-स्वीकृता व्यक्तीने प्रस्तावक भ्रमिष्ट होण्यापूर्वी किंवा मरण पावण्यापूर्वी स्वीकृती कळविली असेल तर, त्या कराराची कायदेशीर जबाबदारी त्या मूळ प्रस्तावकाच्या कायदेशीर वारसांवर येऊन पडते.

४) **अट/अटी पूर्ण केल्या नाही :** प्रस्तावामध्ये समाविष्ट केलेल्या अटी पूर्ण केल्या नाही तर प्रस्ताव रद्द होतो. उदा., ३१ डिसेंबर पूर्वी स्वीकृती देण्याचे असताना १ जानेवारीस स्वीकृती कळविणे, किंवा निम्मी रक्कम डिपॉझिट भरण्यास सांगितली असता कमी रक्कम भरली इ. मुळे प्रस्ताव रद्द होतो.

५) **स्वीकृतीस विलंब :** जर प्रस्ताव-स्वीकृतीसाठी काही मुदत ठरविली नसेल तर त्या प्रस्तावाची स्वीकृती शक्यतो लवकरात लवकर दिली पाहिजे, जर स्वीकृतीस खूप विलंब झाला तर प्रस्ताव रद्द होतो.

६) **मुदतीत स्वीकृती नाही :** जर प्रस्तावामध्ये १० दिवसांची मुदत स्वीकृतीसाठी दिली असेल तर ती स्वीकृती १० दिवसांच्या आतच दिली पाहिजे. अन्यथा प्रस्ताव रद्द होतो. ११ व्या दिवशी स्वीकृती दिली तर तो प्रस्ताव रद्द होतो.

७) **नोटिसीने रद्द :** जर 'प्रस्तावकाने' प्रस्ताव रद्द झाला असे समजावे अशा पद्धतीची नोटीस प्रस्ताव-स्वीकृता व्यक्तीला पाठविली असेल तर प्रस्ताव रद्द होतो.

अशा प्रकारे प्रस्ताव रद्द होण्याचे वरीलप्रमाणे विविध ७ मार्ग आहेत.

१.६ करारास पात्र व्यक्ती (कलम-१०,११,१२) (Capacities of Parties) (Sec. 10, 11 and 12)

भारतीय करार कायदा कलम १० अनुसार, जी व्यक्ती करार करणार असेल, त्या व्यक्तीमध्ये करार करण्याची पात्रता असली पाहिजे.

करारपात्र व्यक्ती कोणास म्हणावे ?

कलम ११ अनुसार करारास पात्र व्यक्ती कोणास म्हणावे, ते खालीलप्रमाणे सांगितले आहे –

व्याख्या : ''जी व्यक्ती वयाने सज्ञान आहे, सुज्ञ बुद्धीची किंवा सुबुद्ध आहे व ज्या व्यक्तीला कोणत्याही कायद्याने करार करण्यासाठी अपात्र ठरविलेले नाही, अशी कोणतीही व्यक्ती करार करण्यास पात्र समजण्यात येईल.''

आपणास वरील व्याख्येतील काही संज्ञांचा कायदेशीर अर्थ काय सांगितला आहे, ते पाहणे गरजेचे आहे.

करारपात्र व्यक्तींची वैशिष्ट्ये

१) सज्ञान व्यक्ती : 'भारतीय सज्ञानाचा कायदा १८७५ नुसार ज्या व्यक्तीच्या वयाला अठरा वर्षे पूर्ण झालेली आहेत अशा व्यक्तीला 'सज्ञान व्यक्ती' असे म्हणतात.'

तसेच ज्या व्यक्तीची – १) काळजी घेण्यासाठी एखाद्या पालकाची नेमणूक करण्यात आली आहे; २) किंवा मालमत्तेवर देखरेख ठेवण्यासाठी एखाद्या देखरेख अधिकाऱ्याची नेमणूक करण्यात आली आहे; किंवा ३) ती मालमत्ता 'कोर्ट ऑफ वॉर्ड्स' ताब्यात असले तर अशा व्यक्तीचे नाव २१ वर्षे पूर्ण झाले म्हणजे त्या व्यक्तीस कायद्याने 'सज्ञान' व्यक्ती असे म्हणतात; करार करणाऱ्या दोन्ही व्यक्ती 'सज्ञान' असाव्या लागतात.

२) सुबुद्ध/सुज्ञ बुद्धीची व्यक्ती : कलम १२ अनुसार 'ज्या व्यक्तीला कराराच्या अटी समजू शकतात आणि करार केल्यामुळे आपल्या हितसंबंधांवर काय परिणाम होणार आहे, या सर्व गोष्टींचा ती व्यक्ती करार करताना सारासार विचार करू शकते अशा व्यक्तीला करार करण्यासाठी 'सुज्ञ बुद्धीची व्यक्ती' असे म्हणतात.'

सुज्ञ बुद्धीची व्यक्ती करारपात्र असते म्हणून करार करताना दोन्ही व्यक्ती 'सुज्ञ बुद्धी' असलेल्या असाव्या लागतात. अन्यथा करार करणाऱ्या दोन व्यक्तींपैकी एक व्यक्ती सुज्ञ बुद्धीची आहे व दुसरी व्यक्ती सुज्ञ बुद्धीचा अभाव असलेली असेल तर तो करार व्यर्थ ठरतो. सुज्ञ बुद्धीची व्यक्ती नसली तरी तिच्याबरोबर केलेला करार व्यर्थ ठरतो. कलम १२ अनुसार, सुबुद्ध व्यक्तींनी केलेला करार हा कायदेशीर ठरतो.

परंतु

१) ज्या व्यक्तीला अटी समजू शकत नाहीत.

२) करार केल्यामुळे आपल्या हितसंबंधांवर काय परिणाम होईल हे समजत नाही.

३) परिणामाचा सारासार विचार करता येत नाही.

अशा व्यक्तीला सुज्ञ बुद्धीची व्यक्ती म्हणता येणार नाही.

अशा व्यक्ती खालीलप्रमाणे सांगता येतील –

व्यक्ती	पात्र केव्हा ?	अपात्र केव्हा ?
अ) दिवाळखोर	कोर्टामार्फत दिवाळखोर घोषित व्यक्ती कर्ज काढण्यास, मालमत्ता खरेदी करण्यास, नोकरी धरण्यास दिवाळखोरीच्या आदेशातून मुक्तता झाल्यानंतर इतर व्यक्तीप्रमाणे करार, व्यवहार करू शकते.	दिवाळखोर व्यक्तीची मालमत्ता कोर्टाने नेमलेल्या व्यक्तीच्या ताब्यात असते. ती व्यक्ती 'ऑफिशियल रिसिव्हर' म्हणून ओळखली जाते. यांच्या जवळील मालमत्ता दिवाळखोर व्यक्ती विकू शकत नाही किंवा त्यास कंपनीचा संचालक व स्थानिक संस्थांचे सभासद होता येत नाही.
ब) परकीय नागरिक	नोकरी, धंदा इ.साठी परदेशांतून आपल्या भारतात काही नागरिक आलेले असतात. हे परकीय नागरिक शांततेच्या काळात भारतीय नागरिकांबरोबर करार करू शकतात.	जर भारताशी या परकीय नागरिकांच्या देशांत युद्ध पुकारले व सुरू झाले तर अशा भारतातील परकीय नागरिकांना शत्रू म्हणून घोषित करतात, त्यामुळे ते लोक भारतीयांशी करार करू शकत नाहीत. युद्धापूर्वीचे करार स्थगित होतात व युद्ध संपल्यानंतर, किंवा संपुष्टात आल्यानंतर ते करार 'कालबाह्य' झाले नसतील तर कायदेशीर अंमलबजावणी करण्यास योग्य ठरतात.
क) परदेशी राज्यप्रमुख व राजदूत	यांनी भारतातील न्यायालयांचे आधिपत्य स्वीकारले असेल तरच त्यांनी आपल्या देशात केलेला करार त्यांच्यावर बंधनकारक असतो.	यांनी जर भारतातील व्यक्ती बरोबर करार केला असेल, तर भारतातील न्यायालये त्यांनी करारभंग केला असता त्यांना जबाबदार धरू शकत नाहीत.
ड) कैदी	तुरुंगवासातील कैदी, शिक्षा संपल्यानंतर करार करू शकतो व तुरुंगवासापूर्वी केलेल्या कराराच्या पूर्ततेसाठी इतरांवर दावा लावू शकतो.	शिक्षा भोगीत असलेला तुरुंगवासातील कैदी करार करू शकत नाही. तसेच तो तुरुंगात असताना शिक्षा होण्यापूर्वी जे करार केलेले असतील त्याच्याशी संबंधित असलेल्या व्यक्तींवर पूर्ततेसाठी दावा लावू शकत नाही.

इ) संयुक्त भांडवली मंडळी	संयुक्त भांडवली मंडळी कायदा १९५६ अनुसार कृत्रिम व्यक्ती, चिरंतन अस्तित्व असलेली जन्मास येते. करार व्यवहार करण्यासाठी खास कंपनीला आपले घटनापत्रक व नियमावलीच्या आधारे करार करू शकत नाही.	संयुक्त भांडवली मंडळीला नैसर्गिक माणसाप्रमाणे अस्तित्व नसते. त्यामुळे कंपनीला नैसर्गिक व्यक्तीप्रमाणे करार करता येत नाही. उदा., कंपनी विवाहासारखा करार करू शकत नाही.

अ) वेडसर : मानसिक तणाव, धक्कादायक अनुभव, मदूवरचा ताबा नष्ट होणे, चिंताग्रस्त, मानसिक विकृती इ.मुळे जी व्यक्ती वेडसर आणि कलम १२ नुसारच्या व्याख्येत बसत नाही. अशा व्यक्तींशी केलेला करार व्यर्थ ठरतो.

ब) निर्बुद्ध : मानसिक शक्ती पूर्णपणे गेलेली असते, अशा व्यक्तीची विवेक बुद्धी जागृत होण्याची शक्यता नसते; म्हणून या प्रकारच्या व्यक्तीला निर्बुद्ध म्हणतात आणि अशा व्यक्तीबरोबर करार केल्यास तो व्यर्थ ठरतो.

क) मद्यपी : गुंगी येणे, बेहोश होणे, झिंगणे, नशा चढणे, धुंद होणे इ.मुळे मद्यपी व्यक्तीचा तोल जात असतो, ती व्यक्ती बडबडत असते, त्यामुळे कलम १२ अनुसार करारपात्र व्यक्तीच्या व्याख्येत येत नाहीत; म्हणून अशा व्यक्तीबरोबर केलेला करार व्यर्थ ठरतो. दारू, अफू, गांजा, गर्द इ.सारख्या नशिली पेये व पदार्थांचे सेवन करणाऱ्या व्यक्तीशी करार करू नये. अपवादात्मकरीत्या अशा व्यक्ती शुद्धीवर असतील, मद्यपान केले नसेल तेव्हा, गुंगीत नसतात तेव्हा करार केल्यास तो करार व्यर्थ ठरत नाही; म्हणून करार करताना व्यक्ती कायदेशीररीत्या सुबुद्ध आहे की नाही याचा विचार करावा.

३) अपात्र म्हणून घोषित नको : काही व्यक्ती अशा असतात की काही विशिष्ट परिस्थितीत त्यांच्याबरोबर करार केला तर तो करार कायदेशीर करार ठरत नाही. अशा काही व्यक्ती कायद्याने घोषित केल्या आहेत त्या खालीलप्रमाणे –

४) अज्ञान व्यक्ती : भारतीय करार कायदा, कलम ११ अनुसार अज्ञान व्यक्ती करारास पात्र व्यक्ती नाही असे नमूद केले आहे. अज्ञान व्यक्तीबरोबर केलेला करार व्यर्थ ठरतो. हे १९०३ मध्ये प्रिव्ही कौन्सिल पुढे आलेल्या Mohoribibi V/s. Dharmodas Ghosh या खटल्यामुळे उघड झाले.

न्यायालयीन संदर्भ : मोहोरीबीबी विरुद्ध धर्मोदास घोष या खटल्यामध्ये – 'अज्ञान व्यक्तीने २०,००० रुपये कर्जासाठी आपले घर त्या सावकाराकडे गहाणवट टाकले. पुढे या अज्ञान व्यक्तीने कर्जफेड करू शकत नाही म्हणून त्या सावकाराकडून आपले घर परत मागितले. सावकाराने घर परत देण्यास विरोध केला व व्याजासह पैसे

दिल्यानंतरच घर परत देईन असे म्हणाला त्यामुळे अज्ञान व्यक्तीने सावकाराविरुद्ध कोर्टात दावा केला.'

न्यायमूर्तींचा निकाल

१) करार कायद्यातील कलम १० अनुसार करार करणारी व्यक्ती करारास पात्र असलीच पाहिजे, असे नमूद केले आहे.
२) करारास संबंधित दोन्ही व्यक्ती सज्ञान असल्याच पाहिजेत, जर कराराची एक व्यक्ती सज्ञान व एक व्यक्ती अज्ञान असेल तर तो करार कायद्याने व्यर्थ होतो.
३) या दाव्यातील व्यक्ती अज्ञान असल्यामुळे त्या व्यक्तीवर करार बंधनकारक होत नाही, तो करार व्यर्थ ठरतो.
४) सावकाराने 'अज्ञान' व्यक्तीला घर परत केले पाहिजे.
५) सावकाराचे कर्ज फेडण्याचे बंधन अज्ञान व्यक्तींवर राहत नाही.

यावरून आपणास असे दिसून येते की, अज्ञान व्यक्ती करार कायद्यामध्ये महत्त्वाची मानली आहे. अज्ञान व्यक्तीला संरक्षण देण्याचे धोरण दिसून येते.

व्याख्या : अज्ञान व्यक्ती या संज्ञेची व्याख्या भारतीय सज्ञानाचा कायदा, १८७५ अनुसार –

अ) ''ज्या व्यक्तीच्या वयाला १८ वर्षे पूर्ण झाली नाहीत त्या व्यक्तीला 'अज्ञान' व्यक्ती म्हणतात.'' तसेच
ब) ''एखाद्या व्यक्तीच्या संपत्तीची देखरेख करण्यासाठी कायद्यानुसार 'पालक' नेमला असेल किंवा एखाद्या व्यक्तीच्या संपत्तीची व्यवस्था ठेवण्यासाठी ती 'कोर्ट ऑफ वॉर्ड्स' च्या ताब्यात असेल तर अशा व्यक्तीच्या वयाची २१ वर्षे पूर्ण झाली नसतील तर ती व्यक्ती अज्ञान व्यक्ती समजली जाईल.''

आज अज्ञान व्यक्ती सार्वजनिक जीवनात पूर्वीपेक्षा वारंवार संपर्कात, करारात येताना दिसतात.

१.७ अज्ञान व्यक्तीच्या कराराचे परिणाम (Consequences of Contract with Minor)

१८ वर्षांपेक्षा वय कमी असलेल्या अज्ञान व्यक्तींना कायदेशीर करार करता येत नाही; जर करारातील दोन व्यक्तींपैकी एक व्यक्ती अज्ञान व्यक्ती असेल तर तो करार 'व्यर्थ करार' ठरतो. तेव्हा अज्ञान व्यक्तीने जर करार केले असतील तर त्याचे त्या अज्ञान व्यक्तीवर काय परिणाम होतात? तसेच कराराच्या दृष्टीने दुसऱ्या व्यक्तीवर काय परिणाम होतात, ते पाहू –

१) अज्ञानाला कायद्याचे संरक्षण : १८ वर्षांच्या आतील वय असलेल्यास 'बालक' संबोधिले जाते. बाल्यावस्थेमध्ये विचाराला गती, दिशा व पक्केपणा नसतो.

त्यामुळे अशी व्यक्ती करार कायद्याने करारापासून अलिप्त ठेवून, त्याला संरक्षण दिले आहे; जर अज्ञानी व्यक्तीने आपले खरे वय लपवून दुसऱ्याला करारास प्रवृत्त केले व नंतर त्या दुसऱ्या व्यक्तीला खरा प्रकार कळाला तर अज्ञानी व्यक्तीला आपली बाल्यावस्था सांगून बचाव करण्याचे पूर्ण स्वातंत्र्य आहे व त्याच्या त्या बचावास इतरांना प्रतिबंध करता येणार नाही.

२) अज्ञानावर कराराची/गुन्ह्याची जबाबदारी नाही : कराराचे रूपांतर गुन्ह्यात करून अज्ञानावर जबाबदारी सिद्ध करता येत नाही. १६६५ साली इंग्लंड येथील 'Johnson V/s. Pye' खटल्यात 'खोटे वय सांगून अज्ञान व्यक्तीने घेतलेले कर्ज नुकसान भरपाई म्हणून परत करण्याची जबाबदारी त्याच्यावर येत नाही. हेच तत्त्व भारतात वापरतात. कोलकाता हायकोर्टाने, बाँडवर घेतलेल्या कर्जाची परतफेड करण्यासाठी अज्ञान व्यक्तीला जबाबदार धरण्याचे नाकारले. अशा करारात/गुन्ह्यात अज्ञानाला जबाबदार धरता येत नाही.'

परंतु, अज्ञान व्यक्तीने मजेत बसण्यासाठी दुसऱ्याचा एखादा प्राणी आणला असेल व त्याने तो प्राणी आपल्या मित्राला बसण्यासाठी दिला व तो मित्र जोराने उडी घेऊन त्या प्राण्यावर बसायला गेला, परंतु त्या दणक्याने तो प्राणी मेला, तर अशावेळी त्या अज्ञान व्यक्तीला जबाबदार धरले जाते.

३) परतीचे न्याय्य तत्त्व : जर अज्ञान व्यक्तीने आपले, खोटे वय सांगून दुसऱ्याकडून माल/वस्तू/मालमत्ता आणली असेल, तर अशावेळी ती मालमत्ता इ. अज्ञान व्यक्तीजवळ असली तरच त्याला परत कर म्हणून सांगता येईल. याला 'परतीचे न्याय्य तत्त्व' असे म्हणतात. असा करार 'व्यर्थ' असतो. त्यामुळे, जर अज्ञान व्यक्तीने मालमत्तेचे रूपांतर पैशात केले असले तर त्याला ते परत करण्यास भाग पडले जात नाही.

जर, अज्ञान व्यक्तीने खोटे वय सांगून रोख रक्कम घेतली असेल तर त्याला ती रोख रक्कम परत करण्याविषयी हुकूम देता येत नाही. याच संदर्भात 'Leslie (R) Ltd. V/s. Sheill' या खटल्यात वरीलप्रमाणेच निकाल देण्यात आला आहे; म्हणून म्हटले आहे, 'परतफेडीची वेळ येते तेव्हा परतीचे न्याय्य तत्त्व अज्ञान व्यक्तीच्या मदतीला धावून येते.'

४) कराराद्वारे लाभ उचलण्याचा हक्क : अज्ञान व्यक्तीबरोबर केलेले करार हे व्यर्थ ठरतात. परंतु अज्ञान व्यक्ती कराराद्वारे लाभ उचलण्याच्या दृष्टीने 'चेक, हुंडी व वचनचिठ्ठी' या चलनक्षम दस्तऐवजांचा 'प्राप्तकर्ता' होऊ शकते; म्हणजेच अज्ञानाच्या नावे मालमत्ता विकत घेता येते.

५) अज्ञानातर्फे आई-वडील करार करू शकत नाहीत : अज्ञानाने केलेला करार विशिष्ट मर्यादेपर्यंत कायदेशीर असतो; म्हणून अज्ञानातर्फे आई-वडील करार करू शकत नाहीत. उदा., 'Raj Rani V/s. Prem Adib' या खटल्यात लहान मुलीने चित्रपट निर्मात्याबरोबर चित्रपटात काम करण्याचा करार केला याच संदर्भात त्या

लहान मुलीच्या वडिलाने चित्रपट निर्मात्याबरोबर करार केला होता. पुढे चित्रपट निर्मात्याने कराराचा भंग केला म्हणून त्या लहान मुलीने त्या चित्रपट निर्मात्यावर वडिलांमार्फत खटला भरला.

कोर्टाने निर्णय खालीलप्रमाणे दिला

अ) हा करार व्यर्थ आहे; कारण अज्ञान व्यक्तीबरोबर करार आहे.

ब) अज्ञान व्यक्तीने चित्रपटात काम करण्याचे वचन दिले आहे आणि अज्ञान मुलगी कायद्याने असे वचन देऊ शकत नाही.

क) अज्ञानातर्फे आई-वडील करार करू शकत नाहीत व त्याचा फायदा उठवू शकत नाहीत.

६) विवाह करार : अज्ञानाच्या विवाहाचा करार हा अज्ञानाच्या बाजूनेच असतो. भारतात अनेक जाती-जमातींत लहानपणीच लग्न लावण्याची प्रथा आहे. पाळण्यातील बालकांचे विवाह केले जातात. तेव्हा अशा परिस्थितीत त्या त्या जाती-जमातींच्या प्रथा कायद्याच्या दृष्टीने लागू कराव्या लागतात. तेव्हा, 'विवाह करार हा दुसऱ्या व्यक्तिविरोधी अंमलबजावणीस चालतो. परंतु अज्ञान व्यक्तीच्या विरोधी विवाह करार अंमलबजावणीस चालत नाही.' म्हणजे 'विवाह करार' हा अज्ञान व्यक्तीच्या हिताचाच असतो.

७) शिकाऊ/उमेदवारी करार : हा करार शिकाऊ म्हणून काम करणाऱ्या अज्ञान व्यक्तीच्या संदर्भात आहे. भारतीय शिकाऊपणाचा कायदा १८५० नुसार शिकाऊपणाचा करार हा नोकरीचा करार म्हणून अज्ञान व्यक्तीवर बंधनकारक असतो. या करारात अशी तरतूद आहे, 'सार्वजनिक धर्मादाय संस्थामार्फत अनाथ, गरीब व आकांक्षा बाळगणाऱ्या लहान मुलासाठी त्यांना व्यापार, व्यवसाय, कलाकुसर, हस्तकला इ.चे शिक्षण मिळावे व त्याचा त्यांना आपल्या भावी आयुष्यात खूप चांगला लाभ मिळावा म्हणून असा कायदा त्यांच्यावर बंधनकारक ठरतो.' या कायद्यानुसार पालकांनी त्यांच्यावतीने करार करावा अशी अपेक्षा आहे.

८) अज्ञान व्यक्ती सज्ञान होते तेव्हा ? : अज्ञान व्यक्तीने, म्हणजे १८ वर्षे वय होण्यापूर्वी जो करार केलेला असतो तोच करार तीच व्यक्ती अज्ञानाची सज्ञान होते तेव्हा फेर अंमलबजावणीसाठी योग्य ठरत नसतो. तो करार व्यर्थ असतो. म्हणून तो करार अज्ञान व्यक्ती सज्ञान झाली, तर अज्ञान असताना करार केलेला असल्यामुळे बंधनकारक होत नसतो. गरज पडलीच तर त्यासाठी नवीन करार करावा लागेल.

न्यायालयीन संदर्भ : Ditcham V/s. Worrall यामध्ये इनफंट्स रिलिफ ॲक्ट १८७४ अनुसार, अज्ञान व्यक्तीने दिलेले लग्नाचे वचन मोडले तरी, त्याला कायदेशीर संरक्षण मिळते. परंतु तोच पुढे सज्ञान झाल्यावर पुन्हा लग्नाचा करार करून,

करारभंग केल्यास त्याला कायदेशीररीत्या बंधनकारक ठरतो; कारण दुसरा नवीन करार हा सज्ञान झाल्यावर केलेला होता.

९) जीवनावश्यक वस्तूंचा पुरवठा (कलम–६८) : करारास अपात्र असणाऱ्या अज्ञान व्यक्तीला जर दुसऱ्या व्यक्तीने काही जीवनावश्यक वस्तूंचा पुरवठा केला असेल तर अशा वेळी त्या अज्ञान व्यक्तीने त्याची परतफेड आपल्या संबंधित मालमत्तेतून करण्याचे बंधनकारक आहे.

उदा., अजितने संजयच्या (वेडसर) पत्नीला व मुलांना त्यांच्या जीवनास आवश्यक अशा वस्तूंचा पुरवठा केला; तर अजितला ती रक्कम संजयच्या मालमत्तेतून वसुलीचा हक्क आहे. रोटी, कपडा, मकान इ. जीवनावश्यक वस्तू आहेत. याशिवाय ज्याच्या त्याच्या सवयीप्रमाणे वस्तू जीवनावश्यक ठरू शकतात.

१.८ प्रतिफल [कलम २ (ड)] (Consideration) Sec.(d) :

अ) व्याख्या : प्रतिफलाची करार कायद्यात खालीलप्रमाणे व्याख्या केली आहे.

१) करार कायदा, कलम : २ (ड) अनुसार : 'जेव्हा प्रस्तावकाच्या इच्छेनुसार प्रस्ताव–स्वीकृता व्यक्तीने किंवा दुसऱ्या व्यक्तीने एखादे कृत्य

१) केले आहे किंवा केले नाही.

२) करीत आहे किंवा करीत नाही. किंवा

३) करण्याचे अथवा न करण्याचे वचन दिले आहे.

तेव्हा अशा केलेल्या अथवा न केलेल्या कृत्यास किंवा तशा संदर्भातील वचनास 'प्रतिफल' असे म्हणतात.'

२) ब्लॅकस्टोन (Blackstone) : यांनी केलेली प्रतिफलाची व्याख्या, "दुसऱ्याबरोबर करार करणाऱ्या व्यक्तीने केलेली भरपाई म्हणजे प्रतिफल होय."

३) चेशिअर अणि फिफूट (Cheshire and Fifoot) : म्हणतात, "वचनाची किंमत म्हणजे प्रतिफल होय."

४) जस्टीस पॅटरसन (Justice Patterson) : यांच्या मते, "कायद्याच्या नजरेतून ज्याला काहीतरी किंमत असते, त्याला 'प्रतिफल' म्हणतात." त्यामध्ये फिर्यादी व्यक्तीला काहीतरी फायदा होतो किंवा प्रतिवादी व्यक्तीला तोटा होतो.

ब) १) प्रस्तावक + प्रस्ताव स्वीकृता + प्रस्ताव कळणे + प्रस्तावाची स्वीकृती करणे + स्वीकृती पाठविणे + स्वीकृती कळणे + प्रतिफल + एकमेकांसाठी कृत्य करणे = कायदेशीर करार.

२) करार – प्रतिफल = व्यर्थ करार.

वरील समीकरणावरून आपणास असे दिसते की, प्रतिफल असेल तर कराराला वजन प्राप्त होते, करार किमती ठरवतो, अन्यथा करार फोल ठरतो.

३) प्रतिफल = किंमत = मोबदला = एकमेकांसाठी कृत्य करणे = वचनपूर्ती करणे = पैसा देऊन माल/वस्तू/मालमत्ता घेणे. देवाणघेवाण

४) देणगीचा करार = व्यर्थ ठराव = प्रतिफल नसते = एका व्यक्तीला फायदा = एका व्यक्तीने दुसऱ्या व्यक्तीसाठी कोणतेही कृत्य न करता फायदा घेणे = करार कायदेशीर नाही.

ओसवाल बिल्डर्सने श्री.पद्माकर बांदोडकरांना राजारामपुरीत एक फ्लॅट ५,००,००० रुपयांस विकण्याचा करार केला.

यात प्रतिफल कसे अस्तित्वात आहे ते पाहू.

अ) ओसवाल बिल्डर्स यांचे प्रतिफल = ५,००,००० रुपये होय.

ब) श्री. पद्माकर बांदोडकर यांचे प्रतिफल = राजारामपुरीतील एक फ्लॅट होय.

वरील उदाहरणातील स्पष्टीकरणावरून प्रतिफल कसे अस्तित्वात येते हे लक्षात येईल. प्रतिफल म्हणजे फक्त व्यवहाराची किंमत एवढाच मर्यादित अर्थ नाही.

५) प्रतिफल हे संपूर्णपणे आहे किंवा अंशत: आहे याला महत्त्व नाही. परंतु प्रतिफल हे असलेच पाहिजे. उदा., कुलकर्णी बिल्डर्सनी महाद्वार रोडवरील फ्लॅट्स पैकी ५,००,००० रु. किमतीचा एक फ्लॅट आपले मेहुणे प्रमोद आकोळकर यांस १,५०,००० रुपयांस देण्याचे ठरवून करार केला तर अशा कमी किमतीच्या प्रतिफलाचा करारसुद्धा कायदेशीर करार होतो.

क) वैशिष्ट्ये : कायदेशीर प्रतिफलाची वैशिष्ट्ये खालीलप्रमाणे होत -

१) सम-समान प्रतिफल : म्हणजेच प्रतिफल हे बरोबरीने असावे. तुल्यबळ असावे, योग्य व समतोल असावे. उदा., अच्युतने दीप्ती कन्स्ट्रक्शनकडून एक फ्लॅट ९५,००० रुपयास घेण्याचा करार केला असल्यास, अच्युतने दीप्ती कन्स्ट्रक्शनला ९५,००० रुपये दिले पाहिजे.

२) कायदेशीर प्रतिफल : करारातील कृत्य कायदेशीर असले तरच त्याचे प्रतिफलदेखील कायदेशीर असते. बेकायदेशीर कृत्याचे प्रतिफल बेकायदेशीरच असते व तसा करार व्यर्थ ठरतो. उदा., अनैतिक कृत्य, गुन्ह्याचे कृत्य, समाजविरोधी कृत्य, कायद्याने घातलेले कृत्य, इ. सर्व कृत्यांबद्दलचे करार बेकायदेशीर आहेत म्हणून त्याचे प्रतिफल हे बेकायदेशीर मानले जाते.

उदा., श्री.डागा यांनी एका वाहतूक कंपनीशी असा करार केला की, तुम्ही कस्टम ड्युटी, ऑक्ट्रॉय ड्युटी चुकवून जर सर्व माल आमच्या गोडाऊनपर्यंत व्यवस्थित आणला तर तुम्हाला आम्ही १,००० रुपये वाहतूक भाडे ऐवजी २००० रुपये वाहतूक भाडे देऊ.

हा करार बेकायदेशीर आहे व त्याचे प्रतिफलसुद्धा बेकायदेशीर आहे.

३) प्रतिफलासाठी पगारी सेवेव्यतिरिक्त कृत्य असावे : पगारदार नोकराला त्याच्या ठरलेल्या दैनंदिन कामकाजापैकी एखादे कृत्य केले म्हणून त्या व्यक्तीकडून

मोबदला मागता येणार नाही. उदा., पोलीस सबइन्स्पेक्टर श्री. धैर्यशीलराव यांनी दरोडेखोरांना पकडून श्री. कागले सराफांचे ५० तोळे चोरलेले सोने दरोडेखोरांकडून परत मिळविले व श्री.कागले सराफाला ते सर्व सोने परत दिले.

अशा वेळी श्री.धैर्यशीलरावांनी तोळ्यामागे १००० रुपये मोबदला म्हणून मागितले तर ते बेकायदेशीर प्रतिफल होते; कारण प्रतिफलासाठी पगारी सेवेव्यतिरिक्त ते कृत्य नव्हते.

४) जितके करार तितके प्रतिफल : वेगळे वेगळे ५ करार असतील तर त्यासंबंधी वेगळे वेगळे ५ प्रतिफल असलेच पाहिजेत; कारण ५ कराराचे एकत्रित प्रतिफल देण्याचे मान्य झाले तर काही करार अगोदर पूर्ण होतील व काही करार नंतर पूर्ण होतील. अशावेळी एखादा करार पूर्ण झाला नाही तर किती मोबदल्यासाठी दावा करावा हा प्रश्न उद्भवतो.

५) कायदेशीर कर्तव्य व प्रतिफल : विद्यापीठ परीक्षेतील कॉपी प्रकरणी गुन्हा दाखल केल्यानंतर सिनियर सुपरवायझरला साक्ष देण्यासाठी कोर्टात बोलाविले तर त्यासाठी सिनियर सुपरवायझर हा साक्षीदार म्हणून हजर राहिल्यास तो विद्यापीठाकडून स्वतंत्र मोबदला मागू शकत नाही. ते त्यांचे कायदेशीर दृष्टीने कर्तव्य असते.

६) तिन्ही काळातील प्रतिफल : करार कायदा - कलम २ (ड) अनुसार प्रतिफलाची जी व्याख्या केली आहे त्यामध्ये आपणास दिसते की, केलेले कृत्य हे भूतकाळातील, वर्तमानकाळातील व भविष्यकाळातील असू शकते व त्यासाठी स्वतंत्रपणे त्या त्या काळातील प्रतिफल असते.

१) **भूतकालीन प्रतिफल :** उदा., १० जाने., २०१५ रोजी श्री. दीनदयाळ यांचा हरवलेला मुलगा १५ ऑगस्ट, २०१५ रोजी श्री. लुकतुके यांना सापडला व जाहीरातीतील पत्त्यानुसार त्यांनी मुलाला श्री. दीनदयाळ यांच्याकडे सुपुर्द केले. पूर्वी मोबदला जाहीर केला नव्हता म्हणून श्री. दीनदयाळांनी श्री. लुकतुकेंना १००० रु. मोबदला दिला तर त्याला भूतकालीन कृत्याचा मोबदला म्हणतात.

२) **वर्तमानकालीन प्रतिफल :** उदा., श्री.अमीरचंद यांनी आपला दुखावलेला रेसचा घोडा श्री. बाबू टांगेवाला यास १५ ऑगस्ट, २०१५ रोजी ५,००० रुपयांस विकला व त्याच दिवशी श्री.बाबू टांगेवाल्याने ५,००० रु. दिले तर त्याला 'वर्तमानकालीन फल' म्हणतात.

३) **भविष्यकालीन प्रतिफल :** उदा., श्री. देशमुख यांनी आपली ५ एकर जमीन श्री.खोत यांना ५,००,००० रुपयांस देण्याचे आज १ जाने., २०१५ रोजी ठरविले व ती किंमत १५ ऑगस्ट, २००६ रोजी देण्याचे ठरले व करार केला तर त्या कराराची किंमत म्हणजे 'भविष्यकालीन प्रतिफल' होय.

७) कृत्य स्वत: किंवा प्रतिनिधीमार्फत करावे : प्रतिफलासाठीचे जे कृत्य ठरलेले असेल ते कृत्य 'प्रस्ताव-स्वीकृता' व्यक्तीने खुद्द करावे किंवा 'प्रस्ताव-

स्वीकृताने' प्रतिनिधीमार्फत केले तरी चालेल. इंग्रजी कायद्यानुसार प्रतिनिधीमार्फत कृत्य केलेले चालत नाही ते बेकायदेशीर मानतात.

आपल्याकडील, चिनय्या व रामय्या या खटल्यामध्ये वरीलप्रमाणे प्रतिनिधीला मोबदला दिलाच पाहिजे, असा कोर्टाने निर्णय दिला.

१.९ प्रतिफलाशिवाय करार व्यर्थ : (कलम २५) No Consideration-No Contract (Sec-25)

सुरुवातीला आपण पाहिले आहे की, प्रतिफलाशिवाय करार व्यर्थ होतो. ह्या नियमाला काही अपवाद आहेत. म्हणजे, या नियमाला अपवाद असलेले करार हे कायदेशीर करार मानतात व ते अंमलबजावणीयोग्य करार असतात. कलम – २५ अनुसार खालीलप्रमाणे अपवादात्मक करार किंवा ठराव आहेत.

१) प्रतिनिधी नेमणूक : भारतीय करार कायदा कलम–१८५ अनुसार प्रतिनिधीची एजन्सी नेमणूक करण्यासाठी जो ठराव करावा लागतो त्या ठरावासाठी प्रतिफल असू शकणार नाही तरी देखील एजन्सी किंवा प्रतिनिधी नेमणूक ठराव हा कायदेशीर असतो.

२) देणगीचा ठराव : देणगीदार व देणगी घेणारा यांच्यामध्ये जो ठराव होतो त्यामध्ये प्रतिफल नसते. तरीदेखील तो करार कायदेशीर असतो.

उदा., एका धनवान शेतकऱ्याने आपल्या मालकीची १०० एकर जमीन गावच्या कॉलेजच्या संस्थेला देणगी म्हणून देण्याचा ठराव केला व नोंदणी केली. त्याप्रमाणे कॉलेजच्या संस्थेच्या नावाने ती जमीन करून दिली. या करारात कोणताच मोबदला नाही; तरीदेखील या प्रकारच्या कराराच्या कायदेशीरपत्रावर कोणताच परिणाम होत नाही. नंतर काही वादामुळे धनवान शेतकरी त्या कॉलेजच्या संस्थेकडून ती १०० एकर जमीन परत आपल्या नावावर करून घेऊ शकत नाही.

३) कालबाह्य कर्ज फेडण्याचा ठराव : कर्जदार व सावकार यांच्यामध्ये कालबाह्य कर्ज फेडण्याचा करार अथवा ठराव झाला तर तेव्हा या कराराला प्रतिफल नसताना तो करार कायदेशीर होतो. कर्जफेडीचा हा करार अंशात्मक रकमेचा किंवा संपूर्ण रकमेचा असला तरी चालतो. कालबाह्य कर्ज हे कर्जफेडीच्या तारखेनंतर ३ वर्षे उलटून गेलेले असल्यास त्यानंतर सावकार हा त्या कर्जदारावर कोर्टात दावा करून कर्ज वसूल करू शकत नाही; म्हणजेच कर्जदाराची अशा कालबाह्य कर्जातून आपोआपच सुटका होते. परंतु कर्जदाराला सद्बुद्धी सुचते व तो सावकाराचे कर्ज फेडण्यासाठी करार करतो. हा नवीन करार मोडल्यास कर्जदारावर निश्चितपणे आता कायदेशीर कारवाई करावयाचा अधिकार या सावकाराला पोहोचतो.

४) स्वखुशीच्या कृत्यांचा मोबदला : जेव्हा एखाद्या व्यक्तीने दुसऱ्या व्यक्तीसाठी स्वेच्छेने व स्वखुषीने काहीतरी कृत्य केलेले असते व त्या कृत्यासाठी मोबदला देण्याकरिता

दुसरी व्यक्ती ठराव करते, तेव्हा असा प्रतिफल नसलेला ठराव कायदेशीर असतो.

उदा., रिक्षात सापडलेली महत्त्वाच्या कागदपत्रांची बॅग ॲडव्होकेट श्री.मधुकर नावडीकर, गंगावेस, यांची असते. ती रिक्षाचालक श्री.राजू याने जशीच्या तशी परत केली. तेव्हा ॲडव्होकेट रिक्षाचालकाला ५०० रु. देण्याचे वचन देतो; असे वचन हे कायदेशीर असते.

५) नैसर्गिक प्रेम, स्नेह, वात्सल्य : यामुळे जिव्हाळ्याच्या व जवळच्या नात्यातील व्यक्तींमध्ये लेखी ठराव होऊन त्याचे रजिस्ट्रेशन केलेले असते. अशा ठरावाला प्रतिफल नसले तरी तो कायदेशीर करार असतो. जवळच्या नात्यातील व्यक्तींमध्ये रक्ताचे नाते, विवाहबद्ध यातील व्यक्तींचा समावेश होतो.

उदा., Rajlukhy Dabee V/s. Bhootnath Mookerjee यांच्या खटल्यामध्ये प्रतिवादीने आपल्या पत्नीला विभक्त राहिल्यामुळे पालनपोषणासाठी दरमहा ठराविक रक्कम देण्याचे वचन दिले. त्यांच्यातील तंटेबखेडे व मतभेद हे येथे गौण ठरविले आहेत. परंतु नैसर्गिक प्रेम, वात्सल्य या भावनेने वडिलाने मुलास रक्कम देण्याचा ठराव, पतीने पत्नीला रक्कम देण्याचे वचन, किंवा थोरल्या भावाने आपल्या लहानग्या भावाला किंवा बहिणीला रक्कम देण्याचे वचन हे प्रतिफल नसले तरी सुद्धा कायदेशीर ठराव आहेत.

६) दावा नको, मागणी मंजूर : एखाद्याने आपल्याविरुद्ध कोर्टात दावा करू नये यासाठी जर आपण त्या व्यक्तीची मागणी मंजूर केली व त्याला त्या व्यक्तीने कबुली दिली तर अशा प्रकारे हे एक चांगले प्रतिफल असते.

उदा., पत्नीने पतीविरुद्ध पालनपोषणासाठी रक्कम मिळावी म्हणून दावा करण्याचे ठरविले, परंतु पतीने आपल्या पत्नीला 'दावा करू नको, मागणी मंजूर' असे सांगितले तर दोघांच्या या व्यवहारात प्रतिफल दिसून येते.

१.१० संमती व मुक्त संमती (कलम – १०,१३ ते २२) (Consent and Free Consent) (Sec.10, 13 to 22)

भारतीय करार कायद्यातील –

कलम १० अनुसार, 'मुक्त संमती' ही कायदेशीर कराराची अत्यावश्यक बाब समजली जाते.

कलम १३ अनुसार, 'संमती' या संज्ञेची व्याख्या खालीलप्रमाणे केली आहे, 'जेव्हा दोन किंवा अधिक व्यक्ती एकाच बाबीवर एकाच अर्थाने सहमत होतात तेव्हा तेथे 'संमती' आहे असे म्हणतात.'

कलम १४ अनुसार, 'मुक्त संमतीची' व्याख्या खालीलप्रमाणे केली आहे. खालील प्रकारची कारणे सोडून जर 'संमती' दिलेली असेल तर ती 'मुक्त संमती' समजावी –

अ) **धाक/बलप्रयोग/जुलूम/जबरदस्ती** (Coercion) - कलम-१५

ब) **अनुचित प्रभाव** (Undue Influence) - कलम-१६

क) **कपट/फसवणूक/लबाडी** (Fraud) - कलम-१७

ड) **असत्य विधान / असत्य प्रतिपादन /**
(Misrepresentation) - **विपर्यास/दिशाभूल** कलम-१८ किंवा

इ) **चूक/गैरसमज (Mistake)** - कलम-२०,२१,२२

अशा प्रकारे, जर धाक दाखवून, अनुचित प्रभाव पाडून, कपटाने किंवा फसवणूक किंवा लबाडी करून किंवा असत्य विधान करून, एखाद्या करारासाठी/ठरावासाठी संमती मिळविली असेल तर अशी संमती ज्याच्याकडून मिळविली त्याच्याच मर्जीनुसार तो करार वर्जनीय ठरतो. म्हणून, मुक्त संमतीची सुटसुटीत **व्याख्या** खालीलप्रमाणे करता येईल, ''राजीखुशीने मिळविलेली संमती म्हणजे मुक्त संमती होय किंवा वाममार्गाचा अवलंब न करता मिळविलेली संमती म्हणजे मुक्त संमती होय.''

परंतु चूक/गैरसमज यातून संमती मिळाली असले तर तो करार 'व्यर्थ' ठरतो.

अ) धाक/बलप्रयोग (कलम-१५)

भारतीय करार कायदा, कलम १५ अनुसार, धाक अथवा बलप्रयोग याची व्याख्या खालीलप्रमाणे केली आहे-

''जेव्हा इंडियन पिनल कोड (XLV १८६०) मध्ये प्रतिबंधित केलेले कृत्य करून किंवा ते कृत्य करण्याचा धाक दाखवून किंवा धमकी देऊन, एखादी व्यक्ती दुसऱ्या व्यक्तीला ठराव करण्यास भाग पाडते किंवा दुसऱ्या व्यक्तीने ठराव करावा म्हणून त्या व्यक्तीची बेकायदेशीरपणे मालमत्ता अडवून ठेवण्याचा धाक दाखवून त्या व्यक्तीची ठरावास संमती मिळविते, तेव्हा त्याला धाक किंवा बलप्रयोग म्हणतात.''

अशा प्रकारचे करार वर्जनीय असतात. ज्यांची संमती धाक दाखवून मिळविली असेल त्या व्यक्तीने मनात आणले तर तो करार रद्द होतो. अशावेळी घेतलेले पैसे त्याला परत दिले पाहिजेत.

'धाक/बलप्रयोग' याची उदाहरणे : खालील उदाहरणामध्ये धाक अथवा बलप्रयोग या मार्गाने संमती मिळविली आहे; असे दिसले व त्यामुळे ते ठराव वर्जनीय ठरले, ज्याची संमती या पद्धतीने मिळविली आहे त्याला ठराव रद्द करण्याचा हक्क कायद्याने प्राप्त होतो.

१) धमकी : रामेश्वर विरुद्ध उपेंद्रनाथ : या खटल्यात, 'एकाने दुसऱ्याला २,००० रुपये उसने मागितले. पैसे जर उसने दिले नाहीत तर, खून करण्यात येईल अशी धमकी दिली.' यात धाक/बलप्रयोग याचा वापर केल्यामुळे हा ठराव वर्जनीय ठरतो; शिवाय उसने दिलेले पैसे परत दिले पाहिजेत.

२) मनाई कृत्य : रंगनायकम्मा विरुद्ध अल्वर शेट्टी या खटल्यात, 'एकाने सुचविलेला मुलगा दत्तक घेतल्यासच मरण पावलेल्या पतीचा मृतदेह दहनासाठी हलवू.' यात सुद्धा बलप्रयोग अथवा धमकी अथवा धाक आहे व संमती मिळविली गेली; म्हणून हा करार वर्जनीय ठरतो व रद्द होतो. असे कृत्य भारतीय दंड विधान कायद्यातील कलम २९७ प्रमाणे दंडनीय आहे.

३) मालमत्ता अडविणे : मुथिया विरुद्ध मथु – करूपान : या खटल्यात, 'मालकाने एका आपल्या पूर्वीच्या कर्जदार व्यक्तीला नोकर म्हणून नेमले, पुढे नोकराला कमी करतेवेळी, नोकराने जमा-खर्चाच्या वह्या अडवून ठेवल्या व पूर्वीच्या कर्जातून मुक्त करण्याची अट घातली म्हणजेच ही एक प्रकारे अडवणूक आहे, जबरदस्ती आहे म्हणून करार वर्जनीय ठरला व रद्द झाला.'

४) मालमत्ता जप्तीची धमकी : बन्सराज विरुद्ध सेक्रेटरी ऑफ स्टेट – या खटल्यात, मुलाकडील दंड वसूल करण्यासाठी सरकारने त्याच्या वडिलांना मालमत्ता जप्त करण्याची धमकी दिली.

ही जबरदस्ती आहे. म्हणून करार वर्जनीय आहे असे कोर्टाने ठरविले.

५) त्रयस्थाची धमकी : करारात संबंधित व्यक्तीनेच धमकी दिली पाहिजे असे नाही. उदा., 'आपल्या जावयाच्या घरातील कूळ निघावे म्हणून आंनदरावांनी त्या कुळाला त्याचे पाय गुडघ्यातून काढण्याची धमकी दिली; म्हणून त्या कुळाने भीतीने घर सोडण्यास संमती दिली.'

या करारामध्ये बलप्रयोगाने संमती मिळविली आहे.

६) बलप्रयोगाचे ठिकाण गौण : परदेशातील कायदेशीर कार्यक्षेत्रामध्ये भारतीय पिनल कोडनुसार प्रतिबंधित केलेल्या कृत्याचा अवलंब करून एका परकीय व्यक्तीने भारतीय व्यक्तीशी करार केला आणि त्यानंतर करार भंगाबद्दल परकीय व्यक्तीने भारतीय कोर्टात दावा केला. परंतु, असा निर्णय दिला की, ज्या ठिकाणी ठराव झाला त्या ठिकाणी परकीय कायदा लागू असला आणि भारतीय पिनल कोड कायदा लागू नसला तरी त्या परकीय व्यक्तीचे कृत्य बलप्रयोगाचे समजले व गुन्हा मानण्यात आले.

ब) अनुचित प्रभाव (कलम-१६)

यालाच अवाजवी दबाव, गैर प्रभाव किंवा नैतिक वजन असेही म्हणतात.

भारतीय करार कायदा, कलम १६ अनुसार 'अनुचित प्रभाव' या संज्ञेची व्याख्या खालीलप्रमाणे केली आहे –

'जेव्हा करार करणाऱ्या दोन व्यक्तींमध्ये असे संबंध असतात की, एक व्यक्ती दुसऱ्या व्यक्तीच्या मनावर आपला प्रभाव पाडू शकते, व ह्या संबंधाचा त्या व्यक्तीने गैरफायदा घेण्यासाठी उपयोग करून संमती मिळवून करार घडवून आणला तर तो ठराव 'अनुचित प्रभाव' पाडून केलेला ठराव म्हणतात.'

यामध्ये, 'प्रभाव पाडणारी व्यक्ती' व 'ज्याच्यावर प्रभाव पाडला जाणार आहे अशी व्यक्ती' या दोन व्यक्ती करारामध्ये भाग घेतात. परंतु असा करार 'वर्जनीय' असतो, तो रद्द होऊ शकतो.

दोन व्यक्ती

अ) **प्रभाव पाडणारी व्यक्ती :** ही व्यक्ती ज्येष्ठ, श्रेष्ठ, बुद्धिमान अशा स्वरूपाची असते असे दिसते. उदा., वडील, डॉक्टर, वकील, धर्मगुरू, गुरू, शिक्षक, मालक, कारखानदार इत्यादी.

ब) **ज्याच्यावर प्रभाव पाडला जाणार आहे अशी व्यक्ती :** कनिष्ठ, परस्परविरोधी नाते असणारी अशी असते. उदा.मुलगा, पेशंट, अशील, भक्त, नोकर खालील उदाहरणांमध्ये अशा दोन व्यक्ती दिसतात -

नाते

१) **नैसर्गिक अधिकाराचे नाते :** पालक पाल्य, वडील मुलगा.

२) **विश्वासाचे नाते :** डॉक्टर पेशंट, वकील अशील, धर्मगुरू भक्त, महिला अधिकारी विश्वासू व्यवस्था मध्यस्थ, धनको ऋणको.

३) **वास्तव अधिकाराचे नाते :** गुरू-शिष्य, शिक्षक-विद्यार्थी, आयकर अधिकारी-करदाता, पोलीस-आरोपी, मालक-नोकर, कारखानदार-कामगार.

४) **वृद्धत्व** : आजारपण, शारीरिक आघात, मानसिक आघात, बौद्धिक शक्ती नष्ट होणे, इ.मुळे त्रस्त असलेल्या व्यक्तीबरोबर एखाद्याने गैरफायदा घेण्याच्या दृष्टीने करार केला तेव्हा तो ठरावसुद्धा अनुचित प्रभाव पाडून केलेला ठराव मानतात.

सिद्ध करणे : कायदेशीर दृष्टीने विचार करता अनुचित प्रभाव पाडून संमती मिळविली आहे, असे म्हणणाऱ्या व्यक्तीवर ते सिद्ध करण्याची जबाबदारी असते. केवळ अनुचित प्रभाव पाडून माझी संमती मिळविली आहे, असे म्हणून त्याला करार रद्द करता येणार नाही.

उदा., 'माझ्या वडिलांनी माझ्याकडून अनुचित प्रभावाने संमती मिळविली आहे.' एवढे म्हणून भागणार नाही; तर त्या मुलाने पुढे जाऊन असे सिद्ध केले पाहिजे की, त्याच्या वडिलांनी कशा प्रकारे अनुचित प्रभाव पाडला आहे.

कायदा म्हणतो - १) प्रतिवादी हा अनुचित प्रभाव पाडण्याच्या स्थानावर असलाच पाहिजे. शिवाय २) त्या प्रतिवादीने त्याचा त्या दृष्टीने वापर केला असला पाहिजे. तरच फिर्यादी अथवा वादी याला तो रद्द करता येतो.

गृहीत नियम : अनुचित प्रभाव पाडून संमती मिळविली असेल असे काही ठिकाणी गृहीत धरले जाते. ही गोष्ट गृहीत धरण्याचा परिणाम असा होतो की, एकदा प्रतिवादी हा फिर्यादीच्या इच्छाशक्तीवर दबाव आणू शकतो असे सिद्ध झाले तर असे गृहीत धरले जाते की, त्याने आपल्या अस्तित्वाचा व पदाचा निश्चितपणे फिर्यादीचा गैरफायदा घेऊनच ठरावास संमती मिळविली असणार.

जर प्रतिवादीला गृहीत नियम मान्य नसेल तर त्याने असे सिद्ध केले पाहिजे की, आपण फिर्यादीची मुक्त संमती मिळविली आहे. उदा., **'लँकशायर लोन्स लि. वि. ब्लॅक'** या खटल्यात प्रतिवादी ही सज्ञान विवाहिता होती. आपल्या आईने कंपनीकडून घेतलेल्या कर्जाला तिने तारण दिले. वस्तुस्थितीचा विचार करता कोर्टाला असे दिसून आले की, ती आपल्या आईच्या प्रभावाखाली होती.

मानसिक आघात : ज्या वेळी एखाद्याची मानसिक क्षमता तात्पुरती किंवा कायमची कमी झालेली असते तेव्हा त्याच्यावर मानसिक आघात झाला आहे, असे म्हणतात. अशा परिस्थितीत जर त्या व्यक्तीशी करार केला तर तो करार अनुचित प्रभाव पाडून केलेला करार मानला जाईल.

उदा., मद्रास हायकोर्टातील एका खटल्यात, पालनपोषणाचा हक्क सिद्ध करण्यासाठी एका हिंदू विधवेला पैशांची अत्यंत निकड होती, अशा मन:स्थितीत असताना एका सावकाराने तिला पैसे देतो म्हणून मन वळविले व त्यासाठी १००% व्याजाचा दर आकारण्यात आला. त्यावर ती बाई कबूल झाली. पैसे मिळाले पुढे जास्त व्याज आहे म्हणून त्या बाईने कोर्टात दावा केला. कोर्टाने निर्णय दिला, अनुचित प्रभाव पाडून संमती घेतली आहे; म्हणून करार वर्जनीय आहे व कोर्टाने शेवटी २४% व्याजाचा दर लावण्यास त्या सावकाराला भाग पाडले.

आर्थिक जुलूम : प्रभाव पाडू शकणाऱ्या व्यक्तीने असे सिद्ध केले पाहिजे की, झालेला व्यवहार, प्रामाणिक, योग्य, राजीखुशीने, अक्कलहुशारीने, समजुतदारपणाने व अनुचित प्रभावापासून अलिप्त असा होता.

परंतु खालील उदाहरणामध्ये आर्थिक जुलूम दिसतो म्हणून असा करार अनुचित प्रभावाला बळी पडतो.

१) एकाने झालेल्या निर्णयाविरुद्ध अपील करण्यासाठी बाँडवर ३७०० रु. आणले व एक वर्षात त्याचे मी २५,००० रु. परत देईन असे वचन दिले.

२) एका धनवान व्यक्तीच्या २८ वर्षे वयाच्या, वाईट चालीच्या व सवयीच्या मुलाला, त्याने पैसे देण्याचे नाकारले म्हणून त्या मुलाने एकाकडून बाँडवर ३७% दर सहामाही व्याजाच्या दराने ५०० रु. आणले व तीन वर्षे रक्कम परत द्यायची नाही असे ठरले.

३) 'रघुनाथ प्रसाद वि. सर्जु प्रसाद' या खटल्यात, 'संयुक्त कुटुंबाच्या मालमत्तेसाठी वडील व मुलगा यांच्यात भांडण- कोर्टात दावा दाखल- प्रतिवादीने फिर्यादीला आपली मालमत्ता गहाणवट ठेवून १०,००० रु.२४% दराने रक्कम आणली. हे व्याज चक्रवाढ व्याज पद्धतीचे होते. ११ वर्षांत ही रक्कम १,१२,८८५ रु. झाली.'

अशा प्रकारच्या अनेक खटल्यात आर्थिक जुलूम दिसून आल्यामुळे व अनुचित प्रभाव पाडूनच संमती मिळविल्यामुळे सर्व प्रकारात कोर्टाने, व्याजाचा दर सर्वसामान्य दराप्रमाणे खाली आणला.

कायद्याची सक्ती : जर कायद्यानेच सक्ती करावी लागत असेल व तशी करारास संमती मिळवावयाची असल्यास ती संमती 'अनुचित प्रभाव' पाडून मिळविली आहे असे म्हणता येत नाही.

उदा., ऊस उत्पादकाने कोणत्या साखर कारखान्यात आपला ऊस घालावा? त्याच्या कार्यक्षेत्रात असलेल्या कारखान्यात घालावा की, कार्यक्षेत्राबाहेरील कारखान्यात घालावा? त्याला स्वातंत्र्य आहे परंतु, त्याने ज्या कारखान्याला ऊस घालावयाचा ठरविले तर तो ऊस कायद्याने त्या कारखान्याने घेतलाच पाहिजे.

अपवाद : अनुचित प्रभाव याला खालील अपवाद आहे.

नित्याचा व्यवहार : नित्याच्या व्यवहारात अवाजवी घटक आले तर त्याचा संबंध अनुचित प्रभाव याच्याशी जोडून त्याचा उपयोग होत नाही. उदा., एका व्यक्तीने आपल्या बँकेत कर्जासाठी अर्ज केला. त्याचवेळी नाणेबाजारात पैशांची खूपच चणचण असते. त्यामुळे बँकेतील अधिकारी व्याजदर खूपच लावतो व कर्ज देण्यास तयार होतो व ती व्यक्ती अडचणीतच असल्यामुळे त्या कर्जाचा स्वीकार करते.

या ठिकाणी अनुचित प्रभाव पाडून करार घडवून आणला असे म्हणता येणार नाही; कारण बँकेचा हा नित्याचा आर्थिक व्यवहार आहे.

पडदानशीन स्त्रियांनी केलेले करार : जात, धर्म, रिवाज, प्रथा इ.मुळे जी स्त्री बंधनात असते, एकांतात राहते, किंवा समाजात वावरत नाही. अशा स्त्रीला 'पडदानशीन स्त्री' म्हणतात. परंतु जी स्त्री बुरखाधारी आहे तिलाच फक्त 'पडदानशीन स्त्री' म्हणतात असे नाही. अशा स्त्रियांच्यावर अनुचित प्रभाव पाडून त्यांच्याकडून करार करून घेणे सहज शक्य असते. यासाठी कायद्याने अशा पडदानशीन स्त्रियांना खास संरक्षण दिले आहे. यांचेबरोबर करार करताना अवाजवी दबाव, अनुचित प्रभाव यांचा वापर केलेला नाही असे गृहीत धरलेले असते; म्हणून 'प्रतिवादीला' असा दबाव आणला नव्हता हे सिद्ध करावे लागते; तसे हेही सिद्ध करावे लागते - १) जो करार केला आहे तो तिला नीट समजला होता. २) तिने स्वतःच्या बुद्धीने करारास संमती दिली आहे. ३) तिला कराराची कायदेशीर जबाबदारी समजली होती. ४) तिला कायदेशीर सल्ला घेण्याची स्वतंत्रपणे परवानगी दिली होती इ.

करार रद्द : कलम-(१९-ए) : या कलमानुसार अनुचित प्रभाव या कारणांमुळे केलेला करार रद्द करता येतो.

१) अशा अनुचित प्रभाव पाडून केलेल्या कराराला 'वर्जनीय' करार ठरविला आहे.
२) परंतु हा करार रद्द करण्याचा अधिकार फक्त ज्या व्यक्तीची अनुचित प्रभावाने संमती घेतली असेल त्यालाच प्राप्त होतो.

कोर्ट असा करार पूर्णतः रद्द करू शकते किंवा ज्या व्यक्तीची अशा पद्धतीने संमती मिळविली असेल त्या व्यक्तीला काय फायदा झाला असेल तर, सर्व गोष्टीचा सारासार विचार करून कोर्ट योग्य तो निर्णय देते.

क) कपट/फसवणूक/लबाडी (कलम-१७)

भारतीय करार कायदा, कलम-१७ अनुसार, कपट याचा अर्थ फसवणूक करण्याच्या उद्देशाने किंवा करार करण्यास प्रवृत्त करण्याच्या उद्देशाने केलेली खालील **कृत्ये**

१) फसवणूक करणाऱ्या व्यक्तीला एखादे विधान खोटे आहे हे माहीत असूनदेखील ते खरे आहे असे दुसऱ्या व्यक्तीस सांगणे,

२) ज्याची फसवणूक करावयाची आहे त्या व्यक्तीपासून सत्य लपवून ठेवणे,

३) आपण वचन पूर्ण करणार नाही असा निश्चित हेतू मनात ठेवून वचन देणे.

४) दुसऱ्या व्यक्तीची फसवणूक होईल असे कृत्य करणे.

५) कायद्याने कपट/लबाडी म्हणून घोषित केले आहे असे कृत्य किंवा कसूर करणे.

वैशिष्ट्ये : कपट यामध्ये खालील वैशिष्ट्ये आहेत -

१) फसवणूक करणाऱ्या व्यक्तीने खोटे विधान ठासून सांगितले असले पाहिजे.

२) सत्य परिस्थिती हेतुपुरस्सर लपविलेली असली पाहिजे.

३) वचन न पाळण्याच्या हेतूने वचन दिलेले असले पाहिजे.

४) जी कृती करावयाची ती फसविण्याच्या उद्देशानेच केलेली असली पाहिजे.

५) निर्हेतुकपणे झालेल्या कृतीमुळे जर संबंधित व्यक्तीचे नुकसार झाले तर त्याला 'कपट' करण्याचा उद्देश असल्याचे मानता येत नाही.

६) विक्रेत्याने आपल्या मालाची विक्री करताना त्या मालाचे वर्णन करताना, अलंकारिक भाषा वापरली, काव्यपूर्ण भाषेत वर्णने केली किंवा मालाचे अवास्तव गुणवर्णन केले, तर त्या वेळी कपट करण्याचा उद्देश असल्याचे मानता येत नाही.

७) कृतीचा उद्देश फसविणे हाच होता.

८) कृतीमुळे फसवणूक होऊन नुकसान झाले.

९) कपट करून संमती मिळविली तर तो करार वर्जनीय ठरतो.

कपट व अधिकार : ज्या व्यक्तीकडून कपट करून संमती मिळविली आहे अशा व्यक्तीला काही अधिकार प्राप्त होतात.

१) करार वर्जनीय : या पद्धतीने संमती घेतलेला करार हा वर्जनीय ठरतो.

२) करार रद्द : कपट करून संमती मिळविलेला ठराव हा कलम-१९ अनुसार रद्द करता येतो. परंतु करार रद्द करण्याचा अधिकार हा ज्याची फसवणूक झाली आहे, त्यालाच प्राप्त होतो.

३) नुकसान भरपाई : कपट करून संमती मिळविली असेल त्या व्यक्तीचे करारामुळे काही नुकसान झाले तर त्याबद्दल करार करण्यासाठी जी व्यक्ती असते त्या व्यक्तीकडून नुकसानभरपाई मागण्याचा हक्क प्राप्त होतो.

४) करार पूर्वस्थिती : करारामुळे जर कपट करून संमती मिळविली असेल

तेव्हा ते असत्य विधान केले तेच सत्य समजून जी परिस्थिती निर्माण झाली असती तशी परिस्थिती निर्माण करण्याविषयी ती व्यक्ती आग्रह धरू शकते.

उदा., ओसवाल यांनी आपली ॲम्बॅसिडर गाडी विकताना नवीन इंजिन घातले आहे, असे सांगून पेंढारकर यांना गाडी विकली. पुढे पेंढारकरांना गाडीच्या एकूण कंडिशनबद्दल शंका आली व मेस्त्रींना दाखविल्यानंतर ते इंजिन फार जुने असल्याचे समजले. यामध्ये 'कपट' आहे. करार रद्द होतो, वर्जनीय आहे, नुकसानभरपाई मागता येते, करार करताना जे विधान केले तशीच परिस्थिती निर्माण व्हावी असा आग्रह श्री.पेंढारकर धरू शकतात.

५) बचावाचा अधिकार : कपट करून संमती ज्याची घेतली त्याच व्यक्तीच्या बाजूस कायदा आहे. ज्याने कपट करून संमती मिळविली त्या व्यक्तीला बचावाचा अधिकार प्राप्त होत नाही. ती व्यक्ती असे म्हणू शकत नाही की दुसऱ्या व्यक्तीने सत्य परिस्थितीची चौकशी करायला हवी होती तर नुकसान टाळता आले असते. असा बचाव कपट करणारा करू शकत नाही; कारण कपट करणाऱ्याने सर्वतोपरी सत्य लपविण्यासाठी प्रयत्न केलेले असतात.

मुग्धता व कपट यांचा परस्पर संबंध

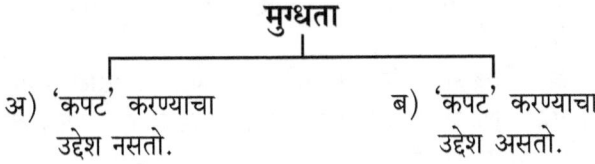

मुग्धता

अ) 'कपट' करण्याचा उद्देश नसतो.

ब) 'कपट' करण्याचा उद्देश असतो.

'मुग्धता' म्हणजे करार होताना मौन पाळणे होय. पुढील व्यक्ती जे प्रश्न विचारते त्या प्रश्नांची उत्तरे न देणे, काहीच न बोलणे, याला आपण 'मुग्धता' किंवा 'मौन' असा शब्द वापरू शकतो.

परंतु कराराच्या वेळी मुग्धता किंवा मौन पाळणे याला कायद्यामध्ये अत्यंत महत्त्वाचे स्थान आहे; कारण विक्रेत्याने मुग्धता पाळल्यामुळे करारातील खरेदीदाराचे नुकसान होण्याची शक्यता नाकारता येत नाही.

अ) मुग्धता कपट करण्याचा उद्देश नसतो : मुग्धता पाळणे म्हणजे 'कपट' करणे असा अर्थ होत नाही. लॉर्ड हाल्सबरी म्हणतात, "करार करणाऱ्या व्यक्तीने भ्रामक प्रतिमा कोणत्या माध्यमातून उभी केली याला मी महत्त्व देत नाही तर, युक्ती-प्रयुक्ती, अस्पष्ट बोलणे, संदिग्ध बोलणे यामुळे त्या व्यक्तीला असे वाटते की, मुख्य व्यवहारातून आपली सुटका होईल."

केवळ मुग्धता म्हणजे कपट होत नाही. करार करणाऱ्या व्यक्तीच्या इच्छाशक्तीवर परिणाम होईल व त्यामुळे ती व्यक्ती करार करण्यास नकार देईल, म्हणून करार घडवून आणणारा काही महत्त्वाची माहिती लपवून ठेवतो.

करार घडवून आणणाऱ्या व्यक्तीने त्या कराराशी संबंधित असलेली सर्वच माहिती त्या व्यक्तीला सांगितलीच पाहिजे असे बंधन त्याच्यावर नसते. शिवाय त्याच्याजवळील सर्वच माहिती सांगितल्यामुळे जर कराराचा मूळ हेतू सफल होणार नसेल तर अशा वेळी करार घडवून आणणारी व्यक्ती मुग्धता पाळते.

उदाहरणे : खालील उदाहरणांमध्ये व्यक्तीने मुग्धता पाळली पण कपट नव्हते असे दिसून येईल –

१) बदललेल्या किमतीची माहिती विक्रेत्याला असूनदेखील कराराच्या वेळी त्याने मुग्धता पाळली, तर त्याचा कपट करण्याचा उद्देश नसतो; म्हणून येथे करार वर्जनीय ठरणार नाही. रद्द करता येणार नाही.

२) विक्रेत्याने रेस मधून बाद झालेला घोडा विक्रीस ठेवला तेव्हा विक्रीच्या वेळी कोणतीच गोष्ट बोलला नाही, वर्णन केले नाही, गुण सांगितले नाहीत, अशा वेळी त्याची मुग्धता म्हणजे कपट होत नाही.

याचे कारण विक्रीच्या कायद्यामध्ये **'ग्राहकांनो सावधान'** असे तत्त्व असते. यामध्ये ग्राहकाने त्या वस्तूच्या गुणधर्माची, भौतिकतेची, टिकाऊपणाची चाचणी घेतली पाहिजे असा अर्थ अभिप्रेत आहे.

३) श्रीकृष्ण विरुद्ध कुरुक्षेत्र युनिव्हर्सिटी या खटल्यात सुप्रीम कोर्टाने पुढीलप्रमाणे निकाल दिला –

'विद्यापीठ परीक्षेच्या फॉर्ममध्ये माहिती भरताना, त्या परीक्षा फॉर्म भरणाऱ्या उमेदवाराला पूर्ण जाणीव असतानादेखील त्याने आपली नियमापेक्षा कमी हजेरी असलेली त्या फॉर्ममध्ये भरली नाही.'

ही एक प्रकारची मुग्धता होय, परंतु कोर्टाने हे कपट/फसवणूक/लबाडी नव्हे असा निर्णय दिला.

ब) मुग्धता – कपट करण्याचा उद्देश असतो : अनेक उदाहरणांत कपट करण्याच्या उद्देशाने मुग्धता पाळली जाते.

१) स्पष्ट बोलण्याचे कर्तव्य : जेव्हा करार करणाऱ्या व्यक्तींपैकी एक व्यक्ती दुसऱ्या व्यक्तीवर संपूर्ण विश्वास टाकते. तेव्हा करार करणाऱ्याने स्पष्ट बोलणे हे त्याचे कर्तव्य असते. उदा., अपघातामुळे मोडतोड करून मोटार गाडी झाळकाम, जोडकाम, जुने सुटे भाग वापरून वरून नवी वाटावी म्हणून रंगकाम करून विकत आहे, हे वडिलाने मुलास सांगितले पाहिजे.

जर वरील उदाहरणात, वडिलांनी मुग्धता पाळून आपली मोटार विकण्याचा ठराव केला तर त्या ठिकाणी 'कपट' करण्याचा हेतू सिद्ध होतो.

त्याचप्रमाणे आयुर्विमा, अग्निविमा, सागरी विमा व इतर विमा यांमध्ये विमा कंपनी प्रतिनिधी विचारलेल्या सर्व प्रश्नांना स्पष्टपणे व सत्य उत्तरे बोलून दिली पाहिजेत. मुग्धता पाळली तर तेथे कपट हेतू दिसून येईल व विमा कंपनी तो रद्द करू शकते.

तसेच विवाहविषयक करार, शेअर्स खरेदी व्यवहार इतर व्यक्तिगत स्वरूपाचे करार यात संपूर्ण सत्य माहिती सांगितली पाहिजे. मुग्धता पाळल्यास करार वर्जनीय ठरतो व तो रद्द करण्याचा अधिकार प्राप्त होतो.

२) फसवी मुग्धता : बऱ्याचदा मुग्धता स्पष्ट बोलण्यासारखीच असते. जेव्हा करारातील व्यक्ती मुग्धता पाळते आणि ही मुग्धता त्या व्यक्तीला निश्चितपणे फसवी ठरणार, हे या व्यक्तीला चांगले ठाऊक असते. अशावेळची मुग्धता ही कपट असल्याचेच सिद्ध करते. उदा., घरावर बोजा असताना ते न सांगता विकणे.

३) परिस्थिती बदलाची मुग्धता : आजची परिस्थिती विचारात घेऊन केलेले विधान व त्या विधानासंदर्भात भविष्यकाळातील परिस्थिती बदलली, तर त्याचा अर्थ बदलतो व हा बदल कराराशी संबंधित व्यक्तींना कळविण्याची जबाबदारी ही विधान करणाऱ्यावर असते. अन्यथा तो करार वर्जनीय ठरतो, रद्द करता येतो.

उदा., मद्रास हायकोर्टातील एका खटल्यानुसार, ''एका कंपनीच्या माहिती पत्रिकेत संचालकपदी विशिष्ट नावाच्या व्यक्ती असतील असे छापून भाग विक्रीसाठी माहितीपत्रक प्रसिद्ध केले आणि भविष्यकाळात भागवाटपाच्या अगोदर त्या संचालकांपैकी काही संचालक बदलले होते व काही संचालक हे निवृत्त झाले होते. हा बदल कंपनीने ताबडतोब सांगण्याची गरज आहे. अन्यथा भागखरेदीदार ते भाग परत करू शकतात व भागवाटप टाळू शकतात.''

४) अर्ध सत्य मुग्धता : करार करणारी व्यक्ती ही मुग्धता पाळू शकते परंतु माहिती सांगण्यासाठी एकदा का तोंड उघडले तर तो मध्येच अर्ध्यावर थांबू शकत नाही. त्याने पूर्ण सत्य माहिती प्रतिपादन केलीच पाहिजे असे त्याच्यावर बंधन राहते; अन्यथा अर्धसत्य माहिती म्हणजे कपट कारस्थानाला निमंत्रण ठरते.

उदा., 'गुजरात हायकोर्टासमोरील' एका खटल्यात –
'एका कॉन्ट्रॅक्टरने टेंडरमध्ये बांधकामाच्या संदर्भातील खर्चाची खोटी आकडेवारी दिली होती. कॉन्ट्रॅक्टरने दिलेले टेंडर खरे समजून तो त्यातील खर्चात कपात करण्यास तयार झाला.'

कोर्टाने असा निर्णय दिला की, टेंडरमधील प्रतिपादन हे कपट दर्शविते, यावर प्रतिवादी असा बचाव करू शकत नाही की, फिर्यादी वाजवी प्रयत्न करून खऱ्या खर्चाचे आकडे मिळवू शकला असता; म्हणून हा करार अर्धसत्य मुग्धता कारणावरून वर्जनीय ठरला व रद्द करण्यात आला.

क) असत्य विधान/असत्य प्रतिपादन/विपर्यास (कलम–१८)

भारतीय करार कायदा, कलम–१८ अनुसार, असत्य विधानाची व्याख्या खालीलप्रमाणे केली आहे –

१) एखादी व्यक्ती, एखादी गोष्ट विश्वासपूर्वक सत्य समजून, खोटी असलेली गोष्ट आत्मविश्वासाने ठासून खरी आहे असे सांगते.

२) फसवणूक करण्याचा उद्देश नसतानाही आपल्या कर्तव्यपालन भंगामुळे एखाद्या व्यक्तीला फायदा होत असेल व दुसऱ्या व्यक्तीचे नुकसान होत असेल.

३) आणि कराराशी संबंधित असलेली व्यक्ती अज्ञानामुळे करारातील विषयवस्तुसंबंधी चूक करीत असेल तर ती चूक व चुकीचे सांगणे, असत्य विधान होय.

वैशिष्ट्ये

१) असत्य विधान करून संमती मिळविली असेल तर, ज्याला फसविले त्या व्यक्तीच्या इच्छेनुसार तो करार वर्जनीय ठराव होतो व ती व्यक्ती करार रद्द करू शकते.

२) असत्य विधान खरे समजून करार करणाऱ्या व्यक्तीला करार स्वीकृत करता येतो. परंतु करार स्वीकृतीच्या वेळी ते विधान सत्य असल्यास त्याची जी स्थिती राहिली असती, तीच स्थिती करार पालनात राहिली पाहिजे असा तो आग्रह धरू शकतो.

३) जेव्हा एक व्यक्ती दुसऱ्या व्यक्तीच्या असत्य विधानावर विश्वास न ठेवता, स्वत:च्या सत्य माहितीच्या आधारावर ठराव करते, तेव्हा तो करार असत्य विधानाने झाला आहे, असे मानत नाहीत. अशा प्रकारचा ठराव त्या व्यक्तीला रद्द करता येत नाही. उदा., विक्रेता म्हणतो दरवर्षी ७०० टन कागद या कारखान्यात होतो. परंतु खरेदीदार हिशेब तपासणी करतो तेव्हा ५०० टन उत्पादन दरवर्षी असते. अशा वेळी जर करार झाला तर तो वर्जनीय ठरत नाही व रद्द होत नाही; बंधनकारक ठरतो.

असत्य विधानाचे प्रकार

१) असमर्थनीय विधान : एखादी व्यक्ती एखादी गोष्ट ठासून सांगत असते की ही माहिती सत्य आहे परंतु त्याची माहिती खात्रीशीर वाटत नसते, तरीदेखील ती व्यक्ती सांगत असलेली गोष्ट सत्यच आहे असा विश्वास ठेवते. त्याला 'असत्य विधान' म्हणतात.

उदा., मुंबईतील एका खटल्यामध्ये,

'प्रतिवादीने फिर्यादीकडून एक जहाज भाड्याने घेतले. फिर्यादीने खात्रीने सांगितले की त्यात २८०० टनांच्या वर नोंदणी झालेली नाही. वस्तुस्थिती अशी होती की, ते जहाज मुंबईत केव्हाच आले नव्हते व ते फिर्यादीला काहीच माहीत नव्हते. परंतु त्या बोटीमध्ये ३००० टनांचे वर नोंदणी होती असे दिसले.'

या खटल्यात असा निर्णय दिला की, प्रतिवादीला हा करार रद्द करण्याचा हक्क आहे.

केलेले विधान कराराची मुख्य अट असताना ते विधान जर असत्य निघाले तर, या करारामुळे ज्याचे नुकसान झालेले असेल ती व्यक्ती केवळ करारच रद्द करू शकते असे नाही तर करार भंग केल्यामुळे झालेल्या नुकसानभरपाईबद्दल दावा करू शकते.

उदा., कार विक्रेता म्हणतो, २०,००० मैल गाडी चालविली आहे. हे विधान प्रत्यक्षात असत्य होते. खरेदीदाराला नुकसानभरपाई मागण्याचा अधिकार मिळाला.

२) कर्तव्यभंग : कर्तव्यभंग करून त्याला फायदा होतो व दुसऱ्याला तोटा होतो तेव्हा त्याला 'असत्य विधान' म्हणतात. याला 'रचनात्मक कपट' म्हणतात.

उदा., प्रतिवादीने फिर्यादीचे असे मत बनविले की, दुसरे-तिसरे काही नसून आपल्या अगोदर ठरलेल्याच सर्व औपचारिक गोष्टींचा त्या करारामध्ये समावेश आहे, हे सत्य आहे असे समजून फिर्यादीने ते सर्व न वाचताच सही केली. परंतु तो संपूर्ण ठराव प्रतिवादीला फायदेशीर ठरणारा होतो. यामुळे हा ठराव वर्जनीय ठरला, रद्द केला.

३) विषय-वस्तू बद्दल चूक : करारातील विषय वस्तूला काही किंमत, दर्जा असतो असे करारातील दोन्ही व्यक्ती समजत असतात; जर करारातील एखादी व्यक्ती, निर्हेतुकपणे, अज्ञानपणे नकळत दुसऱ्या व्यक्तीला कराराच्या मुख्य 'विषय-वस्तू' बद्दल चूक करण्यास प्रवृत्त करीत असेल किंवा चुकीचा मार्ग दाखवित असेल तर तेथे 'असत्य विधान' असल्याचे समजले जाते.

असत्य विधान व कपट – तुलना

असत्य विधान	कपट
१) यात फसविण्याचा हेतू अस्तित्वात नसतो.	१) यामध्ये लबाडी व फसविण्याचा हेतू मूलत: अस्तित्वात असतो.
२) एखादे विधान **खोटे नाही** असा ठाम विश्वास असताना ते खरे आहे असे ठासून खरे आहे असे सांगणे म्हणजे असत्य विधान होय.	२) एखादे विधान **खोटे आहे** हे १००% माहीत असून ते विधान खरे आहे हे ठासून सांगणे म्हणजे कपट होय.
३) फसवणूक झालेली व्यक्ती ठराव रद्द करू शकते. असत्य विधान करणाऱ्या व्यक्ती विरुद्ध नुकसान भरपाईचा दावा लावता येत नाही.	३) फसवणूक झालेल्या व्यक्तीला ठराव रद्द करता येतो. शिवाय कपट करणाऱ्या व्यक्तीकडून करार केल्यामुळे झालेल्या नुकसानीची भरपाई करता येते.
४) फसवणूक झालेल्या व्यक्तीस सहज प्रयत्नाने सत्य गोष्ट कळू शकली असती व सत्य समजून घेता आले असते असे असत्य विधान करणारी व्यक्ती म्हणू शकते; कारण सत्य लपविण्याचे प्रयत्न त्या व्यक्तीने केलेले नसतात.	४) फसवणूक झालेल्या व्यक्तीस सहज प्रयत्नाने सत्य समजू शकले असते असे कपट करणारी व्यक्ती म्हणू शकत नाही; कारण सत्य लपविण्याचे आटोकाट प्रयत्न कपट करणाऱ्या व्यक्तीने केलेले असतात.
५) असत्य विधान हे निर्हेतुक असते. त्यामुळे तो गुन्हा ठरत नाही.	५) कपट म्हणजे दुसऱ्या व्यक्तीची फसवणूक करण्याच्या उद्देशाने केलेला गुन्हा होय.

४) **अति—महत्त्वाचे सत्य दडवून ठेवणे :** जर करारातील अति-महत्त्वाचे सत्य दडवून ठेवले असेल तर तो करार 'असत्य विधान' यामुळे 'वर्जनीय' ठरतो. कराराचा आत्मा असलेली गोष्ट लपविल्यास करार जिवंत राहू शकणार नाही.

उदा., लग्नाची यादी करताना सर्व गोष्टी करारात ठरल्या परंतु मुलीकडील मंडळींनी मुलीला फीट्स येतात, हे मात्र वर पक्षाला सांगितले नाही तर लग्नाच्या कराराचा आत्मा म्हणजे मुलगी 'निरोगी असणे' ही गोष्ट करारात अति-महत्त्वाची असताना रोग लपवून ठेवला त्यामुळे करार 'वर्जनीय' ठरला. अशा वेळी वर पक्षाला करार रद्द करता येतो.

५) **केवळ मत प्रदर्शनसुद्धा असत्य विधान होते :** एखाद्याने एखाद्या गोष्टीबद्दल केवळ आपले मत प्रदर्शित केले तर ते 'असत्य विधान' होत नाही. परंतु काही प्रसंगी केवळ मतप्रदर्शन हे सुद्धा 'असत्य विधान' होते.

उदा., प्रिव्ही कौन्सिल मधील, 'बिसेट विरुद्ध विलकिन्सन' या खटल्यात, 'एका व्यक्तीने आपला एक शेतजमिनीचा तुकडा विकला. शेतजमिनीचा तो तुकडा 'मेंढपाळ' करण्यासाठी खरेदी केला जाणार आहे याची कल्पना त्या विक्रेत्याला होती, म्हणून त्या विक्रेत्याने त्या जमिनीच्या तुकड्यासंदर्भात आपले मत प्रदर्शित केले की, त्या जमिनीच्या तुकड्यावर साधारणपणे २,००० मेंढरांची निश्चित सोय होईल परंतु तो जमिनीचा तुकडा मेंढपाळासाठी निरुपयोगी ठरला,' म्हणून तो करार खरेदीदाराने 'वर्जनीय' ठरवून रद्द केला व त्या जमिनीच्या तुकड्याची किंमत देण्याचे नाकारले.

६) **परिस्थितीत बदल :** कराराची बोलणी व कराराची अंमलबजावणी यात नेहमीच कालावधीचे अंतर असते. या अंतर पडलेल्या कालावधीमध्ये जो बदल झाला, त्याची संपूर्ण कल्पना कराराशी संबंधित असलेल्या दुसऱ्या व्यक्तीला सांगितलीच पाहिजे.

ड) चूक/गैरसमज (कलम-२०,२१,२२)

भारतीय करार कायदा, कलम-२०,२१,२२ अनुसार 'चूक/गैरसमज' याची व्याख्या खालीलप्रमाणे केली आहे –

कलम – २० अनुसार, 'करारास अत्यावश्यक असलेल्या अत्यंत महत्त्वाच्या असलेल्या सत्य गोष्टीबाबत करारातील दोन्ही व्यक्ती गैरसमजाने पछाडल्या असतील किंवा दोघांची त्या संदर्भात चूक झाली असल्यास तो करार 'व्यर्थ' ठरतो.'

कलम – २१ अनुसार, 'कायद्याबाबत गैरसमज किंवा चूक असल्यास होणारा परिणाम कायद्याच्या अज्ञानामुळे चूक/गैरसमज होता कामा नये. भारतीय कायदा भारतात अमलात असताना कायद्यासंबंधी व्यक्तीची चूक होता कामा नये. भारतातील कायद्याच्या अज्ञानामुळे किंवा चुकीच्या माहितीमुळे व गैरसमजामुळे झालेला ठराव वर्जनीय ठरत नाही.'

पण तो कायदा भारतात अमलात नाही, त्यासंबंधी चूक झाल्यास हा नियम लागू होत नाही.

कायद्यासंबंधित जर चूक झाली असेल व त्यावर करार आधारलेला असेल तर तो करार करारातील व्यक्तीवर बंधनकारक ठरतो.

कलम – २२ अनुसार, 'करारातील प्रमुख विषय – वस्तुसंदर्भात जर करारातील एकाच व्यक्तीची, चूक असेल तर तो करार 'वर्जनीय' ठरत नाही.'

चुकांचे/गैरसमजाचे प्रकार : सर्वसाधारपणे 'चुका' होणाचे प्रकार दोन्ही व्यक्तींच्या चुका, प्रमुख विषयवस्तूच्या चुका, कराराच्या पूर्ततेच्या संभाव्यतेबद्दल चुका किंवा एकतर्फी चुका. इ. मुळे करार व्यर्थ ठरू शकतो.

चूक/गैरसमज यांचे खालीलप्रमाणे प्रकार आहेत

१) व्यक्ती–ओळखीची चूक : करारातील ज्या व्यक्ती असतात त्या व्यक्ती सोडून दुसरी एखादी व्यक्ती आपण त्या करारातीलच आहोत असे भासविते व करार करण्यास प्रवृत्त करते अशा वेळी तो करार कायदेशीर ठरत नाही. तो करार व्यर्थ ठरतो.

उदा., 'जगन्नाथ विरुद्ध सेक्रेटरी ऑफ स्टेट बँक ऑफ इंडिया', या खटल्यात, फिर्यादीचा भाऊ, हा स्वत: फिर्यादी व्यक्ती म्हणून त्या कराराच्या वेळी भासवू लागला आणि सरकारी एजंटला करार करण्यास प्रवृत्त केले.

कोर्टाने निर्णय दिला, हा करार कायदेशीर होत नाही; कारण सरकारी एजंटला करार हा फिर्यादीच्या भावाबरोबर करावयाचा नसून, फिर्यादी व्यक्तीबरोबर करावयाचा होता.

२) प्रमुख विषय – वस्तूची चूक : यामध्ये विविध प्रकार आहेत –

अ) प्रमुख विषय – वस्तूचा अभाव : करार करण्यापूर्वीच करारासाठी लागणारी प्रमुख – विषयवस्तूच अस्तित्वात नसते. त्यामुळे करार कायदेशीर होत नाही.

उदा., 'इंग्लंड ते मुंबई या समुद्रमार्गाने येणाऱ्या बोटीतील माल शेषाद्री यांनी श्रॉफ यांना विकण्याचा ठराव केला. किंमत ठरली परंतु समुद्रातील तुफानामुळे बोट बुडाली. त्यामुळे माल बुडाला म्हणून शेषाद्री श्रॉफला माल देऊ शकत नाही. येथे करारातील प्रमुख विषयवस्तूचा अभाव आहे; म्हणून करार व्यर्थ झाला.'

ब) मालकी हक्काची चूक : खरेदीदार हा मुळातच ज्या मालमत्तेचा मालक आहे तीच मालमत्ता विक्रेता त्याला विकण्याचा करार करणारा असतो. अशा मालमत्तेचा मालकी हक्क हस्तांतरित करणे शक्यच नाही; म्हणजे विक्रेत्याला ती वस्तू विकण्याचा हक्क नसतो. अशा वेळी तो करार व्यर्थ ठरतो.

उदा., अमजद एका घोडा अमितला विकण्याचा ठरवितो. परंतु या दोघांनाही त्या घोड्याचा मालक कोण हे माहीत नाही. अशा वेळी तो करार व्यर्थ होतो.

क) मनात भिन्न विषय– वस्तू : खरेदीची वस्तू एक व विक्रीची वस्तू दुसरी असे घडून चूक होते तेव्हा खरी संमती नसल्यामुळे तो करार व्यर्थ ठरतो.

उदा., 'रॅफलिस विरुद्ध वायचेलहौस' या खटल्यात, प्रतिवादीने फिर्यादीकडील 'सुरत कॉटन' खरेदी करण्याचा करार केला. मुंबईहून या मालाच्या दोन बोटी सुटल्या, एक बोट ऑक्टोबरमध्ये सुटली, ह्याच बोटीतील माल आपणास मिळणार असे प्रतिवादीला वाटले आणि दुसरी बोट डिसेंबरमध्ये सुटली ती आपण देणार, असे फिर्यादीला वाटले.

अशा प्रकारे मनात भिन्न विषय वस्तू असल्यामुळे तो करार व्यर्थ ठरला.

ड) विषयवस्तूच्या महत्त्वाच्या भागाची चूक : विषयवस्तूचा महत्त्वाचा भाग म्हणून स्वरूप, दर्जा याचा समावेश होतो; जर मोहनलाल, हसमुखलालकडून उत्कृष्ट दर्जाच्या लेडीज छत्र्या खरेदी करण्याचे ठरवितो. परंतु उत्कृष्ट दर्जा म्हणजे काय किंवा त्यांचे स्वरूप काय? म्हणजे जपान पॉलिस्टर कापड, कॉटनचे कापड, फोल्डिंग की साधी याबद्दल काहींचे ठरले नसल्यामुळे हा करार व्यर्थ ठरला, रद्द झाला.

३) वचनाच्या स्वरूपात चूक : एका वृद्ध स्त्रीने मुखत्यारी अधिकार पत्रावर सही करावयाची असे समजून तिने देणगी पत्रावर सही केली; तर अशी चूक वचनाच्या स्वरूपातील चूक होय, म्हणून कोर्टाने हे देणगीपत्र रद्द ठरविले, कारण स्त्रीने सही करताना कोणत्या प्रकारचे कागद आहेत यासंबंधी तिच्या मनात वेगळा समज अस्तित्वात होता.

'पाटणा हायकोर्टात' अशाच प्रकारची केस होती. फिर्यादीने जमीन कसण्यासाठी, देखभाल करण्यासाठी प्रतिवादीची नेमणूक केली; फिर्यादी वृद्ध होता. त्याचा 'भाडे-पट्टा' करार आहे असे सांगून 'देणगी पत्रावर' सही घेतली. हा करार व्यर्थ ठरला.

४) अशिक्षित अंध यांनी चुकून सही केली : अंध व अशिक्षित व्यक्तींना नीटपणे कोणीतरी वाचून दाखविले पाहिजे, नीट समजावून सांगितले पाहिजे, अन्यथा त्यांच्याकडून कागदपत्रावर सही घेणे, अंगठ्याचा ठसा घेणे, यामुळे करार व्यर्थ ठरण्याची शक्यता जास्त असते.

५) कायदेशीरदृष्ट्या असंभव : करारातील प्रमुख गोष्टीची कायदेशीरदृष्ट्या पूर्तता करता येत नसेल तर करार रद्द होतो.

६) भौतिकदृष्ट्या असंभव : करारातील प्रमुख गोष्टीची भौतिकदृष्ट्या पूर्तता करणे अशक्य असेल तर तो करार रद्द होतो.

मर्यादा

१) दोन्ही व्यक्तींची चूक : कलम २० अनुसार कराराच्या अत्यंत महत्त्वाच्या गोष्टीबाबत दोन्ही व्यक्तींची चूक झाली तर तो करार 'व्यर्थ' ठरतो.

२) चुकीचे मतप्रदर्शन : कलम २० अनुसार कराराच्या दृष्टीने अत्यंत महत्त्वाची विषय वस्तू म्हणजे कराराच्या वस्तूची किंमत होय. त्या संदर्भात जर चुकीचे मतप्रदर्शन केले तर ते चूक म्हणून ठरत नाही.

३) कायद्याऐवजी वस्तुस्थितीची चूक : भारतात अमलात असलेल्या कायद्यासंबंधी व्यक्तीची चूक होता कामा नये. भारतातील कायद्यासंबंधीच्या अज्ञानामुळे किंवा चुकीच्या माहितीमुळे झालेला ठराव रद्द होत नाही तर वस्तुस्थितीची चूक झाल्यास करार रद्द होतो.

१.११ कायदेशीर उद्दिष्टे व कायदेशीर प्रतिफल (कलम–२३)

(Legality of Object and Consideration Sec-23)

कायदेशीररीत्या अंमलबजावणी योग्य करारासाठी करारातील दोन्ही व्यक्तींनी कायदेशीर उद्दिष्ट व कायदेशीर प्रतिफल असलेलाच करार केला पाहिजे.

भारतीय करार कायदा, कलम २३, अनुसार विशिष्ट उद्दिष्टे व प्रतिफल हे बेकायदेशीर आहेत –

सर्व करारातील प्रतिफल व उद्दिष्ट कायदेशीर मानले जाईल. परंतु फक्त खालील नमूद केलेल्या सहा करारांचे प्रतिफल व उद्दिष्ट हे बेकायदेशीर मानले जाईल –

१) कायद्याने प्रतिबंधित केलेल्या कृत्यासंबंधी कराराचे उद्दिष्ट व प्रतिफल हे बेकायदेशीर आहे.
२) कायद्यातील तरतुदींचे उल्लंघन करणारे ठरावाचे उद्दिष्ट व प्रतिफल हे बेकायदेशीर आहे.
३) दुसऱ्याची फसवणूक करणारे ठरावाचे उद्दिष्ट व प्रतिफल हे बेकायदेशीर आहे.
४) दुसऱ्या व्यक्तीच्या शरीराला किंवा मालमत्तेला अपाय करणारे ठरावाचे उद्दिष्ट व प्रतिफल हे बेकायदेशीर आहे.
५) ठरावाचे उद्दिष्ट व प्रतिफल अनैतिक असल्यास ते बेकायदेशीर आहे.
६) सामाजिक धोरणांविरुद्ध असलेल्या ठरावाचे प्रतिफल व उद्दिष्ट हे बेकायदेशीर आहे.

सहा उदाहरणे : वर नमूद केलेल्या सहा करारांचे प्रतिफल व उद्दिष्ट हे बेकायदेशीर असते हे आपण पाहिले. वरील प्रत्येकाचे उदाहरण पाहू.

१) कायद्याने प्रतिबंधित : 'मद्रास हायकोर्ट' मधील एका खटल्यात, 'फिर्यादीला दारूचे दुकान चालविण्यासाठी एक्साईज ॲक्ट अनुसार एक लायसेन्स दिले. कायद्यानुसार त्याला आपले लायसेन्स विकण्याचा, हस्तांतर करण्याचा, उप-करार करण्याचा, प्रतिबंध केला किंवा भागीदारीत धंदा चालविण्यास कायद्याने प्रतिबंधित केले.'

परंतु, फिर्यादीने प्रतिवादीला भागीदारीसाठी भागीदार म्हणून घेतले.

निर्णय : भागीदारीचा करार व्यर्थ आहे. कायद्याने प्रतिबंधित केलेल्या कृत्याबद्दल करार आहे; त्यामुळे तो करार व्यर्थ ठरवून रद्द केला.

२) तरतुदींचे उल्लंघन : अलाहाबाद हायकोर्ट मधील एका खटल्यात, ''फौजदारी गुन्ह्यातील एका आरोपीला क्रिमिनल प्रोसिजर कोडप्रमाणे चांगल्या वर्तणुकीबद्दल पाच हजार रुपयांचा जामीन देण्यास सांगितले. त्या आरोपीने प्रतिवादीजवळ पाच हजार रुपये भरले आणि त्याने जामीन राहावे म्हणून त्याचे मन वळविले. जामिनाचा कालावधी संपल्यानंतर आरोपीने प्रतिवादीवर रक्कम वसुलीचा दावा केला.

निर्णय : हा करार कायद्यातील तरतुदींचे उल्लंघन करणारा म्हणून 'व्यर्थ' ठरविला व रक्कमसुद्धा वसूल करता येणार नाही असे सांगितले.

३) दुसऱ्याची फसवणूक : दोन विरुद्ध एक अशा बहुमताने खालील नुकसान भरपाई करार व्यर्थ, बेकायदेशीर ठरविला -

उदा., एक व्यापारी जहाजाने मोसंबी रस बॅरलमधून पाठविणार असतो. बॅरल जुने, चपटे, कमजोर असल्याबद्दल जहाजमालकाने त्या व्यापाऱ्याला सांगितले की, स्वच्छ बोटीची हुंडी देता येणार नाही; कारण त्या बॅरलमधून रस गळण्याची जास्त शक्यता आहे. परंतु माल पाठविणाऱ्या व्यापाऱ्याने जहाज मालकाला नुकसान भरपाईचा बाँड लिहून दिला; म्हणून जहाजमालकाने त्या व्यापाऱ्याला, ''बॅरल उत्तम स्थितीत असून त्यातून रस गळणार नाही असे म्हणून बोटीची स्वच्छ हुंडी दिली. परंतु ठिकाण्यावर माल पोहोचल्यावर बॅरलमधून रस गळला या कारणास्तव माल स्वीकारणाऱ्या व्यक्तीने बोटीकडून नुकसानभरपाई करून घेतली.''

यामुळे जहाजमालकाने माल पाठविणाऱ्या व्यापाऱ्याकडून नुकसानभरपाईचा बाँड लिहून घेतला होता. त्याच्या आधारे नुकसानभरपाईचा दावा केला परंतु कोर्टाने असा करार व्यर्थ ठरविला; कारण माल घेणाऱ्याची फसवणूक केली आहे म्हणून तसा करार व्यर्थ ठरतो.

४) शरीराला, मालमत्तेला अपाय : 'राम सरूप विरुद्ध बन्सी मंदार' या खटल्यात, 'एकाने फिर्यादीकडून शंभर रुपये कर्जाऊ घेतले व फिर्यादीने त्याच्याकडून असा बाँड लिहून घेतला की, कर्जदाराने दोन वर्षे पैसे परत न देता नोकर म्हणून राहिले पाहिजे; जर त्यात कसूर केली तर चुकीबद्दल एकरकमी जबरी व्याजासह मुद्दल परत दिले पाहिजे.'

निर्णय : यावर कोर्टाने असा निर्णय दिला की, अशा प्रकारचा करार म्हणजे एक प्रकारची गुलामगिरीच होय. यामध्ये कर्जदाराच्या शरीराला अपाय होण्याची शक्यता नाकारता येत नाही; म्हणून हा करार 'व्यर्थ' ठरविला.

तसेच - 'अ' व 'ब' यांच्यात 'क'ला मारण्याचा व त्याचे घर जाळण्याचा करार झाला त्याबद्दल 'अ' हा 'ब'ला ५,००० रुपये देण्याचे वचन देतो. हा करार व्यर्थ आहे.

५) ठराव अनैतिक : 'बाईविजली विरुद्ध नानसा नागार' या खटल्यात, 'आपल्या नवऱ्यापासून घटस्फोट मिळविण्यासाठी जो खर्च येणार त्यासाठी त्या बाईने एका सावकाराकडून पैसे घेतले व घटस्फोटानंतर त्या सावकाराने त्या बाईबरोबर लगेच लग्न करण्यास तयार असल्याचे तिला वचन दिले.'

असा करार कोर्टाने 'व्यर्थ' ठरविला आणि पैसेसुद्धा त्या सावकाराला परत मिळणार नाहीत असा निकाल दिला कारण हा करार 'अनैतिक' आहे.

६) सामाजिक धोरणाविरुद्ध : 'मद्रास हायकोर्टातील' एका खटल्यात, 'मेडिकल कॉलेजमध्ये आपल्या मुलाला सीट मिळावी म्हणून तेथील संबंधिताला पैसे दिले व तसे त्याने सीट देण्याचे वचन दिले. पुढे सीट मिळाली नाही.'

कोर्टाने निर्णय दिला की, हीच गोष्ट सामाजिक धोरणाविरुद्ध आहे म्हणून दिलेले पैसे परत वसूल करता येणार नाहीत व हा करार 'व्यर्थ' आहे.

सामाजिक धोरणाविरुद्धचे ठराव : समाजहित व सार्वजनिक जीवन यांना अपायकारक ठरतील असे ठराव करता येत नाहीत. अशा सामाजिक धोरणांविरुद्ध ठरावाची खालील उदाहरणे पाहू या –

१) शत्रू राष्ट्रांशी व्यापार करणे : भारताबरोबर जर एखाद्या देशाने युद्ध सुरू केले तर अशा राष्ट्राला शत्रू राष्ट्र म्हणतात व या शत्रू राष्ट्राशी व्यापार केल्यास त्याचा फायदा त्यांना मिळतो; म्हणून शत्रू राष्ट्राबरोबर व्यापार करताना भारत सरकारची परवानगी काढावी लागते.

अन्यथा तो करार/व्यापार हा बेकायदेशीर होतो 'व्यर्थ' ठरतो.

२) सरकारी कचेरीतील नोकरी मिळविणे : सरकारी कचेरीतील एखाद्या अधिकाऱ्याला लाच देऊन नोकरी मिळविण्याचा करार 'व्यर्थ' ठरतो किंवा लोकसभेच्या खासदार, नामदार इ. व्यक्तीला पैसे देऊन निकाल आमच्या बाजूचा करून घ्या, असे म्हणणेसुद्धा सामाजिक धोरणाविरुद्धचा करार होतो; व्यर्थ ठरतो, बेकायदेशीर होतो.

३) न्यायदान प्रशासनात अडथळे : न्यायदानाच्या कामात अडथळा यावा म्हणून केलेला करार 'व्यर्थ' ठरतो. यामध्ये खालील प्रकार येतात –

अ) न्यायदान प्रक्रियेत अडथळा : 'नंदकिशोर विरुद्ध कुंजबिहारीलाल' या खटल्यात हुकूमनामा करण्यात दिरंगाई व्हावी म्हणून करण्यात आलेला करार, 'को.पा.टु.वि. अजिमुल्ला' या खटल्यात, खोटी साक्ष देण्यास प्रवृत्त करण्यासाठी पैसे देण्याचे वचन, किंवा 'सती भगवानदास शास्त्री विरुद्ध राजाराम' या खटल्यात प्रतिवादीला दाव्यात यश मिळावे म्हणून महापूजा घालण्याचा करार इ. हे सर्व करार व्यर्थ ठरविले कारण ते समाजविरोधी धोरणाचे ठराव आहेत.

ब) कायदेशीर कारवाईला अडथळा : गुन्हेगाराला पकडून त्याला शिक्षा होणे, ही गोष्ट समाजहिताची आहे. परंतु गुन्हेगाराला पकडू नये म्हणून केलेला ठराव, कोर्टात जी केस विलंबित पडून आहे अशी काढून घ्या म्हणण्याचा

करार हे सर्व व्यर्थ ठराव आहेत. समाजधोरणाविरुद्ध आहे. बेकायदेशीर आहेत.

क) तिऱ्हाईताचा हस्तक्षेप : 'नेव्हीली विरुद्ध लंडन एक्स्प्रेस' या खटल्यात, दाव्यातील व्यक्तीला, कायदेशीर संबंध नसताना तिऱ्हाईताने कायदेशीर कारवाई करू नये म्हणून केलेला ठराव बेकायदेशीर व सामाजिक धोरणाविरुद्ध आहेत.

ड) तिऱ्हाईताला हिस्सा : दाव्यातील व्यक्तीला तिऱ्हाईत व्यक्तीने मालमत्ता वसुलीमध्ये मदत करावी व योग्य वाटणी घ्यावी, परंतु अवाजवी वाटणी मागितल्यास तो करार सामाजिक धोरणाविरुद्ध होतो. तसेच, दाव्याचा निकाल लागल्यानंतर वसूल होणाऱ्या मालमत्तेतील फी म्हणून वकिलाने हिस्सा मागणे हे सामाजिक धोरणाविरुद्ध आहेच शिवाय व्यवसाय नीतिमत्तेचा भंग करणारे आहे.

४) विवाह दलाली करार : विवाह जमवून देण्याचा करार करणे व त्याबद्दल मोबदला घेणे म्हणजे 'विवाह दलाली करार' होय, असे करार व्यर्थ होतात. उदा. 'गिरधारीसिंग विरुद्ध निलाधरसिंग' या खटल्यात, मुलगी विकण्याचा ठराव होता. तो ठराव व्यर्थ ठरविला.

उदा., ओडिशा हायकोर्टातील, 'ए. सुर्यनारायणमूर्ती वि. पी. कृष्णमूर्ती' या खटल्यात, ''प्रतिवादीने आपल्या विधवा पुतणीचे लग्न फिर्यादीबरोबर ठरविले. त्यात फिर्यादीला सोने, जवाहिर, दागिने, जमीन देण्याचे ठरले.''

परंतु प्रतिवादीने लग्न झाल्यानंतर, ठरल्याप्रमाणे दागिने, जमीन इ. संपत्ती दिली नाही.

निर्णय : कोर्टाने निर्णय दिला की, ऐच्छिक भेट देणे हे बेकायदेशीर होत नाही, परंतु आर्थिक लाभ उठविण्याच्या दृष्टीने केलेला विवाह करार हा बेकायदेशीर व व्यर्थ ठरतो.

५) लिलावात वस्तूच्या किमतीची बोली न बोलण्याचा ठराव करणे : हे सामाजिक धोरणाच्या विरुद्ध आहे.

६) मक्तेदारी निर्माण करण्याचा करार : यामुळे किमती उच्च पातळीवर राहतील. ग्राहकांचे आर्थिक शोषण होईल; म्हणून असा ठराव सामाजिक धोरणाविरुद्ध आहे.

७) ठरावामधील बेकायदेशीर गोष्टींकडे दुर्लक्ष करण्याचा करार : म्हणजे अफू, गांजा, चरस, गर्द पुरविण्याचा करार हा सामाजिक धोरणाविरुद्ध आहे.

८) पैजेचा करार : बेकायदेशीर आहे. सामाजिक धोरणाविरुद्ध आहे. उदा., निवडणुकीत दौलतराव निवडून आले तर तुम्ही मला १०,००० रुपये द्यावेत असा करार किसनरावांनी हनमंतरावांबरोबर केला, तर तो करार बेकायदेशीर आहे.

९) विवाह प्रतिबंधक करार : यात विशिष्ट जात, जमात, मुलगी पाहूनच

विवाह करावा किंवा जन्मभर अविवाहित राहावे यासाठी केलेला करार सामाजिक धोरणाविरुद्ध आहे.

१०) दावा प्रतिबंधक करार : हा सामाजिक धोरणाविरुद्ध आहे. प्रत्येक व्यक्तीला कोर्टात दावा लावून न्याय मिळविण्याचा अधिकार आहे. त्याला कोणी विरोध केला तर ते बेकायदेशीर व सामाजिक धोरणाविरुद्ध आहे.

११) व्यापारधंदा प्रतिबंधक करार : हा सामाजिक धोरणाविरुद्ध करार आहे. प्रत्येकाला आपल्या मर्जीनुसार, कुवतीनुसार, ऐपतीनुसार धंदा करण्याचा अधिकार आहे. त्याला कोणी विरोध केला तर ते बेकायदेशीर ठरते.

१२) व्यक्तिस्वातंत्र्य प्रतिबंधित करणारे ठराव : तर बेकायदेशीर होतात. सावकाराने कर्ज देताना अनेक गैरसोयीच्या अटी घालून कर्ज दिले तर ते बेकायदेशीर आहे.

१३) अज्ञान पालनकर्त्यांचे अधिकार प्रतिबंधित करणारे ठराव : बेकायदेशीर आहेत. अल्पवयीन मुलांना आई-वडील किंवा आईच्या पश्चात वडील व वडिलांच्या पश्चात आई हेच पालक असतात. त्या पालकांचे अधिकार कमी-जास्त करण्याचा करार बेकायदेशीर आहे.

१४) कालबाह्य देणे : कोर्टात 'न सांगण्याचा करार' हा सामाजिक तत्त्वांच्या विरोधी आहे. कालमर्यादा कायद्यानुसार तीन वर्षे थकलेले कर्ज हे आपोआप रद्द होते; म्हणून सावकार अशा कर्जदाराविरुद्ध वसुलीचा दावा लावतो व कोर्टात हे देणे तीन वर्षे थकलेले होते, असे सांगू नको म्हणून सांगतो व तसा करार करतो. हे बेकायदेशीर आहे.

१.१२ व्यर्थ ठराव (Void Agreements) (Sec-11,20,23,30 and 55)

(कलम-११,२०,२३,३० आणि ५५)

अ) व्याख्या : भारतीय करार कायदा - कलम - २ (जी) अनुसार, 'व्यर्थ ठराव' या संज्ञेची व्याख्या खालीलप्रमाणे केली आहे -

'जो ठराव कायदेशीररीत्या अंमलबजावणीस योग्य नसतो त्या ठरावास 'व्यर्थ ठराव' म्हणतात.'

अर्थ : कोणताही ठराव कायदेशीर ठराव होण्यासाठी तो व्यर्थ ठराव ठरविलेला नसलेला पाहिजे.

काही ठराव हे सामाजिक हितास बाधक असतात म्हणून कायद्याने तसे ठराव व्यर्थ ठरविलेले आहेतच. म्हणून

अ) करारपात्र व्यक्ती.

ब) मुक्त संमती.

क) प्रतिफल इ.

सर्व गोष्टींची पूर्तता त्या ठरावात असली तरीदेखील तो ठराव 'व्यर्थ ठराव' अथवा 'बेकायदेशीर ठराव' म्हणून ओळखला जाऊ शकतो.

परिणाम : व्यर्थ ठरावातील व्यक्तीच्या दृष्टीने परिणाम –

१) कोणताही हक्क निर्माण होत नाही.
२) कोणतीही जबाबदारी निर्माण होत नाही.
३) कोणताही कायदेशीर परिणाम होत नाही.

ब) व्यर्थ ठरावांची यादी : (एकूण ११)

यापूर्वीच्या प्रकरणातील व्यर्थ ठराव खालीलप्रमाणे आहेत –

१) अपात्र व्यक्तीने केलेले ठराव **(कलम–११)**
२) मुक्त संमती संदर्भात करार करताना 'चूक' असलेला ठराव. **(कलम–२०)**
३) ज्या ठरावांचे उद्दिष्ट किंवा प्रतिफल बेकायदेशीर असते असे ठराव.**(कलम–२३)**
४) ज्या ठरावाचे उद्दिष्ट अगर प्रतिफल अंशत: बेकायदेशीर असलेला ठराव. **(कलम–२४)**
५) प्रतिफल नसताना केलेला ठराव. **(कलम–२५)**

वरील पाच प्रकारचे ठराव हे 'व्यर्थ' म्हणून घोषित आहेत. या सर्वांचा अभ्यास आपण यापूर्वीच्या वेगवेगळ्या संबंधित प्रकरणातून केलेला आहे. तेव्हा याव्यतिरिक्त जे 'व्यर्थ' ठराव आहेत त्याची माहिती आपण सविस्तरपणे घेऊ.

क) इतर 'व्यर्थ ठराव'

१) विवाह प्रतिबंधक ठराव. (कलम–२६)
२) व्यापार–व्यवसाय–धंदा प्रतिबंधक ठराव. (कलम–२७)
३) कोर्टात दावा लावण्याच्या हक्कावर प्रतिबंध करणारा ठराव. (कलम–२८)
४) अनिश्चित अर्थाचा ठराव. (कलम–२९)
५) पैजेचा ठराव. (कलम–३०)
६) अशक्य कृती करण्याचा ठराव. (कलम–५६)

अशा प्रकारे एकूण ११ 'व्यर्थ' ठराव आहेत. आता वरील व्यर्थ ठरावासंबंधी सविस्तर माहिती घेऊ –

१) विवाह–प्रतिबंधक ठराव (कलम–२६) : अल्पवयीन व अज्ञानी व्यक्ती सोडून कोणत्याही सज्ञान व्यक्तीचा विवाह जमू नये, यासाठी आडकाठी आणण्याचा प्रयत्न करण्यासाठी विवाह–प्रतिबंधक ठराव केला तर तो ठराव 'व्यर्थ ठराव' होतो.

प्रत्येक स्त्री–पुरुषाला आपल्या मर्जीनुसार व पसंतीनुसार सज्ञान व्यक्तीशी विवाह करण्याचा मूलभूत हक्क व स्वातंत्र्य आहे. त्यामुळे विवाह–प्रतिबंधक ठराव सामाजिक विरोधी ठराव आहे. व्यर्थ आणि बेकायदेशीर ठराव आहे.

पुनर्विवाह केल्यास दंड करून प्रतिबंध करता येणार नाही. उदा., 'रावराणी व गुलाबराणी' या खटल्यात, 'दोन सह–विधवा मध्ये असा करार झाला की, दोघींपैकी

कुणीही पुनर्विवाह केला तर तिच्या मयत पतीच्या संपत्तीपैकी निम्मी संपत्ती ही तिच्या वाटणीची तिने सोडून दिली पाहिजे.'

निर्णय : कोर्टाने हा करार रद्द ठरविला. कारण पुनर्विवाह असला तरी त्यात व्यक्तिस्वातंत्र्याचा हक्क हिरावून घेतला जातो; म्हणून असा करार 'व्यर्थ' आहे.

२) व्यापार-व्यवसाय-धंदा प्रतिबंधक ठराव (कलम-२७) : कोणाही व्यक्तीला कायदेशीर व्यापार, व्यवसाय, धंदा करण्यास प्रतिबंध करणारा प्रत्येक ठराव हा 'व्यर्थ' आहे.

अ) उदा., 'खेमचंद माणेकचंद विरुद्ध दयालदास बसारमल' या खटल्यात वर्षातून तीन महिने गिरणी बंद ठेवण्याचा करार 'व्यर्थ' ठरला.

ब) उदा., 'कोलकता हायकोर्टातील', 'मधुब चंदर विरुद्ध राज कुँवर' यांच्या खटल्यात फिर्यादी व प्रतिवादी हे कोलकता येथील एक स्थानिक भागातील एकमेकांचे कट्टर वैरी होते. प्रतिवादीने फिर्यादीला त्या स्थानिक भागातील दुकान बंद करण्यासाठी पैसे देण्याचा ठराव केला. फिर्यादीने त्या भागातील दुकान बंद केले, परंतु प्रतिवादीने पैसे देण्याचे नाकारले.

फिर्यादीने पैसे वसुलीसाठी दावा केला. कोर्टाने निर्णय दिला-प्रतिबंध हा संपूर्ण असू दे किंवा अंशतः असू दे, योग्य किंवा अयोग्य असू दे. जर व्यापार-व्यवसाय प्रतिबंधक ठराव असेल तर तो ठराव व्यर्थ ठरतो.

प्रतिबंधक ठराव करता येतो : व्यापार-नोकरी-व्यवसाय धंदा यांना प्रतिबंधक करणारा करार करता येत नाही. परंतु खालील दोन प्रसंगी तसा प्रतिबंधक ठराव केला तर तो कायदेशीर आहे.

अ) *त्याच प्रकारचा व्यवसाय करणे :* शिकाऊ उमेदवार असताना त्याच प्रकारचा व्यवसाय करू नये असा प्रतिबंध करणारा ठराव केला तर तो कायदेशीर आहे; तसे कॉलेजमधील प्राध्यापकांनी मोकळ्या वेळात 'खाजगी शिकवण्या' करू नये. हा एक करार कायदेशीर आहे.

ब) प्रशिक्षण संपल्यानंतर ठरावीक वर्षे नोकरी त्याच ठिकाणी केली पाहिजे असा ठराव 'कायदेशीर' आहे.

इतर अपवाद : व्यापार व्यवसाय इ. प्रतिबंधक ठरावास खालील अपवाद आहेत. म्हणजे व्यापार, नोकरी, धंदा, व्यवसाय इ.वर प्रतिबंध करणारे ठराव हे कायदेशीर असतात, हे खालील उदाहरणावरून आपणांस समजून येईल.

१) लौकिक-मूल्य विक्री : एखादी व्यक्ती आपला व्यवसाय लौकिक-मूल्यासह विकते तेव्हा खरेदीदार जोपर्यंत तो धंदा चालू ठेवणार आहे तोपर्यंत त्याच प्रकारचा व्यवसाय-धंदा विशिष्ट क्षेत्रामध्ये, विक्रेता चालविणार नाही असे मान्य करतो. कोर्टाला हे सर्व योग्य वाटले तर असा ठराव योग्य ठरतो.

कोलकता हायकोर्टातील, 'परसुल्ला मलीक विरुद्ध चंद्रकांत दास', या खटल्यात, फिर्यादीने प्रतिवादीला बोटीतून प्रवासी नेण्याचा आपला व्यवसाय लौकिक-मूल्यासह विकला व पुढील तीन वर्षे तसा व्यवसाय करणार नाही असा ठराव केला. हा करार कायदेशीर आहे. भागीदारी व्यवसाय विकल्यास हेच नियम लागू होतात.

२) भागीदारी कायदा व प्रतिबंधात्मक करार : यामध्ये खालील चार प्रकारचे प्रतिबंधात्मक करार हे कायदेशीर करार आहेत.

अ) **दुसरा व्यवसाय नको :** उदा., दौलतराम विरुद्ध धरमचंद यांच्यात बर्फ फॅक्टरीच्या भागीदारीचा करार होता. त्यांच्यामध्ये या व्यवसायाव्यतिरिक्त दुसरा कुठलाही व्यवसाय करू नये असे ठरले व याच व्यवसायाचा नफा वाटून घ्यावा, असे कराराने बांधून घेतले. अशी तरतूद करून केलेला ठराव हा कायदेशीर आहे.

ब) **निवृत्तीनंतर तसाच धंदा करू नये :** एखादा भागीदार फर्ममधून निवृत्त झाला तर त्याने विशिष्ट क्षेत्रात व विशिष्ट मुदतीत फर्मसारखाच व्यवसाय करू नये, असा करार कायदेशीर आहे. अशा ठरावात कार्यक्षेत्र व मुदत घातलीच पाहिजे. प्रतिबंध योग्य असावा निवृत्त भागीदाराने फर्मच्याजवळ त्याच्या मालकीची जमीन, जागा, इमारत असेल तर तिथे फर्मसारखाच धंदा करू नये ही रास्त मागणी आहे व योग्य प्रतिबंधात्मक अट आहे.

क) **विसर्जनानंतर तोच व्यवसाय नको :** भागीदारी कायदा कलम ५४ अनुसार भागीदार संस्थेचे विसर्जन झाल्यानंतर कोणत्याही भागीदारीने फर्मचा जो व्यवसाय आहे तो करू नये. असा करार हा कायदेशीर आहे.

३) संयोगीकरण/एकत्रीकरण : व्यवसायचे संयोगीकरण व एकत्रीकरण हे बर्फ उत्पादक, धान्य व्यापारी, साखर उत्पादक इ.मध्ये कायदेशीर आहे. दर्जेदार उत्पादन स्थिर किमती, गळेकापू स्पर्धेचे उच्चाटन इ.मुळे समाजस्वास्थ्य सुधारण्यास मदत होते.

परंतु विशिष्ट जातीसाठीच व्यवसायाचा असा करार बेकायदेशीर ठरतो.

४) एकमेव वितरण व्यवस्था करार : उदा.खरेदीदाराने कोलकता बाजारपेठेसाठी खरेदी केलेला माल हा मद्रास बाजारपेठेत विकता कामा नये. असा प्रतिबंधक करार हा कायदेशीर आहे.

५) कामगाराबाबत प्रतिबंधक ठराव : व्यवसायाची नीतिमूल्ये, व्यवसायाची गुपिते ही व्यवसायाच्या मालकीची असतात; म्हणून कामगारांनी तो व्यवसाय सोडून गेल्यानंतर व्यवसायातील गुपिते बाहेर फोडू नयेत असा करार कायदेशीर आहे. म्हणून नोकराने आपल्या मालकाबरोबर स्पर्धा करणारा व्यवसाय करू नये व तसा प्रतिबंधक करार करता येतो. उदा., चार्ल्सवर्थ व मॅक्डोनॉल्ड या खटल्यात झांजीबार येथे शल्य

चिकित्सक म्हणून काम करीत असलेल्या 'ब' या डॉक्टरकडे 'अ' या व्यक्तीने तीन वर्षे साहाय्यक म्हणून काम करण्याचे ठरविले. परंतु १ वर्ष संपताच 'अ' ने 'ब' कडील नोकरी सोडली व स्वतंत्र धंदा करू लागला तर हे बेकायदेशीर आहे असा निर्णय दिला गेला.

३) कोर्टात दावा लावण्याच्या हक्कावर प्रतिबंध करणारा ठराव (कलम-२८)

१) एखाद्या व्यक्तीला आपल्यावर झालेल्या अन्यायाविरुद्ध कोर्टात जाऊन दाद मागता येऊ नये किंवा विशिष्ट मुदतीतच कोर्टात त्या व्यक्तीने दाद मागितली पाहिजे. अशा प्रकारचा जर करार झालेला असेल तर तो करार 'व्यर्थ' ठरतो.

अपवाद : वरील नियमाला खालील दोन प्रकारचे अपवाद आहेत -

अ) **लवादाकडे वाद सोपविण्याचा करार कायदेशीर होतो :** जर दोन व्यक्तींनी असा करार केला की, आपल्यामध्ये वाद निर्माण झाला तर आपण लवादाकडे ते सोपवून द्यावयाचे आणि त्यासंदर्भात लवादाने ठरवून दिलेली रक्कम एकाने दुसऱ्यास द्यावी, तर असा करार कायदेशीर असतो.

ब) **लेखी ठराव :** जर दोन व्यक्तींनी लेखी ठराव करून असे नमूद केले की, दोघांच्यात तंटा निर्माण झाला तर तो आपण लवादांकडे सोपवावयाचा हा करार कायदेशीर आहे.

२) कालमर्यादेचे बंधन : भारतीय मर्यादा कायद्यानुसार करारभंग केल्यापासून तीन वर्षांच्या आत कारवाई करता येते. परंतु जर एखाद्या करारामध्ये दोन वर्षांनंतर कारवाई करू नये असे नमूद केलेले असल्यास तो करार व्यर्थ ठरतो.

३) अंशात्मक प्रतिबंधक करार कायदेशीर : कोलकाता हायकोर्टातील, कॉन्टिनेन्टल ड्रग कंपनी लि. केमोइड्स अँड इंडस्ट्रीज लि. या खटल्यात तो करार मुंबई व आलीपोर कोर्टाच्या कायदेशीर कार्यक्षेत्रात येत होता; म्हणून त्यांच्यात असा करार ठरला की, आपल्यात कोणत्याही प्रकारचा वाद उद्भवला तर आपण कायदेशीर किंवा अन्य मार्गाने वाद मिटविण्यासाठी मुंबई येथे जमावे, हा करार कायदेशीर आहे.

४) अनिश्चित अर्थाचा ठराव (कलम-२९) : 'ज्या ठरावांचे अर्थ अनिश्चित असतात किंवा त्या ठरावातील मजकुरांचा अर्थ लावता येणे शक्य नसते असे ठराव व्यर्थ होतात.'

उदा., खालील उदाहरणे अनिश्चित अर्थाचा ठराव दर्शवितात म्हणून ते ठराव व्यर्थ आहेत -

अ) नष्टे यांनी १०० पोती तांदूळ कारंडे यांना विकण्याचे ठरविले आणि किंमत मात्र कारंडे ठरवतील. व्यर्थ करार.

ब) प्रगतशील शेतकरी मोहिते यांनी शंकरनगर येथील पेवातील सर्व धान्य शामा पाटील यांना विकण्याचा करार केला. व्यर्थ करार.

५) **पैजेचे ठराव (कलम-३०) :** भारतीय करार कायद्यातील कलम-३० मध्ये पैजेचे ठराव हे व्यर्थ असतात; अशी व्याख्या केली आहे.

सर विल्यम अन्सन यांच्या मते, 'अनिश्चित घटना घडल्यानंतर ठरलेले पैसे किंवा वस्तुरूपाने किंमत देण्याचे वचन म्हणजे पैजेचा ठराव होय.'

पैजेचा ठराव कायद्याने व्यर्थ ठरविला आहे; म्हणून पैज जिंकणाऱ्या व्यक्तिविरुद्ध पैज हरणारी व्यक्ती दिलेले पैसे वसुलीसाठी दावा करू शकत नाही. काही वेळेला विश्वास निर्माण होण्यासाठी पैजेचे पैसे पैज जिंकणाऱ्याला सहजपणे देता यावेत म्हणून तिऱ्हाईत व्यक्तीजवळ ठेवले असतील व पैज जिंकल्यानंतर ती तिऱ्हाईत व्यक्ती पैसे देण्यासाठी नकार देऊ लागली तर पैजेची रक्कम वसूल करण्यासाठी पैज जिंकणाऱ्या व्यक्तीस दावा लावता येणार नाही.

'ज्या करारामध्ये दोन्ही व्यक्ती (दोन्ही पक्ष) जिंकतात, परंतु एकही व्यक्ती हरत नाही, अशा कराराला पैजेचा करार म्हणताच येत नाही. एक हार, एक जीत असली तरच तो पैजेचा करार होतो.'

पैजेच्या ठरावाची आवश्यक वैशिष्ट्ये किंवा अटी

१) पैजेच्या ठरावाला फक्त दोन पक्ष असतात.

२) पैज जिंकणाऱ्याला ठरलेले पैसे किंवा वस्तुरूपातील किंमत हरणाऱ्या व्यक्तीने दिले पाहिजेतच.

३) **अनिश्चित घटना असलीच पाहिजे :** मग भविष्यकाळामध्ये काय होईल? हे सांगण्यासाठी किंवा भूतकाळातील अनिश्चित घटनेबद्दल काय झाले असेल? याविषयी अंदाज करारात असले पाहिजे.

४) **परस्परांना लाभ अथवा हानीची संधी पाहिजेच :** दोघांनाही लाभ अथवा हानी याबाबत संधी उपलब्ध झाली पाहिजे; जर लाभ हानीची दोघांना संधी नसेल तर तो करार पैजेचा करार होत नाही.

५) **घटनेवर कोणाचेही नियंत्रण नको :** जी अनिश्चित घटना आहे त्यावर दोन्ही पक्षाचे नियंत्रण असू नये; जर करारातील एका व्यक्तीच्या हातात घडणारी घटना असेल तर तो पैजेचा ठराव होऊ शकत नाही.

६) **अनिश्चित घटनेत कोणताही लाभ नको :** पैजेच्या करारातील कोणत्याही व्यक्तीचा त्या अनिश्चित घटनेमध्ये कोणत्याच प्रकारचा लाभ अथवा हित असता काम नये. त्यांचे घटना घडल्यानंतर पैजेचे पैसे घेणे किंवा देणे एवढेच उद्दिष्ट पाहिजे.

म्हणून सर्व विमा करारांमध्ये विमेदाराचे विमेयहित गुंतलेले असते; जर विमेय -हित नसताना विमा उतरवला तर तो जुगार ठरतो. पैजेचा करार ठरतो, म्हणून बिगर विमेय हिताचा करार हा व्यर्थ ठरतो.

७) **तेजी-मंदी, सट्टा :** जर मालाच्या ठरावातील किमतीमधील व

बाजारपेठेतील किमतीमधील फरकाच्या रकमेसाठीच ठराव असेल तर तो पैजेचा ठराव होतो व असा ठराव व्यर्थ होतो.

जेव्हा तेजी-मंदीच्या ठरावात वस्तूंची देवाण-घेवाण करण्याचा हेतू स्पष्टपणे असतो तेव्हा असा ठराव पैजेचा ठराव होत नाही. तो कायदेशीर ठराव होतो.

८) मुंबई इलाखा व पैजेचे ठराव आणि आनुषंगिक ठराव : मुंबई इलाख्यामध्ये पैजेच ठराव आणि त्यातून उद्भवलेले आनुषंगिक ठराव हे 'बेकायदेशीर' म्हणून 'व्यर्थ' ठरविले आहेत.

परंतु इतर प्रांतात पैजेचे ठराव बेकायदेशीर ठरविलेले नाहीत. ते फक्त 'व्यर्थ' ठरविलेले आहेत. परंतु मूळ ठरावाशी आनुषंगिक असणारा ठराव हा 'व्यर्थ' होत नाही म्हणून आनुषंगिक ठराव हा कायदेशीररीत्या अंमलबजावणी योग्य होतो.

पैजेचे करार व विम्याचे करार यांतील फरक

पैजेचे करार	विम्याचे करार
१) कायद्याने 'व्यर्थ' ठरविलेत.	१) कायद्याने 'व्यर्थ' ठरविले नाहीत.
२) पैज हरल्याबद्दल पैसे द्यावे लागतात.	२) नुकसान भरपाई झालीच तर पैसे द्यावे लागतात.
३) कोणाचेही अनिश्चित घटनेत 'हित' दडलेले नसते.	३) विमेदाराचे विमेय वस्तूमध्ये 'हित' दडलेले असते.
४) घटना निश्चित असतात.	४) विमा करार मुदत संपणे किंवा 'मृत्यू' यांपैकी जे अगोदर ते निश्चितच असते. फक्त 'मुदत' किंवा 'मृत्यू' या दोन्हींपैकी एक होणार असते.
५) समाजहिताचे आहेत असे म्हणता येत नाही.	५) समाजहितासाठी असतात.
६) ठरावातील व्यक्ती व पैजेच्या ठरावातील व्यक्ती यांचा काहीच संबंध नसतो. उदा., सतपाल व युवराज यांपैकी कोण हरणार? यांची पैज 'अ' व 'ब' यांनी लावली, तर सतपाल व युवराज यांचा करार वेगळा व 'अ' व 'ब' यांचा पैजेचा करार वेगळा त्या दोन्ही वेगवेगळ्या करारातील व्यक्तींचा कायदेशीर संबंध नाही.	६) करारातील व्यक्तींचा एकमेकांशी कायदेशीर संबंध असतो.

उदा., 'अ' 'ब' बरोबर १,००० रु.ची पैज हरला. 'अ' जवळ पैसे नव्हते म्हणून 'अ' ने 'क' कडून १,००० रु.चे कर्ज घेतले तर यामध्ये १) 'अ' व 'ब' मध्ये

पैजेचा ठराव व्यर्थ आहे. मुंबई सोडून, २) 'अ' व 'क' मधील करार हा आनुषंगिक करार आहे. त्यामुळे तो करार 'व्यर्थ' नाही. म्हणून 'क' हा 'अ' कडून कायदेशीररीत्या पैसे वसूल करू शकतो.

९) लॉटरी, शब्दकोडी इ. : स्पर्धा, नशिबाची परीक्षा, शब्दकोडी इ. मध्ये जर 'कौशल्यावर' बक्षिसे मिळणार असतील तर त्याला 'पैजेचे ठराव' म्हणत नाहीत.

परंतु जिथे नशिबाची परीक्षा आहे, संधी आहे व बक्षिसे ही चान्सवर आधारलेली असतात तेव्हा त्याला पैजेचे ठराव म्हणतात.

म्हणून, लॉटरी, शब्दकोडे यांना पैजेचे ठराव म्हणावे लागेल आणि शेअरबाजार, कौशल्य दाखविणारे खेळ, बुद्धिमत्तेची कसोटी पाहणारे खेळ यांचा मात्र पैजेच्या ठरावामध्ये समावेश करता येणार नाही.

६) अशक्य कृती करण्याचा ठराव (कलम-५६) : जर, एखादी अशक्य कृती करण्याबद्दल दोन व्यक्तींमध्ये ठराव झाला तर तो ठराव व्यर्थ होतो.

उदा., अ) 'जादूगार धर्मेंद्र' हा 'अशोकराव सोनार' याचेशी जादूच्या साहाय्याने गुप्त खजिना नेमका कुठल्या जागी आहे, याचा शोध लावण्याचा ठराव करतो; असा ठराव अशक्य असल्याने 'व्यर्थ' आहे. तसेच,

ब) १०० टन तेल विकण्याचा ठराव.

क) दोन समांतर रेषांची टोके जुळविण्याचा ठराव.

ड) दोन महिन्यानंतर घोडा विकण्याचा ठराव परंतु एक महिन्यातच घोडा मरण पावतो.

इ) पती असलेल्या विवाहित स्त्रीबरोबर लग्न करण्याचा ठराव इ.

हे सर्व ठराव 'व्यर्थ' आहेत, कारण हे सर्व अशक्य, बेकायदेशीर, मानवी शक्तीच्या पलीकडे असल्यामुळे 'व्यर्थ' आहेत.

१.१३ कराराची समाप्ती (Discharge of Contracts)

अर्थ : करारामुळे करार करणाऱ्या व्यक्तींना हक्क, कर्तव्ये, जबाबदाऱ्या, अधिकार प्राप्त होतात. करारातील हक्क व जबाबदाऱ्या यांची एकमेकांनी पूर्तता केल्यानंतर कराराची समाप्ती होते. एकपक्षीय जबाबदारी असते तेव्हा त्या व्यक्तीने ती जबाबदारी पूर्ण केली म्हणजे कराराची समाप्ती होते; जेव्हा कराराने निर्माण झालेली कायदेशीर जबाबदारी संपुष्टात येते तेव्हा कराराची समाप्ती होते. कराराची समाप्ती झाल्यानंतर करार व्यक्तींचे हक्क आणि जबाबदाऱ्या संपुष्टात येतात. द्विपक्षीय करारातील दोन्ही पक्षांनी आपापल्या जबाबदाऱ्या व कर्तव्ये यांची पूर्तता केल्यानंतर करार समाप्ती होते. करारविषयक संबंधाची जेव्हा समाप्ती होते तेव्हा कराराची समाप्ती होते. करार समाप्तीचे अनेक मार्ग, प्रकार किंवा पद्धती आहेत.

१) करारपूर्तता करून कराराची समाप्ती : कलम - ३७ अनुसार, कराराची पूर्तता केल्याने कराराची समाप्ती होते. जेव्हा करारातील व्यक्ती करारात नमूद केलेल्या

आपापल्या वचनांची पूर्तता करतात तेव्हा त्याला 'करारपूर्तता' असे म्हणतात. करारपूर्तता करण्यामध्ये कोणतीही तक्रार नसेल तर कराराची समाप्ती होते आणि करारातील व्यक्तींमधील जी जबाबदारी निर्माण झालेली असते त्या जबाबदारीतून त्या व्यक्ती मुक्त होतात.

करार समाप्तीच्या पद्धती

- १) करार पूर्तता
- २) संमतीने
  - अ) नूतनीकरण
  - ब) बदल
  - क) करार रद्द
  - ड) वचनात सूट
- ३) काल-मर्यादा संपणे
- ४) कायद्याची कृती
  - अ) दिवाळे
  - ब) मृत्यू
  - क) अंतर्भाव
  - ड) महत्त्वाचा बदल
- ५) करार पूर्तता
  - अ) वस्तू नष्ट
  - ब) परिस्थितीचा अभाव
  - क) असमर्थता
  - ड) कायद्यात बदल
  - इ) युद्धाचा भडका
- ६) करार भंग
- ७) तडजोड व संतोष
- ८) संधी न देणे
- ९) प्रथम वचन पूर्ण न करणे

२) संमतीने करार समाप्ती : कराराची सुरुवात जशी एकमेकांच्या संमतीने केली जाते तसेच कराराची समाप्तीसुद्धा करार व्यक्तींच्या संमतीने करता येते.

कलम-६२ अनुसार, करारातील व्यक्तींनी जर ठरविले तर जुना करार रद्द करून त्याच्या जागी नवीन करार करून बदल घडवून, करार रद्द करून, वचनात सूट देऊन कराराची समाप्ती करता येते.

अशा प्रकारे या कलमातील तरतुदींनुसार कराराची समाप्ती खालील पद्धतीने करता येते.

अ) नूतनीकरण (Renovation) : जुन्या कराराच्या बदल्यात नवीन करार करणे म्हणजे नूतनीकरण किंवा नवीनीकरण होय. नवीन करार पूर्वीच्याच व्यक्तींमध्ये होईल किंवा वेगळ्या व्यक्तींमध्ये होईल. नवीन करारांच्या अटीतसुद्धा बदल होऊ शकतो. नवीन करार केल्याने कराराच्या संपूर्ण अटी पूर्ण केल्या पाहिजेत. नवीन करारामुळे जुन्या कराराशी संबंधित व्यक्तींचे करारातील संबंध आपोआप संपुष्टात येतात व त्यांची जुन्या करारातून मुक्तता होते.

नवीन करार कायदेशीर असला पाहिजे अन्यथा मूळ करार पुन्हा आपली जागा घेऊन प्रस्थापित होतो.

उदा.'अ' हा 'ब'ला कराराने १,००० रुपये देणे लागतो. 'क' हा 'अ'ला १,००० रुपये देणे लागतो; म्हणून 'अ' हा 'ब'ला म्हणाला, ''तू आता माझ्याकडून कर्ज वसूल करण्याऐवजी 'क'कडून वसूल कर.'' जर अशा प्रकारे तिघांनी अशा नवीन कराराला संमती दिली तरच तो 'नवीन करार' अस्तित्वात येईल. अशा वेळी या नवीन कराराला 'त्रिपक्षीय करार' म्हणतात. 'क' ने व 'ब'ने अशा नवीन कराराला संमती दिली नाही तर जुनाच करार अस्तित्वात येईल.

'त्रिपक्षीय करार' झाला तर 'ब' व 'क' यांचे नवीन करारात्मक नाते निर्माण होते आणि 'अ'चे 'ब' बरोबरचे व 'अ'चे 'क' बरोबरचे जुने संबंध संपुष्टात येतात व कराराची समाप्ती होते.

ब) बदल करून (Alteration) : मूळ करारात बदल करूनसुद्धा जुन्या कराराची समाप्ती करता येते. हा बदल 'अति महत्त्वाचा' किंवा 'अगदी नाममात्र' असू शकतो. करारातील बदलामुळे जर करार व्यक्तींचे हक्क व जबाबदाऱ्या यांच्यात जबरदस्त परिणाम होत असेल तर त्याला 'अति महत्त्वाचा बदल' म्हणतात; तसेच रकमेत बदल, व्याज दरात बदल, एखाद्या व्यक्तीचा बलप्रयोग, रक्कम देण्याची मुदत, वेळ, तारीख इ. गोष्टीत बदल झाला तर त्याला 'अति महत्त्वाचा' बदल म्हणतात.

कारकुनी चुकांची दुरुस्ती हा नाममात्र बदल होय.

परिणाम : 'अतिमहत्त्वाचा' बदल जर करारातील व्यक्तींच्या संमतीने झाला असेल तर कराराची समाप्ती होते. जर, अतिमहत्त्वाचा बदल करताना दुसऱ्या व्यक्तीची संमती घेतली नसेल तर, असा बदललेला करार अतिमहत्त्वाचा बदल हा जाणीवपूर्वक केलेला बदल असा पाहिजे तरच तो करार वर्जनीय ठरतो; जर करारातील अतिमहत्त्वाचा बदल हा योगायोगाने किंवा चुकीने झाला असेल तर तो करार वर्जनीय ठरत नाही.

'बदल करून' आणि 'नूतनीकरणाद्वारे' कराराची समाप्ती यामध्ये आपणांस बरेच साम्य दिसते. परंतु 'बदल करून' करार समाप्ती करणे यामध्ये मूळ करारातील व्यक्तीच नवीन करारपूर्तीसाठी असतात. परंतु 'नूतनीकरण' करून कराराची समाप्ती यामध्ये नवीन करारामधील व्यक्ती वेगळ्या असू शकतात.

क) करार रद्द करून : मूळ करार रद्द करून कराराची समाप्ती करता येते. करारपूर्तता करण्यापूर्वी करारातील व्यक्ती आपसात एकमताने ठरवतात की, आपण आपल्या करारपूर्तीच्या जबाबदारीतून मुक्त होऊ. जर तशा प्रकारे करारातील व्यक्तींचे एकमत झाले तरच तो करार संपुष्टात येतो आणि त्या करारातील व्यक्ती जबाबदारीतून मुक्त होतात. यालाच 'रद्दबातल करार' म्हणतात. जो करार 'वर्जनीय' ठरलेला असतो त्यातील दुसऱ्या व्यक्तीच्या इच्छेनुसार कराराची समाप्ती करता येते.

तसेच, करार व्यक्ती वाच्यता न करता करार रद्द करू शकतात. यामध्ये करारातील दोन्ही व्यक्ती करारपूर्ती न करता मौन पाळतात व बराच काळ करारपूर्ती केली नाही म्हणून तक्रारसुद्धा करीत नाहीत.

ड) वचनात सूट (Remission) : करार कायद्यातील कलम – ६३ अनुसार, प्रस्ताव स्वीकृत्याला अंशत: किंवा पूर्णत: जबाबदारीची समाप्ती करून प्रस्तावकाच्या जबाबदारीतून सुटका करून घेता येते.

प्रत्यक्षात जेवढी वचनपूर्ती करावयाची असते त्यापेक्षा कमी वचनपूर्तीला संमती दिली जाते तेव्हा त्याला 'वचनात सूट' म्हणतात.

प्रस्ताव स्वीकृत्याने आपला करारपूर्तता करून घेण्याचा हक्क सोडून दिला, माफ केला तर त्याला हक्काची सूट किंवा माफी म्हणतात (Waiver).

३) कालमर्यादा संपणे (Lapse of Time) : कालबाह्य करारांची आपोआपच समाप्ती होते. सध्या करारामध्ये कालमर्यादा 'तीन' वर्षे असते; म्हणून ज्या व्यक्तीला कराराची पूर्तता करून घेण्याचा हक्क पोहोचलेला असतो अशा व्यक्तीने जर मर्यादा कायद्यानुसार 'तीन' वर्षांच्या आत आपल्या हक्काची अंमलबजावणी केली नाही तर अशा व्यक्तीचा दुसऱ्या व्यक्ती विरुद्ध कोर्टात दावा करण्याचा हक्कसुद्धा नष्ट होतो आणि पुढे त्याचा प्रतिपरिणाम म्हणून दुसऱ्या व्यक्तीची करारातील जबाबदारीतून मुक्तता होते.

अशा प्रकारे 'कालमर्यादा संपली' तर कराराची आपोआपच समाप्ती होते.

४) कायद्याची कृती : करारातील व्यक्तींची इच्छा असूनसुद्धा कायद्यापुढे त्यांचे काहीही चालत नाही. कायद्याची कृती करून करारांची समाप्ती करावी लागते. त्याच्या खालील पद्धती आहेत –

अ) दिवाळे (Insolvency) : कोर्टाने जर प्रस्तावकाला दिवाळखोर म्हणून घोषित केले असेल तर त्या प्रस्तावकाला दिवाळखोर म्हणून घोषित करण्यापूर्वीचे जे देणे असेल ते सर्व आपोआपच निकालात निघते आणि अशा प्रकारे 'दिवाळखोर' म्हणून घोषित झाल्यानंतर आपोआपच करारांची समाप्ती होते.

ब) मृत्यू (Death) : जेव्हा एखाद्या करारामध्ये व्यक्तिगत कौशल्य, कसब, कला यांचाच मुख्य व महत्त्वाचा भाग असतो तेव्हा त्या प्रस्तावकाच्या मृत्यूमुळे अशा प्रकारच्या करारांची आपोआपच समाप्ती होते.

क) अंतर्भाव/विलीनीकरण : जेव्हा कनिष्ठ दर्जाचा हक्क असलेला करार हा वरिष्ठ दर्जाचा हक्क असलेल्या करारात समाविष्ट करतात तेव्हा कनिष्ठ हक्काचा करार आपोआप रद्द होतो. त्याला 'विलीनीकरण' म्हणतात.

उदा. एखाद्या शेतजमिनीचे 'कूळ' म्हणून असलेले हक्क, हे तीच व्यक्ती त्या शेतजमिनीची खरेदी करून रीतसर कायदेशीर मालक बनते तेव्हा, आपोआपच लोप पावतात. विलीन होतात.

ड) अनधिकृत महत्त्वाचा बदल (Unauthorised Alteration) : करारातील एखादी व्यक्ती ही त्यातील दुसऱ्या व्यक्तीची संमती न घेता करारामध्ये अनधिकृत असा महत्त्वाचा बदल करते, तेव्हा दुसऱ्या व्यक्तीच्या इच्छेनुसार तो करार 'वर्जनीय' ठरतो; म्हणजेच कराराची आपोआपच समाप्ती होते.

५) करारपूर्तता अशक्य (Impossibility of Performance) : एखादे कार्य करणे हे अशक्य कोटीचे असते तेव्हा त्यासंदर्भात झालेला करार हा 'व्यर्थ' ठरतो. जे अशक्य असेल ते कधीच पूर्तता करण्याच्या दृष्टीने जबाबदारी निर्माण करीत नसते; तसेच कायदा अशक्य कार्य ओळखत नाही.

करारातील **कलम – ५६** अनुसार, प्रथम पासूनच अशक्य असलेले कार्य करण्याचा करार हा 'व्यर्थ' ठरतो. जर करार मूलत:च व्यर्थ असेल तर त्याची पूर्तता करण्याचा प्रश्नच निर्माण होत नाही. याला 'प्रारंभी अशक्यता' म्हणतात.

कलम – ५६ मधील दुसऱ्या परिच्छेदानुसार, 'करार झाल्यानंतर करारातील जे कार्य करावयाचे आहे ते करणे अशक्य झाले, किंवा प्रस्तावकाच्या आवाक्याबाहेरचे झाले, किंवा ते कार्य बेकायदेशीर ठरले तर तो करार 'व्यर्थ' ठरतो व बेकायदेशीर ठरतो. याला 'पश्चात अशक्यता' म्हणतात.'

करारपूर्ती अशक्य असल्याची उदाहरणे खालीलप्रमाणे –

अ) विषय वस्तू नष्ट (Destruction of the Subject-Matter) : करारपूर्तता शक्य व्हावयाची असल्यास त्या कराराच्या विषय वस्तूचे, अखंडपणे अस्तित्व असेल पाहिजे तरच तो करार जिवंत असल्याचे लक्षण असते. कलम-२० अनुसार, करारातील व्यक्तींचा काहीच दोष नसताना कराराची विषयवस्तूच नष्ट झाली, तर करार झालेला असतानासुद्धा अशा कराराची पूर्तता करणे 'अशक्य' कोटीचे असते.

ब) आवश्यक परिस्थितीचा अभाव (Non-Existance of a State of Things) : करारपूर्तता करण्यासाठी आवश्यक अशी परिस्थिती निर्माण झाली नाही तर त्या कराराची आपोआपच समाप्ती होते.

क) प्रस्तावकाची असमर्थता किंवा त्याचा मृत्यू (Death or Incapacity of the Promissor) : जेव्हा एखादा करार हा प्रस्तावकाच्या कौशल्यावर व पात्रतेवर सर्वस्वी अवलंबून असतो तेव्हा त्याच्या असमर्थतेमुळे किंवा मृत्यू झाल्यामुळेच त्या कराराची आपोआपच समाप्ती होते.

ड) कायद्यात बदल/सरकारी हस्तक्षेप (Change in Law or Government Intervention) : जेव्हा करारातील व्यक्तींना एखादे कार्य विशिष्ट प्रकारे करण्यास कायद्यात बदल करून किंवा सरकार हस्तक्षेप करून प्रतिबंध घातला जातो तेव्हा तो करार विफल ठरतो. बेकायदेशीर ठरतो व त्यामुळे त्या कराराची पूर्तता अशक्य होते.

इ) युद्धाचा भडका उडाल्यास (Outbreak of War) : शत्रू राष्ट्र हद्दीत किंवा शत्रू राष्ट्राने काबीज केलेल्या हद्दीत राहणाऱ्या व्यक्तीबरोबर अगोदरच करार केलेला असेल तर तो करारच बेकायदेशीर ठरतो व त्या कराराची पूर्ततासुद्धा आपोआपच बेकायदेशीर ठरते व म्हणून त्या कराराची समाप्ती होते.

युद्धाचा भडका उडण्यापूर्वी केलेला करार हा कायदेशीर होता परंतु तो युद्धानंतर लगेच बेकायदेशीर ठरतो.

६) करारभंग (Breach) : जेव्हा करारातील एखादी व्यक्ती ठरलेल्या वेळी कराराची पूर्तता करीत नाही तेव्हा त्या व्यक्तीने 'करारभंग' केला असे म्हणतात. अशा

प्रकारे करारभंग हासुद्धा एक प्रकारे 'करार समाप्ती' करण्याचा मार्ग आहे. करारभंगामुळे हक्क व जबाबदारी हे संपुष्टात येतात, परंतु करारभंग करणाऱ्या व्यक्तीची मात्र या जबाबदारीतून मुक्तता होत नाही; तसेच त्या करारभंग करणाऱ्या व्यक्तीवर नवीनच जबाबदारी निर्माण होते. ती म्हणजे, करारभंगामुळे झालेली नुकसानभरपाई करून देण्याची जबाबदारी. त्यासाठी करारातील दुसरी व्यक्ती करारभंग करणाऱ्या व्यक्तीवर नुकसानभरपाईसाठी कोर्टात दावा लावू शकतो.

७) तडजोड व संतोष (Accord and Satisfaction) : करारभंग केल्यानंतर करार व्यक्तीमध्ये एक नवीन करार होतो. नव्या करारामध्ये नवीन मोबदला देण्याचे ठरते. प्रस्ताव-स्वीकृता नवीन मोबदला जरी कमी असला तरी प्रस्तावकाला स्वीकारण्याविषयी विनंती करतो. अशा वेळी प्रस्तावक तडजोड करण्यास तयार झाला तर दोघांचाही लाभ होतो व तेवढ्यावरच ते दोघेही संतोष मानतात; दोघेही कराराच्या जबाबदारीतून असे मुक्त होतात.

८) 'प्रस्ताव-स्वीकृत्याने' प्रस्तावकाला करारपूर्ततेची संधी दिली नाही (Refusal of Opportunity by the Promissor to the Promisee to Perform his Promise) : तर अशा कारणांमुळे कराराची समाप्ती आपोआपच होते. परंतु प्रस्ताव-स्वीकृता हा संधी न दिल्यामुळे करारातून मुक्त होत नाही. उलट, प्रस्तावकाला जे नुकसान झाले त्याबद्दल त्या प्रस्ताव-स्वीकृत्याने त्याला नुकसान भरपाई करून दिली पाहिजे. अन्यथा प्रस्तावक त्याच्याविरुद्ध कोर्टात दावा लावू शकतो.

उदा., ज्यूट ड्रेस मॅन्युफॅक्चरिंग कंपनीकडे, सांगली नगरपालिकेने ७० रुपयाला एक खाकी शर्ट व पँट या दराने १०० शर्ट पँट साठी ऑर्डर दिली. एवढ्यात कोल्हापूर नगरपालिकेला तसेच अर्जंट कपडे पाहिजे होते व दर वाढवून दिल्यामुळे त्या ड्रेस मॅन्युफॅक्चरिंग कंपनीने सांगली नगरपालिकेला ठरलेल्यावेळी कपडे दिले नाही; त्यामुळे त्यांच्याशी करार संपुष्टात आला. परंतु सांगली नगरपालिकेने या ड्रेस कंपनीवर नुकसान-भरपाईचा दावा लावला तर वरील तरतुदीनुसार, त्यांच्यासारखा निकाल लागतो.

९) प्रस्ताव-स्वीकृत्याने करारप्रमाणे प्रथम पूर्ण करावयाचे वचन पूर्ण न केल्यास (Default of the Promise to Perform his Promise) : जेव्हा प्रस्ताव-स्वीकृता कराराप्रमाणे प्रथम आपले वचन पूर्ण करीत नाही त्यामुळे प्रस्तावकाला आपले वचन पूर्ण करणे अशक्य झाले तर अशा कारणामुळे प्रस्तावक आपल्या वचनातून मुक्त होतो आणि प्रस्ताव-स्वीकृत्याकडून करारभंगाबद्दल नुकसानभरपाई वसूल करू शकतो.

१.१४ करारभंग व उपाययोजना (नुकसानभरपाई या संकल्पनेसहित) (कलम – ७३ ते ७५) (Breach of Contracts and Remedies Sec.73-75)

अर्थ : करारभंग म्हणजे करार व्यक्तींपैकी प्रस्तावक किंवा प्रस्ताव स्वीकृता याने ठरलेल्यावेळी, ठरलेल्या ठिकाणी, करारातील वचन न पाळणे होय. अशा प्रकारे ज्या व्यक्तीने वचन पाळले नाही त्या व्यक्तीमुळे दुसऱ्या व्यक्तीचा तोटा होतो, त्रास होतो, दुखापत होते. अशा प्रकारे झालेला तोटा, त्रास, दुखापत म्हणजे नुकसान (Damage) असे म्हणतात. ज्या व्यक्तीचे असे नुकसान झालेले असते, ती व्यक्ती ज्याच्यामुळे नुकसान झाले त्या व्यक्तीकडून नुकसानभरपाई करून घेण्यासाठी योग्य ती उपाययोजना करू शकते.

उपाययोजना : करारभंग केल्यानंतर ज्या व्यक्तीचे नुकसान झाले त्या व्यक्तीला अनेक प्रकारे उपाययोजना करता येतात. त्या खालीलप्रमाणे–

१) करार रद्द करून तसे कळविणे.
२) नुकसानभरपाई मिळावी म्हणून कोर्टात दावा करणे.
३) 'काम तसे दाम' तत्त्वाने योग्य तेवढी भरपाई मागणे.
४) कराराची पूर्तता ठरल्यावेळी व्हावी म्हणून कोर्टात दावा करणे.
५) अंमलबजावणीस स्थगिती मिळावी म्हणून दावा करणे इ.

तत्त्व : करारभंग झाल्यामुळे ज्या व्यक्तीचे नुकसान झाले त्या व्यक्तीला 'करारभंग' न होता 'करारपूर्ती' झाली असती तर ज्या स्थितीला किंवा आर्थिक अवस्थेला ती व्यक्ती आली असती तशी स्थिती व आर्थिक अवस्था निर्माण करण्यासाठी कोर्टामधून नुकसानभरपाईचा हुकूम केला जातो.

नुकसान झाल्याबद्दल त्या व्यक्तीला भरपाई करण्याच्या उद्देशाने निवाडा केला जातो. अपकृत्याबद्दल दंड होतो. परंतु, नुकसान झाल्याबद्दल जी भरपाई देण्याचा निवाडा केला जातो तो म्हणजे चुकीबद्दल दंड असत नाही. नुकसानभरपाईसाठी निवाडा हा एक 'सर्वसाधारण कायदा' आहे. 'सर्वसाधारण कायदा उपाययोजना' व 'नुकसानीचे मोजमाप' करण्याचे नियम कलम – ७३ ते ७५ यामध्ये दिले आहेत.

नुकसानभरपाईचे प्रकार : 'नुकसान' कशा स्वरूपाचे आहे त्यावरून नुकसानीचे प्रकार खालीलप्रमाणे पाडले जातात.

अ) पूर्वस्थिती नुकसानभरपाई (Compensatory Damages) **:** याला सर्वसामान्य प्रकारची नुकसानभरपाई म्हणतात. ज्या व्यक्तीचे नुकसान झाले आहे त्या व्यक्तीचे प्रत्यक्ष किती नुकसान झाले याचा अभ्यास करून तशा प्रकारे निवाडा केला जातो. करारभंगामुळे प्रत्यक्ष झालेल्या नुकसानभरपाईचा निवाडा म्हणजे 'पूर्वस्थिती नुकसानभरपाई' म्हणतात. करारभंगाच्या दिवशी जी अवस्था अस्तित्वात होती त्याचा विचार प्रामुख्याने नुकसान भरपाईची रक्कम ठरवताना केला जातो.

ब) विशेष नुकसानभरपाई (Special Damages) **:** वरील प्रकारच्या सर्वसामान्य नुकसानभरपाई व्यतिरिक्त करार करताना करारातील दोन्ही व्यक्तींना माहीत असलेल्या विशेष कारणामुळे, विशेष परिस्थितीमुळे जी हानी होते त्याची भरपाई म्हणजे विशेष नुकसानभरपाई होय. उदा., नफ्यात घट झाल्यामुळे होणारा तोटा हे खास व असामान्य परिस्थितीमुळे निर्माण झालेला अप्रत्यक्ष तोटा दर्शविणारे उदाहरण आहे.

क) शिक्षेदाखल नुकसानभरपाई (Exemplary Damages) **:** फक्त खालील दोन प्रसंगी न्यायालय शिक्षेदाखल नुकसान भरपाईचा आदेश देऊ शकते.

उदा., १) विवाह करारभंग

२) चलनक्षम दस्तऐवजाचा कायदा, कलम-३१ चे उल्लंघन करून बँकेने धनादेशाचा केलेला अनादर.

या दोन प्रकारच्या करारभंगाबद्दल जी नुकसानभरपाई करून देण्याचा जो आदेश दिला जातो त्याला 'शिक्षेदाखल नुकसानभरपाई' म्हणतात.

ड) नाममात्र नुकसानभरपाई : जेव्हा कायदेशीर हक्काचे केवळ तांत्रिक उल्लंघन केल्यामुळेच 'नाममात्र नुकसानभरपाई'चा आदेश दिला जातो. अशा प्रकारच्या कायदेशीर हक्काच्या तांत्रिक उल्लंघनामुळे करारातील दुसऱ्या व्यक्तीचे नुकसान झालेले असतेच असे नाही.

नुकसानभरपाईचे नियम (Rules Regarding Damages)

भारतीय करार कायदा कलम - ७३ अनुसार, "जेव्हा करारभंग केला जातो, तेव्हा करारभंगामुळे ज्या व्यक्तीला हानी सहन करावी लागते, त्या व्यक्तीला, करारभंग करणाऱ्या व्यक्तीकडून नैसर्गिक परिस्थिती असताना जेवढे नुकसान झालेले असते तेवढी नुकसानभरपाई करून घेण्याचा हक्क असतो. तसेच, करार करणाऱ्या व्यक्तीला करार करतानाच असे माहीत असते की, करारभंगामुळे नुकसान उद्‌भवणार आहे, तर अशा वेळी नुकसान झालेल्या व्यक्तीला नुकसानभरपाई करून घेण्याचा हक्क असतो." परंतु अप्रत्यक्ष तोटा, व दूरच्या काळात होणारा तोटा भरून दिला जाणार नाही. तसेच नुकसान कमी होण्यासाठी त्याचे प्रयत्न असले पाहिजे.

'१८५४ मध्ये गाजलेला खटला' हॅडली विरुद्ध बॅक्सेडेल (Hadley V/s. Baxendale) **व नुकसानभरपाईचे नियम**

खटल्याची हकिकत : फिर्यादी हे ग्लोसेस्टर (Gloucester) या ठिकाणी एक कारखानदार होते. क्रँकशाफ्ट मोडल्यामुळे त्यांची गिरणी बंद पडली. दुसरा क्रँकशाफ्ट त्यांच्याजवळ नव्हता. फिर्यादीने ग्रिनीच येथील 'जॉयी आणि कं.' यांच्याकडे नव्या क्रँकशाफ्टची ऑर्डर दिली. तशाच प्रकारचा क्रँकशाफ्ट तयार करण्यासाठी म्हणून जॉयी आणि कं.ने मोडलेला क्रँकशाफ्ट नमुना पाहण्यासाठी

फिर्यादीला पाठवून देण्यास सांगितले. क्रँकशाफ्ट एका खाजगी मालवाहतूक करणाऱ्या फर्मजवळ ग्रिनीचकडे पाठवण्यासाठी दिली. या मालवाहतूक करणाऱ्या व्यक्तीजवळ फिर्यादीच्या क्लार्कने असे सांगितले की, क्रँकशाफ्ट मोडल्यामुळे गिरणी बंद पडली आहे. त्यामुळे ताबडतोब क्रँकशाफ्ट पोहोचविला पाहिजे.

तरीसुद्धा, मालवाहतूक करणाऱ्याच्या निष्काळजीपणामुळे मोडका क्रँकशाफ्ट पोहोचविण्यास खूप विलंब झाला, त्याचा विपरीत परिणाम म्हणजे नवीन क्रँकशाफ्ट कित्येक दिवस मिळाला नाही. त्या कालावधीमध्ये फिर्यादीची गिरणी बंद पडली आणि त्यांना जो नफा मिळाला असता तो सुद्धा बुडाला. अंदाजे ३०० पौंड इतका नफा बुडला म्हणून फिर्यादीने प्रतिवादीविरुद्ध दावा ठोकला.

निकाल : या खटल्याच्या संदर्भात न्यायमूर्ती 'आल्डरसन बी.' यांनी खालीलप्रमाणे निकाल दिला.

अ) फिर्यादीच्या दैनंदिन स्वरूपाच्या बुडालेल्या फायद्यास प्रतिवादी हा जबाबदार राहतो, कारण त्याला त्या संदर्भात फिर्यादीच्या क्लार्कने कल्पना दिली होती.

ब) फिर्यादीच्या विशेष करारातून निर्माण होणाऱ्या फायद्यास प्रतिवादी जबाबदार राहू शकत नाही, कारण त्याला त्या संदर्भात फिर्यादीच्या क्लार्कने तशी कल्पना दिली नव्हती. याशिवाय

वरील खटल्याच्या आधारे नुकसान भरपाई संदर्भात खालीलप्रमाणे नियम आहेत :

१) फिर्यादीला आर्थिकदृष्ट्या पूर्वस्थितीला आणणे : नुकसान भरपाई देण्यात कायद्याचे महत्त्वाचे तत्त्व म्हणजे, फिर्यादीला तो करार पूर्ण झाला असता तो ज्या आर्थिक स्थितीला पोहोचला असता तेवढेच आर्थिक नुकसानभरपाई करून दिले जाईल.

२) न्याय्य नुकसानभरपाई : करारभंग झाल्यामुळे जे नुकसान होते ते अशा प्रकारे मिळेल की, जे नियमित, दैनंदिन, नैसर्गिक योग्य व न्याय असेल इतपतच मिळेल.

३) विशेष नुकसानीचा खुलासा : फिर्यादीला नेहमीच्या नुकसानीपेक्षा आणखी जादा विशेष नुकसानी झाली असेल, तर करार करते वेळी प्रतिवादीला या विशेष नुकसानीबद्दल पूर्वकल्पना, पूर्वसूचना दिलेली असेल तरच अशी विशेष नुकसानभरपाई करून मिळेल अन्यथा नाही.

४) अप्रत्यक्ष व दूरच्या काळातले नुकसान : करारभंग केल्यामुळे फिर्यादीला जे अप्रत्यक्ष नुकसान (Indirect Loss) किंवा दूरच्या काळातले नुकसान होते (Remote Loss) त्याची भरपाई करून दिली जाणार नाही.

५) नुकसानीचे मोजमाप : नुकसानभरपाईच्या रकमेचे मोजमाप करताना फिर्यादीला करारपूर्तता करण्यासाठी जी किंमत मोजावी लागते ती विचारात घेतली जाते. परंतु प्रतिवादीच्यादृष्टीने करारपूर्तीच्या खर्चाची रक्कम विचारात घेत नाहीत.

उदा., 'युनियन ऑफ इंडिया विरुद्ध त्रिभुवनदास लालजी पटेल' या दिल्ली

हायकोर्टातील खटल्यानुसार, मालविक्री करार भंग झाल्यामुळे नुकसानभरपाई रकमेचे मोजमाप करण्यासाठी, करारभंग झालेल्या दिवशीची करार किंमत व बाजारपेठेतील किंमत यांतील फरक विचारात घेतात.

६) किमान तोटा व्हावा : करारभंग झाल्यामुळे फिर्यादीचे नुकसान होत असते. अशा प्रकारे जे नुकसान होणार असते ते कमीत कमी कसे राहील यासाठी त्या फिर्यादीने वाजवी प्रयत्न केलेले असलेच पाहिजेत. फिर्यादीने किमान तोटा व्हावा यासाठी वाजवी प्रयत्न करीत असताना जरी काही खर्च आला असेल तर तो खर्च हा नुकसानभरपाई रकमेबरोबर मागण्याचा त्याला हक्क आहे. परंतु अवाजवी खर्चाची रक्कम त्याला मिळणार नाही.

७) वसुलीस प्रतिबंध नाही : नुकसानभरपाईचे मूल्यमापन करणे कठीण काम आहे, हे जरी खरे असले तरी फिर्यादीला नुकसानभरपाई वसूल करण्यास कोणताही प्रतिबंध करता येत नाही.

८) शिक्षेदाखल नुकसानभरपाई अपवाद : करारभंग केला म्हणून प्रतिवादीला शिक्षेदाखल नुकसानभरपाई देण्यास सांगता येत नाही. परंतु अपवाद म्हणून खालील प्रसंगी शिक्षेदाखल नुकसानभरपाई करून द्यावी लागते.

उदा., अ) चेकचा अनादर बँकेने चुकीने केला तर,

ब) विवाह करारभंग केला तर,

क) वास्तव मालमत्ता विक्रेता मालकी हक्क सिद्ध करण्यास असमर्थ ठरला तर.

९) प्रत्यक्ष नुकसान असलेच पाहिजे : कलम-७३ अनुसार, कोणत्याही परिस्थितीत, फिर्यादीला प्रत्यक्ष नुकसान झालेले सिद्ध होत नाही तोपर्यंत नुकसानभरपाईसाठी प्रतिवादीला आदेश देता येत नाही. नाममात्र नुकसानभरपाईच्या वेळी देखील, नुकसानी झाल्याबद्दलचा पुरावा दाखववावाच लागतो.

१०) करारसमयी ठरविलेले अंदाजे नुकसानभरपाई व दंड (Liquidated Damages and Penalty) : करार व्यक्ती, करार समयी कायदा करतात की, करार व्यक्तींपैकी जो कोणी करारभंग करतो त्याने करारातील दुसऱ्या व्यक्तीला ठरलेली नुकसानभरपाई दिली पाहिजे. अशा प्रकारे नुकसानभरपाईची जी रक्कम ठरविलेली असते त्याला 'दंड किंवा अंदाजे नुकसान भरपाई' असे म्हणतात.

दंड व नुकसानभरपाई यांमध्ये फरक आहे. करारात नमूद केलेली नुकसानभरपाईची रक्कम ही प्रत्यक्षात झालेल्या नुकसानाइतकी असते तेव्हा त्यास 'अंदाजे नुकसानभरपाई' असे म्हणतात. जेव्हा करारात नमूद केलेली नुकसान भरपाईची रक्कम ही अंदाजे नुकसानीपेक्षा जास्त असते तेव्हा त्यास 'दंड' असे म्हणतात. दंड म्हणजे नुकसानीपेक्षा जास्त रक्कम होय. अशा प्रकारे कोणी करारभंग करू नये व केल्यास नुकसानीपेक्षा जास्त रक्कम द्यावी लागेल ही भीती वाटावी म्हणून जादा रकमेचा समावेश केलेला असतो.

कलम–७४ अनुसार, भारतात दंड व अंदाजे नुकसानभरपाई यांत फरक मानला जात नाही. कोर्टाने 'दंड किंवा अंदाजे नुकसान' यांपैकी नुकसानभरपाई म्हणून देण्यासाठी नमूद केलेली रक्कम या दोन संज्ञेपैकी एकाचा तरी उल्लेख केलाच पाहिजे. असे त्यांच्यावर बंधन नाही. फिर्यादी व्यक्तीला नुकसान भरपाई म्हणून द्यावयाची रक्कम करारात नमूद केलेल्या 'अंदाजे रकमेपेक्षा' जास्त असणार नाही एवढी दक्षता कोर्टाने घेतली पाहिजे अशी तरतूद या कलमामध्ये केली आहे. एखाद्या व्यक्तीने सरकारी हिताचे कार्य करण्यासाठीचा करार केलेला असेल व त्यातील कराराचा भंग केला तर त्या करारात नमूद केलेली सर्व रक्कम त्याने दिली पाहिजे.

कलम–७५ अनुसार, जेव्हा करारातील एखाद्या व्यक्तीला करारपूर्तता करणे अशक्य वाटते आणि त्यामुळे त्या व्यक्तीने जर करार रद्द केला तर दुसऱ्या व्यक्तीचे जे वाजवी व प्रत्यक्ष नुकसान झाले असेल ते करार रद्द करणाऱ्या व्यक्तीने भरपाई करून दिले पाहिजे.

११) 'काम तसे दाम' (Quantum Merit) : या संदर्भात मागे आपण माहिती घेतलेली आहे. करारभंग झाल्यानंतर ज्याला नुकसान पोहोचलेले असेल त्याला जेवढे काम झाले असेल तेवढी नुकसानभरपाई रक्कम मागण्याचा हक्क असतो. या तत्त्वानुसार एखाद्याने मोफत कृत्य करण्याचा उद्देश नसताना दुसऱ्यासाठी कृत्य केले असेल व त्या दुसऱ्या व्यक्तीने अशा कृत्यापासून लाभ उठविला असेल तर त्याने त्याबद्दल कृत्य करणाऱ्या व्यक्तीला योग्य तो मोबदला दिला पाहिजे.

'आभासी करारातील' कृत्याबद्दल देखील 'काम तसे दाम' तत्त्वावर मोबदला मागता येतो.

अपवाद : या तत्त्वाला अपवाद आहे अ) जेथे संपूर्ण करारपूर्तता ठरलेली असते, ब) ज्या व्यक्तीने करारभंग केला आहे. या दोन प्रसंगी 'काम तसे दाम' तत्त्वावर मोबदला मागता येत नाही.

(१२) न्यायालयाची मनाई (Injunction) : जेव्हा करार व्यक्तीपैकी एखादी व्यक्ती करारभंग करणार आहे असे दुसऱ्या व्यक्तीला वाटते तर अशी दुसरी व्यक्ती कोर्टात जाऊन करारभंग होऊ नये यासाठी कोर्टातून करारभंग करण्यास प्रतिबंध करणारा आदेश म्हणजेच न्यायालयाचा मनाई हुकूम आणू शकते.

सराव प्रश्न

अ) खालील संज्ञा/संकल्पना २० शब्दांत स्पष्ट करा.

१) 'करार' म्हणजे काय?
२) 'प्रस्ताव' म्हणजे काय?
३) 'प्रस्तावाची स्वीकृती' म्हणजे काय?
४) 'प्रतिफल' म्हणजे काय?

५) 'प्रस्तावाचे संवहन' म्हणजे काय?

६) 'करार' करण्याची पात्रता म्हणजे काय?

७) 'अज्ञान व्यक्ती' म्हणजे काय?

८) 'मुक्त संमती' ही संकल्पना स्पष्ट करा.

९) 'बलप्रयोग' म्हणजे काय?

१०) 'असत्य कथन' म्हणजे काय?

११) अनुचित प्रभावाची व्याख्या सांगा.

१२) धोका/कपट म्हणजे काय?

१३) 'व्यर्थ ठराव' ही संकल्पना स्पष्ट करा?

१४) 'पैजेचे ठराव' म्हणजे काय?

१५) 'संभाव्य करार' म्हणजे काय?

१६) मौन पाळणे केव्हा धोका ठरते?

१७) 'करारभंग' म्हणजे काय?

१८) 'कराराची समाप्ती' म्हणजे काय?

१९) 'चूक' ह्या संज्ञेची व्याख्या द्या.

२०) 'वर्जनीय ठराव' म्हणजे काय?

२१) करारपूर्ती कोणी केली पाहिजे?

ब) खालील प्रश्नांची उत्तरे थोडक्यात द्या. (५० शब्दांत)

१) कराराचे स्वरूप स्पष्ट करा.

२) प्रस्तावाच्या आवश्यक बाबी कोणत्या?

३) स्वीकृती संबंधीच्या कायदेशीर अटी सांगा.

४) प्रस्तावाची स्वीकृती केव्हा रद्द होते?

५) प्रतिफलाची वैशिष्ट्ये सांगा.

६) एखादा ठराव केवळ प्रतिफल नाही म्हणून व्यर्थ ठरतो काय?

७) करार करण्यासाठी पात्रता कोणती?

८) संमती केव्हा मुक्त ठरते?

९) करारातील मुक्त संमतीचे महत्त्व सांगा.

१०) असत्य कथनाच्या पद्धती सांगा.

११) कायदेशीर उद्दिष्ट व प्रतिफल म्हणजे काय?

१२) व्यर्थ ठरावाचे प्रकार सांगा.

१३) पैजेच्या ठरावाची लक्षणे सांगा.

१४) कराराची समाप्ती कोणत्या मार्गांनी होते?

१५) करारभंगाचे प्रकार सांगा.

१६) अनुचित प्रभावाची उदाहरणे सांगा.

१७) बलप्रयोगाची उदाहरणे सांगा.

१८) अज्ञान व्यक्ती कोणते करार करू शकत नाही?

१९) कायदेशीर करारात प्रतिफलाचे महत्त्व सांगा.

२०) प्रस्तावासंबंधी कायदेशीर नियम कोणते?

२१) पडदानशीन स्त्रीचे करार थोडक्यात स्पष्ट करा.

२२) व्यर्थ ठराव आणि वर्जनीय ठराव यांतील फरक स्पष्ट करा.

२३) बेकायदेशीर ठराव व अंमलबजावणीस अयोग्य ठराव म्हणजे काय?

क) खालील प्रश्नांची उत्तरे १५० शब्दांत लिहा.

१) कायदेशीर कराराच्या अटी सांगा.

२) भारतीय करार कायद्यानुसार कराराचे स्वरूप स्पष्ट करा.

३) ''सर्व करार हे ठराव असतात परंतु सर्वच ठराव करार असतीलच असे नाही,'' स्पष्ट करा.

४) कराराचे प्रकार स्पष्ट करा.

५) प्रस्ताव म्हणजे काय? प्रस्तावासंबंधी कायदेशीर तरतुदी कोणत्या?

६) प्रस्तावाची स्वीकृती म्हणजे काय? त्याबाबतचे नियम स्पष्ट करा?

७) प्रस्ताव व प्रस्तावाची स्वीकृती केव्हा रद्द करता येते?

८) प्रस्तावाचे संवहन, स्वीकृतीचे संवहन, प्रस्ताव व प्रस्तावाची स्वीकृती परत घेणे यासंबंधी कायद्यातील तरतुदी सांगा.

९) 'प्रतिफल' म्हणजे काय? प्रतिफलाची वैशिष्ट्ये सांगा.

१०) कोणकोणत्या परिस्थितीत प्रतिफल नसलेले करार हे करार ठरतात?

११) 'प्रतिफलविरहित करार व्यर्थ ठरतात' स्पष्ट करा. या नियमास कोणते अपवाद आहेत.

१२) मुक्त संमती म्हणजे काय? संमती केव्हा मुक्त ठरते?

१३) मुक्त संमतीची व्याख्या द्या. करारातील मुक्त संमतीचे महत्त्व स्पष्ट करा.

१४) करार करण्याची पात्रता म्हणजे काय? करार करण्यासाठी कोणत्या व्यक्त अपात्र आहेत?

१५) अज्ञान व्यक्ती म्हणजे काय? अज्ञान व्यक्ती कोणते करार करू शकत नाही?

१६) बलप्रयोग म्हणजे काय? त्याचा करारावर होणार प्रभाव स्पष्ट करा.

१७) धोका/कपट म्हणजे काय? त्याची लक्षणे सांगा.

१८) चूक म्हणजे काय? चूक किती प्रकारे होऊ शकते? चुकीचा करारावर होणार परिणाम सांगा.

१९) धोका म्हणजे काय? मौन पाळणे केव्हा धोका ठरते?

२०) कायदेशीर उद्दिष्ट्य व प्रतिफल म्हणजे काय? एखादा ठराव केवळ प्रतिफल नाही म्हणून व्यर्थ ठरू शकतो काय? कारणे सांगा.

२१) व्यर्थ ठराव म्हणजे काय? त्याचे प्रकार सांगा.

२२) विम्याचे करार हे पैजेच्या ठरावासारखेच असतात. पण ते व्यर्थ नसतात. चर्चा करा.

२३) कराराची समाप्ती म्हणजे काय? करार समाप्तीच्या पद्धती सांगा.

२४) करारभंग केल्यानंतर कोणती उपाययोजना करता येते? तसेच करारभंगाबद्दलच्या नुकसानभरपाईचे तत्त्व कोणते? स्पष्ट करा.

२५) कराराची अंमलबजावणी करताना 'वेळ आणि ठिकाण' यासंबंधी कायद्यातील तरतुदी सांगा.

ड) दीर्घोत्तरे लिहा. (५०० शब्दांत)

१) करार म्हणजे काय? कराराचे स्वरूप स्पष्ट करून कायदेशीर कराराच्या अटी सांगा.

२) 'करार' म्हणजे काय? करारांचे प्रकार स्पष्ट करा.

३) 'प्रस्ताव' या संज्ञेची व्याख्या द्या. प्रस्ताव आणि प्रस्तावाची स्वीकृती याबद्दलच्या कायदेशीर अटी सांगा.

४) प्रस्ताव कसा केला जातो, स्वीकारला जातो व परत घेतला जातो? उदाहरणासहित स्पष्ट करा.

५) प्रस्तावाचे संवहन, स्वीकृतीचे संवहन, प्रस्ताव व प्रस्ताव स्वीकृती परत घेणे, यासंबंधी कायद्यातील तरतुदी स्पष्ट करा.

६) 'प्रतिफल' म्हणजे काय? त्याचे करारातील महत्त्व विशद करा.

७) 'प्रतिफल विरहित ठराव व्यर्थ होतो' या नियमाला असलेल्या अपवादांची चर्चा करा.

८) 'सर्व करार हे ठराव असतात, पण सर्वच ठराव हे करार नसतात' या विधानांची चर्चा करा.

९) भारतीय करार कायद्यानुसार करार करणाऱ्या व्यक्तीच्या पात्रतेबाबत असलेल्या तरतुदींची चर्चा करा.

१०) 'मुक्त संमती' या संज्ञेची व्याख्या द्या. संमती मुक्त संमती केव्हा होते याची चर्चा करा.

११) 'अनुचित प्रभाव' या संज्ञेची व्याख्या द्या. संमती अनुचित प्रभावाने मिळविण्यास ठराव व्यर्थ होतो काय? चर्चा करा.

१२) 'धोका/कपट' म्हणजे काय? कराराच्या कायदेशीरपणावर त्याचा काय परिणाम होतो ते लिहा.

१३) 'असत्य विधान' म्हणजे काय? ठरावातील एका व्यक्तीने दुसऱ्या व्यक्तीकडून असत्य विधानाने मान्यता मिळविली तर तो ठराव त्या व्यक्तीवर कोणत्या परिस्थितीत बंधनकारक असतो?

१४) 'व्यर्थ ठराव' म्हणजे काय? करार कायद्याने कोणते ठराव व्यर्थ ठरविले आहेत ते सांगा.

१५) 'प्रत्येक बेकायदेशीर ठराव व्यर्थ असतो परंतु प्रत्येक व्यर्थ ठराव बेकायदेशीर असतोच असे नाही' स्पष्ट करा.

१६) 'व्यापार व्यवसायाला प्रतिबंध करणारे ठराव व्यर्थ ठरतात' या विधानाची चर्चा करा. व्यापार व व्यवसायाच्या प्रतिबंधाला अपवाद कोणते?

१७) पैजेचे ठराव म्हणजे काय? पैजेच्या ठरावाची लक्षणे सांगा. त्याचे अपवाद स्पष्ट करा.

१८) कराराची समाप्ती म्हणजे काय? कराराची समाप्ती कोणत्या मार्गांनी होते?

१९) करारभंग म्हणजे काय? करारभंगामुळे निर्दोष पक्षाला कोणते अधिकार मिळतात?

२०) करारभंगाची व्याख्या द्या. करार भंगाबद्दल कोणते उपाय उपलब्ध आहेत?

२१) 'चूक' या संज्ञेची व्याख्या द्या. चुकीचे प्रकार सांगा.

२२) पैजेचा ठराव म्हणजे काय? त्याच्या आवश्यक अटी कोणत्या त्या सांगून त्याची विम्याच्या कराराशी तुलना करा.

२३) 'व्यर्थ ठराव' व 'वर्जनीय ठराव' यातील फरक स्पष्ट करा.

२ भागीदाराचे कायदे

Law of Partnerships

२. अ. भागीदारी कायदा, १९३२
(The Partnership Act, 1932)

२.१ प्रस्तावना (Introduction)
२.२ भागीदारीची व्याख्या (Definition of Partnership)
२.३ भागीदारीची वैशिष्ट्ये (Characteristics of Partnership)
२.४ भागीदारीचे प्रकार (Types of Partnership)
२.५ भागीदारांचे प्रकार (Types of Partners)
२.६ भागीदारांचे अधिकार (Rights of Partners)
२.७ भागीदाराची कर्तव्ये आणि जबाबदाऱ्या (Duties and Responsibilities of Partners)
२.८ भागीदारी संस्थेचे विसर्जन (Dissolution of a Partnership Firm)

२.१ प्रस्तावना (Introduction)

व्यवसायाचे अनेक प्रकार अस्तित्वात आहेत. उदा. व्यक्तिगत व्यापार, भागीदारी, संयुक्त भांडवली कंपनी, सहकारी संस्था इ.

सुरुवातीच्या काळात एकच व्यक्ती व्यापार करीत असे. कालातंराने यंत्रसामग्रीचा विकास होऊ लागला व उत्पादनक्षमता वाढू लागली. त्याचबरोबर बाजारपेठेचे क्षेत्रही विकसित झाले. त्यामुळे व्यावसायिकांना अधिक भांडवल व संघटनकौशल्य यांची आवश्यकता भासू लागली. त्यादृष्टीने व्यक्तिगत व्यापार कमी पडू लागला. त्यामुळे काही व्यक्तींनी एकत्र येऊन व्यापार करावा अशी संकल्पना अस्तित्वात येऊ लागली; यालाच भागीदारी असे म्हटले जाऊ लागले.

भागीदारी संस्थांच्या व्यवहारांचे नियंत्रण करणारा कायदा १९३२ साली मंजूर करण्यात आला व तो १ ऑक्टोबर १९३२ पासून लागू करण्यात आला.

२.२ भागीदारीची व्याख्या (Definition of Partnership)

१९३२ च्या भागीदारी कायद्याच्या कलम ४ नुसार भागीदारीची व्याख्या पुढीलप्रमाणे आहे –

'भागीदारी म्हणजे ज्या व्यक्तींमध्ये त्यांच्यापैकी सर्वांकडून किंवा त्या सर्वांच्या वतीने कार्य करणाऱ्या कोणाहीकडून चालविल्या जाणाऱ्या धंद्याच्या नफ्यात हिस्सा घेण्याचा करार झाला असेल त्यांच्यामधील संबंध होय.'

('Partnership is the relation between persons who have agreed to share profits of a business carried on by all or any one of them acting for all') (Sec.4).

वरील व्याख्येवरून भागीदारीची पुढील तत्त्वे स्पष्ट होतात –

१) भागीदारी म्हणजे दोन किंवा अधिक व्यक्तींमधील करार होय.

२) हा करार धंद्याच्या नफ्यातील हिस्सा मिळवण्यासंबंधात असणे आवश्यक आहे.

३) हा व्यवसाय संबंधित असलेल्या सर्वांनी किंवा त्या सर्वांच्यावतीने त्यापैकी कोणत्याही व्यक्तीने चालवलेला असणे आवश्यक आहे.

ज्या व्यक्तींनी एकमेकांशी भागीदारी केली असेल त्यांना व्यक्तिश: 'भागीदार' (Partner) असे म्हणतात व सामुदायिकरीत्या 'भागीदारी संस्था'(Partnership Firm)असे म्हणतात.

भागीदारी संस्थेचा व्यवसाय एका विशिष्ट नावाने चालतो.

२.३ भागीदारीची वैशिष्ट्ये (Characteristics of Partnership)

भागीदारीमध्ये दोन किंवा अधिक व्यक्तींमध्ये व्यवसाय चालवून त्याचा नफा किंवा तोटा वाटून घेण्याचा करार केला जातो.

भागीदारीची वैशिष्ट्ये पुढीलप्रमाणे सांगता येतात –

१) किमान दोन व्यक्ती : भागीदारी संस्थेच्या निर्मिती व अस्तित्वासाठी किमान दोन व्यक्तींची आवश्यकता असते. एखाद्या भागीदाराचा मृत्यू, निवृत्ती इ. मुळे जर भागीदारांची संख्या एकच होत असेल तर भागीदारीचे अस्तित्व संपेल.

२) सर्वाधिक भागीदार संख्या : कायद्यानुसार सर्वसाधारण व्यवसायाकरिता जास्तीत जास्त २० भागीदार असू शकतात. भागीदारीमध्ये बँकिंग व्यवसाय असल्यास जास्तीत जास्त १० भागीदार असू शकतात.

३) करार : भागीदारी अधिनियमाच्या कलम ५ नुसार 'भागीदारीचे संबंध करारातून निर्माण होतात. ते स्थितीतून निर्माण होत नाहीत.' भागीदारीची निर्मिती करारातून होते; म्हणूनच भागीदारीच्या निर्मितीकरिता भागीदारांनी आपसात करार करणे आवश्यक असते.

४) कायदेशीर व्यवसाय : काही व्यक्तींनी आपापसात करार केला असेल

परंतु कराराचा उद्देश एखादा व्यवसाय चालविण्याचा नसेल तर त्याला भागीदारीचा करार म्हणता येत नाही. एखादा कायदेशीर व्यवसाय करण्यासाठीच भागीदारीची स्थापना झाली असली पाहिजे. एखादा बेकायदेशीर व्यवसाय करण्यासाठी भागीदारीची स्थापना करता येत नाही.

५) सर्वांनी किंवा सर्वांच्या वतीने एकाने व्यापाराचे संचालन करणे : भागीदारीचा व्यवसाय सर्व भागीदारांनी मिळून करता येतो. परंतु सर्वानुमते एक किंवा अधिक भागीदार व्यवसायाचे संचालन करू शकतात. अशा वेळी त्यांनी घेतलेले निर्णय व व्यवहार इतर सर्व भागीदारांना बंधनकारक असतात.

६) नफा कमविणे व वाटून घेणे हा हेतू : भागीदाराचा मुख्य हेतू नफा मिळवणे व त्याची सर्व भागीदारांमध्ये वाटणी करणे हा असतो. त्याउलट, तोटा झाल्यास तोही सर्व भागीदारांना सहन करावा लागतो. नफा मिळवण्याचा हेतू नसताना एखादा उपक्रम चालवला जात असेल तर त्याला भागीदारी म्हणता येत नाही.

७) भागीदाराची भूमिका : प्रत्येक भागीदाराला दुहेरी भूमिका पार पाडावी लागते. प्रत्येक भागीदार हा भागीदारीचा प्रमुख असतो. तो जेव्हा एखाद्या पक्षाशी व्यवहार करतो तेव्हा तो प्रमुख (Principal) भूमिकेत असतो.

परंतु त्याचवेळी इतर भागीदारांच्यादृष्टीने तो त्या भागीदाराच्यावतीने व्यवहार करत असतो. त्यामुळे प्रत्येक भागीदाराने केलेले व्यवहार भागीदारी संस्थेवर व इतर भागीदारांवर बंधनकारक असतात.

८) परस्पर विश्वास : भागीदारी हा व्यक्तींचा समूह असतो. त्यामुळे परस्पर विश्वास, सहकार्य व नियंत्रण ही तत्त्वे महत्त्वाची ठरतात. भागीदारी व्यवसाय हा सहकार्याने चालविण्यात आला पाहिजे.

९) अमर्यादित जबाबदारी : भागीदारी संस्थेतील प्रत्येक भागीदाराची जबाबदारी अमर्यादित असते. भागीदारीसाठी कर्ज घेतले असल्यास त्या परतफेडीसाठी भागीदार व्यक्तिश: आणि सामूहिकरीत्या जबाबदार असतो. भागीदारीच्या कर्जफेडीकरीता संस्थेची मालमत्ता कमी पडल्यास भागीदारांची खाजगी मालमत्ता उपयोगात आणावी लागते.

१०) स्वतंत्र अस्तित्व नाही : भागीदार आणि भागीदारी संस्था यांचे अस्तित्व स्वतंत्र नसते. त्यामुळेच गरज पडल्यास संस्थेची कर्जे भागीदाराच्या संपत्तीतून मिटविली जातात.

२.४ भागीदारीचे प्रकार (Types of Partnership)

भागीदारी ही चार प्रकारची असू शकते –

१) ठरावीक मुदतीची भागीदारी (Fixed Period Partnership)
या भागीदारीचे ठरलेली मुदत संपताच विसर्जन होते.

२) ऐच्छिक भागीदारी (Partnership at will)

यामध्ये भागीदारीची कोणतीही मुदत ठरलेली नसते. अशी भागीदारी कोणत्याही भागीदाराच्या सुचनेने समाप्त करता येते.

३) विशिष्ट भागीदारी (Particular Partnership)

ही भागीदारी एखाद्या विशिष्ट कामासाठी निर्माण केली जाते. तेवढे काम झाल्यावर या भागीदाराचे विसर्जन होते. भागीदारांची इच्छा असल्यास ठरलेले काम पूर्ण झाल्यावरही ही भागीदारी चालू ठेवता येते.

४) मर्यादित भागीदारी (Limited Partnership)

सामान्यपणे भागीदारांची जबाबदारी अमर्यादित असते. परंतु यामध्ये जास्त जोखीम असते. त्यामुळे मर्यादित भागीदारी स्थापन केली जाते. यामध्ये भागीदारांची जबाबदारी मर्यादित असते.

२.५ भागीदारांचे प्रकार (Types of Partners)

भागीदारांचे प्रकार पुढीलप्रमाणे आहेत :

१) प्रत्यक्ष व सक्रिय भागिदार (Actual and Working Partners)

करारानुसार भागीदार बनलेली कोणतीही व्यक्ती, जी भागीदारी व्यवसायात सक्रिय सहभाग घेते त्या व्यक्तीला 'सक्रिय भागीदार' म्हणतात.

२) सुप्त भागीदार (Sleeping Partner)

जो भागीदार व्यवसायात सक्रियपणे किंवा प्रत्यक्षपणे भाग घेत नाही त्याला सुप्त भागीदार असे म्हणतात. व्यवहारात भाग घेत नसेल तरी या भागीदाराला हिशेब तपासण्याचा व त्यांची प्रत घेण्याचा अधिकार असतो.

३) केवळ नफ्यातील भागीदार (Partner in Profits Only)

जो भागीदार केवळ नफ्यात हिस्सेदार असतो परंतु तोट्यात नसतो त्याला केवळ 'नफ्यातील भागीदार' म्हणतात.

४) नामधारी भागीदार (Nominal Partner)

जेव्हा भागीदाराने भागीदारी संस्थेस आपल्या नावाचा उपयोग करण्यास संमती दिलेली असते आणि त्याचा व्यवसायात कोणताही सहभाग नसतो तेव्हा त्याला नामधारी भागीदार असे म्हणतात.

५) दर्शविण्याने भागीदार (Partner by Estoppel or Holdingout Partner)

काही वेळा एखादी व्यक्ती भागीदार नसतानासुद्धा आपल्या बोलण्याने किंवा वागण्याने आपण भागीदार आहोत असे भासवित असते तेव्हा तिला दर्शविण्याने भागीदार असे म्हणतात.

२.६ भागीदारांचे अधिकार (Rights of Partners)

भागीदारी कायदा, १९३२ नुसार भागीदारी संस्थेतील प्रत्येक भागीदाराला

पुढील अधिकार मिळतात –

१) व्यापारात भाग घेण्याचा अधिकार : कलम १२(अे) प्रत्येक भागीदाराला व्यवसायाच्या चलनात भाग घेण्याचा अधिकार आहे. मात्र, याबरोबरच प्रत्येक भागीदार व्यवसायाचे चलन करताना आपली कर्तव्ये तत्परतेने पार पाडण्यास बांधलेला आहे.

२) आपले मत प्रगट करण्याचा अधिकार : कलम १२ (सी) या कलमानुसार भागीदाराला आपले मत व्यक्त करण्याचा अधिकार आहे. व्यवसायाशी संबंधित कोणतेही निर्णय हे भागीदारांच्या बहुमताने घेण्यात यावेत असेही यात नमूद केलेले आहे.

३) भागीदारांची पुस्तके पाहण्याचा अधिकार : कलम १२(डी) प्रत्येक भागीदाराला भागीदारी संस्थेच्या पुस्तकांपैकी कोणतेही पुस्तक उपलब्ध होण्याचा, त्याचा निरीक्षण करण्याचा व ते नक्कल करण्याचा अधिकार आहे. भागीदार मरण पावल्यास, त्याच्या वारसांना किंवा वैध प्रतिनिधींना किंवा त्यांनी यथोचितरीत्या प्राधिकृत केलेल्या अभिकर्त्यास भागीदारी संस्थेच्या पुस्तकांपैकी कोणतेही पुस्तक उपलब्ध होण्याचा, त्याचे निरीक्षण करण्याचा आणि त्याची नक्कल करण्याचा अधिकार आहे.

४) नफ्यात हक्क मिळविण्याचा अधिकार : (कलम १३) भागीदारीच्या व्यापारात होणाऱ्या नफ्यात हिस्सा मिळविण्याचा अधिकार प्रत्येक भागीदाराला आहे. भागीदारी करारानुसार नफा वाटणीचे प्रमाण ठरले असेल तर त्या प्रमाणात नफा वाटप होईल. अन्यथा नफ्याची समप्रमाणात वाटणी होईल. एखाद्या वर्षी तोटा झाल्यास त्याचेही प्रमाणात वाटप होईल.

५) कर्जाऊ रकमेवर व्याज घेण्याचा अधिकार : (कलम १३(अे) भागीदाराने भांडवलाव्यतिरिक्त भागीदारी संस्थेला कर्ज म्हणून काही रक्कम दिली असेल तर त्याला त्या रकमेवर द. सा. द. शे. ६ दराने व्याज घेण्याचा अधिकार राहील.

६) भांडवलावर व्याज घेण्याचा अधिकार : कलम १३ (सी) भागीदारी करारात स्पष्ट तरतूद असल्यास भागीदारांना भांडवलावर व्याज घेण्याचा अधिकार राहील.

७) दिलेल्या रकमेची भरपाई करून घेण्याचा अधिकार–कलम १३ (इ): भागीदाराने भागीदारी संस्थेस काही कारणाने व्यक्तिश: काही रक्कम दिली असेल किंवा दायित्व स्वीकारले असेल तर त्याची भरपाई करून घेण्याचा अधिकार त्या भागीदाराला राहील.

८) भागीदारीच्या संपत्तीचा उपयोग करण्याचा अधिकार (कलम १४, १५) : विरोधी तरतूद असलेला करार नसल्यास, प्रत्येक भागीदाराला भागीदाराच्या संपत्तीत हिस्सा मिळविण्याचा अधिकार राहील; पण भागीदारीच्या संपत्तीचा उपयोग केवळ भागीदारी व्यवसायासाठी करता येईल.

९) आणीबाणीच्या प्रसंगीचे अधिकार (कलम २१) : आपत्तीच्या किंवा आणीबाणीच्या प्रसंगी भागीदारीच्या बचावासाठी भागीदाराने काही खर्च केला असेल तर तो खर्च मागण्याचा अधिकार भागीदाराला आहे.

१०) नवीन भागीदाराच्या प्रवेशाला संमती देण्याचा अधिकार (कलम ३१ (१) : वर्तमान भागीदारांच्या संमतीशिवाय कोणत्याही नवीन भागीदाराला भागीदारीत प्रवेश मिळू शकत नाही. नवीन भागीदाराच्या प्रवेशाला संमत्ती किंवा असंमती देण्याचा अधिकार प्रत्येक भागीदाराला राहील.

११) निवृत्तीचा अधिकार कलम ३२ (२) : भागीदारीच्या प्रकारानुसार सर्व भागीदारांच्या संमतीने किंवा आपापसात केलेल्या करारानुसार किंवा लेखी सूचना देऊन भागीदाराला निवृत्ती घेता येते.

१२) स्पर्धा करणारा व्यापार करण्याचा अधिकार (कलम ३६) : भागीदारी सोडून जाणाऱ्या भागीदाराला भागीदारीशी स्पर्धा करणारा व्यापार करण्याचा अधिकार असतो. परंतु तो भागीदारीच्या नावाचा उपयोग करू शकत नाही. तो आपल्या व्यापाराची जाहिरात करू शकतो. परंतु जुन्या भागीदारीच्या ग्राहकांना आपल्या व्यवसायाकडे वळवू शकत नाही.

१३) निवृत्तीनंतरच्या नफ्यात हिस्सा मागण्याचा अधिकार (कलम ३७) : एखादा भागीदार निवृत्ती, मृत्यू अथवा इतर कारणांमुळे भागीदारीतून बाहेर पडला असेल आणि त्याचा हिशेब पूर्ण न झाल्यामुळे त्याच्या नफ्यामतील तसेच संपत्तीमधील हिस्सा त्याला परत न करता तो भागीदाराच्या व्यवसायासाठी वापण्यात आला असेल तर अशी रक्कम अथवा संपत्ती वापरण्यापासून भागीदाराला जो नफा झाला असेल तो नफा भागीदार मागू शकेल अथवा भागीदाराकडून येणे असलेल्या आपल्या रकमेवर किंवा संपत्तीवर त्याला द.सा.द.शे. ६ दराने व्याज मागता येईल. नफ्याचा वाटा मागावयाचा किंवा व्याज मागायचे हे भागीदार स्वत: ठरवू शकतो.

२.७ भागीदाराची कर्तव्ये आणि जबाबदाऱ्या (Duties and Responsibilities of Partners)

भागीदारी कायद्यानुसार भागीदारांची कर्तव्ये आणि जबाबदाऱ्या पुढीलप्रमाणे आहेत :

१) एकमेकांविषयी विश्वास ठेवणे (कलम ९) : भागीदारांमध्ये आपापसात निष्ठा व विश्वास असला पाहिजे. प्रत्येक भागीदाराने भागीदारीचा व्यवसाय सर्वांच्या भल्यासाठी व नफा मिळविण्याच्या उद्देशाने चालविला पाहिजे; त्याचप्रमाणे भागीदारीच्या सर्व व्यवहारांचे खरे हिशेब ठेवले पाहिजेत. हे सर्व भागीदारांचे मूलभूत कर्तव्य आहे.

२) कर्तव्ये पार पाडणे कलम १२ (ब) व १३ (अ) : भागीदारी व्यवसायाचे संचालन करीत असताना प्रत्येक भागीदाराने आपली कर्तव्ये प्रामाणिकपणे पार पाडली पाहिजेत.

३) व्यापारातील तोटा सहन करणे (कलम १३ (बी) : भागीदारी व्यापारात तोटा झाल्यास तो सर्व भागीदारांनी सहन करावा, हे त्याचे कर्तव्यच आहे. ज्या प्रमाणात नफ्याचे वाटप होते त्याच प्रमाणात तोट्याचे वाटप करणे हे प्राथमिक कर्तव्य आहे.

४) नुकसानभरपाई करून देणे (कलम १०) : आपल्या कपटामुळे भागीदारी संस्थेला कोणतीही हानी झाल्यास त्यापासून होणाऱ्या तोट्याची नुकसानभरपाई करून देणे हे भागीदाराचे कर्तव्य आहे.

५) भागीदारीच्या संपत्तीचा व्यापारासाठीच उपयोग करणे (कलम १५) : भागीदारी संस्थेची संपत्ती ही भागीदारांची संपत्ती असते. परंतु भागीदारांनी या संपत्तीचा वापर भागीदारीच्या व्यापारासाठीच केला पाहिजे.

६) भागीदारीच्या व्यवहारातून मिळालेला नफा परत करणे (कलम १६ (अ) : जर भागीदाराने भागीदारी संस्थेच्या कोणत्याही संव्यवहारापासून किंवा भागीदारी संस्थेची संपत्ती किंवा भागीदारी संस्थेचा धंद्यातील संबंध किंवा भागीदारी संस्थेचे नाव यांचा उपयोग करून स्वत:साठी कोणताही नफा मिळविला तर असा नफा त्याने हिशेबासहित भागीदारीला परत करणे आवश्यक असते.

७) स्पर्धेच्या व्यवसायातील नफा परत करणे (कलम १६ (अ) : जर भागीदाराने भागीदारी संस्थेच्या धंद्याच्याच स्वरूपाचा व त्याच्याशी स्पर्धा करणारा व्यवसाय केला तर, त्या व्यवसायात त्याने केलेल्या सर्व नफ्याचा हिशेब देऊन भागीदारी संस्थेकडे त्याचा भरणा करावा लागतो.

८) अधिकारमर्यादेत कार्य करणे : आपल्या अधिकारमर्यादेत कार्य करणे ही प्रत्येक भागीदाराची जबाबदारी आहे. एखाद्या भागीदाराने आपल्या अधिकारमर्यादेच्या बाहेर जाऊन एखादे काम केले आणि ते इतर भागीदारांना मान्य नसेल तर त्यामुळे जे नुकसान होईल ते भरून देण्यासाठी हा भागीदार जबाबदार असतो.

९) आपले अधिकार दुसऱ्यास न सोपविणे (कलम २९) : कोणत्याही भागीदाराला इतर भागीदारांच्या संमतीशिवाय आपले अधिकार किंवा भागीदारीतील हितसंबंध त्रयस्थ व्यक्तीला हस्तांतरित करता येत नाहीत. एखाद्या भागीदाराने तसे केल्यास ती त्रयस्थ व्यक्ती भागीदारीच्या व्यवसायात हस्तक्षेप करू शकत नाही. ती व्यक्ती केवळ संबंधित भागीदाराच्या नफ्यातील हिश्श्याकरिता पात्र राहते.

१०) संयुक्त आणि स्वतंत्र जबाबदारी (कलम २५) : प्रत्येक भागीदार भागीदारीत असेपर्यंत भागीदारीच्या सर्व व्यवहारांबद्दल संयुक्तपणे आणि स्वतंत्रपणे जबाबदार असतो.

भागीदारीच्या संघटनात बदल झाल्यास किंवा भागीदारी संस्थेची मुदत संपल्यानंतर भागीदारांनी पूर्वीचा व्यवसाय चालू ठेवला असाल्यास किंवा भागीदारीने एखादा जास्तीचा व्यापार किंवा अतिरिक्त उपक्रम चालू ठेवले असतील तर त्यामुळे भागीदाराच्या मूळ अधिकारात कोणताही बदल होत नाही.

२.८ भागीदारी संस्थेचे विसर्जन (Dissolution of a Partnership Firm)

भागीदारी संस्थेतील सर्व भागीदारांमधील संबंध हे भागीदारीच्या विसर्जनाने समाप्त होतात. याचबरोबर भागीदारी करारामुळे भागीदारांमध्ये जे संबंध प्रस्थापित झालेले आहेत तेही समाप्त होतात व भागीदारीचा व्यवसाय बंद करण्यात येतो.

भागीदारीचे विसर्जन व भागीदारी संस्थेचे विसर्जन या दोन्ही गोष्टींमध्ये कायद्यानुसार फरक आहे.

भागीदारीचे विसर्जन : भागीदारांच्या आपापसातील संबंधांमुळे होणारा बदल म्हणजे 'भागीदारीचे विसर्जन;' जेव्हा भागीदारीच्या रचनेत बदल होतो तेव्हा भागीदारीचे विसर्जन होते.

उदा : 'अ' आणि 'ब' हे दोन भागीदार आहेत त्यानंतर त्यांनी 'क' या नवीन भागीदाराला प्रवेश दिला. अशा वेळी 'अ' आणि 'ब' यांच्यातील भागीदारी समाप्त होईल व अ, ब, क यांच्यात नवीन भागीदारी अस्तित्वात येईल. म्हणजेच 'अ' आणि 'ब' यांच्यातील पहिल्या भागीदारीचे विसर्जन होईल.

भागीदारी संस्थेचे विसर्जन : भागीदारी कायद्याच्या कलम ३९ अ नुसार भागीदारी संस्थेमधील सर्व भागीदारांमधील भागीदारीच्या विसर्जनाला 'भागीदारी संस्थेचे विसर्जन' असे म्हणतात. भागीदारी संस्थेचे विसर्जन झाल्यास भागीदारी संस्थेचा व्यापार बंद केला जातो. व्यापार बंद केल्यानंतर भागीदारी संस्थेच्या संपत्तीची विक्री करण्यात येते व उपलब्ध रकमेतून संस्थेच्या देण्यांची परतफेड करण्यात येते.

या दोन्हींवरून आपल्या असे लक्षात येईल की, भागीदारी संस्थेचे विसर्जन झाल्यास भागीदारीचे विसर्जन होते. मात्र, भागीदारीचे विसर्जन झाल्यास भागीदारी संस्थेचे विसर्जन होईल अगर होणार नाही.

२.८.१ भागीदारी संस्थेच्या विसर्जनाच्या पद्धती (Modes of Dissolution of a Firm)

भागीदारी संस्थेचे विसर्जन खालीलपैकी एका पद्धतीने होऊ शकते.

१) कराराप्रमाणे विसर्जन (Dissolution by Agreement) (कलम ४०) : सर्व भागीदारांच्या संमतीने किंवा भागीदारांमधील संविदेनुसार भागीदारी संस्था विसर्जित करता येते.

२) अनिवार्य / सक्तीचे विसर्जन (Compulsory Dissolution) (कलम ४१) : पुढील परिस्थितीत भागीदारी संस्थेचे सक्तीने विसर्जन करणे भागीदारांना भाग पडते.

१) सर्व भागीदार किंवा एक सोडून इतर सर्व भागीदार दिवाळखोर म्हणून अभिनिर्णित झाल्यास.

२) भागीदारी संस्थेचा व्यापार बेकायदेशीर ठरल्यास किंवा भागीदारीचा व्यापार बेकायदेशीर होणारे एखादे कृत्य घडल्यास परंतु भागीदारी संस्थेचे एकापेक्षा अधिक व्यवसाय असतील तर जो व्यवसाय बेकायदेशीर ठरला असेल तो सोडून इतर व्यवसाय चालू ठेवता येतात.

३) संभावी घटना घडल्यावर विसर्जन (Dissolution on the happening of certain contingencies) (कलम ४२) : भागीदारांमधील संविदेच्या अधिनतेने :

१) भागीदारी संस्था ठरावीक मुदतीकरता घटीत झालेली असेल तर ती मुदत संपल्यामुळे किंवा
२) एक किंवा अधिक उपक्रम पार पाडण्यासाठी भागीदारी संस्था घटीत झालेली असेल तर त्यांच्या परिपूर्तीमुळे.
३) भागीदारीच्या मृत्युमुळे आणि
४) भागीदाराची दिवाळखोर म्हणून अभिनिर्णिती झाल्यामुळे भागीदारी संस्था विसर्जित होते.

४) इच्छाधीन भागीदारीचे नोटीशीद्वारे विसर्जन (कलम ४३) (Dissolution by Notice)

जेव्हा भागीदारी इच्छाधीन असेल तेव्हा, कोणताही भागीदार संस्था विसर्जित करण्याच्या आपल्या उद्देशाची इतर सर्व भागीदारांना लेखी नोटीस देऊन भागीदारी संस्था विसर्जित करू शकतो. नोटिशीत विसर्जनाचा दिनांक नमूद केला असेल तर त्या दिनांकापासून किंवा अशा प्रकारे दिनांक नमूद केला नसेल तर ती नोटीस विदित करण्यात आल्याच्या दिनांकापासून भागीदारी संस्था विसर्जित होते.

५) न्यायालयाकडून विसर्जन (Dissolution by the Court)

भागीदाराने लावलेल्या दाव्यात न्यायालयाला पुढीलपैकी कोणत्याही कारणावरून भागीदारी संस्था विसर्जित करता येते –

१) भागीदारी संस्थेतील एखादा भागीदार वेडा झाल्यास.
२) एखादा भागीदार आपल्या कर्तव्यांचे पालन करण्यास कोणत्याही प्रकारे कायमचा असमर्थ असल्यास.
३) भागीदारी संस्थेतील एखाद्या भागीदाराच्या गैरवर्तणुकीमुळे भागीदारीचा व्यवसाय चालविणे कठीण झाल्यास म्हणजेच त्याच्या गैरवर्तणुकीमुळे व्यवसायावर प्रतिकूल परिणाम होत किंवा भविष्यात होऊ शकत असल्यास.
४) एखादा भागीदार भागीदारीच्या करारनाम्याचे वारंवार उल्लंघन करीत असेल आणि त्यामुळे इतर भागीदारांना भागीदारीचा व्यवसाय चालविणे अशक्य झाल्यास.
५) एखाद्या भागीदाराने इतर भागीदारांच्या संमतीशिवाय भागीदारीतील आपला हितसंबंध त्रयस्थ व्यक्तीला हस्तांतरित केल्यास.

६) भागीदारीच्या व्यवसायात सतत तोटा होत असल्यास व भविष्यातही तोटाच होण्याची शक्यता असल्यास

७) इतर कोणत्याही न्याय्य व उचित कारणासाठी भागीदारीचे विसर्जन करावे असे न्यायालयास वाटल्यास

वरीलपैकी कोणत्याही कारणास्तव भागीदारी संस्थेच्या विसर्जनाबाबत न्यायालयाकडे विनंती करण्याचा भागीदाराचा अधिकार कराराने काढून घेता येत नाही. न्यायालयाने विसर्जनाबाबत ज्या तारखेला आदेश दिला असेल त्या तारखेपासूनच भागीदारीचे विसर्जन होते.

२.८.२ विसर्जनाचे परिणाम (Consequences of Dissolution)

भागीदारी संस्थेचे विसर्जन झाल्यानंतर भागीदारीचे नित्याचे सर्व व्यवहार बंद करण्यात येतात. परंतु व्यवसाय बंद करण्यासाठी जे व्यवहार आवश्यक असतात ते व्यवहार भागीदार चालू ठेवू शकतात व ते सर्वांवर बंधनकारक असतात.

भागीदारीचे विसर्जन करण्याचे ठरल्यानंतर भागीदारी संस्थेची सर्व संपत्ती एकत्र करून ती विकून जो पैसा येईल त्यामधून देणी दिली जातात. भागीदारी संस्थेची देणी दिल्यानंतर जर काही रक्कम शिल्लक राहिली तर ती भागीदारांना नफा विभागणीच्या प्रमाणात वाटून देण्यात येते. परंतु कर्जफेडीकरिता रक्कम पुरली नाही तर ती रक्कम भागीदारांना करारात ठरल्याप्रमाणे भरावी लागते; त्यानंतरच विसर्जनाची कारवाई पूर्ण होते.

२. ब. मर्यादित जबाबदारी भागीदारी कायदा २००८
Limited Liability Partnership Act, 2008

२.१ प्रस्तावना (Introduction)

२.२ मर्यादित भागीदारी कायद्याचे अर्थ व स्वरूप (Meaning and Nature of Limited Partnership Act)

२.३ कंपनी व मर्यादित भागीदारी संख्या फरक (Difference between Company and LLP)

२.४ मर्यादित जबाबदारी भागीदारीचे फायदे (Adavantages of Limited Libilitites Parntership)

२.५ मर्यादित जबाबदारी भागीदारी संस्थेची स्थापना (Incorporation of LLP)

२.६ भागीदार व त्यांचे संबंध (Partners and their Relations)

२.७ मर्यादित जबाबदारी संस्था आणि भागीदार यांचे दायित्व (Liability of Limited Liability Partnership and Partners)

२.८ **मर्यादित भागीदारी संस्थेने वित्तीय माहिती उघड करणे (Financial Disclosures by Limited Liability Partnership)**

२.९ **सहभाग कलम ३२ (Contribution Sec.32)**

२.१० **भागीदारी हक्क हस्तांतरण व भागीदारीचे रूपांतर (कलम ५५) (Assignment and Transfer of Partnership Rights and Conversion of LLP, Sec.55)**

२.११ **भागीदारी संस्थेचे विसर्जन (६३ व ६४) (Winding and Dissolution of LLP, Sec.63 and 64)**

२.१ प्रस्तावना (Introduction)

विसाव्या शतकाच्या पूर्वार्धात भारतीय अर्थव्यवस्थेत प्रगतीसाठी शासनाने अनेक कायदे केले. आपल्या देशाच्या प्रगतीसाठी उगाचच कायद्याने अडथळे आणू नयेत असे शासनाने ठरविले. भारतीय अर्थव्यवस्थेचा तांत्रिक व कौशल्य असलेले मनुष्यबळ हा पाया आहे. भारताचे उद्योजक हे अर्थव्यवस्थेचा कणा आहे. भारतीय उद्योजकांकडे असलेले कौशल्य, अनुभव, ज्ञान हे अर्थव्यवस्था विकसित होण्यासाठी उपयुक्त आहे. त्यांना प्रगती करण्यासाठी मुक्तता आहे. कायद्याच्या चौकटीत व्यवसाय करण्याची मुभा आहे.

भागीदारी कायद्यात भागीदारांची जबाबदारी अमर्यादित असते याचा अर्थ असा की भागीदारी संस्थेच्या कर्जफेडीसाठी भागीदारीची संपत्ती अपुरी पडली तर भागीदारांची खाजगी संपत्ती त्याकरिता उपयोगत आणता येते; म्हणूनच अमार्यादित जबाबदारीच्या भागीदारीत जोखीम जास्त असते; त्यावर उपाय म्हणून मर्यादित भागीदारी स्थापन करतात यातील भागीदारांची जबाबदारी मर्यादित असते. हा कायदा इंग्लंडमध्ये पूर्वीपासून अस्तित्वात आहे.

भारतात या कायद्याला ७ जानेवारी २००९ ला परवानगी मिळाली. हा कायदा मर्यादित जबाबदारी भागीदारी कायदा २००९ या नावाने ओळखला जातो.

२.२ मर्यादित भागीदारी कायद्याचे अर्थ व स्वरूप (Nature of Limited Partnership Act)

१) कलम ३ : मर्यादित भागीदारी ही लोकप्रशासन असून ती मर्यादित जबाबदारी भागीदारी कायद्यानुसार स्थापन झाली पाहिजे. कलम २(d) नुसार लोकसप्रशासनात (Body Corporate) खालील गोष्टींचा समावेश होतो.

a) मर्यादित भागीदारी कायद्यानुसार स्थापन झालेली भागीदारी.

b) मर्यादित भागीदारी जी भारताबाहेर स्थापन झाली आहे अशी.

c) जी संस्था भारताबाहेर स्थापन झाली आहे अशी पण, लोकप्रशासनात पुढील गोष्टींचा समावेश होत नाही.

१) एकाकी प्रशासन.
२) स्थापन झालेल्या सहकारी संस्था.
३) मध्यवर्ती प्रशासनाने स्थापन केलेले लोकप्रशासन.
२) मर्यादित जबाबदारी भागीदारी संस्थेला कायद्यानुसार वेगळी मान्यता आहे. तिला स्वतंत्र अस्तित्व आहे.
३) जरी भागीदारांमध्ये बदल झाला तरी मर्यादित जबाबदारीमध्ये बदल होत नाही.
४) मर्यादित भागीदारी संस्थेला अखंड परंपरा आहे.
५) मर्यादित जबाबदारी भागीदारी कायद्यानुसार भागीदार म्हणजे (कलम ५ नुसार).

a) व्यक्ती किंवा लोकप्रशासन हे मर्यादित भागीदारीमध्ये भागीदार होऊ शकतात. दिवाळखोर व्यक्ती, मानसिक संतुलन बिघडलेली व्यक्ती, अज्ञान व्यक्ती आणि कायद्याने अपात्र ठरवलेली व्यक्ती ही भागीदार होऊ शकत नाही.

b) कलम ६ नुसार

मर्यादित जबाबदारी कायद्यानुसार कमीत कमी २ व्यक्ती भागीदार असाव्यात; पण हा आकडा दोन पेक्षा कमी झाल्यास सहा महिने व्यक्ती भागीदारी व्यवसाय करू शकते. ती व्यक्ती प्रत्यक्ष सहा महिन्यांपर्यंत सर्व गोष्टींना जबाबदार असते.

c) नियुक्त भागीदार (Designated Partner)

मर्यादित भागीदारी कायद्याचे हे विशेष वैशिष्ट आहे.

नियुक्त भागीदारी (कलम ७ नुसार)

नियुक्त भागीदार म्हणजे कलम ७च्या अनुरोधाने जो नियुक्त भागीदार आहे असा

नियुक्त भागीदार अर्थ (Meaning)

कमीत कमी दोन नियुक्त भागीदार गरजेचे असतात. त्यांपैकी एक भारताचा रहिवासी असावा; जर सर्व भागीदारांच्या गटाने सलोखा केला सर्व लोकप्रशासनातील किंवा एक किंवा एकापेक्षा जास्त व्यक्ती आणि लोकप्रशासन असते तेव्हा किमान दोन व्यक्ती नियुक्त भागीदार होऊ शकतात. संस्था स्थापन करताना नियुक्त भागीदारांचे दस्तऐवज स्थापनेच्यावेळी द्यावे लागतात. सर्वसामान्य कायद्यानुसार कोणताही भागीदार नियुक्त भागीदार होऊ शकतो. किंवा अर्धवट नियुक्त भागीदार होऊ शकतो. स्थापन करताना असे विधान असेल, वेळोवेळी प्रत्येक भागीदार नियुक्त भागीदार असेल, तर प्रत्येक भागीदाराच नियुक्त भागीदार असतो. जी व्यक्ती नियुक्त भागीदार होण्यास पात्र असेल अशीच व्यक्ती नियुक्त भागीदार होऊ शकते. नियुक्त भागीदार होण्यासाठी भागीदाराची संमतीही महत्त्वाची आहे. नियुक्त भागीदाराची नोंदणी नियुक्तीनंतर ३० दिवसांच्या आत नोंदविणे महत्त्वाचे असते.

कलम ८ नुसार नियुक्त भागीदार खालील गोष्टींसाठी जबाबदार असतो. सर्व कृती, सर्व बाबी, सर्व गोष्टी ज्याची पूर्तता मर्यादित भागीदारी कायद्यानुसार आवश्यक

असते. सर्व दस्तऐवज, परतावा विधान या सर्व गोष्टींच्या पूर्ततेसाठी व त्याच्या सत्यतेसाठी नियुक्त भागीदार जबाबदार असतो.

सर्व दंड जे मर्यादित संस्थेवर प्रमाणित करण्यात आले आहेत त्यासाठी नियुक्त भागीदार जबाबदार असतो.

कलम ९ नुसार जर नियुतक्त भागीदाराचे पद रिक्त झाले तर कलम ७ प्रमाणे नियुक्त भागीदार तीस दिवसांच्या आत नियुक्त केला पाहिजे; जर कायद्याविरूद्ध काही बाबी आढळल्या. नियुक्तीच्या अटी, नियुक्ती बाबतचा आकडा, नियुक्त भागीदारामध्ये बदल, तर कायद्याप्रमाणे कमीतकमी १०,००० ते जास्तीत जास्त ५ लाख रुपये दंड होऊ शकतो.

२.३ कंपनी व मर्यादित भागीदारी संस्था फरक (Difference Between Company and LLP)

	कंपनी	मर्यादित भागीदारी संस्था
कायदा	कंपनी कायदा १९५८ नुसार कंपनीची स्थापना करता येते.	मर्यादित भागीदारी संस्था कायदा २००८ प्रमाणे मर्यादित भागीदारी स्थापन करता येते.
स्वतंत्र्य अस्तित्व	कंपनीला स्वत:चे अस्तित्व आहे. संचालक मंडळापेक्षा कायद्याने तिचे स्वतंत्र अस्तित्व आहे.	मर्यादित भागीदारी संस्थेला स्वत:चे अस्तीत्व आहे. मर्यादित भागीदारी संस्था कायद्यानुसार भागीदार व नियुक्त भागीदारांपासून वेगळे अस्तित्व आहे.
नाव	कंपनीच्या नावामध्ये लिमिटेड किंवा प्रायव्हेट लिमिटेड असा शब्द असावा लागतो.	भागीदारी संस्थेमध्ये मर्यादित भागीदारी संस्था (LLP) असा उल्लेख असावा लागतो.
करारामध्ये सहभाग	संचालक हा करारामध्ये सहभागी होऊ शकतो.	भागीदार हा करारामध्ये सहभागी हाऊ शकतो.
मालमत्तेवर हक्क	कंपनीच्या मालमत्तमध्ये सदस्यांचा हक्क त्यांच्या भागाएवढाच असतो.	मर्यादित भागीदारी संस्थेमध्ये भागीदारांचा हक्क त्यांच्या गुंतवलेल्या भांडवला एवढाच असतो.
विसर्जन	कंपनीचे विसर्जन हे संचालक मंडळाच्या कृतीवर अवलंबून नसते.	मर्यादित भागीदारी संस्थेचे विसर्जन हे भागीदारांच्या कृतीवर अवलंबून असते.

हस्तांतरण	कंपनीचे भाग हे कोणालाही सदस्य हस्तांतरत करू शकतात.	मर्यादित भागीदारीचे संस्थेचे हक्क व्याज हे (LLP) कायद्यानुसार हस्तांतरत करावे लागतात.
स्वरूप	१९५६ च्या कायद्यानुसार कंपनी ही लोकप्रशासन असून स्थापन झाली असते. तिला कायद्यानुसार स्वतंत्र अस्तित्व आहे. तिला अखंड परंपरा आहे.	मर्यादित भागीदारी संस्था २००८च्या कायद्यानुसार स्थापन झाली असते. तिला कायद्यानुसार स्वतंत्र अस्तित्व असून अखंड परंपरा असते.
भांडवल	कंपनी स्थापनेसाठी कमीतकमी १,००,००० रुपये प्रायव्हेट कंपनीला व ५,००,००० रुपये पब्लिक कंपनीला आवश्यक असते.	मर्यादित भागीदारी संस्थेला अशी मर्यादा नसते.
खाती	कंपनीमध्ये सर्व खात्यांचे समावेश कंपनी कायदा १९५६ प्रमाणे करावा लागतो.	मर्यादित भागीदारी संस्थेचे खात्यांचे समावेशन मर्यादित भागीदारी संस्था कायदा २००८ प्रमाणे असते.
लेखापरीक्षा	१९५६ च्या कायद्यानुसार कंपनीचे लेखापरीक्षण दरवर्षी करावे लागते. असणाऱ्या संस्थांना करावे लागते.	LLP कायद्यानुसार मर्यादित भागीदारी संस्थेचे लेखापरीक्षण ४० लाखांच्यावर उलाढाल
सदस्य मर्यादा (कमाल)	खाजगीमध्ये ५० सदस्य जास्तीत जास्त करता येतात. कंपनीमध्ये ही मर्यादा नाही.	मर्यादित भागीदारी संस्थेत अशी मर्यादा नाही.
सदस्य मर्यादा किमान	कमीत कमी दोन खाजगी मर्यादित संस्था ७ सार्वजनिक मर्यादित संस्था.	कमीत कमी दोन भागीदार.
नवीन सदस्य/ भागीदार	कंपनीचे भाग खरेदी करून सदस्य होता येते.	इतर भागीदारांच्या संमतीने नवीन भागीदार घेता येतो.
संचालक /नियुक्त भागीदार	कमीतकमी २ संचालक खाजगी मर्यादितसाठी व ३ संचालक पुब्लक लिमिटेडसाठी	कमीत कमी दोन नियुक्त भागीदार असणे गरजेचे आहे.

२.४ मर्यादित जबाबदार भागीदारीचे फायदे (Advantages of Limited Liability Partnership)

बरेचसे सदस्य मर्यादित जबाबदारी भागीदारी संस्था स्थापन करतात. अश्या संस्थांना बरेच फायदे आहेत. ते पुढीलप्रमाणे :

१) भांडवल मर्यादा : मर्यादित जबाबदारी भागीदारी संस्थेला स्थापनेसाठी भांडवल मर्यादांचे बंधन नाही. कमीत कमी भांडवलामध्ये या भागीदारी संस्थेची स्थापना होऊ शकते. पब्लिक लिमिटेड कंपनीला ५,००,००० लाख व खाजगी भांडवली संस्थांना (Private Ltd., Co.) १,००,०००रुपयांचे भांडवल आवश्यक असते.

२) सदस्य मर्यादा : मर्यादित जबाबदारी भागीदारी संस्थेत कमीत कमी दोन भागीदारांची आवश्यकता असते. कमाल मर्यादेवर बंधन नसते. सार्वजनिक मर्यादित (Private Ltd.) मध्ये कमीत कमी ७ व जास्तीत जास्त मर्यादा नसते पण स्वतंत्र मर्यादित (Public Ltd.) मध्ये कमीत कमी २ व जास्तीत जास्त ५० सदस्यांची आवश्यकता असते.

३) स्थापनेचा खर्च : मर्यादित भागीदारी संस्थेचा स्थापनेचा खर्च खूप कमी आहे. सार्वजनिक मर्यादित व स्वतंत्र मर्यादित संस्थेचा हा खर्च तुलनेने खूप जास्त आहे. कमीत कमी ८०० ते ५६०० रुपये स्थापनेचा खर्च होतो.

४) लेखापरीक्षण : सार्वजनिक मर्यादित व स्वतंत्र मर्यादित संस्थांना वर्षाअखेर लेखापरीक्षण करावेच लागते. त्यांचे भांडवल त्यांची उलाढाल किती आहे यावर त्याचे लेखापरीक्षण अवलंबून नसते. मर्यादित भागीदारी संस्थेचे लेखापरीक्षण हे त्यांच्या उलाढालीवर अवलंबून असते. ज्या मर्यादित भागीदारी संस्थेचे योगदान २५ लाख व त्यापेक्षा जास्त असेल किंवा वार्षिक उलाढाल ही ४० लाखांच्यावर असले त्याच संस्थांना लेखापरीक्षण करावे लागते.

५) करपद्धत : कलम ४०(b) नुसार भागीदारांचे वेतन जास्त वेतन मोबदला हे भागीदारी संस्थेतून करमुक्त आहे. भागीदारी संस्थेमध्ये यावर दोनदा कर भरावा लागतो.

६) हस्तांतरण : भागीदारी संस्थेत भागीदार होणे व भागीदारी सोडणे हे खूप सोपे आहे. हे मर्यादित भागीदारी संस्थेच्या करारानुसार सोपे होते.

७) कायद्याची नोटीस : जर एखाद्या कायद्याचे उल्लंघन झाले किंवा एखादी गोष्ट कोर्टीमध्ये तर नोंदणी ही भागीदारी संस्थेच्या नावाने होते. त्याची सूचना ही भागीदाराच्या नावाने येत नाही. मर्यादित जबाबदारी भागीदारी संस्थेचे कायद्यात स्वतंत्र अस्तित्व असते.

८) वरील फायद्यांव्यतिरिक्त मर्यादित जबाबदारी भागीदारी संस्थांना कमीत कमी खाती ठेवणे, विसर्जनासाठी सोपी पद्धत, जगमान्य संस्था पद्धत ह्या गोष्टींचा खूप फायदा होतो.

२.५ मर्यादित जबाबदारी भागीदारी संस्थेची स्थापना (Incorporation of Limited Liability Partnership Firm)

मर्यादित जबाबदारी भागीदारी संस्थेच्या स्थापनेबाबत तरतुदी प्रकाण III मध्ये समाविष्ट करण्यात आलेल्या आहेत.

i) दोन किंवा दोनापेक्षा जास्त व्यक्तींनी एकत्र येवून स्थापनेच्या वेळेला दस्तऐवज सादर करणे गरजेचे असते. ते कायदेशीर व्यवसाय करण्यासाठी योग्य ठरते. त्यांचे उद्दिष्ट्य कायदेशीर मार्गाने नफा मिळवणे हे असते.

ii) कलम ११ नुसार स्थापनेचा दस्तऐवज योग्य ती फी देऊन राज्य सरकारकडे सादर केले पाहिजे.

iii) स्थापनेच्या दस्तऐवजाबरोबर सर्व नियमांची कायद्यानुसार पूर्तता केली असलेले दस्तऐवज भरून दिले पाहिजेत, ते दस्तऐवज ग्राहक, वकील किंवा सचिव व चार्टर्ड आकउंटंट यांनी भरून देणे आवश्यक असते. कंपनी स्थापनेसाठी या गोष्टी महत्त्वाच्या आहेत.

v) स्थापनेचे दस्तऐवज हे ठरावीक पद्धतीने भरले पाहिजेत. त्यात मर्यादित जबाबदारी भागीदारी संस्थेचे नाव, त्याची उद्दिष्टे, पत्ता, पत्ते व भागीदारांची नावे, नियुक्ती भागीदारांचे पत्ते व नावे, भागीदारांची जबाबदारी (उत्तरदायित्व) आणि कायद्याने आवश्यक असलेली सर्व माहिती देणे आवश्यक असते.

vi) चुकीच्या माहितीसाठी दंड : ग्राहक किंवा वकील यांनी चुकीचे विधान केले किंवा कळत व नकळत चुकीच्या विधानाखाली सही केली तर त्यांना दंड आकारला जातो. याची जास्तीत जास्त मुदत दोन वर्षे व दंडाची रक्कम रुपये १०,००० ते रुपये ५,००,००० पर्यंत होऊ शकते.

vii) कलम १२ नुसार : रजिस्ट्रार कलम ११ नुसार सर्व बाबींशी सहमत असेल तर मर्यादित जबाबदारी भागीदारी संस्थेची स्थापना १४ दिवसांच्या आत करतो व स्थापन झाल्याचे प्रमाणपत्र देतो; त्यावर रजिस्ट्रारची सही असते; त्यावर मानांकन (seal) असते. कलम ११ नुसार हाच पुरावा असतो.

vii) मर्यादित जबाबदारी भागीदारी संस्था हीला स्वतंत्र अस्तित्व असते ती कायद्यानुसार वरीलप्रमाणे स्थापन होते.

a) मर्यादित जबाबदारी भागीदारी संस्था दावा करू शकते किंवा तिच्यावर दावा होऊ शकतो.

b) मर्यादित जबाबदारी भागीदारी संस्था मालमत्ता खरेदी करू शकते, विकू शकते.

c) मर्यादित जबाबदारी भागीदारी संस्थेचे स्वतंत्र मानांकन (seal) असते.

d) मर्यादित जबाबदारी भागीदारी संस्थेच्या नावात LLP शब्द आला पाहिजे.

२.६ **भागीदार व त्यांचे संबंध** (Partners and their Relations)

मर्यादित जबाबदारी भागीदारी कायद्याच्या कलम २२ ते २४ मध्ये भागीदार व त्यांचे संबंध यांचा उल्लेख केलेला आहे.

भागीदार होण्यासाठी पात्रता : कलम २२ नुसार ग्राहक/व्यक्ती स्थापनेच्या वेळी दस्तऐवजावर उल्लेख असलेली भागीदार होण्यास पात्र होते. दुसऱ्या व्यक्तीला जर भागीदार व्हायचे असेल तर कायद्याच्या तरतुदीनुसार ती व्यक्ती भागीदार होण्यास पात्र ठरते.

भागीदारांचे संबंध (Relationship of Partners) **:** कलम २३ नुसार भागीदारांचे परस्परांमधील संबंध, हक्क, बंधन (Obligation) हे मर्यादित जबाबदारी कायत्यानुसार कार्यान्वियीत होतात. ते करारानुसार (करार भागीदारांमधील किंवा मर्यादित जबाबदारी भागीदारी संस्था) ठरतात.

भागीदारांच्या संबंधात बदल झाला तर तो नोंदणी करणे आवश्यक ठरते. ठरलेल्या फॉर्ममध्ये भरून ते रजिस्ट्रारकडे सादर करणे आवश्यक आहे. त्याची ठरावीक फी भरावी लागते.

कंपनीच्या नोंदणीच्या वेळेला भागीदारांना असलेली बंधने ही दस्तऐवजांमध्ये स्पष्ट लिहिली पाहिजेत. ह्यामध्ये नोंदणीनंतर सर्व भागीदारांच्या संमतीने बदल करता येतात.

नोंदणीमध्ये हक्क, बंधने, परस्पर संबंध जर लिहिली नसतील तर कायद्याच्या कलम १ प्रमाणे भागीदारांना या सर्व गोष्टी बंधनकारक ठरतात.

२.७ **मर्यादित जबाबदारी संस्था आणि भागीदार यांचे दायित्व** (Liability of Limited Liability Partnership and Partners)

१) अभिकर्ता (Agent) : मर्यादित जबाबदारी भागीदारीमधील प्रत्येक भागीदार हा भागीदारी व्यवसायाचा अभिकर्ता असतो. मात्र, तो इतर भागीदारांचा अभिकर्ता नसतो. भागीदारी संस्था व भागीदार यांच्यामध्ये प्रमुख व अभिकर्ता असा संबंध असतो.

२) मर्यादित जबाबदारी भागीदारीच्या दायित्वाच्या मर्यादा :

अ) पुढील प्रकारांमध्ये मर्यादित जबाबदारी भागीदारी भागीदारांच्या त्रयस्थ पक्षाशी केलेल्या व्यवहारांमध्ये **बांधील नसते**.

i) त्रयस्थ पक्षाला ती व्यक्ती भागीदार आहे असे माहीत नसल्यास व

ii) त्रयस्थ पक्षाशी केलेला व्यवहार हा भागीदारी संस्थेच्या मर्यादेच्या बाहेर असल्यास.

ब) पुढील प्रकारांमध्ये भागीदारी संस्था भागीदारांच्या त्रयस्थ पक्षांशी केलेल्या व्यवहारांमध्ये बांधील असते.

i) भागीदारी व्यवसायांशी संबंधित कोणतेही चुकीचे निर्णय किंवा काही महत्त्वाच्यागोष्टी वगळून निर्णय घेतले असल्यास किंवा

ii) महत्त्वाच्या गोष्टी वगळून घेतलेले निर्णय भागीदारी संस्थेच्या अधिकारात असल्यास.

मर्यादित जबाबदारी संस्थेचे दायित्व हे त्या संस्थेच्या मालमत्तेतून पूर्ण केले जाते.

३) भागीदारांच्या दायित्वाच्या मर्यादा (कलम २८)

i) एखाद्या दायित्वासाठी मर्यादित जबाबदारी भागीदारी पूर्णपणे जबाबदार असल्यास कोणताही भागीदार यासाठी प्रत्यक्ष किंवा अप्रत्यक्षपणे जबाबदार ठरत नाही.

ii) अन्य भागीदारांच्या चुकांमुळे निर्माण होणाऱ्या दायित्वासाठी भागीदार व्यक्तिश: जबाबदार ठरत नाहीत.

iii) मात्र स्वत:च्या चुकांमुळे भागीदारीला नुकसान पोहोचत असल्यास त्यासाठी भागीदार जबाबदार असतो.

कलम २७ व २८ अनुसार भागीदार हा या संस्थेचा घटक असतो व तरीही तो भागीदारी संस्थेच्या दायित्वासाठी जबाबदार नसतो. (फक्त स्वत:च्या चुकांमुळे होणाऱ्या नुकसानीस तो जबाबदार असतो.)

२.८ मर्यादित भागीदारी संस्थेने वित्तीय माहिती उघड करणे (Financial Disclosures by Limited Liability Partnership)

मर्यादित जबाबदारी भागीदारी कायदा, 2008 मधील प्रकरण vii मध्ये हिशेब ठेवणे, वार्षिक विवरणपत्र सादर करणे इत्यादींविषयी नियम विधित केलेले आहेत. तसेच सदरची कर्तव्ये पार न पाडल्यास होणारे कायदेशीर परिणामही विधित केलेले आहेत. ते पुढीलप्रमाणे :

१) कलम ३४ : प्रत्येक मर्यादित जबाबदारी भागीदारी संस्थेने पूर्ण वर्षाचे हिशेब तयार केले पाहिजेत व ते नोंदणीकृत कार्यालयात ठेवले पाहिजेत.

२) प्रत्येक आर्थिक वर्ष संपल्यानंतर सहा महिन्यांच्या आत हिशेबांची कागदपत्रे व दिवाळखोर नसल्याचे दर्शवणारी कागदपत्रे तयार केली गेली पाहिजेत. सदर कागदपत्रे ठरविलेल्या नमुन्याप्रमाणे असावीत व सर्वानुमते ठरलेल्या (नियुक्त केलेल्या) भागीदाराची यावर स्वाक्षरी असणे आवश्यक असते.

३) दरवर्षी हिशेब पूर्ण झाल्यानंतर त्यांचे अंकेक्षण करून घेणेही अनिवार्य आहे.

वरील गोष्टींची पूर्तता न केल्यास, मर्यादित भागीदारी संस्थेला कमीतकमी २५,०००/- व जास्तीत जास्त ५,००,०००/-रुपये इतका दंड भरावा लागतो. त्याचबरोबर नियुक्त केलेल्या प्रत्येक भागीदाराला कमीतकमी १०,०००/-रुपये व जास्तीत जास्त १,००,०००/- रुपये इतका दंड भरावा लागतो.

४) **कलम ३५** : याशिवाय प्रत्येक आर्थिक वर्ष संपल्यानंतर ६० दिवसांच्या आत वार्षिक विवरणपत्र नोंदणी अधिकाऱ्याला विहित नमुन्यात सादर करणे आवश्यक आहे. (कलम ३५)

कलम ३५अनुसार या गोष्टीची पूर्तता न केल्यास मर्यादित जबाबदारी भागीदारी संस्थेला कमीत कमी २५,०००/- रुपये व जास्तीत जास्त ५,००,०००/- रुपये इतका दंड भरावा लागतो. तसेच वार्षिक विवरणपत्र सादर न केल्यास, नियुक्त केलेल्या भागीदारास कलम ३४ मध्ये नमूद केल्याप्रमाणे दंड भरावा लागतो.

५) **कलम ३६** : कलम ३४ व ३५ नुसार तयार केलेली हिशेब कागदपत्रे नोंदणी अधिकाऱ्याच्या कार्यालयात ठेवणे बंधनकारक आहे. सदरची कागदपत्रे कोणतीही व्यक्ती योग्य ती फी भरून पाहू शकते.

६) **कलम ३७** : कलम ३७ नुसार हिशेबाची कागदपत्रे किंवा विवरणपत्रे यामध्ये एखादी गोष्ट लिहायची राहून गेल्यास किंवा लिहिलेली गोष्ट खोटी आढळल्यास जबाबदार व्यक्तीस जास्तीत जास्त २ वर्षांचा तुरुंगवास व ५,००,०००/-रुपयांपर्यंतचा दंड भरावा लागतो.

७) **कलम ३८(१)** : सादर केलेल्या कोणत्याही कागदपत्राविषयी काही प्रश्न असल्यास किंवा काही माहिती मागवायची असल्यास ती नोंदणी अधिकारी लेखी स्वरुपात नियुक्त केलेल्या भागीदाराकडून मागवू शकतो.

८) **कलम ३८(२)** : नोंदणी अधिकाऱ्याने नियुक्त भागीदार किंवा जबाबदार व्यक्तीकडून माहिती मागविली असल्यास व ती उपलब्ध न केल्यास नोंदणी अधिकारी किंवा पोलीस अधिकारी किंवा लोकनियुक्त अधिकारी सदर व्यक्तीस नोटीस देऊन बोलावू शकतो व त्याला प्रश्न विचारू शकतो.

९) **कलम ३८ (३)** : नोंदणी अधिकाऱ्याने पाठविलेली नोटीस मिळूनसुद्धा सदर व्यक्ती न आल्यास तिला कमीत कमी २,०००/-रुपये व जास्तीत जास्त २५,०००/-रुपये इतका दंड भरावा लागतो. मात्र, हजर न राहण्याचे कायदेशीर कारण असल्यास ही शिक्षा होत नाही.

१०) **कलम ४१** : या नुसार सादर केलेली कोणतेही लेखी किंवा इलेक्ट्रॉनिक माध्यमातून आलेली कागदपत्रे नोंदणी अधिकारी गरज पडल्यास नष्ट करू शकतो.

११) **कलम ४०** : हे कलम दोन प्रकारच्या विलंबांसाठी आहे.

अ) कायद्यामधील तरतुदीनुसार विवरणपत्र, हिशेब व कागदपत्रे सादर न केल्यास

व

ब) नोंदणी अधिकाऱ्याने सांगितल्याप्रमाणे कोणतेही कागदपत्र दुरुस्त न केल्यास किंवा पुन्हा सादर न केल्यास

वरीलपैकी कोणतीही गोष्ट घडल्यास नोंदणी अधिकारी भागीदारी संस्थेला नोटीस बजावू शकतो. तसेच पुढील १४ दिवसांत कार्यवाही न झाल्यास नोंदणी

अधिकारी न्यायाधिकरणाकडे अर्ज करू शकतो. न्यायाधिकरणाने भागीदार व भागीदारी संस्थेला दिलेल्या वेळात अटींची पूर्तता करावी यासाठी सदर अर्ज केला जातो.

२.९ सहभाग (Contribution) कलम ३२

कलम ३२ नुसार मर्यादित जबाबदारी भागीदारी कायद्यानुसार भागीदार, भागीदारी संस्थेत खालील प्रकारे सहभागी असतात.

a) दृश्य व अदृश्य मालमत्ता तसेच स्थावर व अस्थावर मालमत्ता.

b) इतर फायदे पैसे व वचनचिठ्ठी.

c) वैश्यासंबंधीचे करार किंवा मालमत्ता करार किंवा सेवा करार कलम ३३ नुसार वरील सर्व गोष्टींमध्ये भागीदार हे सहभागी असतात, मर्यादित जबाबदारी भागीदारी कायद्यानुसार ह्या सर्व जबाबदारीमुळे बाकीचे व्यवहार हे भागीदारांच्या विश्वासावर व त्यांच्या सहभागामुळे होऊ शकतात. भागीदारी संस्थेचे देणेकरी त्यांचा सहभाग, देण्याची मर्यादा भागीदारांच्या सहभागामुळे त्यांच्यावर विश्वास ठेवून वाढवू शकतात.

२.१० भागीदारी हक्क हस्तांतरण व भागीदारीचे रूपांतर (कलम ५५) (Assignment and Transfer of Partnership Rights and Conversion of LLP)

भागीदारी हक्क हस्तांतरण (Assignment and Transfer of Partnership Rights)

कलम ४२ नुसार, मर्यादित जबाबदारी भागीदारी कायदा प्रकरण viii नुसार, भागीदार हा त्याला मिळणारे (Interest) व्याज हे हस्तांतरित करू शकतो, पण त्याचे हक्क तो हस्तांतरित करू शकत नाही. मर्यादित जबाबदारी भागीदारी कायद्यानुसार भागीदारी संस्था नफ्यामध्ये भाग करू शकते आणि हा नफा भागीदारांना करारानुसार वाटू शकते. हा हक्क पूर्णपणे किंवा थोडा हा भागीदारांकडे हस्तांतरित करू शकते. ह्या हस्तांतरणामुळे मर्यादित जबाबदारी

२.९ भागीदारी खंडीत किंवा विसर्जीत होत नाही. पण ज्याला हे हस्तांतरीत केले आहे त्यांना भागीदारीमध्ये संघटनेमध्ये भाग घेता येत नाही. त्यांना मर्यादित जबाबदारी भागीदारीचा व्यवसाय करता येत नाही त्यांना भागीदारीमधील महत्त्वाची माहिती मिळण्याचा अधिकार नसतो.

भागीदारीचे रूपांतर (Conversion of Limited Liability Partnership)

या कायद्यामधील प्रकरण x (कलम ५५ ते ५८) मध्ये इतर व्यवसायांचे मर्यादित जबाबदारी भागीदारीमध्ये रूपांतर व त्याचे कायदेशीर परिणाम दिलेले आहेत.

१) पुढीलपैकी कोणत्याही व्यवसायांचे रूपांतर मर्यादित जबाबदारी भागीदारीमध्ये करता येते –

अ) व्यवसाय संस्था

ब) खाजगी कंपनी

क) शेअरबाजारात समाविष्ट नसलेली सार्वजनिक कंपनी

वरीलपैकी कोणत्याही व्यवसायाचे मर्यादित जबाबदारी भागीदारीमध्ये रूपांतर हे या कायद्यातील प्रकरण x आणि दोन, तीन, चार या सूचीप्रमाणे करावे लागते.

२) नोंदणी करण्याची पद्धती : कोणतीही व्यवसाय संस्था, खाजगी कंपनी किंवा सार्वजनिक कंपनी यांना मर्यादित जबाबदारी भागीदारीत रूपांतरित व्हावयाचे असेल तर नोंदणी अधिकाऱ्याकडे अर्ज करावा लागतो. या अर्जासोबत सूचीत दिल्याप्रमाणे आवश्यक ती कागदपत्रे जोडावी लागतात. सर्व कागदपत्रे व कायदेशीर नियमांची पाहणी करून नोंदणी अधिकारी दस्तऐवजाची नोंदणी करतात व नोंदणीचे प्रमाणपत्र देतात. या प्रमाणपत्रात नमूद केलेल्या तारखेपासून सदर संस्थेचे मर्यादित जबाबदारी भागीदारीमध्ये रूपांतर होते.

या रूपांतराची सर्व माहिती व नव्याने स्थापन झालेल्या मर्यादित जबाबदारी भागीदारीविषयीची सर्व माहिती नोंदणी प्रमाणपत्र मिळाल्यापासून १५ दिवसांच्या आत कंपनी नोंदणी अधिकाऱ्याला कळविणे अनिवार्य असते.

३) रूपांतरामुळे होणारे कायदेशीर परिणाम :

i) कोणत्याही संस्थेचे मर्यादित जबाबदारी भागीदारीमध्य रूपांतर झाल्यानंतर त्यामधील सर्व भागीदार या कायद्यातील सर्व तरतुदींना बांधले जातात.

ii) नोंदणी प्रमाणपत्रात नमूद केलेल्या नावाप्रमाणेच मर्यादित जबाबदारी भागीदारी अस्तित्वात येते.

iii) संस्थेकडे अस्तित्वात असलेली सर्व मूर्त आणि अमूर्त मालमत्ता व सर्व हक्क आणि अधिकार मर्यादित जबाबदारी भागीदारीकडे सुपूर्द करावी लागतात. याचबरोबर सर्व देयकेही सुपुर्द करावी लागतात. यासाठी विशिष्ट अशी कोणतीही कार्यवाही करावी लागत नाही तर ही गोष्ट आपोआप होते.

iv) नोंदणी अधिकाऱ्याच्या दृष्टिकोनातून जुनी व्यवसाय संस्था किंवा कंपनी विसर्जित होते; त्यामुळे तिचे नाव अधिकाऱ्याकडे असलेल्या नोंदीतून काढून टाकले जाते.

२.११ मर्यादित जबाबदारी भागीदारी संस्थेचे विसर्जन (Winding up and Dissolution of Limited Liability Partnership)

कलम ६३ व ६४

मर्यादित जबाबदारी भागीदारी कंपनीचे विसर्जन पुढीलपैकी दोन प्रकारे होऊ शकते –

१) मर्यादित जबाबदारी भागीदारीचे स्वत:हून होणारे विसर्जन (Voluntary Winding up) :

मर्यादित जबाबदारी भागीदारीमधील सर्व भागीदार स्वत:हून संस्थेचे विसर्जन करण्याचे ठरवू शकतात. त्यानुसार सदर संस्था विसर्जित होते.

२) न्यायाधिकरणामार्फत होणारे विसर्जन (कलम ६४) (Winding up by the Tribunal)

पुढील परिस्थितीत न्यायालय भागीदारी संस्थेच्या विसर्जनाचा आदेश देऊ शकते.

i) न्यायालयान आदेश : न्यायालनाने मर्यादित जबाबदारी भागीदारी विसर्जन करण्याचा आदेश दिल्यास.

ii) भागीदारांची संख्या कमी झाल्यास : सहा महिन्यांपेक्षा अधिक कालावधीसाठी भागीदारांची संख्या २ पेक्षा कमी झाल्यास भागीदारीचे विसर्जन करावे लागते.

iii) देयक देण्यासाठी असमर्थता असल्यास : मर्यादित जबाबदारी भागीदारीची देयके भागीदारी पूर्ण करू शकत नसल्यास भागीदारीचे विसर्जन करावे लागते.

iv) देशहिताविरुद्ध गोष्टी : मर्यादित जबाबदारी भागीदारीमुळे देशहिताविरुद्ध किंवा जनतेविरुद्ध किंवा सार्वजनिक हिताविरुद्ध काही गोष्टी घडल्या असल्यास न्यायालय विसर्जनाचा आदेश देते.

v) कागदपत्रांची उशिरा पूर्तता केल्यास : नोंदणी अधिकाऱ्याकडे भागीदारीची पुस्तके, हिशेब, वार्षिक विवरणपत्र इत्यादी गोष्टी सलग ५ वर्षांपेक्षा अधिक कालावधीसाठी उशिरा पाठवले जात असल्यास कलम ३४ व ३५ नुसार भागीदारीचे विसर्जन करावे लागते.

vi) न्यायालयाला योग्य वाटलेल्या कारणानुसार : न्यायाधिकरणाच्या मते, योग्य असलेल्या (just and equitable) कोणत्याही गोष्टीसाठी न्यायालय मर्यादित जबाबदारी भागीदारीचे विसर्जनाचे आदेश देऊ शकते.

सराव प्रश्न

खालील प्रश्नांची २० शब्दांत उत्तरे द्या.

१) भागीदारांची व्याख्या सांगा.

२) भागीदारीचे प्रकार सांगा.

३) भागीदारांचे प्रकार सांगा.

४) मर्यादित जबाबदारी भागीदारी अर्थ लिहा.

५) 'नियुक्त भागीदार' म्हणजे काय?

६) कोणत्या व्यवसायांचे रूपांतर मर्यादित जबाबदारी भागीदारीमध्ये करता येते.

खालील प्रश्नांची ५० शब्दांत उत्तरे द्या.

१) भागीदारीची वैशिष्ट्ये सांगा.
२) भागीदारीचा अर्थ स्पष्ट करा.
३) भागीदारीचे प्रकार स्पष्ट करा.
४) भागीदारांचे प्रकार स्पष्ट करा.
५) भागीदारी संस्थेच्या विसर्जनाचे परिणाम स्पष्ट करा.
६) मर्यादित जबाबदारी भागीदारी संस्थेचे स्वरूप स्पष्ट करा.
७) मर्यादित जबाबदारी भागीदारी संस्था वित्तीय माहितीचे सादरीकरण करा.
८) मर्यादित जबाबदारी भागीदारी संस्थेची स्थापना कशी होते ते स्पष्ट करा.
९) मर्यादित जबाबदारी भागीदारी संस्थेचे रूपांतर (कलम ५५) यावर लिहा.
१०) मर्यादित जबाबदारी भागीदारी संस्थेचा सहभाग (कलम ३२) यावर लिहा.
११) मर्यादित जबाबदारी भागीदारी कायद्यातील नियुक्त भागीदार ही संकल्पना स्पष्ट करा.

खालील प्रश्नांची १५० शब्दांत उत्तरे द्या.

१) भागीदारीची व्याख्या व वैशिष्ट्ये स्पष्ट करा.
२) भागीदारी संस्थेचे विसर्जन कोणत्या परिस्थितीत होऊ शकते ते स्पष्ट करा.
३) मर्यादित जबाबदारी भागीदारी संस्था व कंपनी यातील फरक स्पष्ट करा.
४) मर्यादित जबाबदारी भागीदारी संस्थेचे विसर्जन (कलम ६३ व ६४).
५) मर्यादित जबाबदारी भागीदारी संस्थेचे फायदे स्पष्ट करा.
६) मर्यादित जबाबदारी भागीदारी कायद्यामध्ये भागीदार हक्क, हस्तांतरण स्पष्ट करा.
७) मर्यादित जबाबदारी भागीदारी संस्थेने वित्तीय माहिती उघड करण्यासंबंधीचे नियम स्पष्ट करा.
८) मर्यादित जबाबदारी संस्था आणि भागीदार यांचे दायित्व स्पष्ट करा.

खालील प्रश्नांची ३०० शब्दांत उत्तरे द्या.

१) भागीदारांचे हक्क, कर्तव्ये आणि जबाबदाऱ्या स्पष्ट करा.
२) भागीदारीचे विसर्जन आणि भागीदारी संस्थेचे विसर्जन यातील फरक स्पष्ट करा. भागीदारी संस्थेचे न्यायालयाद्वारे विसर्जन कोणत्या परिस्थितीत होऊ शकते ते स्पष्ट करा.
३) मर्यादित जबाबदारी भागीदारी संस्था म्हणजे काय, हे स्पष्ट करून मर्यादित जबाबदारी भागीदारी संस्थेची स्थापना, विसर्जन स्पष्ट करा.
४) मर्यादित जबाबदारी भागीदारी संस्था म्हणजे काय हे स्पष्ट करून त्याचे स्वरूप व फायदे स्पष्ट करा.

३ भारतीय मालविक्री कायदा, १९३०

The Sale of Goods Act, 1930

३.१ प्रास्ताविक (Introduction)

३.१ प्रास्ताविक (Introduction)

भारतीय मालविक्री कायदा, १९३० (The Sale of Goods Act, 1930)

कोणत्याही व्यवसायात मालांची विक्री करणे ही अगदी सर्वसामान्य घटना असते. १९३० पर्यंत मालाची खरेदी-विक्री भारतीय करार कायदा १८७२ (प्रकरण VII) नुसार नियमित केले जात होते. या कायद्यातील काही कलमे (कलम ७६ पासून १२३ पर्यंत) आणि काही स्वतंत्र कलमे घालून मालविक्री कायदा १९३० तयार करण्यात आला. १ जुलै १९३० ला 'भारतीय मालविक्री कायदा १९३०' या नावाने तो भारतीय संसदेत संमत करण्यात आला. २२ सप्टेंबर १९६३ या कायद्यातील 'भारतीय' हा शब्द काढून टाकण्यात आला आणि त्यामध्ये काही दुरुस्ती करून 'मालविक्री कायदा (दुरुस्ती) १९६३' असे त्याचे नामकरण करण्यात आले. या कायद्यात एकूण ६६ कलमे असून जम्मू आणि काश्मीर सोडून उर्वरित भारताला हा कायदा लागू होतो.

मालाच्या विक्री कायद्यान्वये झालेल्या करारास भारतीय करार कायद्यातील बहुतेक सर्व तरतुदी लागू होतात. उदा. करारपात्र व्यक्ती, स्वेच्छेने दिलेली संमती, पैजेचा ठराव, व्यापारधंदा प्रतिबंधक ठराव वगैरे बाबतीतील तरतुदी. मात्र, या दोन्ही कायद्यांमध्ये 'प्रतिफल' म्हणजे 'कराराचा मोबदला' यांच्या व्याख्येमध्ये थोडा फरक असून मालाच्या विक्री-कराराचे प्रतिफल हे मालाची किंमत (Price) म्हणजेच चलनाच्या स्वरूपात असते.

मालाच्या विक्री करारात मालाची विक्री करणारा विक्रेता हा मालाची किंमत खरेदीदाराकडून घेऊन मालाची विक्री करतो, तर मालाची किंमत देऊन खरेदीदार मालाची मालकी विक्रेत्याकडून घेतो.

व्यापारात होणाऱ्या अनेक व्यवहारांमध्ये वस्तूंच्या खरेदी-विक्री व्यवहारांना फार आपआपसातील व इतर ग्राहकांशी होणारे व्यवहार नियंत्रित करणे हा प्रस्तुत कायद्याचा मुख्य उद्देश आहे.

३.२ मालविक्री कराराची व्याख्या आणि अर्थ (Definition and Meaning of Contract of Sales of Goods)

मालविक्री कायदा १९३० कलम ४ (१) नुसार, "ज्या कराराद्वारे योग्य किमतीच्या मोबदल्यात विक्रेता आपला माल खरेदीदाराकडे हस्तांतरित करतो किंवा हस्तांतरित करण्याचा ठराव करतो. या कराराला 'मालविक्री करार' असे म्हणतात."

मालविक्री करार हा विनाअट किंवा शर्तींवर केला जाऊ शकतो.

या संकल्पनेत कायद्याच्या कलम ४ (२) नुसार 'मालविक्री करार' या संकल्पनेत सर्वसामान्यपणे मालाची विक्री आणि मालविक्री ठराव या दोन्हींचा समावेश होतो.

प्रमुख व्याख्या (Important Definitions)

कोणत्याही कायद्याच्या स्पष्टीकरणासाठी त्या कायद्यातील प्रमुख संज्ञांच्या व्याख्या पाहणे आवश्यक आहे. या कायद्यातील काही प्रमुख व्याख्या –

१) ग्राहक (क्रेता) : वस्तू खरेदी करणाऱ्या किंवा वस्तू खरेदी करण्याचे कबूल करणाऱ्या व्यक्तीला 'ग्राहक' किंवा 'क्रेता' असे म्हणतात.

२) विक्रेता : वस्तूंची विक्री करणाऱ्या किंवा विक्री करण्याचे कबूल करणाऱ्या व्यक्तीला 'विक्रेता' असे म्हणतात.

३) वस्तू किंवा माल : विक्रीचा करार म्हणजे वस्तू किंवा माल विकण्यासंबंधीचा करार त्यामुळे वस्तू किंवा माल म्हणजे काय हे पाहणे आवश्यक आहे. कलम २ (ब) प्रमाणे – व्याख्या – 'पैसा आणि दावा योग्य हक्क सोडून (Actionable Claims) सोडून कोणत्याही चल (जंगम) संपत्तीचा समावेश वस्तू किंवा माल या संज्ञेत होतो. वस्तूमध्ये कंपनीचे महामंडळाचे भाग, उभी पिके, गवत आणि जमिनीशी निगडित असलेल्या किंवा विक्रीच्यावेळी जमिनीपासून वेगळ्या करावयाच्या असतात त्या वस्तूंचा समावेश होतो,

या कायद्यानुसार वस्तूंचे पुढील दोन मुख्य प्रकार करण्यात आलेले आहेत.

अ) **विशिष्ट वस्तू** (Specific Goods) : वस्तू विक्रीच्यावेळी ज्या पूर्णपणे वेगळ्या काढता येतात व ज्यांची पूर्णपणे ओळख पटलेली असते अशा वस्तूंना 'विशिष्ट वस्तू' असे म्हणतात.

ब) **भावी किंवा भविष्यकालीन वस्तू** (Future Goods) : म्हणजे अशा वस्तू की ज्यांच्या विक्रीचा करार होताना त्या अस्तित्वात नसतात. त्या करार झाल्यानंतर उत्पादित (Manufactured) किंवा निर्माण (Produced) केल्या जातात. उदा. तयार होत असणारी इमारत/घर.

४) किंमत किंवा मूल्य (Price) : वस्तूंच्या खरेदीबद्दल पैशांच्या स्वरूपात विक्रेत्याला दिलेल्या मोबदल्याला 'किंमत' किंवा 'मूल्य' असे म्हणतात. किंमत ही नेहमी पैशांच्या स्वरूपात व्यक्त केली जाते.

५) वस्तूंचे प्रदान (Delivery of Goods) : एका व्यक्तीने स्वखुशीने दुसऱ्या व्यक्तीला दिलेला वस्तूंचा ताबा म्हणजे 'वस्तूंचे प्रदान' होय.

६) प्रदानयोग्य स्थिती (Deliverable State) : वस्तू विक्रीच्या करारानुसार ग्राहकाने वस्तू ताब्यात घेतल्याच पाहिजेत अशा स्थितीत जेव्हा वस्तू असतात तेव्हा त्या स्थितीला 'प्रदानयोग्य स्थिती' असे म्हणतात.

७) संपत्ती (मालमत्ता) : संपत्ती म्हणजे वस्तूंच्या किंवा मालाच्या स्वरूपातील संपत्ती. कोणत्याही चल संपत्तीचा समावेश 'संपत्ती' या संज्ञेमध्ये होईल.

आवश्यकता

करार कायद्यातील तरतुदी या सामान्यपणे कोणत्याही करारला लागू होतात पण ज्या वेळी विशिष्ट अटींचा किंवा शर्तींचा समावेश करणे आवश्यक असते, तसेच

ज्या वेळी एखाद्या विशिष्ट व्यवहारासाठी विशेष तरतुदींची गरज असते त्या वेळी त्यासंबंधातील विशेष कायद्याची गरज असते. विक्री व्यवहारातील फसवणुकीच्या प्रकारात किंवा अटींच्या उल्लंघनाची मर्यादा ठरविण्यासाठी तसेच कराराच्या अंमलबजावणीसाठी कायदेशीर कक्षा ठरविण्यासाठी करार कायदा अपुरा पडत होता. त्याचप्रमाणे वस्तूविक्रीतील विविधता आणि वस्तू विक्री व्यवहारात वाढलेली गुंतागुंत यामुळे माल विक्री व्यवहारासाठी स्वतंत्र कायद्याची गरज निर्माण झाली.

व्यापारात होणाऱ्या अनेक व्यवहारांमध्ये वस्तूंच्या खरेदी-विक्री व्यवहारांना स्वतंत्र कायदेशीर चौकट निर्माण करणे व व्यापाऱ्यांचे आपआपसातील व इतर ग्राहकांशी होणारे व्यवहार नियंत्रित करणे, हा या कायद्याचा मुख्य उद्देश आहे.

३.३ विक्रीच्या कराराची निर्मिती आणि आवश्यक बाबी (Formation and Essentials of a Contract of Sale)

ज्या वेळी कराराने मालाचे हस्तांतरण झालेले असते, त्या वेळी त्यास मालाची 'विक्री' (Sale) असे म्हणतात.

मालविक्रीचा करार म्हणजे काय?

ज्या कराराद्वारे विक्रेता किमतीच्या मोबदल्यात वस्तूवरील आपला मालकी हक्क ग्राहकाला हस्तांतरित करण्याचा ठराव करतो, त्या कराराला वस्तू विक्रीचा करार किंवा वस्तू विक्रीचा ठराव असे म्हणतात.

विक्रीचे दोन प्रकार आहेत

अ) प्रत्यक्ष विक्री (Sale) ब) वस्तुविक्रीचा ठराव (Agreement of Sale)

अ) वस्तूची विक्री (Sale) : एखाद्या करारानुसार जेव्हा वस्तूंची मालकी विक्रेत्याकडून खरेदीदाराकडे हस्तांतरित झालेली असते त्या वेळी त्यास 'मालाच्या विक्रीचा करार' (Sale) असे म्हणतात.

ब) वस्तू-विक्रीचा ठराव (Agreement of Sale) : मालाच्या विक्रीच्या करारानुसार जेव्हा मालाची मालकी खरेदीदाराकडे भविष्यकाळात हस्तांतरित व्हावयाची असते तेव्हा (किंवा काही अटींची पूर्तता केल्यावरच हस्तांतरित व्हावयाची असते तेव्हा) त्यास 'मालाच्या विक्रीचा ठराव' असे म्हणतात.

मालविक्रीच्या कराराची आवश्यक लक्षणे/वैशिष्ट्ये (Essentials of a contract of sale of goods)

विक्रेता व खरेदीदार यांच्यात वस्तू विकण्याचा आणि विकत घेण्याचा करार झाला म्हणजे त्याला 'वस्तू विक्रीचा करार' असे म्हणतात. असा करार झाल्यानंतर किमतीच्या मोबदल्यात विक्रेता खरेदीदाराला वस्तूंचा मालकी हक्क हस्तांतरित करतो.

वस्तू विक्रीच्या करारासाठी आवश्यक परिस्थिती/लक्षणे

१) वस्तू विक्रीचा करार हा केवळ चल संपत्तीचा म्हणजेच वस्तूंच्याच विक्रीचा करार असला पाहिजे.

२) या करारात 'विक्रेता' आणि 'खरेदीदार' असे दोन स्वतंत्र पक्ष असले पाहिजेत.

३) वस्तूंची विक्री किमतीच्या मोबदल्यात झाली पाहिजे. किंमत पैशांच्या स्वरूपात असली पाहिजे. एक वस्तू घेऊन तिच्या मोबदल्यात दुसरी वस्तू देणे ही विक्री ठरणार नाही.

४) मालविक्रीचा करार होण्यासाठी प्रस्ताव आणि त्याला स्वीकृती मिळणे आवश्यक आहे.

५) करार करणाऱ्या व्यक्तीची करार करण्याची पात्रता, मुक्त संमती, कायदेशीर प्रतिफल, कायदेशीर उद्दिष्ट हे करार कायद्यातील आवश्यक घटक मालविक्रीच्या करारातही असणे आवश्यक असते.

६) मालविक्रीचा करार लेखी किंवा तोंडी असू शकतो.

७) मालविक्रीच्या करारात वस्तूंवरील मालकीहक्क करार होताच खरेदीदाराकडे जातो. त्याचबरोबर मालकी हक्काबरोबरच मालाची जोखीमही (Risk) खरेदीदाराकडे हस्तांतरित होते.

८) वस्तूच्या विक्रीच्या करारासाठी भारतीय करार कायदा कलम १० मधील सर्व अटी पूर्ण केल्या पाहिजेत.

मालविक्री कराराची वरील सर्व लक्षणे आहेत. यांपैकी एखादाही घटक नसेल तर संबंधित करार योग्य करार अथवा कायदेशीर करार ठरणार नाही.

म्हणूनच वस्तूंची विक्री आणि त्यासारखेच भासणारे इतर व्यवहार ह्यात कायद्याच्या दृष्टीने फरक करण्यात येतो. त्याचे विवेचन पुढे केले आहे –

भाडे कराराने खरेदीचा ठराव (Hire Purchase Agreement) : भाडे खरेदी पद्धतीने वस्तू खरेदी केल्यास विक्रेता आणि ग्राहक यांच्यात एक ठराव होतो. ज्या ठरावाने मालाची संपूर्ण किंमत हप्त्याने देण्याचे ठरले असून सर्व हप्ते मुदतीत भरल्यास मालाची मालकी खरेदीदाराकडे जाते व मुदतीत हप्ता/हप्ते न भरल्यास, भरलेली रक्कम भाड्यापोटी जमा करून माल परत आपल्या ताब्यात घेण्याचा हक्क विक्रेत्यास असतो.

भाडे खरेदीच्या ठरावात दोन गोष्टी महत्त्वाच्या असतात– अ) वस्तूचा विक्रेता व खरेदीदार यांच्यातील भाडे देण्या-घेण्यासंबंधीचा ठराव. या ठरावानुसार ग्राहक भाड्याबद्दल निश्चित रक्कम देण्याचे कबूल करतो आणि

ब) विक्रेत्याच्या दृष्टीने खरेदीदाराला विशिष्ट माल विशिष्ट अटींवर विकण्याचा हा एक ठराव होय. या ठरावातील अट अशी असते की, खरेदीदार ठरलेल्यावेळी हप्त्याची रक्कम विक्रेत्याला देईल. शेवटचा हप्ता दिल्यानंतर या ठरावाचे रूपांतर

विक्रीमध्ये होऊन वस्तूंचा मालकी हक्क विक्रेत्याकडून खरेदीदाराकडे जाईल; जर ग्राहकाने एखाद्याच हप्त्याची रक्कम दिली नाही तर वस्तूवरील मालकी हक्क विक्रेत्याकडेच राहील व अशा परिस्थितीत संबंधित वस्तू खरेदीदाराकडून परत घेण्याचाही अधिकार विक्रेत्याला असतो.

लिलावाने मालाची विक्री (Auction Sale) **:** ज्या वेळी अनेक खरेदीदार जाहीर रीतीने मालाची किंमत ठरवितात व सर्वांत जास्त किंमत देऊ इच्छिणाऱ्या व्यक्तीस मालाची विक्री करण्यात येते त्यास 'मालाची लिलावाने विक्री' असे म्हणतात. मालाचा लिलाव विक्रेता किंवा त्याचा प्रतिनिधी करतो.

जेव्हा मालाची विक्री लिलावाने करावयाची असते तेव्हा लिलावाच्या तारखेची, वेळेची व ठिकाणची जाहिरात देण्यात येते. त्या तारखेस त्या ठिकाणी लिलाव बोलणारे (Bidder) हजर राहतात व मालाची किंमत बोलतात. जो सर्वांत जास्त किंमत देतो त्यास माल विकण्यात येतो. लिलाव करणारी व्यक्ती हातोडीचे तीन ठोके टेबलावर मारते. तिसरा ठोका पडला की, मालाची विक्री होते. तिसरा ठोका पडण्याअगोदर लिलाव बोलणारी व्यक्ती आपला प्रस्ताव मागे घेऊ शकते. मात्र, तिसरा ठोका पडला की, विक्री पूर्ण होत असल्याने लिलाव बोलणाऱ्या व्यक्तीस आपला प्रस्ताव मागे घेता येत नाही.

मालाची विशिष्ट किंमत आल्याशिवाय विक्री होणार नाही अशी अट लिलाव करणारी व्यक्ती घालू शकते.

३.४ विक्री आणि विक्रीचा ठराव (Sale and Agreement to Sale)

मालाची विक्री व मालाच्या विक्रीचा ठराव यामधील फरक

(Difference Between Sale and Contract of Sale)

फरकाचा मुद्दा	विक्री	विक्रीचा ठराव
१) कराराची अंमलबजावणी	हा वर्तमान करार आहे. यात कराराची अंमलबजावणी झालेली असते.	हा भावी करार आहे. यात कराराची अंमलबजावणी भविष्यकाळात व्हावयाची असते.
२) मालकी हक्क	विक्रीमध्ये वस्तूवरील मालकी हक्क विक्रेत्याकडून ग्राहकाकडे ताबडतोब जातो.	विक्रीच्या ठरावात मालकी हक्कांचे हस्तांतरण विक्रीच्या ठरावाच्यावेळी ताबडतोब होत नाही. वस्तूंचा मालकी हक्क काही काळानंतर किंवा काही अटी पूर्ण झाल्यानंतर खरेदीदाराला मिळतो.

३) वस्तूची किंमत वसूल न झाल्यास	खरेदीदाराने मालाचे पैसे दिले नाहीत तर विक्रेता किंमत वसुलीकरिता ग्राहकांविरुद्ध दावा करून, किंमत वसूल करू शकतो.	विक्रीच्या ठरावातील वस्तूंची किंमत खरेदीदाराने दिली नाही किंवा वस्तू घेतल्या नाहीत, तर विक्रेता किंमत वसुलीकरिता ग्राहकावर दावा दाखल करू शकणार नाही. तो फक्त वचनभंगामुळे झालेल्या नुकसानभपाईबद्दल दावा दाखल करू शकतो.
४) नुकसान भरपाई- जबाबदारी	विक्रीनंतर मालाचे काही नुकसान झाल्यास त्याची जबाबदारी खरेदीदारावर असते. मग वस्तू खरेदीदाराच्या ताब्यात असो किंवा विक्रेत्याच्या.	याउलट, विक्रीच्या बाबत ठरावातील मालाचे नुकसान झाल्यास त्याची जबाबदारी विक्रेत्यावर असते. मग वस्तू खरेदीदाराच्या ताब्यात असो वा विक्रेत्याच्या.
५) मालाची विक्री	विक्रेत्याने खरेदीदाराला विकलेल्या वस्तूंची फेरविक्री केल्यास खरेदीदार विक्रेत्या- कडून आपणास झालेली नुकसानभरपाई मागू शकतो व ज्या व्यक्तीने तो माल फेर- विक्रीमध्ये घेतला आहे त्याविरुद्ध ताबा मिळण्यासाठी दावा करू शकतो.	मालाची मालकी खरेदीदाराकडे गेलेली नसल्याने विक्रेत्याने फेर-विक्री केल्यास खरेदीदाराला फक्त नुकसानभरपाई मागता येते. मात्र मालाचा ताबा मागता येत नाही.
६) माला संबंधीचे हक्क	मालाची मालकी खरेदीदाराकडे ताबडतोब गेल्याने तो ते हक्क जगातील सर्व व्यक्तींच्या विरुद्ध वापरू शकतो.	माल विक्रीच्या ठरावात मालकी विक्रेत्याकडे राहिल्याने मालाबाबत हक्क व अधिकार जेव्हा खरेदीदारास मिळतात तेव्हा त्याचा उपयोग त्याला विक्रेत्याविरुद्ध (Right in Person) च करता येतो.
७) माल न स्वीकारल्यास	खरेदीदाराने माल खरेदी करण्याचे नाकारल्यास विक्रेता मालाच्या किमतीसाठी दावा करून किंमत वसूल करू शकतो.	खरेदीदाराने माल न स्वीकारल्यास विक्रेता फक्त नुकसानभरपाई मागू शकतो.

| ८) खरेदीदार दिवाळखोर | करार झाल्यानंतर खरेदीदार आताच झाल्यास खरेदीदार दिवाळखोर झाल्यास विक्रेता, संपूर्ण किंमत मिळत नसेल तर खरेदीदाराच्या अधिकृत प्रतिनिधीस माल देण्याचे नाकारू शकतो. | मालाची किंमत देण्याच्या दिवाळखोर झाल्यास करारा- तील वस्तूंवर विक्रेत्याचा ताबेहक्क नसल्यास विक्रेत्याने सदरची वस्तू खरेदीदाराच्या अधिकृत प्रतिनिधीकडे दिली पाहिजे. |
| ९) विक्रेता दिवाळखोर झाल्यास | करार झाल्यानंतर विक्रेता दिवाळखोर बनल्यास खरेदीदार विक्रेत्याच्या अधिकृत प्रतिनिधीकडून वस्तूचा ताबा मागू शकतो. | विक्रेता दिवाळखोर बनल्यास खरेदीदाराने वस्तूंची किंमत दिली असल्यास खरेदीदाराला मालाचीमागणी करता येत नाही. मात्र, दिवाळखोर विक्रेत्याच्या मालमत्तेतून येईल ती किंमत स्वीकारावी लागते. |

३.५ वस्तू व तिचे वर्गीकरण (Goods and their Classification)

मालाच्या कराराची विषय-वस्तू (Subject Matter of the Contract of Sale) : विक्री-करार हा माल विकण्यासंबंधीचा करार होय. त्यामुळे विक्रीच्या कराराची विषयवस्तू म्हणजे विषय किंवा माल; अनेक प्रकारच्या चल वस्तूंचा माल यामध्ये समावेश होतो. ज्या ज्या मालाचे हस्तांतरण होऊ शकते; त्या वस्तूला 'माल' असे म्हणता येईल. उदा. कापड, धान्य, फर्निचर, सोने, चांदी इ. भाग अचल संपत्तीचा उदा.जमीन, इमारत इ.चा 'वस्तू' मध्ये समावेश होत नाही. परंतु जमिनीशी निगडित असलेल्या पण जमिनीपासून वेगळ्या केल्या जाऊ शकणाऱ्या आणि ज्यांचे हस्तांतरण होऊ शकते, अशा वस्तूंचा समावेश 'वस्तू' मध्ये होतो. उदा. शेतीतील पिके, गवत इ.

वस्तूंचे प्रकार : पुढील तीन मुख्य प्रकार आहेत–
१) विद्यमान किंवा हजर वस्तू (Existing Goods)
२) भावी वस्तू (Future Goods)
३) संभाव्य किंवा घटनाश्रित वस्तू (Contingent Goods)

विद्यमान किंवा हजर वस्तू (Existing Goods)
या वस्तूचे खालीलप्रमाणे वर्गीकरण करता येते –
अ) विशिष्ट किंवा निश्चित वस्तू (Ascertained Goods)
ब) अनिश्चित वस्तू (Unascertained Goods)

अ) विशिष्ट किंवा निश्चित वस्तू : जी वस्तू विक्रीच्यावेळी विद्यमान आहे, जिची विक्रेता व खरेदीदार यांना ओळख पटली आहे व जिच्या विक्रीबाबत एकमत झालेले आहे अशा वस्तूला 'विशिष्ट' किंवा 'निश्चित वस्तू' असे म्हणतात. या प्रकारच्या वस्तू विक्रीसमयी विद्यमान असतात आणि त्यांची निवड, छाननी, मोजमाप करून त्या वेगळ्या करता येतात.

ब) अनिश्चित वस्तू (Generic or Unascertained Goods) : ज्या वस्तू निश्चित नाहीत अथवा अनिश्चित असतात, विक्रीच्यावेळी विद्यमान नसतात, वर्णनाद्वारे किंवा वर्णन आणि नमुन्याद्वारे त्यांची विक्री होते.

२) भावी किंवा भविष्यकालीन वस्तू (Future Goods) : विक्रीच्या ठरावाच्यावेळी ज्या वस्तू विद्यमान किंवा उपलब्ध नसतात त्या वस्तूंना 'भावी' किंवा 'भविष्यकालीन वस्तू' असे म्हणतात. या वस्तू करार झाल्यानंतर तयार किंवा उत्पन्न केल्या जातात.

३) संभाव्य किंवा घटनाश्रित वस्तू (Contingent Goods) : संभाव्य वस्तू म्हणजे अशा वस्तू की, ज्यांच्या विक्रीचा ठराव केला जातो त्या वेळी त्या वस्तू विक्रेत्याजवळ विद्यमान नसतात. परंतु या वस्तू इतर कोणाजवळतरी उपलब्ध असतात आणि विशिष्ट घटना घडल्यानंतर त्या विक्रेत्याजवळ येतात. या वस्तूंमध्ये भावी वस्तूंचाही समावेश होतो.

भावी आणि संभाव्यश्रित वस्तू विकण्यासंबंधी 'करार' हे 'विक्रीचे ठराव' (Agreement of Sale) ठरतात तर विशिष्ट किंवा निश्चित वस्तू विकण्यासंबंधीचे करार हे 'विक्रीचे करार' (Contract of Sale) ठरतात.

वस्तूंच्या प्रकारानुसार त्यांच्या मालकी हक्कांचे हस्तांतरण विशिष्ट किंवा निश्चित वस्तूंच्या विक्रीचा करार झाल्यानंतर त्वरित त्या वस्तूंचा मालकी हक्क आणि त्या वस्तूंची जोखीम (Risk) विक्रेत्याकडून खरेदीदाराकडे हस्तांतरित होते.

अनिश्चित वस्तूंच्या विक्रीचा ठराव झाल्यानंतर वस्तूंचा मालकी हक्क त्या वस्तू निश्चित झाल्याशिवाय खरेदीदाराकडे हस्तांतरित होत नाही.

मालाची किंमत/मूल्य आणि विक्रीच्या करारात त्याचे महत्त्व : माल विक्रीचा करार कायदेशीर होण्यासाठी त्यात प्रतिफलाची गरज असते. माल विक्रीच्या करारात माल ज्या पैशांच्या प्रतिफलासाठी विकला जातो त्यास मालाची 'किंमत/ मूल्य' असे म्हणतात. माल विक्रीच्या करारात वस्तूंच्या मालकी हक्कांचे हस्तांतरण मूल्याच्या मोबदल्यात झाले पाहिजे.

मालाची किंमत ही रोख रकमेत, चेकद्वारे, हुंडीद्वारे विक्रेत्यास दिली जाते. माल विक्रीचा करार कायदेशीर होण्यासाठी मालाची किंमत पैशांच्या स्वरूपात देण्याचा ठराव विक्रेता व खरेदीदार यांच्या दरम्यान होणे आवश्यक असते.

मूल्याचे आवश्यक घटक

अ) वस्तूंचे मूल्य हे पैशांच्या स्वरूपात असले पाहिजे.

ब) ते निश्चित किंवा निश्चित करण्यायोग्य असले पाहिजे.

क) ते वास्तविक असले पाहिजे, काल्पनिक नको.

मालाची किंमत ठरविण्याच्या पद्धती (Modes of Fixing Prices) : सामान्यत: विक्रेता व खरेदीदार आपसात बोलणी करून वस्तूंची किंमत ठरवितात किंवा मालविक्रीच्या करारात निर्देशित पद्धतीनुसार मूल्य ठरविले जाते.

मालविक्री कायद्याच्या कलम ९ व १० प्रमाणे मूल्य/किंमत निर्धारणासंबंधी पुढील नियम आहेत -

१) विक्रेता आणि खरेदीदारी परस्पर संमतीने विक्रीच्या करारात वस्तूंचे कोणतेही मूल्य निश्चित करू शकतात. मग हे मूल्य/किंमत योग्य आहे किंवा नाही यासंबंधी न्यायालयाला चौकशी करता येत नाही.

२) विक्रीच्या करारात मूल्य निर्धारणाची जी विशिष्ट पद्धत निर्देशित केलेली असेल त्याप्रमाणे मूल्यनिर्धारण केले जाते.

३) व्यापारी क्षेत्रात मूल्य निर्धारणाची जी पद्धत चालत आलेली असेल त्या पद्धतीप्रमाणे मूल्यनिर्धारण होऊ शकेल.

४) वरील कोणत्याही पद्धतीप्रमाणे वस्तूंचे मूल्य ठरले नसेल तर खरेदीदाराने वस्तूंचे योग्य किंवा वाजवी (Reasonable) मूल्य देणे आवश्यक आहे. योग्य मूल्य काय राहील हे संबंधित व्यवहारातील पद्धतीनुसार ठरविले जाईल (कलम ९(२))

५) मूल्य/किंमत निर्धारण खरेदीदार व विक्रेता सोडून एखाद्या त्रयस्थ, तिऱ्हाईत पक्षामार्फत होईल असे उभयपक्ष ठरवू शकतात. परंतु या तिऱ्हाईत व्यक्तीने मूल्य निर्धारण केले नाही तर माल विक्रीचा ठराव व्यर्थ होईल. (कलम १०/११)

मूल्य/किंमत देण्याच्या पद्धती (Mode of Payment) : वस्तूंचे ठरलेले मूल्य खरेदीदाराने देशात प्रचलित आलेल्या चलनातच विक्रेत्याला देणे आवश्यक आहे. इतर कोणत्याही स्वरूपात दिलेले मूल्य स्वीकारण्याकरिता विक्रेता जबाबदार राहणार नाही. परंतु विक्रेत्याने स्पष्ट किंवा ध्वनित करार करून इतर चलनात दिलेले मूल्य स्वीकारण्याचे मान्य केले असेल तरच, विदेशी चलनात किंवा धनादेश अथवा हुंडीच्या स्वरूपात ग्राहकाने दिलेले मूल्य स्वीकारण्यासाठी विक्रेता जबाबदार राहील.

वस्तू खरेदीच्या वचनाच्या पालनाबाबत हमी म्हणून कधीकधी ग्राहक वस्तूंच्या एकूण किमतींपैकी काही रक्कम आगाऊ देतो. वस्तूंच्या मूल्याच्या संपूर्ण रकमेतून खरेदीदाराने ही आगाऊ रक्कम वळती करून घ्यावी. विक्रीच्या कराराबाबत

ग्राहकाकडून चूक झाल्यास ही रक्कम जप्त केली जाऊ शकते. याउलट, विक्रेत्याकडून काही चूक झाल्यास ही रक्कम विक्रेत्याने ग्राहकाला परत करणे आवश्यक राहील.

३.६ मालव्रिकी करारातील प्रमुख व दुय्यम अटी (Conditions and Warranties in the Contract of Sale)

मालविक्रीचा करार होत असताना विक्रेता आणि ग्राहक काही अटी किंवा अपेक्षा नमूद करत असतात. उदा. वस्तूंचा दर्जा काय राहील, वस्तूंचे हस्तांतरण केव्हा व कोठे देण्यात येईल, वस्तूंची किंमत केव्हा, कोठे दिली जाईल, वस्तूंची ने-आण करण्याचा खर्च कोणी करावा इ. खरेदीदार-विक्रेता यांच्यामध्ये काही वेळा अशा अटी ठरतील की, त्यांच्या पूर्ततेशिवाय करार पूर्तता अशक्य होईल. काही अटी केवळ करारपूर्ततेस मदत करणाऱ्या असतील, यामध्ये परस्परांनी एकमेकांना घातलेली बंधने एकतर 'अटी' (प्रतिबंध) किंवा ती 'आश्वासने' (अपेक्षा) असतात.

वस्तू विक्रीच्या करारातील प्रतिबंध आणि आश्वासने : प्रतिबंध/प्रमुख अटी (Conditions)

'मालाच्या विक्रीच्या करारातील जी अट करारातील मुख्य उद्दिष्ट पूर्ण होण्यास आवश्यक असते आणि एका व्यक्तीने ती अट पूर्ण न केल्यास दुसऱ्या व्यक्तीला करार रद्द करण्याचा हक्क प्राप्त होतो, त्या अटीस प्रमुख अट/प्रतिबंध असे म्हणतात.' (कलम १२(२)) ('A condition is a stipulation essential to the main purpose of the contract the breach of which gives rise to treat the contract as a repudiated.)

मालविक्रीच्या करारात तो करार पूर्ण होण्याच्यादृष्टीने काही अटी महत्त्वाच्या असतात. एखाद्या व्यक्तीने कराराची पूर्तता करण्याच्यादृष्टीने एखादी अट पूर्ण न केल्यास कराराची पूर्तता होणेच अशक्य असते व दुसऱ्या व्यक्तींना करार रद्द करण्याचा हक्क प्राप्त होतो; तेव्हा अशा अटीस 'प्रमुख अट' असे म्हणतात.

उदा. 'अ' ने 'ब'कडून 'रत्नागिरी २४' या नमुन्याचा तांदूळ खरेदी करण्याचा करार केला असता 'ब'ने 'अ'ला त्याच नमुन्याचा माल पाठविला पाहिजे. समजा, त्याने जर 'आंबेमोहोर' अगर 'बासमती' या दुसऱ्या नमुन्याचा माल पाठविला तर करारातील प्रमुख अट म्हणजे 'रत्नागिरी २४' तांदूळ पाठविणे ही अट पाळली गेली नाही, म्हणून प्रमुख अटीचा भंग झाला असे समजण्यात येईल. 'अ'ने आपल्याला विशिष्ट म्हणजे 'रत्नागिरी २४ तांदूळ' पाहिजे म्हणून करार केलेला असतो. अशा वेळी जर दुसऱ्या दर्जाचा तांदूळ/माल पाठविला तर हा करार रद्द करू शकतो.

दुय्यम अट/आश्वासन (Warranty) : 'मालाच्या विक्रीच्या करारातील जी अट करारातील प्रमुख उद्दिष्ट पूर्ण होण्यास पूरक (Collateral) असते आणि ती अट एका व्यक्तीने पूर्ण केली नाही तर, दुसऱ्या व्यक्तीस नुकसानभरपाई मागण्याचा

हक्क प्राप्त होतो. अशा अटीला दुय्यम अट/आश्वासन असे म्हणतात.' मात्र या अटीचा भंग झाल्यास खरेदीदाराला माल परत पाठविण्याचा आणि करार रद्द करण्याचा हक्क नसतो. **(कलम १२(३))**

(A warranty is a stipulation collateral to the main purpose of the contract, the breach of which gives rise to a claim for damages but not a right to reject the goods and treat the contract as a repudiated.)

मालविक्रीच्या व्यवहारामध्ये हा व्यवहार पूर्ण व्हावा म्हणून अशा काही अटी करारात घालता येतात की, ज्यांच्यामुळे अटींची पूर्तता होणे हे कराराच्या पूर्ततेसाठी पूरक असते. म्हणजे अशी अट ही कराराची पूर्तता होण्यास आवश्यक नसली तरी ती पूरक असते; करारातील अशा अटीला 'दुय्यम अटी/आश्वासन' असे म्हणतात. या अटीची पूर्तता एका व्यक्तीकडून न झाल्यास दुसऱ्या व्यक्तीस करार रद्द करण्याचा अधिकार मिळत नाही, मात्र त्या व्यक्तीला नुकसान भरपाई मागता येते.

उदा. 'अ'ने 'ब' या तांदूळ विक्रेत्याकडून ५० पोती तांदूळ 'अ'च्या दुकानी पाठविण्याचा करार केला. परंतु 'ब'ने तो तांदूळ 'अ'च्या दुकानी न पाठविता त्याच्या दुसऱ्या ठिकाणी असलेल्या गोडाऊनला पाठविला म्हणून दुय्यम अटीचा भंग झाला असून 'अ'यास गोडाऊनमधून माल/तांदूळ दुकानी आणण्याचा जो वाहतुकीचा खर्च झाला तो 'ब'कडून नुकसानभरपाई म्हणून वसूल करता येईल.

प्रमुख अटीचा भंग हा 'आश्वासनभंग' म्हणून केव्हा मानता येईल?

मालविक्रीच्या करारातील काही महत्त्वाच्या अटीचे पालन झाले नाही तर निर्दोष पक्षाला विक्रीचा करार रद्द करण्याचा तसेच त्याबाबत नुकसानभरपाई मागण्याचा अधिकार मिळतो. परंतु विक्रेत्याने प्रमुख अटीचा भंग केला असला तरी निर्दोष पक्ष करार रद्द न करता अटीच्या भंगामुळे त्याला झालेल्या नुकसानीच्या भरपाईची मागणी करीत असेल तर प्रमुख अटी भंग हा 'आश्वासन भंग' झाल्याचे मानले जाईल.

विक्रेत्याने प्रमुख अटीचा भंग केला असला तरी खालील परिस्थितीला दुय्यम अटीचा भंग झाला आहे, असे समजता येते.

१) आपखुशीने स्वत: हक्क सोडून देणे : विक्रेत्याने प्रमुख अटीचा भंग केला असताही खरेदीदार करार रद्द न करता त्याच्या खुशीने करार रद्द करण्याचा हक्क स्वत:हून सोडून देतो व दुय्यम अटीचा भंग झाला आहे असे समजतो. या वेळी खरेदीदाराने दुय्यम अटीचा भंग झाला असे मानल्यामुळे त्याला नुकसानभरपाई मागता येते. मात्र, प्रमुख अटीचा भंग झाला असता तो दुय्यम अटीचा भंग झाला असे मानल्यामुळे त्यास करार रद्द करता येत नाही आणि तसा एकदा खरेदीदाराने निर्णय घेतला तर त्याला नंतर बदलता येत नाही.

उदा. 'क्ष' ने 'य'ला १ जानेवारी रोजी १०० पोती तांदूळ पाठविण्याचा करार केला. १०० पोती तांदूळ १ जानेवारीला न पाठविता १ फेब्रुवारीला पाठविला. 'य'ने

'क्ष'चा पाठविलेला माल स्वीकारल्यास त्यास 'क्ष'कडून फक्त नुकसानभरपाई मागता येते. यामध्ये 'क्ष'कडून प्रमुख अटीचा भंग झालेला असतानाही त्याचे रूपांतर जणू दुय्यम अटीचा भंग झालेला असतानाही त्याचे रूपांतर जणू दुय्यम अटीचा भंग झालेला आहे असे मानून दुय्यम अटीत केले असे मानण्यात येते.

प्रतिबंध अट / प्रमुख अट आणि /दुय्यम अट/आश्वासन यातील फरक

प्रमुख अट/प्रतिबंध	दुय्यम अट/आश्वासन
१) मालविक्रीच्या करारातील प्रमुख उद्दिष्ट पूर्ण करण्यासाठी ज्या अटीची पूर्तता होणे आवश्यक असते त्याला प्रमुख अट/प्रतिबंध म्हणतात. या अटीच्या पूर्ततेशिवाय मुख्य उद्दिष्ट पूर्ण होत नाही.	१) मालविक्रीच्या ठरावातील जी अट/आश्वासन मुख्य उद्दिष्ट पूर्ण करण्यास पूरक अगर साहाय्यक असते त्याला दुय्यम अट/आश्वासन म्हणतात. मुख्य उद्देशाची पूर्तता आश्वासनाच्या पूर्ततेवर अवलंबून नसते.
२) प्रतिबंधाचे/प्रमुख अटीचे पालन न झाल्यास वा भंग झाल्यास निर्दोष/दुसऱ्या व्यक्तीला करार रद्द करण्याचा किंवा नुकसानभरपाई मागण्याचा किंवा हे दोन्ही अधिकार मिळतात.	२) आश्वासनाचे पालन न झाल्यास निर्दोष/दुसऱ्या व्यक्तीला करार रद्द करता येत नाही. या व्यक्तीला दोषी व्यक्तीकडून फक्त नुकसान-भरपाईची मागणी करण्याचा अधिकार मिळतो.
३) एखाद्यावेळी प्रमुख अटीचा भंग झाल्यास तो दुय्यम अटीचा भंग झाला आहे असे समजता येते, म्हणजेच प्रमुख अटींचे रूपांतर दुय्यम अटीत करता येते.	३) परंतु आश्वासन/दुय्यम अटीचा भंग झाल्यास त्याला प्रमुख अटीचा भंग झाला असे मानता येणार नाही.

२) वस्तू वेगळ्या करणे शक्य नसेल तेव्हा एकसंघी माल स्वीकारल्यास : जेव्हा विक्रीचा माल वेगळा करणे शक्य नसेल आणि खरेदीदाराने त्या संपूर्ण मालापैकी मालाचा काही भाग स्वीकारला असेल तर तो राहिलेला माल घेण्याचे नाकारू शकत नाही.

उदा. 'क्ष'ने 'य'कडून रत्नागिरी २४ या नमुन्याचा तांदूळ मागितला असता नमुनेदेखील आलेला तांदूळ हा संपूर्ण मिसळलेला तांदूळ आहे व त्यामध्ये वेगवेगळ्या जातीचा कमी दर्जाचाही तांदूळ मिसळलेला आहे. हे 'क्ष'ला कळलेले असतानाही त्याने नमुनेदेखील आलेल्या १० पोती तांदुळातील ३ पोती खर्च केला. २ पोती आपल्या दुकानातून दुसऱ्याला विकली तर त्याला उरलेला ५ पोती तांदूळ नमुनेदाखल नाही म्हणून परत पाठविता येणार नाही.

३) मालाचे हस्तांतरण झालेले असल्यास : ज्या वस्तूंचा मालकीहक्क खरेदीदाराकडे हस्तांतरित झालेला आहे अशा विशिष्ट मालाचा विक्री-करार झालेला

असेल आणि विक्रेत्याने पूर्ण करायला हवी अशी एखादी अट पूर्ण न करता प्रमुख अटीचा भंग केला असेल तर खरेदीदार हा प्रमुख अटीचा भंग आश्वासन/दुय्यम अट भंग मानू शकेल.

४) निश्चित/विशिष्ट वस्तू करारामध्ये अटीचा भंग झाल्यास : विशिष्ट किंवा निश्चित अशा मालाचा विक्री करार झाल्यास त्या मालाचा मालकी हक्क ताबडतोब विक्रेत्याकडून खरेदीदाराकडे जातो. अशा वेळी मालकी हक्क खरेदीदाराकडे गेला असताना विक्रेत्याने एखाद्या अटीचे पालन केले नाही, तरी खरेदीदार आपल्या इच्छेनुसार करार अमलात आणू शकेल, अशा वेळी प्रमुख अटीचा भंग हा दुय्यम भंग झाला असे मानण्यात येईल.

विक्रीच्या करारातील अध्याहृत प्रमुख अटी व दुय्यम अटी (Implied Conditions and Warranties in Contract of Sale)

मालविक्रीच्या करारामध्ये विक्रेता व खरेदीदार काही अटी स्वत: विचारांती ठरवितात. काही आश्वासने ठरवितात. यांपैकी कोणती प्रमुख अट व कोणती दुय्यम अट मानावी याबाबतही स्पष्टपणे ठरविलेले असते. त्यांना 'प्रकट अटी व आश्वासने' (Expressed Conditions and Warranties) असे म्हणतात. परंतु अटी व आश्वासने खरेदीदार व विक्रेता स्पष्टपणे न ठरविताही मालविक्रीच्या कायद्याने करारात अंतर्भूत आहेत, असे मानले जाते. म्हणजे या अटी व आश्वासने कायद्याने करारात अंतर्भूत केली जातात त्यांना 'अध्याहृत अटी' (Implied) व 'अध्याहृत आश्वासने' असे म्हणतात. अशा ध्वनित/गृहीत किंवा अध्याहृत अटी व आश्वासने याचे पालन करण्याची जबाबदारी करारातील दोन्ही पक्षांवर राहते.

अध्याहृत प्रमुख अटी (Implied Conditions)

१) मालाच्या मालकी हक्काबाबतची प्रमुख अट (Conditions as to Title) विक्रेता खरेदीदाराला जो माल विकतो तो माल विकण्याचा कायदेशीर हक्क त्याला असणे आवश्यक आहे; कारण मालाच्या विक्रीच्या ठरावात मालाची मालकी विक्रेत्याकडून खरेदीदाराकडे तो ठराव रद्द करू शकतो.

२) मालाच्या वर्णनाबाबत प्रमुख अट (Conditions as to the Description of Goods) : खरेदीदाराला माल घेत असताना मालाची विक्री मालाचे वर्णन करून केली जाते. त्या वेळी खरेदीदाराला विकलेली वस्तू ही करारात वर्णन केल्याप्रमाणे असली पाहिजे.

३) मालाच्या नमुन्याबाबत प्रमुख अट (Conditions as to the Sample) : मालाची खरेदीदाराला विक्री करत असताना त्याला एखादा नमुना दाखवून खरेदी नमुन्यानुसार केली असेल तर खरेदीदाराला दिलेला सर्व माल हा त्याने पसंत केलेल्या नमुन्यानुसार असला पाहिजे. हा पाठविलेला माल नमुन्यानुसार आहे की नाही हे

तपासून पाहण्याची संधीही खरेदीदारास दिली पाहिजे. अशी तपासणी करताना मालामध्ये वरवर सहज दिसणारा अंतर्गत दोष नसला पाहिजे असा दोष आढळल्यास खरेदीदाराला माल नाकारण्याचा हक्क राहतो.

४) मालाचा नमुना व वर्णन या दोन्हींनुसार केलेल्या विक्रीबाबत प्रमुख अट (Conditions as to Sample and Description) : मालाची विक्री नमुना आणि वर्णन या दोन्हींच्या आधारावर झाली असेल तर विक्रेत्याने खरेदीदाराला दिलेल्या वस्तू नमुना आणि वर्णन या दोन्हीप्रमाणे असल्या पाहिजेत.

५) खरेदीदाराने विक्रेत्याकडून घेतलेला माल त्याची गरज भागविणारा असला पाहिजे? : मालाची खरेदी करत असताना ती कोणत्या कामासाठी केली जाते, याचे कारण खरेदीदाराने विक्रेत्याला सांगितले असेल आणि खरेदी करताना तो पूर्णपणे विक्रेत्याच्या कौशल्यावर, निर्णयावर अवलंबून राहिला असेल तर खरेदीदाराने खरेदी केलेली वस्तू त्याच्या कामासाठी उपयोगी पडली पाहिजे. तो माल खरेदीदाराची गरज पूर्ण करणारा असला पाहिजे. यासंबंधी करारात ध्वनित प्रमुख अट अंतर्भूत असते.

मात्र, मालाच्या खरेदीवेळी त्या मालाचे गुण, प्रत, दर्जा, त्याचा उपयोग यासंबंधी काही अध्याहृत प्रमुख अटी या विक्रीच्या करारात नसतात; कारण त्याला कायद्याचा 'खरेदीदाराने सावध असले पाहिजे' हा नियम लागू होतो.

खरेदीदार सावधान (Rule of Caveat Emptor or Buyer Beware) : खरेदीदार वस्तूंची खरेदी करत असताना त्याने स्वत: मालाचे नीट परीक्षण करावे. वस्तू तपासून, हाताळून पाहावी. ती ज्या कारणासाठी तो विकत घेतो आहे तो आपला हेतू साध्य होतो की नाही याचे समाधान झाल्याशिवाय, त्याची स्वत:ची खात्री पटल्याशिवाय त्याने वस्तू खरेदी करू नये; कारण विक्रेता फक्त खरेदीदाराने मागितलेला माल देत असतो. त्याने विकलेला माल जर खरेदीदाराने निष्काळजीपणे, तपासणी न करता घेतला तर तो मला खरेदीदाराची गरज पुरवितो की नाही हे पाहण्याची जबाबदारी विक्रेत्याची नसते. त्यामुळे तो माल खरेदी करताना, तिचा दर्जा, उपयोग, गुणधर्म इ.सर्व बाबी या खरेदीदाराने पाहिल्या पाहिजेत व त्याबद्दल 'खरेदीदार सावधान' असे कायद्याच्या भाषेत म्हटले जाते; म्हणजे खरेदीदाराने वस्तू खरेदी केल्यानंतर ती त्याच्या उपयोगी पडलीच पाहिजे अशी गृहीत प्रमुख अट किंवा दुय्यम अट या मालविक्रीच्या करारात नाही त्यामुळे खरेदीदाराने एखादी वस्तू खरेदी केल्यानंतर तिच्यात दोष आढळून आल्यास किंवा ती खराब निघाल्यास त्याकरिता खरेदीदार स्वत:च जबाबदार राहील. त्याची कोणतीही जबाबदारी विक्रेत्यावर येत नाही. त्यामुळे ही सदोष वस्तू/माल परत घेण्यासही विक्रेता जबाबदार राहणार नाही. या नियमालाच 'खरेदीदार सावधान' असे म्हणतात.

'खरेदीदार सावधान' या नियमाला अपवाद : सर्वसाधारणपणे माल खरेदीच्या बाबतीत जरी हा 'खरेदीदार सावधान' नियम लागू असला तरी खालील अपवादात्मक परिस्थितीत मात्र हा नियम काटेकोरपणे लागू होणार नाही; म्हणजेच खरेदीदाराने खरेदी केलेली वस्तू ही त्याच्या खरेदीचा उद्देश, हेतू पूर्ण करणारी असली पाहिजे, असाही खालील अपवादात्मक परिस्थितीत नियम आहे :

१) वस्तूची खरेदी करीत असताना खरेदीदाराने विक्रेत्याला ती वस्तू कोणत्या कारणासाठी, कशासाठी पाहिजे आहे हे स्पष्टपणे सांगितले व या वस्तूच्या निवडीबाबत तो विक्रेत्याच्या निवडीवर पूर्णपणे अवलंबून राहिला तर ती वस्तू खरेदीदाराने स्पष्टपणे सांगितलेल्या त्याच्या विशिष्ट कारणासाठी उपयोगी पडलीच पाहिजे; मात्र अशी वस्तू व्यापाऱ्याच्या म्हणजेच विक्रेत्याच्या नेहमीच्या रोजच्या व्यवहारातील वस्तू असली पाहिजे.

   मात्र खरेदीदाराने व्यवहारात रूढ असलेल्या अशा एखाद्या विशिष्ट व्यापारी मुद्रेची अथवा विशिष्ट नावाची वस्तू मागितली व तीच विक्रेत्याकडून खरेदी केली तर ती वस्तू खरेदीदाराची विशिष्ट गरज पूर्ण करणारी आहे की नाही हे पाहण्याची जबाबदारी विक्रेत्यावर नाही.

२) विक्रेत्याने एखादी वस्तू जर वर्णनाने खरेदीदारास विकली असेल तर ती वस्तू त्या वर्णनाबरहुकूम असली पाहिजे.

३) एखाद्या वस्तूचा उपयोग कोणत्या विशिष्ट कारणासाठी किंवा कोणत्या हेतूसाठी करावयाचा हे व्यापारी रूढी, प्रथा, संकेत वा रीवाजाने ठरविलेले असेल तर ती वस्तू अशा ठरलेल्या उपयोगासाठी योग्य असली पाहिजे.

४) एखादी वस्तू जी खाण्यायोग्य वा पिण्यायोग्य आहे अशाच उपयोगासाठी विक्रेत्याने त्या वस्तूंची विक्री केली असेल तर ती वस्तू त्या संबंधित उपयोगासाठी योग्यच असली पाहिजे, ती अपायकारक असता कामा नये.

५) वस्तूची विक्री करताना विक्रेत्याने खरेदीदाराची जाणूनबुजून फसवणूक केली असेल, तर त्या वेळी वरील मालविक्री कायद्यातील 'खरेदीदार सावधान' हा नियम लागू होणार नाही व त्यामुळे अशा वेळी खरेदीदार विक्रेत्याला पूर्णपणे जबाबदार धरून खरेदी रद्द करू शकेल.

अध्याहृत दुय्यम अटी/आश्वासने (Implied Warranties)

१) खरेदीदाराने विक्रेत्याकडून खरेदी केलेल्या मालाचा संपूर्ण ताबा त्यास मिळाला पाहिजे; म्हणजेच खरेदीदाराने खरेदी केलेल्या मालाच्या मालकी हक्कात कोणासही हस्तक्षेप करता येणार नाही व तसा कोणी हस्तक्षेप केला तर विक्रेत्याने खरेदीदारास नुकसानभरपाई दिली पाहिजे.

२) खरेदीदाराने विक्रेत्याकडून घेतलेल्या वस्तूवर तिऱ्हाईताचा कोणताही तारण हक्क नसला पाहिजे; जर असा तिऱ्हाईताचा त्या वस्तूवर तारण हक्क असेल तर

आणि खरेदीदाराला त्या तिऱ्हाईत व्यक्तीचे कर्ज फेडण्यासाठी काही रक्कम खर्च करावी लागली तर, तो ती रक्कम विक्रेत्याकडून कायद्याने वसूल करून घेऊ शकतो.

३) एखाद्या वस्तूचा उपयोग कोणत्या कारणासाठी वा हेतूसाठी करावयाचा हे बाजारातील रूढी व रीतीरिवाजानुसार ठरविले गेले असेल त्या वेळी ती वस्तू त्या विशिष्ट कारणासाठी/हेतूसाठी उपयोगी असली पाहिजे.

३.७ मालाच्या मालकी हक्कांचे हस्तांतरण (Transfer of Ownership of Goods Between Seller and Buyer)

मालविक्रीच्या करारामध्ये मालाचा मालकी हक्क विक्रेत्याकडून खरेदीदाराकडे हस्तांतरित होणे हा विक्रीच्या कराराचा मूळ हेतू असतो; कारण त्याचवेळी विक्रेत्याचे त्या मालावरील सर्व स्वामित्व संपुष्टात येते व मालाची मालकी त्याचबरोबर त्याची जबाबदारी ही खरेदीदाराकडे हस्तांतरित होत असते व असे स्वामित्व प्राप्त झाल्यावरच खरेदीदार त्या मालाचा संपूर्ण मालक बनतो व त्या मालकीसंबंधी तो सर्व जगाविरुद्ध आपले हक्क बजावू शकतो.

मालाचे हे मालकी हक्कांचे हस्तांतरण विक्रेत्याकडून खरेदीदाराकडे कधी होईल याबाबत उभयपक्ष परस्परांत ज्या वेळी ते ठरवतील त्या वेळी असे सामान्यपणे म्हणता येईल. परंतु करारातील उभयपक्षांनी यासंबंधी काहीच ठरविले नाही तर मात्र मालविक्रीच्या कायद्यातील कलम १८ ते २५ यामध्ये यासंबंधीचे नियम दिलेले आहेत.

मालाच्या मालकी हक्काचे हस्तांतरण केव्हा होईल यासंबंधी नियम पाहावयाचे झाले तर त्याचे मुख्य ३ भाग पडतात –

१) माल निश्चित असेल तर

२) माल अनिश्चित असेल तर व

३) मालाची विक्री ही 'माल विकत घ्या किंवा परत करा' या अटीवर झाली असेल तर याविषयी नियमाची स्पष्टता खाली दिलेली आहे –

१) माल निश्चित असेल तर (कलम १९ ते २२) (Passing of Transfer of Property in case of Specific or Ascertained Goods) : विशिष्ट किंवा निश्चित मालाच्या विक्रीचा करार झाला असेल तर करारातील उभयपक्ष म्हणजे विक्रेता व खरेदीदार ज्या वेळी मालकी हक्क अनुक्रमे हस्तांतरित करण्याचे ठरवतील त्या वेळी मालाची मालकी विक्रेत्याकडून खरेदीदाराकडे जात असते. अर्थात याबद्दल उभयपक्षांनी स्पष्टपणे ठरविले नाही तर करार पूर्ण झाल्याबरोबर मालाचा मालकी हक्क खरेदीदाराकडे हस्तांतरित झाला असे समजण्यात येईल किंवा करारातील अटी, त्यादृष्टीने उभयपक्षांनी अटींची पूर्तता वगैरे गोष्टींवरून हे स्पष्ट करता येईल.

विक्रेता व खरेदीदार यांच्यातील अनुक्रमे विक्री व खरेदीचा माल निश्चित

असेल तर, मालकी हक्क केव्हा खरेदीदाराकडे जातो याबद्दल मालविक्री कायद्यात तीन नियम आहेत :

अ) माल निश्चित पाठविण्याच्या स्थितीत असल्यास (Specific Goods in Deliverable State) (Sec-20) : विशिष्ट किंवा निश्चित वस्तूंच्या विक्रीचा करार झाला असेल आणि असा माल प्रदानयोग्य म्हणजे पाठविण्याच्या स्थितीत असेल तर करार झाल्याबरोबर करारामधील वस्तूची मालकी विक्रेत्याकडून खरेदीदाराकडे जात असते.

वस्तू पाठविण्याच्या स्थितीत असणे (In a Deliverable State) म्हणजे खरेदीदाराने ज्या वेळी मालाचा ताबा करारानुसार घेतला पाहिजे अशा अवस्थेत माल असणे होय.

उदा. 'अ'ने 'ब'ला आपल्या गोडाऊनमधील १०० किलो सूर्यफूल तेल ३० रु. किलोप्रमाणे विकण्याचा करार केला. त्या वेळी हे तेल डबल पॉलिथिन बॅग्जमध्ये भरून सीलबंद करून १० किलोची प्रत्येक पिशवी या प्रकारामध्ये विक्रेत्याने खरेदीदाराला द्यावयाची असे करारात ठरले. त्या वेळी सीलबंद डबल पॉलिथिन बॅग्ज तयार ठेवून 'अ'ने 'ब'ला त्यासंबंधीची स्पष्ट कल्पना देईपर्यंत या सूर्यफूल तेलाचा मालकी हक्क 'अ'कडून 'ब'कडे हस्तांतरित होणार नाही. मात्र 'अ'ने 'ब'ला सूचना दिल्याबरोबर या तेलाचा मालकी हक्क 'ब'कडे हस्तांतरित होईल.

ब) माल निश्चित परंतु पाठविण्याच्या स्थितीत नसल्यास (Specific Goods But Not to be Put in a Deliverable State) : माल निश्चित असेल परंतु तो खरेदीदाराकडे पाठविण्याच्या, योग्य त्या स्थितीत आणावयाचा असेल तर, विक्रेत्याने तो प्रदान योग्य स्थितीत येण्यासाठी त्यावर योग्य त्या सर्व प्रक्रिया करून तसे पूर्ण केल्याबद्दलची सूचना खरेदीदारास दिल्यानंतरच त्या मालाचे स्वामित्व/ मालकी हक्क विक्रेत्याकडून खरेदीदाराकडे हस्तांतरित होतात. **(कलम २१ अनुसार)** उदा. 'क्ष'ने 'य' बरोबर त्याच्या गोडाऊनमध्ये असलेल्या २०० पोती शेंगांचे होईल ते तेल घेण्याचा करार केला तर त्या शेंगदाण्यावर प्रक्रिया होऊन त्याचे शेंगतेल पूर्ण तयार होऊन ते सीलबंद डब्यात भरेपर्यंत व तसे तेल नेण्यास योग्य झाल्याची सूचना 'य' ने 'क्ष'ला देईपर्यंत मालाचा मालकी हक्क 'य'कडून 'क्ष'कडे हस्तांतरित होणार नाही.

क) निश्चित प्रदानयोग्य वस्तूंचा विक्री करार झाला असेल परंतु त्याची किंमत ठरविण्यासाठी काही गोष्टी करणे आवश्यक असल्यास (When seller has to do something to goods to ascertain price) (Sec-22)

निश्चित अथवा पाठविण्याच्या प्रदान योग्य स्थितीत आहे अशा मालाच्या विक्रीचा करार झाला असेल. परंतु त्या निश्चित प्रदान योग्य मालाची नेमकी किंमत ठरविण्यासाठी विक्रेत्याने काही गोष्टी, क्रिया पार पाडणे आवश्यक असल्यास.

उदा. त्या मालाची मोजणी करणे, अथवा वजन करणे, त्याचा दर्जा, प्रत ठरविणे, त्याची चव वा आकार पाहणे इ. तर या सर्व गोष्टी पूर्ण करून विक्रेत्याने त्या मालाची किंमत ठरविल्यानंतरच मालाची मालकी खरेदीदाराकडे हस्तांतरित होते. (कलम २९ नुसार)

२) माल अनिश्चित असेल तर (कलम १८ व २३ अन्वये) (Passing of Ownership of Goods in Case of Generic or Unascertained Goods) (Sec-18 and 23).

ज्या वेळी मालविक्रीचा करार मालाच्या वर्णनावरून केला जातो. परंतु अशा कराराच्यावेळी माल निश्चित केलेला नसतो, तो माल अनिश्चित आहे असे मानले जाते. अशा वेळी खालील नियमानुसार मालाच्या मालकी हक्काचे हस्तांतरण होते.

अ) माल अनिश्चित असेल तर, (कलम १८ अन्वये) : ज्या वेळी मालविक्रीचा करार केला जातो पण विक्री करावयाचा माल हा अनिश्चित असतो त्या वेळी माल निश्चित केल्यानंतरच मालाची मालकी ही विक्रेत्याकडून खरेदीदाराकडे जाते.

उदा. 'क्ष'ने 'य'च्या गोडाऊनमधील आंबेमोहोर जातीच्या तांदळाची १०० पोती खरेदी केली. गोडाऊनमध्ये अनेक प्रकारचे वेगवेगळ्या जातीचे तांदूळ भरलेले आहेत. त्या वेळी १०० पोती आंबेमोहोर तांदूळ पूर्णपणे स्वच्छ करून बाजूला काढल्यानंतरच त्या मालाची मालकी ही विक्रेत्याकडून खरेदीदाराकडे म्हणजे 'य'कडून 'क्ष'कडे जाईल.

ब) अनिश्चित माल वेगळा काढून तो प्रदान योग्य बनविणे (Sale of Un-ascertained Goods after Appropriation) : ज्या वेळी अनिश्चित अशा मालाची वर्णनाप्रमाणे विक्री करण्याचा करार केला जातो व विक्रेत्याने खरेदीदाराच्या संमतीने केलेला करार पूर्ण करण्याच्या हेतूने वर्णनाप्रमाणे माल निश्चित करून तो पाठविण्याच्या स्थितीत म्हणजेच प्रदानयोग्य अशा अवस्थेत आणून निराळा ठेवला असेल तर तो प्रदानयोग्य स्थितीत वेगळा काढताच मालाची मालकी विक्रेत्याकडून खरेदीदाराकडे जाते (कलम २३ (१) नुसार) उदा. 'क्ष'ने 'य'कडून १० टन तेल विकत घेतले. ज्या वेळी 'य'हा हे १० टन तेल 'क्ष'ने घेऊन जावे अशा स्थितीत वेगळे काढून डबे भरून इतर तेलापासून वेगळे काढतो तेव्हा या मालाची मालकी 'य'कडून 'क्ष'कडे जाते.

३) पसंत असेल तर ठेवा नाहीतर परत करा. म्हणजेच जांगड पद्धतीने मालाची विक्री केल्यास मालाच्या मालकी हक्काचे हस्तांतरण (Where Goods are Sold on 'Sale on Approval, Sale or Return' basis)

ज्या वेळी विक्रेता खरेदीदाराकडे 'पसंत असेल तर ठेवा नाहीतर परत करा'

अशा अटीवर करार करून माल पाठवितो त्या वेळी त्या मालाच्या मालकी हक्काचे हस्तांतरण खालील नियमाने होते –

अ) खरेदीदाराने मालाची आपली पसंती विक्रेत्याला कळविल्याबरोबर त्या मालाचा मालकी हक्क विक्रेत्याकडून खरेदीदाराकडे हस्तांतरित होतो. ह्यामध्ये खरेदीदाराने प्रत्यक्ष आपली पसंती तोंडी/लेखी कळविली नाही, परंतु आपल्या वर्तणुकीवरून मालाचा आपण स्वीकार केला आहे असे कळविल्यासही हा मालविक्री करार पूर्ण झाला असे समजण्यात येईल.

उदा. 'य'ने 'क्ष'कडे पसंत असेल तर ठेवा किंवा परत करा या तत्त्वावर २५ पोती रत्नागिरी तांदूळ पाठविला. या वेळी 'क्ष'ने २५ पोती तांदूळ तर आपल्या गोदामात उतरवून घेतलाच पण त्याची ठरल्याप्रमाणे रोख किमतही आपल्या प्रतिनिधिमार्फत 'य'कडे पाठविली तर, 'क्ष'ला हा माल पसंत पडला असेच त्याचे हे कृत्य दर्शविते. त्यामुळे या २५ पोत्याची रक्कम पाठविल्या क्षणी 'क्ष' हा तांदळाचा मालक होतो.

ब) विक्रेत्याने खरेदीदाराकडे माल पाठविला व खरेदीदाराला माल पसंत अगर नापसंत असल्याचे कळविण्यासाठी विशिष्ट मुदत कळविली त्या वेळी दिलेल्या मुदतीत निर्णय न कळविता खरेदीदाराने तो माल आपल्याजवळ ठेवून घेतल्यास ही कळविलेली निश्चित मुदत संपल्यानंतर आपोआप खरेदीदाराला हा माल पसंत आहे असे समजून या मालाची मालकी विक्रेत्याकडून खरेदीदाराकडे जाते.

या वेळी मालाची पसंती अगर नापसंती कळविण्यासाठी जर विशिष्ट अशी मुदत घातली नसेल तर योग्य कालावधी संपल्याबरोबर मालाचा मालकी हक्क खरेदीदाराकडे हस्तांतरित होईल. (कलम ६३ अन्वये)

३.८ मालाच्या अधिकाराचे हस्तांतरण (Transfer of Title to the Goods)

मालविक्रीच्या करारामध्ये नेहमीच मालाची विक्री पूर्ण झाल्यावर मालाची मालकी ही विक्रेत्याकडून खरेदीदाराकडे जात असते. अर्थात, यासाठी मालकी हक्क खरेदीदाराकडे जाण्यासाठी विक्रेत्याला ती वस्तू विकण्याचा किंवा त्या वस्तूच्या मालकी हक्काचे हस्तांतरण करण्याचा अधिकार असणे अत्यावश्यक असते व त्यामुळेच विक्रेता हा मालाचा कायदेशीर मालक असला पाहिजे अशी विक्रीच्या कायद्यात अध्याहृत प्रमुख अट आहे.

वस्तूच्या अधिकाराचे हस्तांतरण म्हणजे काय

खरेदीदाराच्या ताब्यात वस्तू देणे, त्याला ती सोपविणे म्हणजेच प्रदान करणे म्हणजे मालाच्या अधिकाराचे हस्तांतरण नव्हे. वस्तूच्या संपूर्ण मालकी हक्काचे हस्तांतरण म्हणजे त्या मालाच्या अधिकाराचे हस्तांतरण होय. सर्वसाधारणपणे

वस्तूंचा खरा मालकच वस्तूंची विक्री करू शकतो व त्याने स्वत: मालाची विक्री केली तरच खरेदीदारालाही मालाचे सर्व मालकी हक्क मिळतात. परंतु वस्तूंची विक्री करताना एखाद्याने त्याला वस्तूंचा मालकी हक्क नसतानाही किंवा त्यास वस्तू विक्री करण्याचा अधिकृत अधिकार नसताना जर मालाची विक्री केली असेल तर अशा वस्तू खरेदी करणाऱ्या खरेदीदाराला त्या मालाबद्दल योग्य मालकी हक्क (Good Title) मिळणार नाही.

विक्रेत्याने त्याला वस्तूंचा मालकी हक्क नसताना विक्री केल्यास

जर विक्रेता मालाचा मालक नसेल तर तो खरेदीदाराला मालाचा मालकी हक्क देऊ शकत नाही, म्हणजेच विक्रेत्याला तो विकत असलेल्या मालाबद्दल असलेल्या मालकीपेक्षा जास्त अधिकार अथवा जादा मालकी हक्क खरेदीदाराला देता येत नाहीत. विक्रेत्याच्या मालकी हक्कात जर काही दोष असतील तर त्या मालाच्या खरेदीनंतर खरेदीदाराच्याही मालकी हक्कात तेच दोष निर्माण होतील म्हणजेच विक्रेता त्याला असलेले मालकी हक्कच खरेदीदाराला हस्तांतरित करू शकतो. (Nemo dat quod non habet-No one can transfer a better title than he himself possesses) म्हणजेच 'ज्याच्याजवळ जे नाही ते तो दुसऱ्याला देऊ शकत नाही'. 'कोणताही विक्रेता आपल्या अधिकारापेक्षा चांगला अधिकार, खरेदीदाराला हस्तांतरित करू शकत नाही.' म्हणजेच एखाद्या चोराकडून त्याने चोरी केलेला माल भले त्या मालाची संपूर्ण किंमत देऊन जरी खरेदीदाराने खरेदी केला तर खरेदीदार त्या वस्तूंचा मालक कधीच बनू शकणार नाही.

वस्तूंच्या कायदेशीर मालकालाच किंवा त्याच्या अधिकृत प्रतिनिधीलाच माल विकण्याचा अधिकार असतो ; म्हणून त्यांच्यापैकी कोणीही मालविक्री केल्यास खरेदीदाराला त्याला मालाचा चांगला अधिकार संपूर्ण मालकी हक्क मिळेल. विक्रेत्याचा अधिकार जर सदोष असेल तर खरेदीदाराच्या मालकी हक्कातही तेच दोष येतील. मग खरेदीदाराने योग्य किमतीच्या मोबदल्यात माल खरेदी केला असो किंवा विक्रेत्याच्या मालकी हक्कात दोष आहेत किंवा प्रतिनिधीचे अधिकार दोषपूर्ण आहेत याची काहीही कल्पना खरेदीदाराला नसो.

वरील नियमाला अपवाद : खालील परिस्थितीत विक्रेत्याला मालविक्रीचा चांगला अधिकार नसला तरीदेखील खरेदीदाराला त्याने खरेदी केलेल्या मालाचा, वस्तूचा चांगला अधिकार म्हणजेच मालकी हक्क वा स्वामित्व मिळते.

मात्र, खालील अपवादात्मक परिस्थितीत हा अधिकार मिळतो–

१) खरेदीदार स्वत: निर्दोष असला पाहिजे.

२) खरेदीदाराला विक्रेत्याच्या किंवा त्याच्या प्रतिनिधीच्या दोषपूर्ण अधिकाराची कल्पना नसली पाहिजे.

३) त्याने चांगल्या भावनेने व किमतीच्या मोबदल्यात माल खरेदी केला असला पाहिजे.

१) मालाची विक्री व्यापारी प्रतिनिधीने केल्यास (कलम २७) (Sale by Mercantile Agent) : मालाच्या मालकाच्या संमतीने ज्याच्या ताब्यात माल आहे किंवा मालाचे अधिकारपत्र आहे व धंद्यातील रीतीरिवाजानुसार व प्रथेनुसार मालकाच्यावतीने ज्याला मालाची विक्री करणे, विक्रीसाठी वस्तू अडत्याकडे पाठविणे, माल खरेदी करणे किंवा माल तारण ठेवून कर्ज काढणे असे सर्व अधिकार असतात तो 'व्यापारी प्रतिनिधी' होय.

ज्या वेळी अशा व्यापारी प्रतिनिधीकडे मालाचा ताबा असतो. मालकी दर्शविणारे मालाचे महत्त्वाचे दस्तऐवज म्हणजेच कागदपत्र असतात आणि नेहमीच्या धंद्यातील रूढ पद्धतीने तो मालाची विक्री करतो त्या वेळी खरेदीदाराला त्या मालाचे मालकी हक्क प्राप्त होतात. काही वेळा अशा व्यापारी प्रतिनिधीस त्या मालाचे विक्री करण्याचे हक्क नसतानाही त्याने मालविक्री केली आणि ज्या खरेदीदाराने त्याच्याकडून माल घेतला त्याने प्रामाणिकपणे शुद्ध हेतूने माल खरेदी केला व या प्रतिनिधीस माल विकण्याचा अधिकार नाही हे या खरेदीदाराला माहीत नाही अशा वेळीसुद्धा खरेदीदाराला त्या मालाचे पूर्ण मालकी हक्क प्राप्त होतात.

अर्थात व्यापारी प्रतिनिधीला विक्रीचे हक्क नसतानाही खरेदीदाराला पूर्ण दोषविरहित मालकी हक्क प्राप्त होतात.

पण अशा विक्रीत पुढील अटी पूर्ण होणे आवश्यक असते-

अ) मालाचा ताबा अथवा दस्तऐवज हे व्यापारी प्रतिनिधीच्या ताब्यात त्याच्या मालकाच्या संमतीने असले पाहिजेत.

ब) मालाची विक्री ही व्यापारी प्रतिनिधीने केलेली असावी, साधारण प्रतिनिधीने नव्हे.

क) व्यापारी प्रतिनिधीने केलेली मालविक्री ही त्या व्यापारी प्रतिनिधीच्या नेहमीच्या धंद्याचा भाग असली पाहिजे.

ड) व्यापारी प्रतिनिधीने विक्रीचा व्यवहार करताना त्याला मालविक्रीचा अधिकार नाही हे खरेदीदाराला माहीत नसले पाहिजे व त्याने केलेली खरेदी ही प्रामाणिकपणे सदसद्विवेकबुद्धीने केली पाहिजे.

२) मालाच्या मालकाने त्याच्या वर्तणुकीने विक्रेत्यास मालविक्री करण्याचा हक्क आहे असे भासविल्यास (Title by Estoppel) : एखादा विक्रेता त्याला मालविक्रीचा हक्क नसताना आपल्याला तसा अधिकार आहे असे भासवीत असेल व त्या नात्याने आपण विक्री करीत आहोत असे खरेदीदाराला सांगत असेल व त्यावेळी मालाचा खरा मालक हे सर्व पाहत असताना, ऐकत असताना विक्रेत्याच्या त्या बोलण्यावर काही आक्षेप न घेता उलट गप्प बसत असेल व त्यामुळेच खरेदीदार

विक्रेत्याच्या त्या बोलण्यावर विश्वास ठेवून माल त्या तथाकथित विक्रेत्याकडून खरेदी करीत असेल तर मालविक्रीचा करार पूर्ण झाल्यावर मूळ मालकास विक्रेत्यास मालविक्रीचा अधिकार नव्हता असे म्हणता येणार नाही. या वेळी तथाकथित विक्रेता म्हणून जो माल विकतो त्याला चांगला अधिकार नसतानाही खरेदीदाराला मालाचा चांगला अधिकार मिळतो; कारण या ठिकाणी मूळ मालक आपल्या वर्तणुकीने विक्रेत्याला विक्रीचा अधिकार आहे असे भासवित असल्याने त्याला प्रतिबंधाची हरकत आहे.

उदा. 'अ'ने 'ब'कडे आपली फियाट कार ठेवण्यासाठी दिली. 'ब'ने 'क'ला ही फियाट विकली. हा विक्रीचा व्यवहार करताना 'अ' समोरच होता व तो हा विक्रीचा सर्व व्यवहार पाहत होता; पण त्याने 'ब'च्या या वागण्यावर कोणताही आक्षेप घेतला नाही किंवा 'ब' हा त्या गाडीचा मालक नाही वगैरेबाबत 'क'ला काही माहिती दिली नाही. त्यामुळे 'ब'ला मालविक्रीचा अधिकार नसतानाही 'क'ला या मालविक्रीच्या करारातून चांगला अधिकार प्राप्त होतो. मालकी हक्क प्राप्त होतो.

३) मालाची विक्री ही संयुक्त मालकापेक्षा एका मालकाने केल्यास (कलम २५) (Sale by One of the Co-Owner) : जेव्हा इतर सर्व मालकांच्या संमतीने मालाचा संपूर्ण ताबा हा एकाच मालकाच्या ताब्यात असेल व त्या मालकाने त्याला त्या मालाची विक्री करण्याचा अधिकार नसतानाही माल खरेदी केला व खरेदीदाराला त्या संयुक्त मालकाला संपूर्ण मालाची विक्री करण्याचा अधिकार नाही हे माहीत नसताना प्रामाणिकपणे खरेदीदाराने मालाची किंमत देऊन माल खरेदी केल्यास खरेदीदाराला त्या मालाचे मालकीहक्क प्राप्त होतात. (कलम २८) परंतु यासाठी खालील अटी पूर्ण होणे आवश्यक आहे –

अ) सर्व मालकांच्या संमतीने संयुक्त मालकीची वस्तू एका मालकाच्या ताब्यात असली पाहिजे.

ब) खरेदीदाराने प्रामाणिकपणे सदसद्विवेकबुद्धीने व किमतीच्या मोबदल्यात मालाची खरेदी केली असली पाहिजे.

क) मालविक्री करण्याच्यावेळी खरेदीदाराला विक्रेत्याला वस्तू विकण्याचा अधिकार नाही; या मालाच्या दोषपूर्ण अधिकाराबद्दल कोणतीही कल्पना नसली पाहिजे.

उदा. 'क्ष' आणि 'य' यांच्या संयुक्त मालकीची मेटॅडोर 'य'च्या संमतीने 'क्ष'जवळ आहे. 'क्ष' व 'य' दोघेही आळीपाळीने ह्या मेटॅडोरचा वापर करीत होते पण 'क्ष'ने 'य'च्या संमतीशिवाय ही मेटॅडोर रक्कम रु.७५,००० ला 'अ' या खरेदीदाराला विकली. जरी 'क्ष'ला ही मेटॅडोर विकण्याचा हक्क नसतानाही 'अ'ला या मेटॅडोरबाबत संपूर्ण मालकी हक्क/चांगला अधिकार मिळेल.

४) एकदा विकलेल्या मालाची, माल ताब्यात असल्याने विक्रेत्याने फेरविक्री केल्यास (Sale by Seller in Possession of Goods after Sale) :

मालाची एकदा पूर्ण विक्री झाली. परंतु खरेदीदाराच्या संमतीने विक्री झाल्यानंतरही तो माल किंवा त्या मालाची अधिकारपत्रे विक्रेत्याच्या ताब्यात असतील आणि असा विक्री केलेला माल विक्रेता पुन्हा दुसऱ्या खरेदीदाराला विकतो तेव्हा दुसरा खरेदीदार प्रामाणिक असून त्याला पहिल्या विक्रीची काहीही माहिती नसेल आणि त्याने किंमत देऊन माल खरेदी केला तर विक्रेत्याच्या अधिकारात दोष असूनही दुसऱ्या खरेदीदाराला मालाचा पूर्ण मालकी हक्क मिळेल.

५) वर्जनीय करारातून मालाचा ताबा मिळालेल्या विक्रेत्याने मालाची विक्री केल्यास (कलम ३९) (Sale by a Person in Possession of Goods under Voidable Contract) : भारतीय करार कायदा १९ व १९(अ) प्रमाणे जे करार वर्जनीय आहेत अशा वर्जनीय कराराद्वारे एखाद्या विक्रेत्याजवळ मालाचा ताबा आहे आणि दुसऱ्या व्यक्तीने तो करार रद्द करण्यापूर्वीच विक्रेत्याने त्या मालाची विक्री केली असेल व खरेदीदार प्रामाणिक असून त्यास विक्रेत्यास मालविक्री करण्याचा हक्क नाही हे माहीत नसेल अशा वेळी त्या खरेदीदाराला त्या मालाचे पूर्ण मालकी हक्क प्राप्त होतात.

उदा. अनैतिक वजनाने 'क्ष'ने 'य'कडून त्याची मोटारसायकल विकत घेण्याचा करार केला. 'य'ने नैतिक वजनाखाली 'क्ष' हा त्याचा बॉस असल्याने कराराला संमती दिली असल्याने हा करार वर्जनीय ठरेल म्हणून 'य' हा करार रद्द करू शकेल. परंतु 'य'ने करार रद्द करण्यापूर्वीच 'क्ष'ने ती मोटारसायकल 'अ'ला विकली. 'अ'ने वस्तूची किंमत दिल्याने व त्याला 'क्ष'च्या दोषपूर्ण विक्री अधिकाराची कल्पना नसल्याने या मालविक्री करारात चांगला अधिकार प्राप्त होईल.

६) खरेदीदाराने मालाची किंमत न देताच ताबा मिळालेल्या मालाची विक्री केल्यास (Sale by Buyer in Possession after the Contract of Sale) : खरेदीदाराने मालविक्रीच्या ठरावाने मालाची पूर्ण किंमत न देताही मालाचे पूर्ण मालकी हक्क त्याला मिळाले नसतानाही विक्रेत्याच्या संमतीने त्याच्या ताब्यात माल असल्याने तो माल त्या खरेदीदाराने आपण मालाचे पूर्ण मालक आहोत असे भासवून दुसऱ्या खरेदीदाराला विकला असेल आणि त्या दुसऱ्या खरेदीदाराला पहिल्या विक्रेत्याचा त्या मालावर ताबेहक्क आहे हे माहीत नसून वस्तूंची किंमत देऊन प्रामाणिकपणे त्याने माल खरेदी केल्यास त्याला मालाचे मालकी हक्क प्राप्त होतात.

७) अदत्त विक्रेत्याने मालाची पुनर्विक्री केल्यास ('Resale of Goods by a Unpaid Seller') : मालविक्रीचा करार पूर्ण होत असताना खरेदीदाराने त्या मालाची किंमत न दिल्याने किंवा तो दिवाळखोर म्हणून जाहीर झाल्याचे कळल्यामुळे विक्रेत्याने त्या मालावर आपला ताबेहक्क बजावला किंवा प्रवासात माल अडवून ताब्यात घेतला आणि नंतर त्याची पुनर्विक्री केली असेल तर दुसऱ्या खरेदीदाराला त्या मालाचे मालकी हक्क प्राप्त होतात.

८) इतर कायद्याच्या तरतुदीखाली झालेली विक्री ('Sale under the

Provision of other Acts') :

अ) तारणदात्याने आश्वासनभंग केल्यामुळे तारणगृहीत्याने तारण ठेवून घेतलेल्या मालाची विक्री केल्यास वस्तूंची खरेदी करणाऱ्या खरेदीदाराला त्या वस्तूबाबत मालकी हक्क प्राप्त होतात.

ब) हरवलेली वस्तू सापडल्याने, त्या व्यक्तीने वस्तूच्या मालकाचा शोध न लागल्याने संबंधित वस्तूची विक्री केल्यास ती वस्तू विकत घेणाऱ्या खरेदीदाराला चांगला हक्क प्राप्त होतो.

क) न्यायालयीन व्यवस्थापक, संपत्तीच्या विक्रीकरिता न्यायालयीन नियुक्त प्रतिनिधी, कंपनीचा लिक्विडेटर, मृत्युपत्राद्वारे संपत्तीच्या देखरेखीकरिता नियुक्त व्यवस्थापक यांनी त्या मालाची विक्री केल्यास घेणाऱ्या खरेदीदाराला मालाचा मालकी हक्क प्राप्त होईल.

३.९ अदत्त विक्रेता/अदत्त-मूल्य विक्रेता/किंमत न मिळालेला विक्रेता आणि त्याचे अधिकार (कलम ४५) (Unpaid Seller and Rights of Unpaid Seller) (Sec.45)

अ. अदत्त विक्रेता/किंमत न मिळालेला विक्रेता

व्याख्या : मालविक्रीच्या करारानुसार विक्रेत्याने विकलेल्या वस्तूंची किंमत त्याला मिळालीच पाहिजे असा नियम आहे. ज्या विक्रेत्याला त्याने विकलेल्या वस्तूंचे मूल्य/किंमत मिळालेलेच नाही त्या विक्रेत्याला 'अदत्त विक्रेता' असे म्हणतात. अदत्त विक्रेत्यालाच अदत्त-मूल्यविक्रेता किंवा किंमत न मिळालेला विक्रेता असे संबोधतात.

विक्री कायद्याच्या कलम ४५ (१) नुसार पुढील अटींची/नियमांची पूर्तता झाल्यास त्याला 'अदत्त मूल्य विक्रेता' असे म्हणतात.

अ) अदत्त मूल्य विक्रेत्यास मालाची संपूर्ण किंमत देण्यात किंवा देऊ करण्यात आलेली नसते.

ब) वस्तूची किंमत देण्यासाठी ग्राहकाने विक्रेत्याला धनादेश, हुंडी किंवा इतर प्रकारचा चलनक्षम दस्तऐवज दिलेला असेल आणि त्या दस्तऐवजाचे पैसे त्याला ठरलेल्या दिवशी मिळाले तरच वस्तूची किंमत मिळाली असे मानले जाते. परंतु सशर्त मूल्यशोधन अटीवर अर्थात पैसे मिळतील यासाठी जर तो दस्तऐवज स्वीकारला असेल आणि त्या दस्तऐवजाचा अनादर झाला अथवा अन्य कारणांमुळे तो पूर्ण झालेला नसेल तर अशा मालाच्या विक्रेत्यास हा सदर कायद्याच्या अधिनियमाच्या अर्थानुसार अदत्त-मूल्य विक्रेता असे म्हणतात.

थोडक्यात, विक्रेत्याने रोखीने माल विकलेला असेल व खरेदीदाराने मालाची संपूर्ण किंमत विक्रेत्याला दिलेली नसेल तर त्या विक्रेत्याला अदत्त विक्रेता / अदत्त-मूल्य विक्रेता असे म्हणतात. मालाची थोडी किंमत द्यावयाची राहिली तरी देखील

त्या विक्रेत्यास अदत्त विक्रेता असे म्हणतात. परंतु उधारीने मालाची विक्री केली असल्यास उधारीची मुदत संपेपर्यंत त्या विक्रेत्याला अदत्त विक्रेता म्हणत नाहीत.

ब. अदत्त विक्रेत्याचे अधिकार

अदत्त विक्रेत्याला खरेदीदाराकडून वस्तूची संपूर्ण किंमत वसूल करता यावी म्हणून मालविक्री कायद्याप्रमाणे त्याला पुढील दोन अधिकार असतात.

अदत्त विक्रेत्याचे अधिकार

- खरेदीदाराला/ग्राहकाला विकलेल्या वस्तूंसंबंधी अधिकार
  - वस्तूंवर ग्रहणाधिकार वस्तूंचा ताबेहक्क
  - वस्तू मार्गात अडविण्याचा अधिकार (वस्तू प्रवासात अडविण्याचा हक्क)
  - वस्तूंच्या पुनर्विक्रीचा अधिकार
- खरेदीदाराविरुद्ध व्यक्तिश: अधिकार

वरील आकृतीचे तपशीलवार स्पष्टीकरण आता आपण पाहूयात. मालविक्री कायद्याच्या अधिनियम तरतुदींनुसार-

१) खरेदीदाराला /ग्राहकाला विकलेल्या वस्तूंसंबंधी अधिकार : विक्रेत्याने ग्राहकाला माल/वस्तू विकल्यानंतर त्याला त्या मालाची संपूर्ण किंमत मिळण्यासाठी हा अधिकार वापरला जातो. पुढील तीन अधिकारांमध्ये याचे विभागीकरण करण्यात आले आहे.

अ) वस्तूंवर ग्रहणाधिकार

अदत्त-मूल्य विक्रेत्याचा हा प्राथमिक आणि महत्त्वाचा अधिकार आहे. विकलेल्या वस्तूंचे पूर्ण मूल्य मिळाले नाही तर साहजिकच विक्रेता ग्राहकाला वस्तू देण्याचे नाकारेल. अर्थात, या अधिकाराचा वापर करण्यासाठी संबंधित वस्तू/माल विक्रेत्याच्या ताब्यात असणे आवश्यक असते. खालील परिस्थितीत अदत्त-मूल्य विक्रेत्याला वस्तूंवर ग्रहणाधिकार/ताबेहक्क राहतो.

१) विक्रेत्याने वस्तूंची विक्री उधारीवर केली असल्यास.

२) उधारीची मुदत संपल्यानंतर देखील ग्राहकाने वस्तूंची / मालाची पूर्ण रक्कम दिली नसल्यास.

३) खरेदीदार/ग्राहक दिवाळखोर झाल्याचे कळले असल्यास.

कलम ४७ नुसार विक्रेत्याजवळ प्रतिनिधी (अभिकर्ता) किंवा निक्षेपगृहीता या नात्याने वस्तू असल्या तरीदेखील विक्रेत्याला ग्रहणाधिकार मिळू शकतो. वस्तूंवर ग्रहणाधिकार हा व्यक्तिगत अधिकार असल्यामुळे त्याचा उपयोग स्वत: अदत्त-मूल्य विक्रेताच करू शकतो. हा अधिकार दुसऱ्या कोणालाही हस्तांतरित होऊ शकत नाही. अर्थात, विक्रेत्याने संपूर्ण वस्तूंपैकी काही वस्तूंचे म्हणजेच आंशिक प्रदान ग्राहकाला

दिले असल्यास त्याच्याजवळ शिल्लक असलेल्या वस्तूंकरिता तो ग्रहणाधिकाराचा अधिकार वापरू शकतो.

कलम ४९ नुसार खालील परिस्थितीत हा अधिकार समाप्त होतो.

१) वस्तूंच्या विल्हेवाटीचा अधिकार राखून न ठेवता विक्रेत्याने विकलेल्या वस्तू ग्राहकाला पोहोचत्या करण्याच्या हेतूने वाहकाच्या ताब्यात दिल्या असल्यास.

२) ग्राहकाने किंवा अभिकर्त्याने (अधिकृत प्रतिनिधीने) कायदेशीरपणे वस्तूंचा ताबा घेतला असल्यास.

ब) वस्तू मार्गात अडविण्याचा अधिकार

मालविक्रीच्या करारानंतर विक्रेत्याने ग्राहकाकडे वस्तू पाठवल्या असतील आणि त्यानंतर तो ग्राहक दिवाळखोर झाल्याचे विक्रेत्याला कळले असल्यास, मार्गात असलेल्या वस्तू अडवून किंवा रोखून ठेवण्याचा अधिकार अदत्त-मूल्य विक्रेत्याला असतो.

अर्थात, कायद्याच्या तरतुदींनुसार खालील दोन अटी पूर्ण झाल्यानंतरच अदत्तमूल्य विक्रेत्याला वरील अधिकार वापरता येतो.

१) वस्तू मार्गात असल्या पाहिजेत.

२) खरेदीदार/ग्राहक दिवाळखोर झाला असला पाहिजे.

वस्तू मार्गात आहेत तोपर्यंतच अदत्त-मूल्य विक्रेता त्या मार्गात अडवून परत घेऊ शकतो. वस्तू मार्गात अडवून ठेवायच्या असतील तर विक्रेत्याने वाहकाला तशी सूचना देणे आवश्यक असते. याद्वारे वस्तू मार्गात रोखून ठेवाव्यात आणि नंतर त्या विक्रेत्याला परत कराव्यात असे सांगण्यात येते. ही सूचना वाहकाला किंवा ज्याच्या ताब्यात वस्तू आहेत त्याला देता येते. वस्तू मार्गात अडवून ठेवण्याबाबत वाहकाला सूचना मिळाल्याबरोबर वस्तू मार्गात अडवून त्या विक्रेत्याला अथवा त्याच्या आदेशानुसार अन्य कोणाला परत पाठवणे हे वाहकाचे कर्तव्य असते. मार्गात अडवून ठेवलेल्या वस्तू विक्रेत्याला परत करण्यासाठी जो खर्च येईल तो साहजिकच विक्रेत्याला सहन करावा लागतो.

कलम ५१ नुसार खालील पद्धतीने / तत्त्वाने वस्तू/माल मार्गात असण्याचा अवधी प्रमाणित करता येतो.

१) खरेदीदाराला वस्तू पोहोचत्या करण्याच्या हेतूने विक्रेत्याने त्या वस्तू वाहकाच्या स्वाधीन केल्याबरोबर वस्तूंचा मार्गात असण्याचा अवधी सुरू होतो. खरेदीदार किंवा त्याच्या अधिकृत प्रतिनिधीने वस्तूचा ताबा स्वीकारला की, अवधी संपतो.

२) इष्ट स्थळी वस्तू पोहोचण्यापूर्वीच खरेदीदाराने किंवा त्याच्या अधिकृत प्रतिनिधीने वस्तूंचा/मालाचा ताबा घेतला असेल तर वस्तूंच्या मार्गात असण्याचा अवधी संपुष्टात येतो.

३) इष्ट स्थळी वस्तू पोहोचल्यानंतर वाहकाने खरेदीदाराचा अभिकर्ता म्हणून स्वत:जवळ ठेवण्याचे कबूल केले असल्यास अशी कबुली दिल्याबरोबर मार्गात असण्याचा अवधी संपतो.

४) वाहक हाच खरेदीदाराचा प्रतिनिधी असेल तर विक्रेत्याने त्याच्या ताब्यात वस्तू दिल्याक्षणी वस्तू मार्गात असण्याचा अवधी संपतो.

५) ठरलेल्या ठिकाणी वस्तू पोहोचल्यानंतर वाहकाने वस्तूंचे प्रदान घेण्याची सूचना खरेदीदाराला दिली. परंतु खरेदीदारानेच वस्तूंचा स्वीकार करण्याचे नाकारल्यास वस्तूंची मार्गक्रमणा चालूच राहते. परंतु इष्ट स्थळी वस्तू पोहोचल्यानंतर खरेदीदाराने वस्तूंची मागणी केली असताना वाहकाने योग्य कारणास्तव वस्तू देण्यास नकार दिला तर वस्तूंचे मार्गात असणे संपते.

६) वस्तूंचे आांशिक प्रदान झाल्यास उरलेल्या वस्तू अदत्त-मूल्य विक्रेत्यास मार्गात अडविता येतात. परंतु अंशिक प्रदानावरून संपूर्ण प्रदानाचा आशय प्रगट होत असल्यास मात्र वस्तू मार्गात अडविता येणार नाहीत.

क) वस्तू पुनर्विक्रीचा अधिकार

वस्तूंची विक्री केल्यानंतर विक्रेत्याला त्या वस्तूंची किंमत मिळाली नसल्यास तो ग्रहणाधिकार/ताबेहक्क किंवा वस्तू मार्गात अडविण्याचा अधिकार उपयोगात आणून संबंधित वस्तू/माल परत मिळवू शकतो. या प्रकारे परत मिळवलेल्या वस्तूंची पुन्हा विक्री करण्याचा अधिकार अदत्त-मूल्य विक्रेत्याला असतो. कलम ५४ च्या तरतुदींनुसार वस्तू पुनर्विक्रीचा अधिकार खालील परिस्थितीमध्ये अदत्त-मूल्य विक्रेत्याला मिळू शकतो

१) ग्रहणाधिकार/ताबेहक्क किंवा वस्तू मार्गात अडविण्याचा अधिकार वापरून अदत्त-मूल्य विक्रेत्याने वस्तू परत मिळवल्या असल्या पाहिजेत.

२) अदत्त विक्रेत्याने वस्तूंच्या पुनर्विक्रीच्या अधिकाराचा त्याग केलेला नसावा.

३) ग्रहणाधिकार किंवा वस्तू मार्गात अडविण्याचा अधिकार वापरल्यानंतर त्याने वस्तूंच्या पुनर्विक्रीची सूचना खरेदीदाराला दिली असेल तर.

मालविक्री कायद्याच्या तरतुदींनुसार वस्तू पुनर्विक्रीबाबत पुढील अटी/नियम आहेत -

१) ग्रहणाधिकार किंवा वस्तू मार्गात अडविण्याचा अधिकार उपयोगात आणून परत मिळवलेल्या वस्तूंच्या पुनर्विक्रीची सूचना संबंधित खरेदीदाराला देणे आवश्यक असते.

ही सूचना पुढील दोन हेतूने दिली जाते -

अ) वस्तूंची किंमत देण्याकरिता खरेदीदाराला आणखी एक संधी देणे आणि

ब) खरेदीदार वस्तूंचे मूल्य देऊ शकला नाही तर त्या वस्तू/माल कोणत्या किमतीवर विकल्या जातात यासंबंधी खरेदीदाराला कल्पना देणे.

२) वरीलप्रमाणे सूचना दिल्यानंतर योग्य मुदतीत खरेदीदाराकडून वस्तूंची किंमत मिळाली नाही तर अदत्त-मूल्य विक्रेता या वस्तूंची पुनर्विक्री करू शकतो.

३) पुनर्विक्रीमध्ये वस्तू/माल विकत घेणाऱ्या खरेदीदाराला त्या वस्तूंबाबत चांगला अधिकार/मालकी हक्क मिळतो.

४) मूळ खरेदीदाराला पुनर्विक्रीची योग्य पूर्वसूचना देऊन अदत्त विक्रेत्याने केलेल्या विक्रीमध्ये त्याला नुकसान झाल्यास ते मूळ खरेदीदाराने भरुन द्यावे लागते. परंतु पुनर्विक्रीमध्ये नफा झाल्यास तो मात्र आधीच्या मूळ खरेदीदाराला मिळत नाही.

५) मात्र, पुनर्विक्रीची पूर्वसूचना न देता अदत्त विक्रेत्याने वस्तूंची/मालाची पुनर्विक्री केल्यास जर नुकसान झाले तर मूळ खरेदीदार अशा विक्रीमध्ये झालेल्या नुकसानीस जबाबदार नसतो. अर्थात, या विक्रीमध्ये फायदा झाल्यास तो मात्र मूळ खरेदीदाराला देणे आवश्यक/बंधनकारक असते.

६) वस्तू नाशवंत असल्यास त्यांच्या पुनर्विक्रीची सूचना मूळ खरेदीदाराला देण्याची आवश्यकता नसते. या वस्तूंच्या पुनर्विक्रीवर अदत्त विक्रेत्याला नुकसान झाले तर तो मूळ खरेदीदाराने भरून द्यावा लागतो. परंतु नफा झाल्यास त्यावर मूळ खरेदीदाराचा कोणताही हक्क राहात नाही.

२) खरेदीदाराविरुद्ध व्यक्तिशः अधिकार : अदत्त-मूल्य विक्रेत्याला वस्तूंची किंमत वसूल करण्यासाठी त्याचे अधिकार/हक्क बजावता आले नाहीत तर अशा विक्रेत्याला वस्तूंची किंमत वसूल करण्यासाठी खरेदीदाराविरुद्ध न्यायालयात दावा लावण्याचा अधिकार असतो. खालील परिस्थितीमध्ये अदत्त-मूल्य विक्रेता खरेदीदाराविरुद्ध न्यायालयात दावा दाखल करू शकतो.

अ) वस्तूंचा/मालाचा मालकीहक्क वस्तू विक्रीनंतर खरेदीदाराकडे आलेला असतो परंतु तरीही खरेदीदार निष्कारण वस्तूची किंमत देण्याचे नाकारतो तेव्हा अदत्त-मूल्य विक्रेता न्यायालयात दावा दाखल करू शकतो.

ब) करारानुसार खरेदीदाराने वस्तूची किंमत विशिष्ट तारखेला देण्याचे कबूल केलेले असते परंतु निष्कारण त्या तारखेला तो वस्तूची किंमत देण्यास टाळाटाळ करत असतो, अशा वेळी वस्तूचा मालकीहक्क खरेदीदाराकडे गेलेला नसेल तरीही अदत्त-मूल्य विक्रेत्याला त्या वस्तूची किंमत वसूल करण्यासाठी खरेदीदारविरुद्ध न्यायालयात दावा दाखल करण्याचा अधिकार मिळतो.

थोडक्यात, ज्या विक्रेत्याला त्याने विकलेल्या वस्तूंची पूर्ण किंमत मिळालेली नसते अशा अदत्त-मूल्य विक्रेत्याला खरेदीदाराविरुद्ध व्यक्तिशः अथवा त्याने विकलेल्या वस्तूंसंबंधीचे अधिकार प्राप्त होतात. 'विक्रेता' या शब्दामध्ये प्रत्यक्ष विक्रेता, त्याचा प्रतिनिधी (अभिकर्ता) आणि परेषक (Bailee) यांचाही समावेश होतो आणि केवळ वस्तूची/मालाची संपूर्ण किंमत वसूल करता यावी यासाठी वरील अधिकार मालविक्री कायद्याच्या करारानुसार प्राप्त होतात.

अदत्त-मूल्य विक्रेत्याचा वस्तूंवर ग्रहणाधिकार आणि वस्तू मार्गात अडविण्याचा अधिकार यातील फरक

वस्तुंवर ग्रहणाधिकार	वस्तू मार्गात अडविण्याचा अधिकार
१) या अधिकाराचा उपयोग अदत्त विक्रेता कधीही, कोणत्याही वेळी करू शकतो.	१) हा अधिकार मात्र खरेदीदार दिवाळखोर झाल्याशिवाय वापरता येत नाही.
२) अदत्त-मूल्य विक्रेत्याच्या ताब्यात असलेल्या वस्तूंबाबतच वस्तूंवर ग्रहणाधिकार.	२) ज्या वस्तू वाहकाच्या ताब्यात असून वस्तू मार्गात अडविण्याचा अधिकार.
३) ग्रहणाधिकार वापरता येतो. अर्थात, त्या अजून मार्गात असतात वस्तू मार्गात अडविण्याचा अधिकार	३) खरेदीदारापर्यंत पोहोचायच्या असतात; त्या वस्तूंबाबतच अदत्त-मूल्य विक्रेता वापरू शकतो.

३.१० मालविक्रीच्या कराराचा भंग : विक्री कराराचा भंग केल्यास मिळणारे अधिकार (Remedies for Breach of the Contract of Sale)

मालविक्रीच्या करारामुळे खरेदीदार व विक्रेता अशा या कराराशी संबंधित दोन्ही पक्षांना हक्क व अधिकार मिळतात. तसेच करार पूर्ततेसंबंधी त्यांच्यावर काही जबाबदाऱ्याही पडतात.

एखाद्या पक्षाने मालविक्रीच्या करारातीतल अटींचे पालन केले नाही; तर निर्दोष पक्षाला करार भंग करणाऱ्या पक्षाविरुद्ध कायद्यानुसार खालील हक्क प्राप्त होतात -

१. विक्रेत्याला खरेदीदाराविरुद्ध खालील हक्क मिळतात : मालविक्रीच्या करारात खरेदीदाराने करारातील अटींचे पालन केले नाही तर म्हणजेच करारभंग झाला तर विक्रेत्याला खरेदीदाराविरुद्ध योग्य त्या कोर्टात खालील बाबींसाठी दावे दाखल करता येतात -

(अ) मालाच्या किमती वसुलीसाठी योग्य कोर्टात दावा दाखल करणे (कलम ५५ अन्वये) :

(अ) मालविक्रीच्या करारानुसार मालाचा मालकी हक्क खरेदीदाराला हस्तांतरित झाला असूनही खरेदीदार मालाच्या करारात ठरलेले मूल्य/किंमत देण्याची टाळाटाळ करीत असेल किंवा मालाची किंमत देतच नसेल तर विक्रेता किंमत वसुलीकरिता खरेदीदाराविरुद्ध दावा दाखल करू शकेल **(कलम ५५)**

(ब) मालविक्रीच्या करारानुसार संबंधित मालाची मालकी खरेदीदाराकडे गेलेले नसून माल कराराच्या पूर्ततेसाठी पाठविलेला असतो आणि मालाची पाठवणी केली असेल किंवा केलीही नसेल. परंतु करारातील अटीप्रमाणे ठराविक दिवशी मालाची किंमत देण्याचे खरेदीदाराकडून ठरले असेल त्या ठरल्यादिवशी मालाची किंमत मिळाली नसेल तरीही विक्रेता खरेदीदाराविरुद्ध किंमत वसुलीसाठी योग्य त्या कोर्टात दावा दाखल करून किंमत खरेदीदाराकडून वसूल करून घेऊ शकतो.

(क) नुकसानभरपाईसाठी योग्य त्या कोर्टात दावा दाखल करणे : जर करारातील अटींचे पालन न करता खरेदीदार माल स्वीकारण्याबाबत तसेच मालाची ठरलेली किंमत देण्याबाबत टाळाटाळ करीत असेल तर त्यामुळे विक्रेत्याला नुकसान होईल त्या नुकसानभरपाईच्या वसुलीसाठी विक्रेता खरेदीदाराविरुद्ध योग्य त्या कोर्टात दावा दाखल करू शकतो.

२. खरेदीदाराला विक्रेत्याविरुद्ध खालील हक्क मिळतात : मालविक्रीच्या करारात ठरल्याप्रमाणे विक्रेत्याने करारातील अटींचे पालन केले नाही तर म्हणजेच विक्रेत्याने करारभंग केला तर खरेदीदाराला योग्य त्या कोर्टात खालील बाबींसाठी विक्रेत्याविरुद्ध दावा दाखल करता येतो –

(अ) करारपूर्ततेसाठी विक्रेत्याविरुद्ध दावा दाखल करणे : जेव्हा करारामध्ये निश्चित मालविक्री करण्याचे ठरलेले असते. परंतु मालविक्रीच्या कराराचा भंग करून विक्रेता खरेदीदाराकडे माल पाठविण्याचे नाकारतो तेव्हा खरेदीदार करारपूर्ततेसाठी त्याच्याविरुद्ध योग्य त्या कोर्टात दावा दाखल करून त्यास माल पाठविण्यास भाग पाडू शकतो. खरेदीदार त्या विक्रेत्याला नुकसानभरपाई देऊन अधिकार बजावू देत नाही. **(कलम ५८)**

(ब) नुकसानभरपाई वसुलीकरिता दावा (Suit for Damages) : मालविक्रीच्या करारातील अटीनुसार मालाची पाठवणी करण्यास विक्रेता विलंब करीत असेल किंवा मालाची पाठवणी करीत नसेल तर त्यामुळे खरेदीदाराला जे नुकसान होईल ते भरुन मागण्याकरिता खरेदीदार विक्रेत्याविरुद्ध दावा दाखल करू शकेल. **(कलम ५७)**

(क) आश्वासन/दुय्यम अट भंग केल्याबद्दल दावा (Suit for Breach of Warranty) : विक्रेत्याने जर एखाद्या दुय्यम अटीचा/आश्वासनाचा भंग केला असेल किंवा विक्रेत्याने केलेल्या एखाद्या महत्त्वाच्या अटीचा भंग हा खरेदीदाराने आश्वासन म्हणजेच दुय्यम अटीचा भंग मानला असेल तर खरेदीदार संबंधित मालाचा स्वीकार करण्यास नकार देऊ शकणार नाही. परंतु खरेदीदार हा –

(अ) दुय्यम अटीचा भंग झाल्याचा परिणाम म्हणून मालाची किंमत कमी करण्यासाठी दावा दाखल करू शकेल किंवा

(ब) दुय्यम अटीचा भंग झाल्याने त्याला झालेले नुकसान भरून मागण्यासाठी तो विक्रेत्याविरुद्ध दावा दाखल करू शकेल **(कलम ५९)**

३. मालाची पाठवणी करण्याच्या तारखेपूर्वीच करारभंग झाल्यास (Repudiation of Contract before Due Date) **(कलम ६०)** : मालविक्रीच्या करारानुसार मालपाठवणीची जी तारीख ठरली असेल त्या तारखेपूर्वीच एखाद्या पक्षाने कराराचा भंग केल्यास दुसरा निर्दोष पक्ष करार अजून पूर्ण व्हावयाचा आहे असे समजून पाठवणीच्या तारखेपर्यंत वाट पाहू शकतो किंवा करारभंग झाला आहे असे मानून दोषी पक्षाविरुद्ध नुकसान भरपाईकरिता दावा लावू शकतो.

व्याजाबद्दल न्यायालयीन आदेश (कलम ६१) (Interest by Way of Damages) : मालविक्रीच्या कायद्यानुसार विक्रेत्याला किंवा खरेदीदाराला पुढील परिस्थितीत व्याज किंवा विशेष नुकसानभरपाई, वस्तू विक्रीच्या करारात विरोधी उल्लेख केला असल्यास मिळू शकेल.

(१) विक्रेत्याने किंमत वसुलीसाठी खरेदीदाराविरुद्ध केलेल्या दाव्यामध्ये –

(अ) ज्या दिवशी खरेदीदाराला माल दिला असेल त्या दिवसापासून किंवा

(ब) ज्या दिवशी करारातील अटीप्रमाणे मालाची किंमत देणे आवश्यक होते त्या दिवसापासून किमतीच्या रकमेवर खरेदीदाराने व्याज द्यावे असा आदेश न्यायालय देऊ शकेल.

(२) विक्रेत्याने करारातील अटींचे पालन न करता करारभंग केला म्हणून त्याच्याकडून मालाची किंमत परत मिळावी म्हणून खरेदीदाराने केलेल्या दाव्यामध्ये, ज्या ज्या दिवशी खरेदीदाराने विक्रेत्याला मालाची किंमत दिली असेल, त्या त्या दिवसापासून विक्रेत्याने खरेदीदाराला व्याज द्यावे असा आदेश न्यायालय देऊ शकेल.

सराव प्रश्न

अ) खालील प्रश्नांची उत्तरे २० शब्दांत लिहा.

१) 'माल' किंवा 'वस्तू' म्हणजे काय?

२) वस्तूचे मूल्य किंवा किंमत म्हणजे काय?

३) व्यापारी अभिकर्ता अगर प्रतिनिधी म्हणजे काय?

४) 'मालविक्री' करार म्हणजे काय?

५) वर्तमान वस्तू म्हणजे काय?

६) भावी वस्तू म्हणजे काय?

७) निश्चित वस्तू म्हणजे काय?

८) अनिश्चित वस्तू म्हणजे काय?
९) प्रमुख अट म्हणजे काय?
१०) दुय्यम अट म्हणजे काय?
११) माल पाठवणी म्हणजे काय?
१२) 'गर्भित' अट म्हणजे काय?
१३) मालविक्रीचा ठराव म्हणजे काय?
१४) अदत्त-मूल्य विक्रेता म्हणजे काय?

ब) खालील प्रश्नांची उत्तरे ५० शब्दांत लिहा.

१) वस्तू किंवा मालाचे विविध प्रकार कोणते?
२) मालविक्री कराराच्या आवश्यक अटी कोणत्या?
३) कायदेशीर मालविक्री करार कसा होतो?
४) अट आणि आश्वासन म्हणजे काय?
५) माल पाठवणीचे प्रकार सांगा.
६) मालविक्री कराराची वैशिष्ट्ये सांगा.
७) वस्तूच्या मालकी हक्काचे हस्तांतरणाचे नियम सांगा.
८) वस्तूतील जोखीमेचे हस्तांतर कसे होते?

क) खालील प्रश्नांची उत्तरे १५० शब्दांत लिहा.

१) मालविक्री करार स्पष्ट करून त्यातील आवश्यक अटींचे वर्णन करा.
२) मालविक्री कायद्यानुसार वस्तूचे विविध प्रकार स्पष्ट करा.
३) मालविक्री करारात किमतीचे महत्त्व स्पष्ट करून ती कशी निर्धारित केली जाते ते सांगा.
४) 'वर्तमान वस्तू' व 'भविष्यकालीन वस्तू'मधील फरक स्पष्ट करा.
५) मालविक्री कायद्यातील कराराच्या विषयवस्तूबाबतच्या तरतुदी स्पष्ट करा.
६) अट आणि आश्वासन म्हणजे काय? त्यातील फरक स्पष्ट करा.
७) स्पष्ट व गर्भित अट म्हणजे काय? गर्भित अटींचे स्पष्टीकरण करा.
८) 'ग्राहकाने सावध असावे' स्पष्ट करा.
९) विक्रेत्याकडून खरेदीदाराकडे मालकीहक्काचे हस्तांतर केव्हा व कसे होते?
१०) 'पसंत पडल्यास खरेदी करा' या विधानाचे स्पष्टीकरण करा.
११) मालविक्री कायद्यानुसार खरेदीदाराचे हक्क व कर्तव्ये स्पष्ट करा.
१२) खरेदीदाराने माल स्वीकारला हे कोणत्या परिस्थितीत समजले जाते?
१३) अदत्त-मूल्य विक्रेत्याची व्याख्या लिहून त्याचे अधिकार सविस्तर स्पष्ट करा.
१४) मालविक्री कराराचा भंग केल्यास निर्दोष पक्षास मिळणारे अधिकार सविस्तर लिहा.

ड) खालील प्रश्नांची उत्तरे ३०० ते ५०० शब्दांत लिहा.

१) मालविक्रीचा करार म्हणजे काय? या कराराच्या आवश्यक अटी सांगून वस्तूच्या विविध प्रकारांचे वर्णन करा.

२) प्रमुख अट व दुय्यम अट म्हणजे काय? कोणत्या परिस्थितीत अटीचा भंग आश्वासनाचा भंग समजला जातो? या करारातील गर्भित आश्वासनांचे वर्णन करा.

४ ई-करार (ई-व्यवहार, ई-कॉमर्स)

e-Contracts (e-commerce)

४.१ प्रास्ताविक (Introduction)

'कॉमर्स' हा शब्द 'ई–कॉमर्स'च्या उत्पत्तीमध्ये सर्वांत महत्त्वाचा आहे. खरेदी–विक्रीचे व्यवहार जेव्हा इलेक्ट्रॉनिक माध्यमातून होतात तेव्हा त्याला 'ई–कॉमर्स' असे म्हणतात. ह्या खरेदी–विक्रीमध्ये वस्तू व सेवांची खरेदी केली जाते. सध्या यासाठी इंटरनेट व कॉम्प्यूटर नेटवर्कचा वापर केला जातो. इंटरनेट प्रसारामुळे ई–व्यवहारांना खूप महत्त्व प्राप्त झाले. ई–कॉमर्सची उत्पत्ती १९९७ मध्ये झाली. इ.बिझनेस ही संकल्पना IBN या कंपनीने १९९७ मध्ये रुजवली.

ई-व्यापार म्हणजे इलेक्ट्रॉनिक माध्यमाद्वारे होणारा व्यापार. हा शब्द ई-कॉमर्स व ई-मेल या संकल्पनेचे व्याप्त रूप होय. सध्या ई-कॉमर्स WWW या नेट वर गुंतलेले आहे. जागतिकीकरणाच्या व्यवहारांमध्ये WWW या साखळीचा मोठ्या प्रमाणात उपयोग होत आहे.

व्यवसाय करताना व्यापाऱ्यांसमोर अनेक उद्दिष्टे असतात. त्यासाठी संदेशवहन आणि माहिती तंत्रज्ञानाचा उपयोग करावा लागतो. या सर्व गोष्टींचा उपयोग ई-कॉमर्समधून केला जातो. ई-कॉमर्समुळे जगाच्या कानाकोपऱ्यातील व्यापाराची व तंत्रज्ञानाची माहिती सेकंदात मिळू शकते. जागतिकीकरणाच्या टप्प्यांमध्ये ई-कॉमर्स हा खूप महत्त्वाचा दुवा आहे. ई-कॉमर्समुळे व्यवहारांच्या वेळा सांभाळाव्या लागत नाहीत तर २४ तास व्यवहार करण्याची चांगली सुविधा म्हणून याकडे पाहिले जाते. ऑनलाइन व्यवहारामुळे सर्व जग एकच बाजारपेठ झाली आहे.

४.२ ई-व्यवहार अर्थ (Meaning of e-Commerce)

अर्थ : इलेक्ट्रॉनिक माध्यमाद्वारे जेव्हा व्यापारी ग्राहकांपर्यंत संवाद साधतो तेव्हा त्याला 'ई-कॉमर्स' असे म्हणतात. ग्राहक व व्यापारी यांच्यात त्यामुळे जवळीक साधता येते. जागतिकीकरणात महत्त्वाचा वाटा म्हणून ई-कॉमर्सकडे पाहिले जाते.

ई-कॉमर्समुळे कोट्यवधी रुपयांची उलाढाल होते. नेटवरून वस्तू व सेवा-विक्रीचा एक मार्ग म्हणजे 'ई-कॉमर्स' होय.

बऱ्याच लोकांना असे वाटते की 'ई-कॉमर्स' म्हणजे ऑनलाइन खरेदी; पण ही संकल्पना याहीपेक्षा खूप मोठी आहे. ई-कॉमर्समुळे जगाच्या कानाकोपऱ्यात वस्तू व सेवांची देवाण-घेवाण शक्य झाली आहे.

ई-कॉमर्सची वैशिष्ट्ये (Features of e-Commerce)

१) **ग्राहकांशी जवळीक** (Close Contact With Customer) : ग्राहकांशी जवळीक साधण्याचे हे एक प्रभावी साधन आहे. ग्राहकांचे समाधान, करता येते. ग्राहकांच्या तक्रारी, ग्राहकांना हवी असलेली माहिती लगेचच पाठविता येते.

२) **सोईस्कर सेवा** (Convenient Service) : ई-कॉमर्समुळे ग्राहकांना सोईस्कर सेवा पुरविता येतात.

३) **समन्वय** (Co-Ordination) : ई-मेलच्या माध्यमातून ग्राहक, पुरवठादार व्यापारी यांच्यात समन्वय साधला जातो.

४) **सभेचे नियोजन व त्यांची अंमलबजावणी** (Planning and Execution of Meeting) : सर्व सभेचे नियोजन व त्यामध्ये समन्वय साधणे संगणकाद्वारे

सहज शक्य होते. वक्ता, हॉटेल, वार्ता या सर्व गोष्टी ई-कॉमर्समुळे दोन सेकंदांत ठरविता येतात.

५) **ऑनलाइन सुरक्षितता** (Online Safety) : बऱ्याच प्रकारचे विषाणू संगणकाला घातक ठरतात. त्यामुळे ई-कॉमर्समध्ये धोका होऊ शकतो म्हणून इंटरनेट सुरक्षिततेचा उपाय योजणे महत्त्वाचे ठरते. ॲन्टिव्हायरस सुरक्षितता महत्त्वाची आहे.

६) **व्यापारविस्तार** (Business Expansion) : ई-कॉमर्सद्वारे बाजारपेठ विस्तारित करणे तसेच जास्तीतजास्त ग्राहक मिळविणे शक्य होते. ग्राहकांसाठी ऑनलाईन शॉपिंग सोईचे ठरते.

४.३ ई-कॉमर्सचे महत्त्व (Significance of e-Commerce)

ई-कॉमर्सचे खूप फायदे आहेत. ई-व्यवहार करताना, विक्रीचा भाग म्हणून ई-कॉमर्सकडे पाहिले जाते. आकडेवारीची देवाण-घेवाणसुद्धा ई-कॉमर्समध्ये होते.

अ) ग्राहकांच्या दृष्टीने ई-कॉमर्सचे फायदे

१) **अनेक पर्याय उपलब्ध** (Many Options Dailable) : ई-कॉमर्समुळे एका वस्तूचे किंवा सेवेचे अनेक पर्याय उपलब्ध असतात. अनेक नमुने आपल्याला घरबसल्या पाहाण्यास मिळतात.

उदा : अमेरिकेला ग्रिटिंग किंवा रक्षाबंधनाला राखी पाठवायची झाल्यास पर्यायांवर क्लिक करून Send म्हटले की घरपोच राखी मिळते.

२) **विलंब टाळता येतो** (Elimination of Delay) : ऑनलाइन सेवेमुळे वस्तू व सेवा मिळविण्यासाठी रांगेत उभे राहण्याचा वेळ वाचतो. उदा. विमान तिकीट, बस तिकीट, सिनेमा, रेल्वे यांची बुकिंगच ऑनलाईन मिळतात.

३) **सतत व्यवहार** (Continuous Transactions) : ऑनलाईन व्यवहार २४ तास, सातही दिवस चालू असतात; त्यामुळे ग्राहक त्यांच्या वेळेनुसार व्यवहार करतात.

४) **माहिती मिळते** (Availability of Information) : ग्राहकांना ऑनलाइन माहिती पाठविणे शक्य होते. घरबसल्या ग्राहकांना आपल्या शंकांचे निवारण करणे शक्य होते.

५) **जलद व्यवहार** (Speedy Transactions) : पूर्वी सर्व व्यवहार पोस्टाने व्हायचे त्यामुळे थोडा विलंब होत होता. आता कॅटलॉग, बिल, वस्तूंचे वर्णन, खरेदी सूचना, खरेदी अटी ह्या सर्व गोष्टी पटकन होतात.

ब) व्यापाऱ्यांच्या दृष्टीने ई–कॉमर्सचे फायदे

१) **व्यवसाय वाढ / वृद्धी** (Business Expansion) : ई–कॉमर्समुळे बाजारपेठ विस्तारित करणे तसेच जास्तीतजास्त ग्राहक मिळविणे शक्य होते. ऑनलाइन बरेच ग्राहक आकर्षित करता येतात.

२) **ग्राहकांशी जवळीक** (Close Contact With Customers) : ई–कॉमर्समुळे व्यापाऱ्यांना ग्राहकांशी जवळीक साधणे शक्य होते. ग्राहकांच्या समस्या सोडविणे शक्य होते. त्यामुळे ग्राहकांच्या शंकांचे निरसन करता येते व ग्राहक टिकवून ठेवता येतात.

३) **नफ्याचे प्रमाण जास्त** (Increase in Profit Margin) : ई–कॉमर्समुळे चांगल्या दर्जाच्या वस्तू विकण्यासाठी गुंतवणूक कमी करावी लागते. ई–कॉमर्समध्ये जास्त लोकांवर अवलंबून रहावे लागत नाही व त्यामुळे नफ्याचे प्रमाण वाढते.

४) **जागतिकबाजारात स्थान** (Good Place in Globalisation) : इंटरनेटमुळे आपण कोणत्याही व्यापाराशी करार करू शकतो. त्यामुळे खूप मोठी आंतरराष्ट्रीय बाजारपेठ उपलब्ध झाली आहे.

४.४ ई–कॉमर्सचे स्वरूप (Nature of e-Commerce)

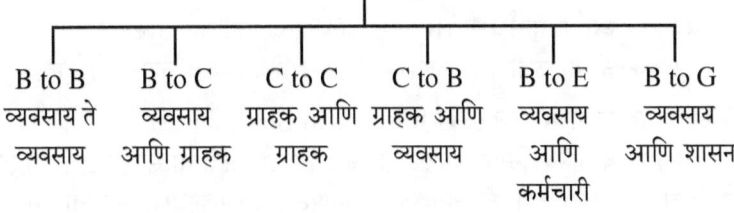

ई–कॉमर्स / ई–व्यवहार साधारणत: पुढील प्रकारचे असतात

B to B	B to C	C to C	C to B	B to E	B to G
व्यवसाय ते व्यवसाय	व्यवसाय आणि ग्राहक	ग्राहक आणि ग्राहक	ग्राहक आणि व्यवसाय	व्यवसाय आणि कर्मचारी	व्यवसाय आणि शासन

१) **व्यवसाय आणि व्यवसाय** (Business to Business)

दोन व्यवसायांमधील परस्परसंबंध ई–कॉमर्सद्वारे प्रस्थापित करता येतात. हे दोन व्यवहार इलेक्ट्रॉनिक डेटा इंटरचेंज (EDI) द्वारे होतात. त्यामुळे व्यवसाय कार्यक्षम होण्यास मदत होते. ई–कॉमर्स कंपनी पुरवठादार, वितरक आणि एजंटशी व्यवहार करू शकते, असे व्यवहार Software 2000 द्वारे हाताळता येतात. लहान किंवा माध्यम उद्योगांना खूप मोठ्या संधी उपलब्ध करता येतात.

परंतु बरेच व्यावसायिक हे साखळी मार्गाद्वारेच (पारंपरिक पद्धतीने) पुरवठा करण्याचे ठरवितात हा याचा एक तोटा दिसून येतो. Software मुळे चुका होण्याचे प्रमाण कमी आहे.

२) व्यवसाय आणि ग्राहक (B to C - Business to Customer)

व्यवसाय आणि ग्राहक, ई-कॉमर्सद्वारे वस्तू व सेवा ग्राहकांपर्यंत शेवटच्या उपभोक्त्यापर्यंत पोहचविता येतात.

या व्यवहाराची सर्वांत मोठी site म्हणजे amazon-com आहे. ही कंपनी ऑनलाइन पुस्तकविक्रेती आहे. २४ तास, ७ दिवस आणि ३६५ अहोरात्र सेवा या माध्यमाद्वारे पुरविल्या जातात.

उदा : विमानसेवा, बँकिंग सेवा, पर्यटनसेवा

३) ग्राहक आणि ग्राहक (C to C-Consumer to Consumer)

या प्रकारात लिलावपद्धतीने होणाऱ्या खरेदी – विक्रीच्या व्यवहारासारखे व्यवहार होतात. व्यापाऱ्यांचा संबंध येत नाही. ग्राहकांचेच ग्राहकांशी संबंध येतात.

उदा : e - Bay buy.com, Baazi.

या लिलावांच्या साइट आहेत. यामध्ये जुन्या किंवा नवीन वस्तूंची खरेदी–विक्री होते.

४) ग्राहक आणि व्यवसाय (C to B-Consumer to Business)

यामध्ये ग्राहक हा केंद्रबिंदू असतो. ग्राहकांना वस्तू व सेवांच्या निवडीला खूप वाव असतो. विक्री किंमत ठरवण्याची संधी ग्राहकांना मिळते.

e. g. :- priceline com ह्यामध्ये पर्यटनकंपनी, हॉटेल, विमानसेवा या विविध व्यवसायांची माहिती व त्यांच्या किमती देण्याचे काम केले जाते.

५) व्यवसाय आणि कर्मचारी (B to E-Business to Employee)

ग्राहकांची काळजी व ग्राहकांच्या तक्रारी निवारण्याचे काम येथे होते.

६) व्यवसाय व शासन (B to G-Business to Government)

शासनाचे अनेक नियम, अटी, अनेक प्रकारची खाती या सर्व गोष्टींची माहिती येथे मिळते. प्रत्यक्ष त्या खात्यामध्ये जाण्यापेक्षा वेबसाइटवरच माहिती मिळते. त्यामुळे सामान्य जनता व शासकीय कर्मचारी यांच्या वेळेत बचत होते. व्यवसाय व शासन – ई-कॉमर्समधून स्मार्ट शहराची संकल्पना पुढे आली.

ई-कॉमर्समुळे पुढील सुविधा प्राप्त होतात.

सेवांची नावे	उपलब्ध वेबसाइट्स
१) इंटरनेट पुस्तक केंद्र (Internet Book shop) बऱ्याच प्रकारची पुस्तके, त्यांचे उतारे याची माहिती घरबसल्या मिळते. किंमत किती आहे? तसेच संशोधनासाठी उपयोग होतो.	www.amazon.com www.flipKart.com www.diamondbookspune.com
२) किराणावस्तू (Grocery supplies) प्रत्यक्ष दुकानात न जाता किराणा वस्तूंची यादी पाठविली की वस्तू घरपोच मिळतात.	www.sainisbury. co.u.k. www.bigbazar.com www.bonestore.com
३) इलेक्ट्रॉनिक वर्तमानपत्रे (electronics Newspaper) ऑनलाइन वर्तमानपत्रे पाहता येतात. वर्तमानपत्रातील मजकूर इंटरनेटवर पाहता येतो.	www.esakal.com www.timesofIndia.com
४) इंटरनेट बँकिंग (Internet Banking) इंटरनेट बँकिंग हा ई-कॉमर्सचा खूप महत्त्वाचा भाग आहे. आपल्या खात्याची माहिती ऑनलाइन घरी मिळते.	RBI has taken many steps to provide better services to customers like National Electronic Fund transfer.
५) सौंदर्यप्रसाधने (सेंट, शांपू)	Dragstore.com
६) बागबगिचे व्यवस्थापन	Garden.com

याव्यतिरिक्त संगणक, खेळणी, दागदागिने, सेंट या प्रकारच्या वस्तूंची उलाढाल ई-कॉमर्सद्वारे होते.

४.५ ई – करार (e-Contracts)

"An e-contract is a contract modelled executed and extracted by a software system. Computer programms are used to automate business programmes that govern e-contracts. e-contract can be mapped to inter - related programmes which have to be specified carefully to satisfy, the contract requirement. These programmes do not have the capabilities to handle complex relationships between parties to an e-contract.

ई-कॉमर्स म्हणजे दोन वैध पक्षांमध्ये इलेक्ट्रॉनिक माध्यमांद्वारे होणारा करार होय. यात पुढीलप्रमाणे तीन टप्पे असतात–

जाहिरात व संशोधन अवस्था

|

आदेश व पेमेंट अवस्था

|

मालाची डिलिव्हरी अवस्था

या सर्व अवस्था इलेक्ट्रॉनिक माध्यमाद्वारे पार पाडल्या जातात. हा साधा व्यवहार नसून हा एक 'करार' आहे आणि हा करार इलेक्ट्रॉनिक माध्यमाद्वारे होतो म्हणून त्याला 'ई-करार' असे म्हणतात.

'ई-करार म्हणजे सॉफ्टवेअर पद्धतीद्वारा बनविलेला (Modelled) अमलात आणलेला व कायदेशीरपणे बनविलेला करार होय. व्यावसायिक प्रक्रिया स्वयंचलित होण्यासाठी वापरण्यात येणाऱ्या कॉम्प्यूटर प्रोग्रामला ई-करार म्हणतात.' इलेक्ट्रॉनिक स्वरूपात तयार केलेला करार म्हणजे ई-करार या करारावर इलेक्ट्रॉनिक सही केली जाते.

४.५ अ) ई-कराराची निर्मिती Formation of e-contracts

नेहमीचे जे करार केले जातात त्यावर दस्ताऐवज वापरले जातात; पण ई-करारात कोणत्याही प्रकारचे दस्तऐवज वापरले जात नाहीत. व्यवसायसंस्थेला करार टाइप करून ई-मेल करू शकतो त्यावर इलेक्ट्रॉनिक सही केली जाते व करार केला जातो. या व्यवहारात प्रत्यक्ष सही नसते तर इलेक्ट्रॉनिक माध्यमाद्वारे सही केली जाते.

व्यवसायसंस्था मेलद्वारे करार पाठविते.

दुसरी व्यवसायसंस्था यावर स्वीकृती दर्शविते : स्वीकृती I agree ह्या पर्यायावर क्लिक करून दर्शविता येते. पेनने सही करता येणे शक्य नसल्यामुळे इलेक्ट्रॉनिक सही दर्शविली जाते. सहीच्या खाली नाव टाईप केले जाते.

या प्रकारचे करार software download करताना वापरले जातात. I agree या बटणावर क्लिक केले की करार मंजूर आहे असे गृहीत धरले जाते.

खरेदीदार विक्रेत्याचा सर्व वस्तू, त्याच्या किमती, अटी या सर्व गोष्टी कॉम्प्यूटरवर जाणून घेतो. त्याचे समाधान झाल्यावर तो कॉम्प्यूटरवर ऑर्डर देतो. नंतर ऑर्डर पक्की झाल्याचे कळवितो (विक्रेता) नंतर वस्तूंचे पैसे पाठविले जातात. त्यानंतरच वस्तूची पाठवणी होते.

अशा परिस्थितीत विक्रेता करार झाला की नाही? याबाबत साशंक असतो.

ई-कराराचे दोन प्रकार पडतात

१) वेब रॅप करार (Web-Wrap Agreement)

वेबवर आधारित जे करार असतात त्या करारांना Web - Wrap करार असे म्हटले जाते. या करारात संमती ही I agree ह्या बटणावर क्लिक करूनच दर्शविली जाते.

२) श्रिंक रॅप करार (Shrink Wrap Agreement)

एखादे Software सॉफ्टवेअर डाउनलोड करायचे असल्यास CD - Rom वरून इन्स्टॉल केले जाते. जी व्यक्ती हे सॉफ्टवेअर वापरते ती व्यक्ती सर्व अटी मान्य करते. उदा :- मॉयक्रोसॉफ्ट ऑफिस सॉफ्टवेअर, पेंटब्रश, मायक्रोसॉफ्ट वर्ड.

४.५ ब) ई-कराराची मान्यता/वैधता Legality of e-contract

ई-कराराची वैधता भारतीय कायदा करार १८७२ मध्ये नमूद केल्याप्रमाणे खालील बाबींनी पडताळता येते :-

a) करारामध्ये प्रस्ताव (Offer) आणि स्वीकृती (Acceptance) असली पाहिजे.

b) दोन किंवा त्यापेक्षा अधिक व्यक्ती करारात असल्या पाहिजेत.

c) दोन्ही पक्षांनी एकाच विषयावर सहमती दर्शविली पाहिजे.

d) दोन्ही पक्षांमध्ये कायदेशीर संबंध (Legal Relationship) करण्याचाच हेतू असला पाहिजे.

e) करारात प्रतिफल (Consideration) असायला हवे.

f) करारावर दोन्ही पक्षांच्या सह्या असाव्यात.

a) करारामध्ये प्रस्ताव आणि स्वीकृती असली पाहिजे. (Offer and Acceptance)

ई-व्यापारामध्ये वस्तूंची वेबसाईटवर जाहिरात दिली जाते. जेव्हा अशा प्रकारची जाहिरात दिली जाते त्या वेळी तो प्रस्ताव नसून ते निमंत्रण (Inviting offer) आहे असेच म्हटले आहे. खरेदीवर सर्व अटी मान्य करून किंमत अशी आहे त्या किमतीला घेण्यास तयार आहे असे कळवितो. ई-करारामध्ये संदेशवहन पूर्ण होत नसले तरी स्वीकर्त्याच्या बाबतीत कॉम्प्यूटरद्वारा जी स्वीकृती दिलेली असते आणि तीसुद्धा स्वीकर्त्याची माहिती नसतानादेखील, अशा प्रकारचे करार वैध समजले जातात. बऱ्याच वेळा असे प्रश्न उठतात की, कॉम्प्यूटरवर दिलेला प्रस्ताव/स्वीकृती ग्राह्य धरली जाईल का? कायद्यात –

भारतीय करार कायदा १८७२ प्रमाणे पुढील तरतुदी आवश्यक आहेत :

१) प्रथम एका व्यक्तीकडे मान्यतेसाठी प्रस्ताव येतो.

२) ती व्यक्ती प्रस्ताव मान्य करते व त्यावर सही करते.

३) प्रस्तावाला स्वीकृती दिली आहे असे म्हटले जाते.

४) प्रस्ताव मान्य केल्यावर ते (Promise) वचन होते.

ह्या करारात संदेशवहन तेव्हाच पूर्ण होते जेव्हा स्वीकर्त्याच्या बाबतीत प्रस्तावकर्त्याला व्यवहाराची पूर्ण माहिती होते.

b) करारातील पक्ष (Parties to the contract)

करारातील दोन्ही पक्ष करार करण्यास सक्षम असावे लागतात. दोन्ही पक्ष नैसर्गिक असणे गरजेचे असते. अमेरिका आणि इंग्लंडच्या कायद्यानुसार या दोन तरतुदी करार करताना आवश्यक असतात.

कॉम्प्यूटर ही नैसर्गिक व्यक्ती नाही तर ती कायदेशीर बाब धरली जात नाही. भारतीय कायद्यानुसार खरेदीदार आणि विक्रेता या नैसर्गिक व्यक्ती आहेत. त्यामुळे हा करार (कॉम्प्यूटर) अवैध नाही.

c) कायदेशीर संबंध निर्माण करण्याचा हेतू असला पाहिजे (Intention to Create a Legal Relationship)

दोन्ही पक्ष जेव्हा करार करतात तेव्हा तो वैध होण्यासाठी दोन्ही पक्षांचा हेतू कायदेशीर संबंध प्रस्थापित करणे असावा. जेव्हा कायदेशीर हेतू असतो तेव्हा जर (Presumption) गृहीतकाला आव्हान दिले तर सिद्ध करण्याची जबाबदारी आव्हान देणाऱ्यावर असते.

वैध/अवैध ठरविण्यासाठी दोन्ही पक्षांची मीटिंग (बैठक) ठरवावी लागते. परंतु अशा व्यवहारात दोन पक्षांची मीटिंग होऊ शकत नाही. विक्रेत्याला अडचणी निर्माण होऊ शकतात.

d) प्रतिफल / मोबदला (Consideration)

प्रत्येक करारात मोबदला असणे आवश्यक असते. मग तो ई-करार असो किंवा प्रत्यक्ष करार असो. जेव्हा ई-करार केला जातो तेव्हा सुरक्षिततेबाबत खूप मोठे प्रश्न निर्माण होतात; पण तसे प्रश्न उद्‌भवणार नाहीत यासाठी पुढील काळजी घ्यावी लागते.

१) ग्राहकांना सर्व की - पॉइंट्स व्यवस्थित दिले पाहिजेत.
२) व्यवहाराची लिखित निश्चिती असावी.
३) व्यवहार नाकारण्याची मुभा दिली जावी.
४) विशिष्ट कालावधी दिला नसेल तर व्यवहाराची पूर्तता तीस दिवसांच्या आत व्हावी.
५) अपुऱ्या माहितीमुळे किंवा व्यवहाराच्या संदिग्धतेमुळे सात दिवसांच्या आत दंडाशिवाय व्यवहार नाकारता यावा.
६) खरेदीदाराने आगाऊ रक्कम देण्याची शिफारस असावी.
७) क्रेडिट कार्डच्या गैरवापराबद्दल नुकसान झाले तर त्यांना भरपाई दिली गेली पाहिजे.

या सर्व अडचणी ऑटोनॉमस कॉम्प्यूटर वापरामुळे येतात.

e) दायित्व व नुकसान (Liability and Damage)

ई-करारात अनेक व्यावसायिक गुंतलेले असतात. त्यांनी केलेल्या कराराबाबत ते जबाबदार असतात. करारभंग झाला की, दायित्व निर्माण होते; पण अनेक

उदा : प्रोग्रॅमिंग चूक, कारकुनी चूक इ.

खालील तंत्रामुळे जबाबदारी मर्यादित होते

i) विमा.

ii) ई-कॉमर्सबाबतचे कायदे व नियम.

iii) अंकेक्षण नियंत्रण कार्यक्रम व आढावा.

iv) योग्य मनुष्यबळ व्यवस्थापन.

v) नोटीस व डिस्क्लोजर यंत्रणा.

vi) व्यावसायिक भागीदार व वैध तांत्रिक मुद्दे.

vii) मान्य पद्धती, मार्गदर्शक सूचना.

f) इलेक्ट्रॉनिक / डिजिटल सही (Digital Signature)

कोणत्याही माहितीवर किंवा रेकॉर्डवर केंद्र सरकारने विहित केल्याप्रमाणे इलेक्ट्रॉनिक सहीद्वारे अधिप्रमाणन केले असले तर ते अधिप्रमाणन सहीची गरज पूर्ण करते. (माहिती तंत्रज्ञान कायदा २००० कलम २)

४.५ क) इलेक्ट्रॉनिक अभिलेखांचे आरोपण (उपार्जन), पोचपावती अभिस्वीकृती व पाठवणी कलम ११-१३ (Recognition - Attribution, Acknowledgement and dispatch of e-Records) Sec-11-13

ई-रेकॉर्ड (e-Records) **इलेक्ट्रॉनिक अभिलेखांचे आरोपण** (Attribution of e-Records) **कलम-११**

इलेक्ट्रॉनिक अभिलेख

१) जर रेकॉर्ड तयार करणाऱ्याने पाठविले असेल

२) जर रेकॉर्ड तयार करणाऱ्याने ते पाठविण्याचा अधिकार एखाद्या दुसऱ्या व्यक्तीला दिला असेल व त्या व्यक्तीने ते रेकॉर्ड पाठविले असेल किंवा

३) मूळ व्यक्तीने किंवा तिच्या वतीने अधिकार असणाऱ्या एखाद्या व्यक्तीने स्वयंचलितपणे कार्यरत होण्यासाठी माहिती यंत्रणेद्वारे पाठविले असेल तर ते रेकॉर्ड मूळ व्यक्तीकडे आरोपित करता येईल.

पोचपावती (Acknowledgement of e-Records) - **(कलम १२)**

१) ई-रेकॉर्ड पोहोच मूळ व्यक्तीला मिळाल्यावरच ई-रेकॉर्ड बंधनकारक असेल अशी अट घातली असेल तर पोच मिळेपर्यंत ई-रेकॉर्ड मूळ व्यक्तीने पाठविले नाही, असे मानण्यात येईल.

२) ई-रेकॉर्ड फक्त पोच मिळाल्यानंतरच बंधनकारक असेल अशी अट मूळ व्यक्तीने घातली नसेल आणि मान्य केलेल्या वेळेत किंवा वेळ मान्य केली नसेल तर वाजवी कालावधी नमूद करून त्या कालावधीत आपल्याला पोच मिळालीच पाहिजे

व पोच वाजवी कालावधीत मिळाली नाही तर ई-रेकॉर्ड त्याने पाठविलेच नव्हते असे समजले जाईल.

३) मूळ व्यक्तीने इलेक्ट्रॉनिक अभिलेखाची पोचपावती एखाद्या विशिष्ट स्वरूपात किंवा विशिष्ट रीतीने देण्यात येईल. याबाबत २००८ च्या सुधारणा अधिनियमाच्या कलम १० द्वारे करार केले नसेल तर अशा बाबतीत -

अ) प्राप्तकर्त्याला स्वयंचलित किंवा इतर कोणत्याही प्रकारच्या संदेशाद्वारे किंवा

ब) इलेक्ट्रॉनिक रेकॉर्ड पोहोचले आहे हे मूळ व्यक्तीला पुरेसे सूचित केले जाईल अशा प्रकारच्या प्राप्तकर्त्याच्या कोणत्याही वर्तणुकीद्वारे पोच देता येते.

ई-रेकॉर्ड पाठविणे व स्वीकारण्याची वेळ व जागा (Dispatch of e-Records) **(कलम १३)**

१) जेव्हा ई-रेकॉर्ड मूळ व्यक्तीच्या नियंत्रणाबाहेरील संगणक साधनात प्रवेश करतो तेव्हा तो पाठविण्यात आला असे म्हणता येते.

२) प्रेषितीने ई-रेकॉर्ड स्वीकारण्यासाठी संगणक नेमून दिला असेल तर ई- रेकॉर्ड संगणकात प्रवेश करील तेव्हा ते पोहोचले असेल किंवा जर संगणक साधनमार्ग नेमला नसेल तर प्रेषिती जेव्हा ते रेकॉर्ड काढून घेईल तेव्हा ते पोहोचले असेल, असे मानण्यात येते.

३) प्रेषितीने विनिर्दिष्ट वेळेत संगणक साधन नेमून दिले नसल्याने ई-रेकॉर्ड प्रेषितीच्या संगणक साधनात प्रवेश करेल तेंव्हा तो पोहोचलेला असेल.

४) मूळ व्यक्ती व प्रेषिती यांच्यात काही वेगळा करार झाला नसेल तर मूळ व्यक्तीच्या व्यवसायाच्या जागेहून ते पाठविले आहे असे मानण्यात येईल व प्रेषितीच्या व्यवसायाच्या जागी मिळाल्याचे मानण्यात येईल.

५) या कलमाच्या प्रयोजनासाठी -

अ) जर मूळ व्यक्ती आणि प्रेषिती यांच्या व्यवसायाच्या जागा एकाहून जास्त असतील तर व्यवसायाची प्रमुख जागा ही व्यवसायाची जागा मानली जाईल.

ब) जर मूळ व्यक्ती व प्रेषिती यांच्या व्यवसायाच्या जागाच नसतील तर त्यांच्या नेहमीची निवासाची जागा व्यवसायाची जागा मानण्यात येईल.

क) कॉर्पोरेट बॉडी (Corporate Body) बद्दल त्यांची जेथे नोंदणी केली असेल त्या जागेला निवासाची नेहमीची जागा मानण्यात येईल.

६) संगणक साधनमार्ग असेल ती जागा ही ई-रेकॉर्ड मिळाल्याचे समजण्यात येणारी जागा जेथे असेल त्यापेक्षा वेगळ्या ठिकाणी असली तरीही वरिल नमूद केलेली वेळ ग्राह्य/निर्धारित धरण्यात येते.

४.६ डिजिटल/इलेक्ट्रॉनिक सही (Digital / Electronic Signature)

अर्थ

माहिती तंत्रज्ञान कायद्यातील कलम २ मध्ये झालेल्या दुरुस्तीनुसार २७ ऑक्टोबर, २००९ पासून डिजिटल सहीऐवजी इलेक्ट्रॉनिक सही हा शब्द वापरला जातो. 'इलेक्ट्रॉनिक सही म्हणजे कोणत्याही इलेक्ट्रॉनिक रेकॉर्डचे इलेक्ट्रॉनिक पद्धतीने किंवा वर्गणीदाराने केलेले अधिप्रमाणन (Authentication) होय.'

दोन प्रकारच्या इलेक्ट्रॉनिक सह्या वैध ठरतात –

१) इलेक्ट्रॉनिक सही.

२) आगाऊ इलेक्ट्रॉनिक सही.

म्हणजेच आगाऊ ई-सही कायदेशीर सर्व बाबी पूर्ण करू शकते. ज्याप्रमाणे हाताने सही केल्यास ती कायदेशीर पुरावा मानली जाते, त्याप्रमाणेच ई-सही सुद्धा मानली जाते.

सुरक्षित इलेक्ट्रॉनिक सही

खालील दोन अटींची पूर्तता झाल्यास इलेक्ट्रॉनिक सही ही सुरक्षित इलेक्ट्रॉनिक सही मानली जाते.

i) सही करते वेळी सहीचा डेटा फक्त सही करणाऱ्याच्या नियंत्रणात असेल मात्र अन्य दुसऱ्या कोणत्याही व्यक्तीच्या नियंत्रणात नसेल आणि

ii) सही निर्माण करताना डेटा विहित करता येइल अशा पद्धतीने साठविलेला असेल.

कार्ये

१) **गोपनीयता** : कोणत्याही व्यवहाराची गोपनीयता इलेक्ट्रॉनिक सहीद्वारे राखली जाते.

२) **कागदपत्रांमध्ये सुसूत्रता** : इलेक्ट्रॉनिक सहीमुळे कागदपत्रांमध्ये अथवा लेखांमध्ये कोणतेही फेरफार करण्याचा अधिकार राखून ठेवला जातो. अर्थातच त्या त्या जबाबदार अधिकाऱ्यांनाच फेररचनेचे अधिकार असतात. इलेक्ट्रॉनिक सही गोपनीय असल्याने ती कोणालाही वापरता येत नाही. त्यामुळे कागदपत्रांचा गैरफायदा घेतला जाऊ शकत नाही आणि सर्व माहिती एकत्रितपणे ठेवणे शक्य होते.

३) **अधिप्रमाण** : इलेक्ट्रॉनिक सहीद्वारे संदेशकर्ता ओळखणे तत्काळ सुलभ होते.

४) **बंधनकारकता** : संदेशकर्ता कोणत्याही परिस्थितीत ई-करार अथवा व्यवहार अर्धवट सोडू शकत नाही, अथवा करारात बदल करण्यावर कायद्याने बंधने घालण्यात आली आहेत.

५) **इलेक्ट्रॉनिक सही** : सही ही संरक्षित असल्याने सहीची अफरातफर करता येत नाही.

तसेच कोणत्याही कराराबाबतच्या कायदेशीर बाबींमध्येसुद्धा इलेक्ट्रॉनिक सहीचा वापर करू शकतो.

उदा. कंपनी (सुधारित) कायद्याप्रमाणे कंपन्यांच्या नोंदणी अधिकाऱ्याकडे केल्या जाणाऱ्या सर्व कागदपत्रांच्या पूर्ततेसाठी इलेक्ट्रॉनिक सहीचा वापर केला जातो.

४.७ डिजिटल सही प्रमाणपत्रे (Digital Signature Certificates)

कलम ३५ : डिजिटल सही प्रमाणपत्र मिळविण्यासाठी अर्ज – कोणत्याही व्यक्तीला डिजिटल सही प्रमाणपत्र मिळविण्यासाठी केंद्रशासनाने विहित केलेल्या नमुन्यामध्ये विहित फी (रु. २५०००/-) आणि प्रमाणन प्रथा विवरणपत्र (Certificate Practice Statement) (कलम २(h) नुसार) प्रमाणन अधिकाऱ्याकडे सादर करता येतो. योग्य चौकशी केल्यानंतर डिजिटल सही प्रमाणपत्र देता येते. प्रमाणपत्र देताना खालील बाबींची तो ग्वाही देतो –

१) प्रमाणपत्रामध्ये सूचिबद्ध करावयाच्या पब्लिक-की (Public Key) शी अनुरूप अशा प्रायव्हेट-की (Private Key) अर्जदाराकडे आहेत. २) डिजिटल सही निर्माण करण्यास सक्षम अशी प्रायव्हेट की अर्जदाराकडे आहे. ३) प्रमाणपत्र सूचिबद्ध करण्यासाठी लागणारी पब्लिक-की अर्जदाराने धारण केलेल्या प्रायव्हेट-की द्वारे करण्यात आलेल्या सही पडताळणीसाठी वापरता येऊ शकते.

कलम ३६ : कागदपत्रांची पडताळणी प्रमाणपत्र : अधिकारी डिजिटल सही प्रमाणपत्र देताना कलमांच्या तरतुदी, कायद्याचे नियमन इ. सर्व बाबींची पूर्तता झाली असल्याचे तसेच सर्व माहिती अचूक असल्याचे पडताळून घेतो. कलम ३५ मधील तरतुदींचाही विचार केला जातो.

कलम ३७ : डिजिटल सही प्रमाणपत्रांचे निलंबन : डिजिटल सही प्रमाणपत्र सूचीमध्ये नमूद केलेल्या वर्गणीदाराने किंवा त्यांच्या वतीने कृती करण्यासाठी रीतसर प्राधिकृत करण्यात आलेल्या कोणत्याही व्यक्तीने तशा प्रकारची विनंती केल्यास; प्रमाणन अधिकारी डिजिटल सही प्रमाणपत्रे निलंबित करू शकतो. निलंबन करण्यापूर्वी कलम ३९ अन्वये अर्जदाराला तो तशी नोटीस जाहीर करतो. वर्गणीदार त्याची बाजू मांडणार असल्यास प्रमाणपत्र १५ दिवसांपेक्षा अधिक कालावधीसाठी निलंबित करता येणार नाही. प्रमाणपत्र निलंबित केल्यास ते वर्गणीदारास कळविणे आवश्यक आहे.

कलम ३८ : डिजिटल सही प्रमाणपत्र रद्दबातल करणे : खालील बाबींमध्ये प्रमाणन अधिकारी प्रमाणपत्र रद्द करू शकतो.

१) वर्गणीदाराने अथवा त्याने नेमलेल्या दलालाने अशा प्रकारची विनंती केल्यास. २) वर्गणीदाराचा मृत्यू झाला असेल किंवा कर्जबाजारी झाला असल्यास. ३) भागीदारी संस्था किंवा कंपनीचे विघटन किंवा समापित झाल्यास. ४) प्रमाणपत्रातील महत्त्वाच्या गोष्टी खोट्या असल्यास किंवा त्या लपविण्यात आल्यास. ५) कायद्याच्या

तरतुदींची, नियमांची पूर्तता न केल्यास. ६) प्रायव्हेट-की किंवा सुरक्षा यंत्रणेत केलेल्या तडजोडींचा प्रमाणपत्राच्या विश्वासार्हतेवर परिणाम होत असल्यास.

कलम ३९ : निलंबन किंवा रद्द करण्याची नोटीस (कार्यवाही) प्रमाणपत्र- निलंबनाची नोटीस वर्गणीदाराला पाठविल्यानंतरच निलंबनाचा निर्णय प्रमाणन अधिकाऱ्यास घेता येतो. अशा प्रकारची नोटीस प्रमाणपत्रांमध्ये सांगण्यात आलेल्या संग्रहस्थानांमध्ये प्रसिद्ध करावी लागते.

४.८ ई-करारात असणाऱ्या कायदेशीर बाबी (Legal Issues Involved In e-Contracts)

माहिती तंत्रज्ञानाच्या व इलेक्ट्रॉनिक युगात प्रत्येकाला आपले काम त्वरित व्हावे असे वाटते. यासाठी इंटरनेटची मदत होते. इंटरनेटच्या वापरामुळे ई-व्यवहारांमध्ये प्रचंड प्रमाणात वाढ झाली आहे. ई-कॉमर्समुळे व्यवसाय करणे सोपे झाले आहे. त्यामुळे पण वस्तूंना जागतिक मागणी उपलब्ध झाली आहे. त्याचबरोबर ई-कॉमर्समुळे व इंटरनेटच्या वापरामुळे अनेक प्रश्न निर्माण झाले आहेत, ते पुढीलप्रमाणे-

१) गोपनीयता व सुरक्षितता (Security and Privacy)

ग्राहकाला जेव्हा ई-व्यवहार करावयाचा असतो तेव्हा त्याने संबंधित साइटवर क्लिक करावे लागते. त्या साईटवर वस्तूंची सर्व माहिती दिलेली असते. वस्तू खरेदी करावयाची असल्यास ग्राहकाला आपल्या क्रेडिट कार्डचे वर्णन द्यावे लागते. त्यानंतर काही दिवसांतच वस्तू ग्राहकाला घरपोच मिळते. हा व्यवहार ग्राहकाला अत्यंत सोपा वाटतो परंतु ग्राहकाची सर्व माहिती या व्यवहारामुळे व्यावसायिकाला समजते. त्यामुळे गोपनीयतेचा व सुरक्षिततेचा प्रश्न उद्भवतो. व्यापारी चिन्ह ही बौद्धिक संपदा मानली. जाते. त्यामुळे बौद्धिक संपदा कायदा व माहिती तंत्रज्ञान कायदा यांमधील तरतुदी विचारात घेऊनच ई-करार करावे लागतात.

२) ई-व्यवहार (e-Transactions)

सध्या सर्वच देशांमध्ये ई-व्यवहारांचे प्रमाण वाढलेले आहे. त्यामुळे बरेच देश ई व्यवहारासंबंधी कायदे करीत आहेत. मात्र, जागतिक स्तरावर ई-कॉमर्ससाठी कायदे करणे अवघड आहे.

३) लेजिस्लेशन डायलेमा (Legislation Dilemma)

ई-व्यवहाराचे न्यायक्षेत्र कोणते असेल ते सांगता येत नाही. स्थानिक विक्रेत्याकडून वस्तू खरेदी केल्या तर त्या संदर्भातील हक्कांबाबत आपल्याला माहिती असते. परंतु एखादी वस्तू ई-कराराने विदेशातून खरेदी केली तर या करारास कोणत्या देशाचा नियम लागू होईल ते स्पष्ट नसते. त्यामुळे ई-व्यवहारांच्या बाबतीत आंतरराष्ट्रीय कायद्याची गरज आहे.

४) ऑनलाइन अटी व कायदे (Online Terms & Conditions, Laws)

ग्राहकांची वैयक्तिक माहिती सुरक्षित राहावी ही प्रत्येक व्यावसायिकाची जबाबदारी असते. सरकारही याबाबत कायदेशीर बंधने घालत असते. प्रत्येक देशाच्या अशा कायद्याचा जागतिक व्यवहारावर परिणाम होत असतो. त्यामुळे प्रत्येक व्यावसायिकाने ई-व्यवहार करताना अटी व शर्तींचा विचार करावा.

सराव प्रश्न

१) खालील प्रश्नांची २० शब्दांत उत्तरे द्या.

१) ई-व्यापार म्हणजे काय? आणि ई-कॉमर्स म्हणजे काय?

२) प्रतिफल म्हणजे काय? आणि प्रस्ताव म्हणजे काय?

३) डिजिटल सही ही संकल्पना स्पष्ट करा.

४) ई-करार म्हणजे काय?

५) ई-रेकॉर्डचे आरोपण म्हणजे काय?

६) डिजिटल प्रमाणपत्र म्हणजे काय?

७) लेजिस्लेशन डायलेमा म्हणजे काय?

२) खालील प्रश्नांची उत्तरे ५० शब्दांत लिहा.

१) ई-कॉमर्सची वैशिष्ट्ये सांगा.

२) ई-कराराची निर्मिती कशी होते?

३) ई-करारातील पक्ष कोणते?

४) डिजिटल सहीचे कार्य सांगा.

३) खालील प्रश्नांची १५० शब्दांत उत्तरे लिहा.

१) ई-कॉमर्सचे स्वरूप सांगा.

२) ई-कॉमर्सचे महत्त्व स्पष्ट करा.

३) ई-रेकॉर्डचे आरोपण अभिस्वीकृती व पाठवणीबद्दल माहिती द्या.

४) डिजिटल सहीचा अर्थ सांगून तिचे कार्य स्पष्ट करा.

५) डिजिटल सही प्रमाणपत्रातील कायदेशीर तरतुदी सांगा.

४) खालील प्रश्नांची ५०० शब्दांत उत्तरे लिहा.

१) ई-कॉमर्सची संकल्पना स्पष्ट करून त्याचे महत्त्व स्पष्ट करा.

२) ई-करार पूर्ण होण्यासाठी कोणत्या बाबींची पूर्तता झाली पाहिजे हे स्पष्ट करा.

३) डिजिटल सही म्हणजे काय? ती कशी कार्य करते ते सविस्तर सांगा.

४) ई-करारात उद्भवणाऱ्या कायदेशीर समस्या स्पष्ट करा.

५ ग्रामीण संरक्षण कायदा, १९८६

Consumer Protection Act (CPA)

५.१ प्रस्तावना (Introduction)

सर्व आर्थिक व्यवहारांचा 'ग्राहक' हा केंद्रबिंदू आहे. समाजातील प्रत्येक व्यक्ती ही अंतिमरीत्या ग्राहक आहे. प्रत्येक व्यक्तीला जन्मापासून मृत्यूपर्यंत 'ग्राहकाची' भूमिका बजवावी लागते. आपल्या अमर्याद गरजा भागविण्यासाठी ग्राहकाला आपल्या उत्पन्न व खर्चाचा योग्य मेळ घालावा लागतो. वस्तू व सेवा खरेदी करताना ग्राहकाचा बाजारात व्यापारी व व्यापारी व्यवहारांशी संबंध येतो. परंतु, ग्राहकांचे अज्ञान,

उदासीन वृत्ती, बेफिकीरपणा व त्यांचे असंघटित स्वरूप यांचा फायदा घेऊन उत्पादक व विक्रेते ग्राहकांचे निरनिराळ्या पद्धतीने शोषण करतात. भारतात निरक्षरतेचे प्रमाण जास्त असल्याने आपण फसविले जात आहोत हेच निरक्षरतेमुळे समजत नाही.

वस्तू व सेवांसंदर्भात निर्माण होणाऱ्या तक्रारींचे जलद गतीने निराकरण होणे आवश्यक आहे. ग्राहकांची फसवणूक व लुबाडणूक करणाऱ्यांवर अंकुश ठेवण्यासाठी व ग्राहकांच्या हक्कांची जपवणूक होण्यासाठी आज संघटित ग्राहकशक्तीच्या प्रयत्नाला यश येऊन १९८६ साली 'ग्राहक संरक्षण कायदा' लोकसभेने संमत करून या कायद्याद्वारे स्थापन झालेल्या परिषदा-कक्षाद्वारे व ग्राहक न्यायालयाद्वारे ग्राहकांच्या तक्रारींचे जलद गतीने निराकरण होण्यास मदत झाली आहे. या घटकात १९८६ च्या ग्राहक संरक्षण कायद्यातील तरतुदींची व त्याद्वारे स्थापन झालेल्या विविध यंत्रणांची, ग्राहक हक्क जपणुकीसाठी केल्या जात असलेल्या कार्याची आपण माहिती करून घेणार आहोत.

५.२ **विषय-विवेचन** (Subject Analysis)

आज ग्राहकांचे शोषण हा जणू अर्थव्यवस्थेचा स्थायिभाव झाला आहे. ग्राहकाला वेठीला धरून सर्व आर्थिक व्यवहार केले जात आहेत. आज असे एकही क्षेत्र नाही जेथे ग्राहकाचे शोषण होत नाही. खासगी उद्योगापासून, निमसरकारी, सरकारी उद्योग - सेवा उद्योगांपर्यंत सर्वत्र पद्धतशीरपणे शोषण चालू आहे. डॉक्टरी व्यवसायापासून सरकारी दवाखान्यांपर्यंत, रिक्षापासून बस - रेल्वेपर्यंत, वीज, टेलिफोन, पाणी, रस्ते, करमणुकीची साधने, बँका, विमा, फार काय न्यायालयातूनही ग्राहकांचे शोषण होत आहे. ज्या समाजात साक्षरांचे शोषण होते तिथे निरक्षरांच्या शोषणाला कोणतीही मर्यादा असत नाही.

ग्राहकांचे होणारे शोषण थांबावे, ग्राहकांचे हक्क जपले जावेत म्हणून भारतात फार पुरातन काळापासून प्रयत्न केले जात आहेत. 'ग्राहक संरक्षण' विषयाचा जनक म्हणून कौटिल्याचा उर्फ चाणक्याचा उल्लेख करता येईल. ग्राहकांच्या पाठीशी शासनाची दंडशक्ती उभी करून फसवणूक व अनुचित व्यापारी पद्धतीवर नियंत्रण ठेवून ग्राहकांच्या शोषणमुक्तीचे अभियान कौटिल्याने सुरू केले.

५.३ **ग्राहक संरक्षणाची आवश्यकता** (Need of Consumer Protection)

अर्थशास्त्रात 'ग्राहक' सार्वभौम आहे असे मानले जाते. मात्र, प्रत्यक्षात ग्राहक अत्यंत दुर्बल दुर्लक्षणीय व निरुपद्रवी घटक असल्याचे दिसून येते. लोकशाही राज्यात ग्राहकांना वस्तू निवडीचे स्वातंत्र्य आहे असे म्हटले जाते. परंतु, प्रत्यक्षात मात्र तसे नाही. अनेकदा तर उपलब्ध असलेली वस्तू खरेदी करणे किंवा वस्तुशिवाय भागविणे हेच पर्याय ग्राहकासमोर असतात. सध्याच्या जाहिरातबाजीच्या युगात तर

ग्राहकाची क्षणोक्षणी फसवणूक होण्याची शक्यता नाकारता येत नाही; म्हणूनच ग्राहकांना संरक्षण देण्याची गरज आहे. त्यालाच ग्राहक संरक्षणाचे महत्त्व असेही समजले जाते. ग्राहकांची फसवणूक खालील कारणांमुळे होत असते.

१) **निकृष्ट प्रकारचा माल :** ग्राहकांना बाजारात अनेक वेळा निकृष्ट प्रकारचा माल खरेदी करावा लागतो. मालाच्या प्रतीबाबत ग्राहकांना अभावानेच मार्गदर्शन मिळते. विक्रेते मालाच्या प्रतिबद्दल ग्राहकांना व्यवस्थित माहिती देतातच असे नाही. व्यवस्थित मार्गदर्शन मिळत नसल्यामुळे त्यांना निकृष्ट प्रकारचा माल खरेदी करावा लागतो. उदा. रंग जाणारे कापड, नवेपणीच किंवा खरेदी करता बरोबरच बिघडणारी नवीन यंत्रे, हलक्या दर्जाच्या लाकडापासून बनविलेले फर्निचर इत्यादी.

२) **भेसळ :** मालात भेसळ करणे ही आज सर्वसामान्य स्वरूपाची बाब झालेली आहे. आजकाल ग्राहकांना दर्जेदार व शुद्ध माल मिळणे कठीण झाले आहे. अनेकदा विक्रेतेच चांगला व खराब माल एकत्र करून नफा मिळविण्याचा प्रयत्न करीत असतात. बाजारात चांगल्या दर्जाचा माल उपलब्ध नसल्यामुळे ग्राहकांना भेसळयुक्तच माल खरेदी करावा लागतो. उदा. चांगल्या ज्वारीत कनिष्ठ दर्जाच्या ज्वारीची भेसळ करणे, शेंगदाणा तेलात सरकीचे तेल मिसळणे, काळ्या मिऱ्यात पपईच्या बिया मिसळणे, लाल तिखटात विटेची भुकटी मिसळणे इ.

३) **बनावट माल :** अनेकदा काही उत्पादक बनावट स्वरूपाचा माल तयार करून तो पूर्वी अस्तित्वात असलेल्या चांगल्या उत्पादकाच्या नावासारखे नाव किंवा चिन्ह वापरून ग्राहकांना विकतात. बनावट नाव किंवा चिन्हं वापरल्यामुळे मूळ माल व बनावट मालातील तफावत ग्राहकांच्या लक्षातही येत नाही. उदा. अनेकदा ग्लुकोज बिस्किटांसारखीच बनावट बिस्किटे बाजारातून विकली जातात.

४) **मालाची बेसुमार किंवा जास्त किंमत :** वस्तूची किंमत वस्तूची मागणी, पुरवठा या तत्त्वानुसार ठरत असली तरी अनेकदा व्यापारी बाजारपेठेत वस्तूची टंचाई निर्माण करतात. कृत्रिम टंचाईमुळे मालाची बाजारात मोठ्या प्रमाणावर किंमत वाढते; अशा परिस्थितीत ग्राहकांना वाढलेल्या किंवा वाढीव किमतीलाच माल खरेदी करावा लागतो. उदा. बाजारात गॅस किंवा रॉकेलची कृत्रिम टंचाई निर्माण झाल्यास ग्राहकांना पूर्वीपेक्षा जास्त किमतीने गॅस किंवा रॉकेल मिळवावे लागते. पेट्रोलची किंमत वाढली तरी वाढीव किमतीला पेट्रोलची खरेदी करावीच लागते.

५) **गैरव्यवहार :** व्यापारी व उत्पादक अनेकदा नफ्याचे प्रमाण वाढविण्यासाठी गैरव्यवहार व अनुचित व्यापार पद्धतींचा वापर करतात; अशा वेळी व्यापारी

नीतिमत्तेला पूर्णपणे तिलांजली देतात. उदा. मालाचे वजन करताना वजन कमी देणे, डब्यासह मालाचे वजन करणे, सेलच्या नावाखाली ग्राहकांकडून जास्त नफा मिळविणे, बनावट वस्तूंची विक्री करणे, काळ्या बाजाराने मालाची विक्री करणे. व्यापाऱ्यांच्या वरील गैरव्यवहारांमुळे किंवा अनुचित व्यवहारांमुळे ग्राहकांचे नुकसान होते.

६) **मालाविषयी अपुरी माहिती देणे :** विक्रेते किंवा उत्पादकांनी आपल्या मालाची योग्य, सत्य व वाजवी स्वरूपाची ग्राहकांना माहिती दिली पाहिजे. मात्र, अनेकदा विक्रेते ग्राहकांना मालाची संपूर्ण माहिती देत नाहीत. ग्राहकांना मालाबद्दल अर्धवट व चुकीची माहिती दिली जाते. या माहितीवर विश्वास ठेवून ग्राहक मालाची खरेदी करतो व पुढे त्याची फसवणूक होते. उदा. ज्वालाग्रही पदार्थाबद्दल माहिती न देणे, औषधामधील अपायकारक घटकांची माहिती न देणे, विविध प्रकारच्या कापडांची खरी माहिती न देणे इत्यादी.

७) **फसवे जाहिरात व विक्री तंत्र :** आजकाल वस्तूंची विक्री वाढवण्यासाठी मोठ्या प्रमाणावर जाहिरात व विविध विक्रीतंत्राचा वापर केला जातो. अनेकदा सतत एकच जाहिरात कानावर पडत असल्यामुळे किंवा पाहिल्यामुळे ग्राहकांना वस्तू खरेदीची प्रेरणा मिळते. उदा. सेलच्या नावाखाली अनेकदा अगोदरच वस्तूंच्या किमती वाढवून त्या कमी केलेल्या आहेत असा जाहिरातीमुळे आभास निर्माण केला जातो. गॅरंटीच्या ऐवजी वॉरंटी देऊन ग्राहकांना फसविले जाते.

भारतात ग्राहकांच्या हक्कांचे संरक्षण करणारे 'तीस'च्या वर विविध कायदे करण्यात आले आहेत. त्यात प्रामुख्याने पुढील कायद्यांचा व नियमांचा समावेश होतो :

१) वस्तूंच्या विक्रीचा कायदा, १९३०
२) कराराचा कायदा
३) औषधे व सौंदर्य प्रसाधने कायदा, १९४०
४) अन्न भेसळ प्रतिबंधक कायदा, १९५४
५) औषधे व जादूई/चमत्कृतिजन्य उपचार (आक्षेपार्ह जाहिराती) कायदा, १९५४
६) जीवनावश्यक वस्तूंचा कायदा, १९५५
७) व्यापारी व विक्री विषयक चिन्हांकनाचा कायदा, १९५८
८) मक्तेदारी व अनिष्ट निर्बंधक व्यापारी पद्धतीविषयक कायदा, १९६९
९) भाडे खरेदी कायदा, १९७२
१०) वजने व मापांच्या प्रमाणांचा (अंमलबजावणी) कायदा, १९८५
११) वजने व मापांच्या प्रमाणांचा (अवेष्टित वस्तू) नियम, १९७७
१२) वजने व मापांच्या प्रमाणांचा कायदा, १९७६
१३) आवश्यक वस्तू अधिनियम, १९८५

१४) ग्राहक संरक्षण कायदा, १९८६

१५) अनुचित जाहिराती प्रतिबंधक कायदा, १९८८

हे व यांसारखे इतरही अनेक कायदे यासंदर्भात अस्तित्वात आहेत.

परंतु उद्योगांच्या भरभराटीमुळे व गळेकापू स्पर्धेमुळे अप्रामाणिक व्यापारी व अपप्रवृत्तींची वाढ झाली. अनुचित व्यापारी पद्धतीचा अवलंब करून, ग्राहकांची फसवणूक करून नफा मिळविण्याचे प्रमाण वाढू लागले. अस्तित्वात असलेल्या कायद्यातील तांत्रिक क्लिष्टतेमुळे व खर्चीक पद्धतीमुळे ग्राहकांना न्याय मिळण्यास विलंब लागतो, असा अनुभव आला म्हणून सामान्य ग्राहकांसाठी विनाखर्च, जलद न्याय देणाऱ्या व तांत्रिक प्रक्रियेत अडकून न पडणाऱ्या अशा स्वतंत्र, सुटसुटीत कायद्यांची गरज निर्माण झाली. ती गरज बहुतांशी पूर्ण करणारा कायदा म्हणजेच १९८६ चा 'ग्राहक संरक्षण कायदा' होय.

सामान्य ग्राहकाला केंद्रबिंदू मानून त्यांना न्याय मिळवून देण्यासाठी, स्वातंत्र्योत्तर काळातील एक सर्वोत्कृष्ट कायदा म्हणून 'ग्राहक कायद्या'चा उल्लेख करता येईल. अवघ्या ३१ कलमांचा हा कायदा ग्राहकांच्या हक्कांचे संरक्षण तर करतोच पण त्याचबरोबर आदेशांचे पालन न करणाऱ्यांविरुद्ध कठोर दंड व शिक्षेची तरतूद या कायद्यात आहे.

ग्राहकांना आपल्या समस्येच्या निराकरणासाठी प्रथमत: चर्चेने, संवादातून व ग्राहक संघटनेच्या कार्यकर्त्यांची मदत व मार्गदर्शन घेऊन, प्रसंगी ग्राहक संरक्षण कक्ष व प्रत्यक्ष शासकीय अधिकाऱ्यांना भेटून तक्रारींचे निराकरण करावे, या सर्व प्रयत्नात यश न आल्यास तक्रार सोडविण्यासाठी केलेल्या सर्व प्रयत्नांचे दाखले, पत्र व्यवहार एकत्र करून अंतिमरीत्या न्यायासाठी 'ग्राहक न्यायालयाची' योग्य मदत घ्यावी.

५.४ ग्राहक संरक्षण कायदा : व्याप्ती, वैशिष्ट्ये, व विविध संज्ञा/व्याख्या (Consume protection Act : Scope, Sailent features objectives and verious definitions)

ग्राहकांच्या समस्यांचे निराकरण करण्यासाठी अनेक कायदे केलेले आहेत. हे विविध कायदे असूनही त्यांचा व्यवहारात ग्राहकाला फारसा फायदा होत नसे. या कायद्यांचा वापर करणे गुंतागुंतीचे होत असे. त्या प्रक्रियेला खूपच वेळ लागत असे व त्यासाठी बराच खर्चही करावा लागत असे. साहजिकच ग्राहकांना आपल्या तक्रारी सोडवून घेण्यासाठी उपयोगी ठरेल अशा एका कायद्याची आवश्यकता सातत्याने भासत होती. १९८६ च्या ग्राहक संरक्षण कायद्याने ही गरज पूर्ण झालेली आहे. सहजतेने, सोप्या पद्धतीने आणि कोणत्याही खर्चाशिवाय ग्राहकांना न्याय मिळवून देणारा हा कायदा देशातील ग्राहक चळवळीने जनतेला दिलेला आहे असे म्हटले तर वावगे ठरणार नाही.

१९७४ मध्ये ग्राहक पंचायतीचे काम पुण्यात सुरू झाले. त्यानंतर ते मुंबई व देशातील इतरही भागात वेगाने पसरले. विविध ठिकाणच्या ग्राहक कार्यकर्त्यांना ग्राहकांसाठी एका स्वतंत्र्य कायद्याची गरज भासत होती. त्या संदर्भात १९७७ साली लोणावळा येथे झालेल्या शिबिरात सविस्तर चर्चा केली गेली. स्वतंत्र कायद्याची मागणी करून कार्यकर्ते थांबले नाहीत तर एका समितीची स्थापना करून ह्या कायद्याचा मसुदाही त्यांनी तयार केला. १९८० मध्ये महाराष्ट्राच्या विधिमंडळात 'खासगी विधेयक' या स्वरूपात तो मसुदा मांडला गेला; पण त्याचे कायद्यात रूपांतर होऊ शकले नाही. त्यानंतर १९८२ मध्ये लोकसभेतही खाजगी विधेयक मांडले गेले पण त्या संदर्भात फारसे काही घडले नाही. १९८४ मध्ये मध्यप्रदेशात शासनाने असा कायदा करण्याचा प्रयत्न केला खरा; पण भोपाळ गॅस दुर्घटनेमुळे तोही अर्धवट अवस्थेत सोडला गेला. १९८५ मध्ये कै. राजीव गांधींच्या शासनाने या संदर्भात गतिमान धोरण स्वीकारले या मसुद्यावर विचार करण्यासाठी एक व्यापक परिषद बोलावण्यात आली व १९८६ मध्ये कायदा संमत झाला. २४ डिसेंबर १९८६ रोजी संसदेने हे विधेयक मंजूर केले व २६ डिसेंबर १९८६ रोजी भारताच्या राष्ट्रपतींनी त्यावर स्वाक्षरी करून त्याचे कायद्यात रूपांतर केले. २६ डिसेंबर १९८६ हा भारताच्या ग्राहक चळवळीच्या इतिहासातील एक अत्यंत महत्त्वाचा दिवस मानला जातो. त्या दिवशी केवळ एक कायदाच करण्यात आला असे नाही तर संघटित ग्राहकशक्तीच्या अथक परिश्रमातून देशाला नवी दिशा देण्याचे कार्य त्या दिवशी झाले.

शासनाने ठरविले, कायदा केला व लोकांवर तो लादला असे सामान्यतः घडते; पण लोकांनी ठरविले, कायदा बनविला व शासनाने तो स्वीकारला असे केवळ ग्राहक संरक्षण कायद्याच्या बाबतीतच घडलेले आहे.

५.४.१ ग्राहक संरक्षण कायद्याची व्याप्ती व कार्यक्षेत्र (Scope of Consumer Protection Act) :

ग्राहक संरक्षण कायदा १९८६ साली पास झाल्यानंतर जम्मू काश्मीर सोडून संपूर्ण भारताला हा कायदा लागू करण्यात आलेला आहे.

या कायद्याची व्याप्ती व कार्यक्षेत्र खालीलप्रमाणे आहे –

१) देशातील सर्व वस्तू व सेवांना हा कायदा लागू आहे. मात्र, केंद्र सरकारने ज्या वस्तू किंवा सेवांना या कायद्यातून सूट दिलेली आहे त्यांना हा कायदा लागू होत नाही.

२) खासगी, सार्वजनिक व सहकारी अशा सर्व क्षेत्रांना हा कायदा लागू आहे.

३) ग्राहकांना नुकसानभरपाई मिळवून देण्यासाठी जिल्हा, राज्य व केंद्र स्तरावर न्यायालयीन यंत्रणेची सोय या कायद्यात आहे.

४) या कायद्यात केंद्र व राज्य स्तरावर ग्राहक संरक्षण परिषदा स्थापन करण्याची

महत्त्वाची तरतूद केलेली असून ग्राहकांच्या हक्काचे संरक्षण करणे या परिषदांचे कार्य आहे.

५) ग्राहकांच्या तक्रारी किंवा गाऱ्हाणी दूर करण्यासाठी कोणत्याही प्रकारचे गुंतागुंतीचे सोपस्कार न ठेवता अगदी सोप्या पद्धतीने शीघ्रतेने व बिनखर्चीक यंत्रणा कायद्यात असून ग्राहकांना नुकसान भरपाई मिळविता येते.

६) सध्या अस्तित्वात असलेल्या इतर कायद्यात ग्राहक संरक्षणासाठी ज्या तरतुदी करण्यात आलेल्या आहेत त्यांना पूरक म्हणूनच ग्राहक संरक्षण कायद्यातील तरतुदी आहेत. त्या पूर्वीच्या कायद्यांच्या तरतुदींच्या विरोधी असणार नाहीत अशी काळजी घेण्यात आलेली आहे.

५.४.२ ग्राहक संरक्षण कायद्याची वैशिष्ट्ये (Sailent features Characteristics of Consumer Protection Act) :

ग्राहकांना संरक्षण देण्याच्या दृष्टीने भारतात आजपर्यंत जवळजवळ ३० कायदे करण्यात आलेले आहेत. मात्र, या सर्व कायद्यात ग्राहक संरक्षण कायदा अत्यंत परिणामकारक असल्याचे दिसून येते. ही परिणामकारकता या कायद्यातील खास वैशिष्ट्यांमुळे निर्माण झालेली आहे. ही वैशिष्ट्ये खालीलप्रमाणे आहेत –

१) हा कायदा अत्यंत सोपा, सरळ व सुटसुटीत आहे; इतर कायद्यातील क्लिष्टता या कायद्यात नाही.

२) तक्रार करणाऱ्या ग्राहकाला तक्रार कोठे, केव्हा व कशा रीतीने मांडावी इत्यादी बाबी स्पष्ट दिलेल्या आहेत.

३) ग्राहक स्वत: आपली तक्रार मांडू शकतो. ग्राहकाला वकील नेमण्याची गरज नाही.

४) तक्रार दाखल करण्यासाठी कोणतीही कोर्ट फी भरावी लागत नाही.

५) ग्राहकाने तक्रार केल्यानंतर कोणत्याही तक्रारीवर कमीत कमी ९० व जास्तीत जास्त १५० दिवसांत निर्णय देण्याचे बंधन कायदेशीर यंत्रणेवर आहे.

६) निकाल देताना कागदोपत्री व शपथपत्राचा आधार घेतला जातो. इतर न्यायालयाप्रमाणे साक्षी पुरावे इत्यादी बाबींवर वेळ खर्च केला जात नाही.

७) ज्या मंचात किंवा आयोगात तक्रार दाखल केली असेल त्या मंच किंवा आयोगाकडून निर्णयाची अंमलबजावणी केली जाते; त्यामुळे ग्राहकाला त्रास होत नाही.

८) तक्रारीवर निर्णय देताना दुसऱ्या पक्षावर अन्याय होणार नाही ही काळजी घेतली जाते.

९) या कायद्यात राज्य पातळीवर राज्य ग्राहक संरक्षण परिषद व राष्ट्रीय पातळीवर राष्ट्रीय ग्राहक संरक्षण परिषद निर्माण करून ग्राहकांना त्यांचे हक्क व अधिकाराबाबत जागरूक केले जाते.

१०) हा कायदा इतर कायद्यांना पूरक असल्यामुळे ग्राहक त्यांच्या इच्छेनुसार आवश्यक त्या कायद्याचा वापर करू शकतो.

११) तक्रार नोंदवण्यासाठी ग्राहकच असला पाहिजे असे बंधन कायद्यात नाही; ग्राहकांमार्फत त्यांचा प्रतिनिधी तक्रार नोंदवू शकतो.

१२) ग्राहकांना न्याय देण्यासाठी जिल्हा, राज्य व राष्ट्रीय स्तरावर न्यायालयीन यंत्रणेची स्थापना करण्यात आलेली आहे.

५.४.३ ग्राहक संरक्षण कायद्याची उद्दिष्टे (Objectives of Consumer Protection Act) :

सर्वसामान्य ग्राहकाचे हित सुरक्षित ठेवण्याच्यादृष्टीने ग्राहक संरक्षण कायदा अत्यंत उपयुक्त आहे. 'ग्राहकांचे संरक्षण व सार्वजनिक सेवेत सुधारणा' हे या कायद्याचे अंतिम उद्दिष्ट आहे. ग्राहकांची फसवणूक होऊ नये, त्यांचे नफेखोर व्यापाऱ्यापासून संरक्षण करण्याचा या कायद्याचा उद्देश आहे. तरीपण ग्राहकाला मिळणाऱ्या न्यायापुढे इतरांवर अन्याय होऊ नये ही दक्षता कायद्यात घेण्यात आलेली आहे. या कायद्याची प्रमुख उद्दिष्टे पुढीलप्रमाणे आहेत –

१) ग्राहकाला किंवा त्याच्या मालमत्तेला घातक असणाऱ्या वस्तूंच्या व्यापारापासून संरक्षण मिळवून देण्याचा उद्देश या कायद्याचा आहे.

२) ग्राहकाला वस्तूचा दर्जा, शुद्धता, प्रमाणिकीतता व किंमत इत्यादी विषयी माहिती देऊन ग्राहकांचे अनुचित व्यापारी प्रथेपासून संरक्षण करणे.

३) ग्राहकांना विविध वस्तू किंवा सेवा स्पर्धात्मक किमतीला उपलब्ध करून देणे.

४) ग्राहक मंचाद्वारे ग्राहकांच्या हितसंबंधाचे संरक्षण करणे.

५) ग्राहकांना ग्राहक शिक्षण देण्याचा उद्देश या कायद्यात आहे.

६) ग्राहकांचे शोषण थांबवून सार्वजनिक सेवेत सुधारणा करणे.

७) इतर उद्दिष्टे : यात खालील उद्दिष्टांचा समावेश करता येईल –

अ) ग्राहक संरक्षण कायद्यामुळे ग्राहकांना विनाविलंब न्याय मिळतो; इतर कोर्टाप्रमाणे वर्षानुवर्षे खटला चालत नाही.

ब) ग्राहकाला कोणत्याही प्रकारचा खर्च न करता न्याय मिळतो. ग्राहकाला कोणत्याही प्रकारची कोर्ट फी भरावी लागत नाही.

क) कायद्याची भाषा सोपी असल्यामुळे वकिलाची गरज नाही. त्यामुळे सर्वसामान्य ग्राहकही या कायद्याचा वापर करू शकतो किंबहुना सामान्य किंवा सर्वांसाठी मदत करण्याचा कायद्याचा उद्देश आहे.

ड) या कायद्यात नैसर्गिक न्यायाचे तत्त्व आहे; त्यामुळे कोणत्याही पक्षावर अन्याय न करण्याचा या कायद्याचा उद्देश आहे.

५.४.४ ग्राहक संरक्षण कायद्यातील–विविध संज्ञांचा/व्याख्यांचा अर्थ
(Meaning of various concepts definitions in CPA)

१) ग्राहक (Consumer) :

वस्तू व सेवांचा ग्राहक म्हणजे अशी व्यक्ती जी –

१) मोबदला देऊन अथवा देण्याचे वचन देऊन, अंशत: देण्याचे वचन देऊन अथवा स्थगित प्रदानाच्या कोणत्याही पद्धतीनुसार कोणत्याही मालाची/ सेवेची खरेदी करणारी व्यक्ती.

२) त्यामध्ये प्रत्यक्षात अशा मालाची/सेवेची खरेदी करणाऱ्या व्यक्तीखेरीज अशा मालाचा वापर करणाऱ्या कोणत्याही वापरकर्त्याचा (लाभार्थी) समावेश होतो आणि असा वापर खरेदीदाराच्या संमतीने केला जातो.

(याचाच अर्थ व्यापारी व्यवहारासाठी किंवा पुनर्विक्रीसाठी वस्तू खरेदी करणारा ग्राहक होत नाही.)

परंतु, १९९३ साली ग्राहक कायद्यात व्यापक सुधारणा घडवून आणताना 'ग्राहक' या शब्दाची व्याप्ती वाढवताना स्वयंरोजगारासाठी किंवा स्वत:च्या उपजीविकेसाठी एखादे यंत्र, उपकरण खरेदी करणारा हा देखील ग्राहक मानला जात आहे; म्हणजेच स्वउपजीविकेसाठी टाईपरायटर, झेरॉक्स मशीन, रिक्षा, टॅक्सी, छोटी यंत्रे तसेच शेतकऱ्यांनी खरेदी केलेली खते, बी-बियाणे, अवजारे यांच्या खरेदीत 'ग्राहक' म्हणून ग्राहक कायद्याखाली न्याय मागता येणार आहे.

वरील चर्चेवरून आपल्या असे लक्षात येईल की, ग्राहक संरक्षण कायद्यानुसार 'ग्राहक' या संज्ञेची वैशिष्ट्ये पुढीलप्रमाणे आहेत –

१) ग्राहकाने वस्तू वा सेवेची खरेदी केलेली असली पाहिजे; म्हणजेच जी वस्तू वा सेवा विनामूल्य मिळालेली आहे स्वत: ग्राहकाने व त्यांच्याऐवजी इतर कोणीही त्या वस्तू वा सेवेचे मूल्य दिलेले नसेल तर त्या संदर्भात 'ग्राहक' मानता येणार नाही.

२) वस्तू वा सेवा खरेदी करताना तिचे मूल्य रोख दिलेले असावे असे नाही. पूर्ण रोख, अंशत: रोख व अंशत: उधारीने वा संपूर्णपणे उधारीने घेतलेल्या वस्तूंच्या संदर्भात देखील खरेदीदाराला ग्राहक मानले जाऊ शकते.

३) या कायद्यानुसार स्वत: ग्राहकानेच वस्तू वा सेवा खरेदी केली असावी असेही नाही. दुसऱ्या एखाद्याने खरेदी केलेल्या व त्याच्या संमतीने त्या वस्तू वा सेवेचा वापर करणाऱ्या वापरकर्त्याला देखील या कायद्यानुसार ग्राहकच मानले जाते.

४) स्वयंरोजगाराच्या संदर्भात खरेदी केलेल्या वस्तू वा सेवांचा अपवाद वगळता व्यापारी उद्देशाने किंवा पुनर्विक्रीसाठी वस्तू वा सेवा खरेदी करणाऱ्या व्यक्तीला ग्राहक मानले जात नाही.

२) व्यापारी (Seller) :

व्यापारी किंवा विक्रेता म्हणजे अशी व्यक्ती जी वस्तूची विक्री किंवा वितरण करते. तसेच वस्तूचे उत्पादन करणारा उत्पादक व वस्तूचे पॅकिंग करणाऱ्या व्यक्तीचाही यात समावेश होतो.

३) वस्तू (Goods) :

१९३०च्या 'वस्तू विक्री कायद्यात' केलेल्या व्याख्येप्रमाणे असलेली वस्तू – 'जी वस्तू एका ठिकाणाहून दुसऱ्या ठिकाणी नेता येते अथवा हस्तांतरित करता येते व मोबदला घेऊन किंवा घेण्याचा करार करून विक्रीचा व्यवहार करता येतो; अशा वस्तूंचा कायद्यात समावेश होतो. सर्व वस्तू म्हणजेच सर्व प्रकारच्या धान्यापासून, पुस्तके–वह्या, यंत्रे, कपडेलत्ते, दागदागिने, संगणक या वस्तूंना हा कायदा लागू होतो.'

४) सेवा (Services) :

वापरणाऱ्या ग्राहकाला उपलब्ध करून देण्यात येणारी सेवा ज्यात सर्व प्रकारच्या बँकिग सेवा, वित्तपुरवठा करणाऱ्या, विमा, वाहतूक, प्रोसेसिंग, विद्युत उत्पादन व वितरण, निवास व भोजनाची सोय करणारे हॉटेल्स, घर बांधणी प्रकल्प, करमणूक, मनोरंजन इत्यादी बाबींचा समावेश होतो; परंतु विनामोबदला व कराराप्रमाणे असलेली वैयक्तिक सेवा यांचा समावेश होत नाही.

५) तक्रारकर्ता (अर्जदार) (Complainant) :

ग्राहक कायदा कलम २ प्रमाणे ग्राहक न्यायालयात 'ग्राहक' म्हणून तक्रारअर्ज करू शकणारी व्यक्ती म्हणजे –

१) ग्राहक.

२) कंपनी कायदा, १९५६ अथवा अस्तित्वात असलेल्या कोणत्याही कायद्याच्या तरतुदींप्रमाणे नोंदणी केलेली स्वयंसेवी ग्राहक संघटना.

३) वत: केंद्र अथवा राज्य शासन.

४) समान हितसंबंध (एक सारखी तक्रार) असलेले एक किंवा अनेक ग्राहक.

६) तक्रारअर्ज (फिर्याद) (Complaint) :

म्हणजे लेखी निवेदनात तक्रारकर्त्यांने खाली नमूद केलेले एक अथवा अनेक आरोप.

१) कोणत्याही अनुचित व्यापारी प्रथेचे किंवा अवरोधात्मक व्यापारी प्रथेचे व्यापाऱ्याने आचरण केले आहे.

२) ग्राहकाने खरेदी केलेल्या किंवा खरेदी करावयाचा करार केलेल्या वस्तूत एक किंवा अनेक दोष असणे.

३) ग्राहकाने घेतलेल्या सेवेत कोणत्याही प्रकारची न्यूनता, उणीव अथवा त्रुटी

असणे (भाडे तत्त्वावर सेवा घेतली असेल किंवा घेण्याचा करार केला असेल किंवा सेवा उपलब्ध करून दिली असेल.)

४) कोणत्याही व्यापाऱ्याने कायद्याने निश्चित केलेल्या किमतीपेक्षा जास्त किंमत वसूल केली असेल तसेच वस्तूच्या आवेष्टनावर छापलेल्या किमतीपेक्षा किंवा दरपत्रकात नमूद केलेल्या किमतीपेक्षा जास्त किंमत वसूल केली असेल,

५) व्यापाऱ्याने वस्तुसंबंधी कायद्याप्रमाणे वस्तूतील घटक, प्रकार व त्याच्या वापरामुळे होणारे परिणाम यांची माहिती प्रदर्शित करणे आवश्यक आहे व अशा वस्तूंच्या वापरामुळे ग्राहकाच्या जीवितास धोका किंवा असुरक्षितता संभवते अशा वस्तू कायद्याचे उल्लंघन करून ग्राहकाला उपलब्ध करून दिल्यास.

७) अनुचित व्यापारी प्रथा (Unfair trade Practices) **:**

१९८४ मध्ये एम.आर.टी.पी.कायद्यात दुरुस्ती करून, 'अनुचित व्यापारी पद्धतीपासून' ग्राहकाला संरक्षण देण्यात आले. ग्राहकास कायद्याने देखील वस्तूची विक्री, व्यापार व पुरवठा वाढविण्यासाठी किंवा एखादी सेवा पुरविण्यासाठी अवलंबविण्यात आलेल्या खालील अनुचित व्यापारी प्रथांपासून संरक्षण दिले आहे -

१) चुकीची माहिती देणे : तोंडी, लेखी किंवा दृश्य चित्रांच्या माध्यमातून वस्तूची वैशिष्ट्ये, टिकाऊपणा, उपयुक्तता व किंमत याबाबतीत खोटी माहिती देणे.

२) किमतीत सूट : किमतीमध्ये सूट जाहीर करून (रिडक्शन सेल) सणासुदी निमित्ताने लागणारे सेल, प्रत्यक्षात ती न देणे किंवा कमी मालावर अल्प मुदतीसाठी देणे.

३) **स्पर्धा, मोफत भेट योजना** : वस्तूंच्या खरेदीवर मोफत भेटवस्तू, बक्षीस इत्यादी देण्याचे जाहीर करून ते न देणे, भेटवस्तूची किंमत अंशत: किंवा पूर्णत: किमतीतून वसूल करणे तसेच स्पर्धा, लॉटरी यांसारख्या योजना जाहीर करणे.

४) योग्य व पुरेशा परीक्षणाशिवाय एखाद्या वस्तूची उपयुक्तता, शक्ती, आर्युमान यांबाबत खोटी गॅरंटी (हमी) किंवा वॉरंटी (आश्वासन) दिले जाणे.

५) असुरक्षित किंवा धोकादायक वस्तूंची विक्री करणे.

६) किमती वाढविण्यासाठी साठेबाजी करणे.

७) दुसऱ्या व्यापाऱ्याच्या वस्तू, सेवा किंवा व्यवहार कमी लेखणारी व दिशाभूल करणारी माहिती प्रस्तुत करणे.

याबद्दलची चर्चा आपण यापूर्वीच्या घटकात केलेली आहे.

८) दोष (Defect) :

व्यापाऱ्याने लेखी किंवा तोंडी कराराने सदर वस्तू विशिष्ट गुणवैशिष्ट्याची आहे असे भासविले आहे; पण वस्तूचा दर्जा, प्रमाण, शक्ती, शुद्धता किंवा मानक याबाबतीत कायद्याचे निकष न पाळता वस्तूत: कोणत्याही प्रकारचा दोष, अपूर्णता किंवा कमतरता राहिली तर ती वस्तू सदोष आहे. वस्तूच्या आवरणावर, लेबलवर किंवा जाहिरातीत असा स्पष्ट उल्लेख न करता असे सुचविले जाते की, वस्तू विशिष्ट वर्णनाची व उपयोगाची आहे परंतु प्रत्यक्षात ती तशी नसणे – अशा वस्तूंना सदोष वस्तू समजले जाते.

९) उणीव – कमतरता (Deficiency) :

सेवेसंदर्भात कोणत्याही प्रकारचा दोष, उणिवा, अपूर्णता, कमतरता किंवा तिचा दर्जा, पद्धती, रीत अथवा खरेदीबाबत कायद्याचे निकष पूर्ण न होणे म्हणजेच सेवेत उणीव किंवा कमतरता असणे होय.

१०) प्रतिबंधक/निर्बंधक व्यापारी प्रथा (Restrictive trade Practices) :

ग्राहक संरक्षण (सुधारणा) अधिनियम २०००च्या कलम २ (न नन) नुसार 'निर्बंधित व्यापारी प्रथा' हा शब्दप्रयोग/मजकूर ग्राहक संरक्षण कायद्यामध्ये समाविष्ट करण्यात आलेला आहे. १५ मार्च २००३ पासून हा शब्द या सदर कायद्यामध्ये लागू झालेला आहे.

निर्बंधित व्यापारी प्रथा म्हणजे –

मालाची किंमत किंवा मालाचा बटवडा करण्याच्या स्थितीमध्ये; किंवा मालाच्या व सेवांच्या किंवा मालाच्या किंवा सेवांच्या संबंधातील बाजारपेठेमधील पुरवठ्याच्या प्रश्नावर ग्राहकांना अवाजवी/अन्याय किंमत द्यावी लागते; किंवा मालाच्या किमतीवर निर्बंध घातले जावे अशा रीतीने प्रभाव टाकणारी व्यापारी प्रथा होय.

निर्बंधित व्यापारी या संकल्पनेत पुढील दोन गोष्टींचा समावेश होतो–

अ) मालाचा पुरवठा किंवा सेवा पुरविणे यामुळे व्यवहारामध्ये किमतीत वाढ झाली असेल किंवा होण्याची शक्यता असेल असा, व्यापाऱ्याने मान्य केलेल्या कालावधीपेक्षा केलेला विलंब; आणि

ब) ग्राहकाला माल किंवा सेवा खरेदी करण्यासाठी, भाड्याने घेण्यासाठी किंवा त्याचा लाभ करून घेण्यासाठी पूर्वशर्त म्हणून इतर माल किंवा सेवा खरेदी करण्यास किंवा भाड्याने घेण्यास किंवा लाभ करून घेण्यास भाग पडते अशी कोणतीही व्यापारी प्रथा यांचा प्रतिबंधक/निर्बंधिक व्यापारी प्रथेत समावेश होतो.

५.५ ग्राहकांचे हक्क व अधिकार आणि कर्तव्ये (Rights Powers and Responsibility of Consumer)

जगातील अनेक देशात ग्राहकांच्या संरक्षणासाठी प्रयत्न करण्यात येत आहे. त्यामुळे १९८२ पासून दरवर्षी १५ मार्च हा दिवस 'जागतिक ग्राहक दिन' म्हणून साजरा केला जातो. भारतातसुद्धा १९८६ साली भारत सरकारने ग्राहक संरक्षण कायदा पास केलेला असून आज सर्वच राज्य त्याची अंमलबजावणी करीत आहेत; तरीपण केवळ कायद्याच्या अंमलबजावणीमुळे ग्राहकाचे सर्वच प्रश्न सुटतात असे नाही. ग्राहक वर्ग जागरूक होऊन त्याला त्याच्या अधिकारांची जाणीव होणे आवश्यक आहे. ग्राहकच त्यांच्या हक्काबाबत उदासीन असतील तर केवळ कायदा तयार करून चालणार नाही; म्हणून आज जागतिक पातळीवर सुद्धा ग्राहकांच्या अधिकारांना मान्यता मिळालेली आहे.

ग्राहकांचे हक्क-अधिकार खालीलप्रमाणे आहेत –

अ) ग्राहकांचे हक्क-अधिकार (Rights/Powers of Consumers)

१) सुरक्षिततेचा हक्क : ज्या वस्तूपासून ग्राहकाच्या जिवाला आणि संपत्तीला धोका संभवतो अशा वस्तूपासून जिवाचे किंवा संपत्तीचे रक्षण करण्याचा प्रत्येक ग्राहकाला अधिकार आहे. ग्राहकाने बाजारातून वस्तू खरेदी केल्यामुळे त्याची तात्कालीन गरज भागविणे महत्त्वाचे नसून त्या वस्तूची उपयुक्तता टिकविणे आवश्यक आहे. या अधिकारामुळे ग्राहकाला वस्तूचा दर्जा व टिकाऊपणाबाबत हमी मिळते. परंतु, हा हक्क बजावण्यासाठी ग्राहकाने वस्तूच्या दर्जाबाबत जागरूक असणे आवश्यक आहे व त्याने नेहमी वस्तूच्या उत्तम दर्जाबाबत आग्रही राहणेही आवश्यक आहे. वस्तूच्या टिकाऊपणाबाबत व वस्तूच्या खरेदीनंतर विक्रेत्याकडून मिळणाऱ्या सेवांबाबतही तो आग्रही असला पाहिजे; त्यामुळे सरकारने ISI व AGMARK या चिन्हांची सोय केलेली असून, ग्राहकानेसुद्धा वरील चिन्हं असलेल्या वस्तूंची खरेदी करणे आवश्यक आहे; म्हणून ग्राहकाने वस्तू खरेदी करताना वरील चिन्हांकन असलेल्या वस्तू खरेदी कराव्यात म्हणजे त्यांचे अधिकार सुरक्षित राहतात. भेसळ प्रतिबंध कायद्यामुळेही ग्राहकांच्या अधिकारांचे संरक्षण केले जाते.

२) वस्तू किंवा मालाबद्दल माहिती मिळविण्याचा अधिकार : ग्राहकांना वस्तूचा दर्जा, प्रत, शुद्धता परिणाम, गुण व किंमत इत्यादींच्या बाबतीत विक्रेत्याकडून माहिती मिळविण्याचा अधिकार आहे. ही माहिती साधारणपणे वस्तूच्या संवेष्टनावर किंवा वेष्टणावर छापलेली असते. संवेष्टनावर वस्तूचे नाव, उत्पादकाचे नाव, वजन, किंमत, वस्तूतील घटक, उत्पादनाची तारीख, वस्तू वापरण्यासंबंधी सूचना, धोकादायक सूचना इत्यादी माहिती दिलेली असते. कधी कधी वस्तुबाबतची माहिती जाहिरातीद्वारेही दिली जाते. उदा. रेल्वे, पोस्ट, टेलिफोन, वीज इत्यादींची माहिती लहान पुस्तिकांमधून

दिली जाते. औषधांच्या बाबतीत औषधांसोबत डब्यामध्ये सुट्या कागदावर सर्व प्रकारची माहिती दिलेली असते. तरीपण अनेकदा ग्राहकांना फसविण्यासाठी विक्रेते माहिती देण्याचे टाळतात; म्हणूनच वस्तूसंबंधी माहिती मिळविण्याबाबत ग्राहक जागरूक असले पाहिजेत. किंबहुना उत्पादित वस्तू किंवा सेवा यांची निवड करताना ग्राहकाने वस्तूची संपूर्ण माहिती मिळविण्यासाठी आग्रह धरला पाहिजे. तो त्याचा हक्कच आहे. माल विक्री कायद्यात सुद्धा ग्राहकाने 'वस्तू नीट पारखून घेतली पाहिजे अन्यथा खरेदीनंतर विक्रेता जबाबदार नसतो.' असे म्हटल्यामुळे तर ग्राहकाने वस्तू बाबतची माहिती मिळविण्याविषयी आग्रही असणे गरजेचे आहे.

३) वस्तू निवडीचा अधिकार : सध्या एकाच प्रकारच्या किंवा विविध प्रकारच्या मुबलक वस्तू बाजारपेठेत उपलब्ध आहेत. त्या वस्तूंमधून नेमक्या कोणत्या वस्तूंची निवड करावी हा ग्राहकांसमोर प्रश्न उभा राहतो. त्यामुळे ग्राहक संरक्षण कायद्याने ग्राहकाला विविध बनावटीच्या वस्तूंमधून वस्तूंच्या निवडीचा अधिकार दिलेला आहे. कधी कधी बाजारात काही उत्पादकांना वस्तूंबाबत अथवा सेवेबाबत मक्तेदारी प्राप्त झालेली असते; अशा वेळी योग्य दर्जाच्या वस्तू किंवा सेवा वाजवी दरात मिळविण्याचा ग्राहकाला अधिकार आहे.

काही वेळेस विशिष्ट उत्पादकाची वस्तू बाजारात उपलब्ध नसेल किंवा विक्रेत्याजवळ ती नसेल तर तो ग्राहकाला दुसऱ्या उत्पादकाची वस्तू खरेदी करण्याबद्दल आग्रह करतो किंवा कधी कधी एका वस्तूबरोबर दुसरी वस्तू खरेदी करण्याचे बंधन नसूनही विक्रेते खरेदीदारास दुसरी वस्तू खरेदी करण्याबद्दल सक्ती करतात. उदा. अनेकदा गॅसचे वितरक नवीन गॅस कनेक्शन देताना त्याच्याकडून गॅसची शेगडी घेण्याबद्दल सक्ती किंवा आग्रह धरतात. अशा वेळी वस्तूच्या निवडीचा आपणास पूर्णपणे हक्क आहे, हे ग्राहकाने विसरू नये. रेल्वे, वीज, टेलिफोन, पोस्ट इत्यादींबाबतीत ग्राहकांच्या निवडीला वाव नसला तरी रास्त किमतीत समाधानकारक सेवा मिळविण्याचा ग्राहकांना अधिकार आहे.

४) आपली बाजू मांडण्याचा हक्क : ग्राहकाने एखादी वस्तू खरेदी केली किंवा सेवा मिळविल्यानंतर त्याची फसवणूक होत असेल तर ग्राहकाला त्याची आपली बाजू मांडण्याचा अधिकार या कायद्याने दिलेला आहे. त्यासाठी कायद्याने न्यायालयीन यंत्रणेची निर्मिती केलेली आहे; त्यामुळे ग्राहकांना या न्यायालयीन व्यासपीठावर आपले मत सहजपणे मांडता येते; इतकेच नव्हे तर कोणतीही वस्तू बाजारात येण्यापूर्वी तिचे मूल्यमापन, उपयोग व वस्तू पासून होणारे वाईट परिणाम या सर्व घटकांचा सारासार विचार करण्यासाठी सरकार, उत्पादक व व्यापाऱ्यांबरोबरच ग्राहकांना त्यांचा एक प्रतिनिधी पाठविता येतो; तसेच शासनातर्फे अनेक योजना तयार केल्या जातात; या योजनांची अंमलबजावणी होण्यापूर्वी ग्राहकांचे म्हणणे ऐकून घेतले जाते. आजही अनेक कंपन्यांच्या सल्लागार मंडळामध्ये ग्राहकांचे प्रतिनिधी

निमंत्रित केले जातात. उदा. वीज कंपन्या, एस.टी.महामंडळ, रेल्वे, बँका, टेलिफोन कंपन्या इत्यादींमध्ये ग्राहकांचे प्रतिनिधी सल्लागार समित्यांवर घेतले जातात. ते ग्राहकहिताच्या दृष्टीने ग्राहकांची बाजू मांडतात. थोडक्यात, ग्राहकांना आपली बाजू मांडण्याचा अधिकार आहे.

५) तक्रार निवारणाचा किंवा दाद मागण्याचा अधिकार : अनुचित व्यापारी प्रथा, वजन, किंमत, प्रमाण, दर्जा, ग्राहकांची फसवणूक किंवा शोषण इत्यादींमुळे ग्राहकांवर अन्याय होत असेल तर ग्राहकांना कायद्याने दाद मागण्याचा किंवा तक्रार निवारण्याचा अधिकार दिलेला आहे. मात्र, ग्राहकांच्या तक्रारी खऱ्या व वाजवी असणे आवश्यक आहे.

कधी कधी वस्तू कितीही चोखंदळपणे पाहून, पारखून व चौकशी करून खरेदी केली तरीसुद्धा तिच्यात नंतर दोष आढळून येतात; अशा वेळी ग्राहकाला किंवा त्याच्या प्रतिनिधीला योग्य त्या न्यायालयासमोर तक्रार दाखल करता येते. तक्रार कितीही किरकोळ किंवा क्षुल्लक असली तरी ग्राहकाने उदासीन राहता कामा नये. पुष्कळदा दुकानदार पावतीच्या पाठीमागे अनेक अटी छापतात; पण त्या एकतर्फी असतात; म्हणूनच सेवा किंवा वस्तूच्या तक्रारीबाबत न्याय मिळवून नुकसानभरपाई मिळविण्याचा ग्राहकांना अधिकार आहे; त्यामुळे आयत्या वेळी रद्द झालेल्या प्रवासाच्या तिकिटाचे पैसे व त्रासाबद्दल ग्राहकाला नुकसानभरपाई मिळविता येते.

६) ग्राहक शिक्षणाचा हक्क : एखादी वस्तू किंवा सेवेची खरेदी करताना ग्राहकांना कोणकोणत्या अधिकारांचा वापर करता येतो. याबाबत माहिती देणे म्हणजेच 'ग्राहक शिक्षण' होय. ग्राहक शिक्षणात ग्राहकांना मिळणारे संरक्षण, त्यासंबंधीचे फायदे, विशिष्ट कौशल्य संपादन करणे इत्यादी बाबींचा समावेश होतो. आजही निरनिराळ्या ग्राहक संस्थांमार्फत ग्राहक कौशल्य शिबिरे आयोजित करून वस्तू खरेदी करताना, तिचा वापर करताना ती टाकाऊ झाल्यानंतर तिचा वापर कसा करावा इ. माहिती करून दिली जाते. ग्राहक शिक्षणाची विशेष गरज ग्रामीण ग्राहक व महिलांना आहे; कारण हेच ग्राहक मोठ्या प्रमाणावर वस्तूंची खरेदी करतात; म्हणून त्यांना ग्राहक शिक्षण व ग्राहकांच्या अधिकारांची माहिती असणे आवश्यक आहे.

७) मूलभूत गरजांच्या पूर्तीचा अधिकार : अन्न, वस्त्र व निवाऱ्याबरोबरच ग्राहकांना आरोग्य, संरक्षण, शिक्षण व रोजगार इत्यादी मूलभूत गरजाही भागवून घेण्याचा अधिकार आहे. सध्या सरकारतर्फे जीवनावश्यक वस्तूंचा कायदा राबविण्यात येऊन त्यानुसार वस्तूंचा बेकायदेशीर साठा करणे, विक्रीस नकार देणे, वस्तूंचा नाश करणे इत्यादींबाबत कायद्याने बंदी घालण्यात आलेली आहे. शैक्षणिक सेवेसाठी नगरपालिका, महानगरपालिका, जिल्हा परिषद इत्यादी शाळेतून विद्यार्थ्यांना मोफत शिक्षण तर सरकारी व महानगरपालिका किंवा नगरपालिकेमार्फत मोफत आरोग्य सेवा मिळविण्याचा ग्राहकांना अधिकार आहे.

८) **स्वच्छ व आरोग्यदायी पर्यावरणाचा हक्क :** स्वच्छ व आरोग्यदायी पर्यावरणाचा अधिकार ग्राहकांना मिळालेला आहे. अलीकडे वाढत्या औद्योगिकीकरणामुळे प्रदूषण वाढून ग्राहकांच्या आरोग्यावर वाईट परिणाम होत आहे. त्यामुळे कारखान्यांनी प्रदूषणमुक्त वातावरण उपलब्ध करून देण्याचे कारखान्यावर बंधन आहे.

आपण ज्या ठिकाणी राहतो किंवा नोकरी करतो तेथील परिसर स्वच्छ असणे, शुद्ध हवा व पाणी मिळणे, वस्तू व सेवा पर्यावरणाच्यादृष्टीने योग्य असणे हा ग्राहकांचा हक्क आहे; त्यामुळे आपला परिसर स्वच्छ ठेवण्याची जबाबदारीसुद्धा ग्राहकावरच आहे.

ग्राहकांना वरील प्रकारचे अधिकार असले तरी असंख्य ग्राहक आपल्या अधिकाराबाबत अद्यापही उदासीन आहेत. या हक्कांच्या बाबतीत ग्राहकांचे अज्ञान बऱ्याच मोठ्या प्रमाणावर कारणीभूत आहे. ग्रामीण ग्राहकांच्या बाबतीत हे अज्ञान अधिक तीव्र स्वरूपाचे आहे; म्हणून ग्रामीण ग्राहकांना आपल्या हक्कांची अधिक जाणीव करून द्यावयास हवी. थोडक्यात, ग्रामीण भागातही कायद्याचा प्रभावी अंमल होणे आवश्यक आहे.

ब) ग्राहकांची कर्तव्ये (Responsibility of Consumer) :

ग्राहक संरक्षण कायद्यात ग्राहकांच्या हक्काचा जसा समावेश केलेला आहे तसा कर्तव्यांचा समावेश केलेला नाही. त्यामुळे अन्याय झाल्यानंतर न्याय मिळविण्यासाठी कोणती माहिती आपणास असावी म्हणजे ग्राहकांना कोणती कर्तव्ये पार पाडावयाची आहेत हे ग्राहकांना माहीत असणे आवश्यक आहे.

ग्राहकांची ही कर्तव्ये खालीलप्रमाणे आहेत –

१) ग्राहकाने वस्तूंची खरेदी करताना नेहमी चिकित्सक वृत्ती ठेवली पाहिजे. मालविक्री कायद्यात 'ग्राहकाने सावध असावे' असे म्हटलेले आहे; त्यामुळे ग्राहकाने केवळ वस्तूची खरेदीच करू नये. खरेदी केल्यानंतर पावती किंवा कराराची प्रत मिळविणे आवश्यक आहे. पुराव्याअभावी कोणत्याही तक्रारीला अर्थ नाही हे ग्राहकाने लक्षात ठेवले पाहिजे.

२) ग्राहकाने वस्तू किंवा सेवेची खरेदी केल्यानंतर त्याची फसवणूक होत असेल किंवा खरोखरच त्याच्यावर अन्याय होत असेल तरच तक्रार दाखल करावी. एखाद्या व्यापाऱ्याशी भांडण आहे किंवा वैमनस्यातून खोटी तक्रार ग्राहकाने केली असेल तर त्याला दंड होऊ शकतो.

३) तक्रार मांडण्यापूर्वी ग्राहकाने तक्रारीची कायदेशीर बाजू तपासूनच तक्रार मांडावी कारण या कायद्यातही मंच ते कोर्ट नसले तरी सर्व बाजू कायदेशीर असल्याशिवाय ग्राहकाला न्याय मिळत नाही. अज्ञान किंवा खोट्या तक्रारींबाबत ग्राहकाला आपली बाजू मांडता येत नाही.

४) ग्राहकाने ग्राहक मंचासमोर किंवा राज्य आयोग किंवा राष्ट्रीय आयोगासमोर आपली बाजू नम्रपणे मांडणे आवश्यक आहे. ग्राहकाने प्रामाणिकपणे अडचणी मांडल्यास संबंधित यंत्रणेकडून त्याला न्याय मिळवून दिला जातो; त्याने न्यायालयीन यंत्रणेला फसवू नये.

५) तक्रारदाराने तक्रार करताना ज्याच्याविरुद्ध तक्रार करावयाची आहे त्याचे संपूर्ण नाव व पत्ता तक्रार अर्जात नमूद केला पाहिजे.

६) तक्रार करणाऱ्या ग्राहकाने तक्रार करताना सामाजिक जाणीव ठेवली पाहिजे. तसेच पर्यावरणाबाबत स्वतःसुद्धा जागरूक राहणे आवश्यक आहे. कायद्याने ग्राहकावर परिसर स्वच्छ ठेवण्याची व पर्यायाने पर्यावरणाचा समतोल राखण्याची जबाबदारी टाकलेली आहे.

५.६ ग्राहक संरक्षण परिषदा (Consumer Protection Council) :

अ) केंद्रीय ग्राहक संरक्षण परिषद/केंद्रीय परिषद (Central Consumer Protection Council) :

ग्राहक संरक्षण कायद्यातील **कलम ३० (१) नुसार** केंद्र सरकार केंद्रीय ग्राहक संरक्षण परिषदेची निर्मिती करू शकते. केंद्रीय ग्राहक संरक्षण परिषदेला, 'केंद्रीय परिषद' म्हणूनही ओळखली जाते. या परिषदेचा कालावधी ३ वर्षांचा असतो. या परिषदेमध्ये १५० सभासद असतात. केंद्रीय परिषदेची रचना व सदस्यसंख्या खालीलप्रमाणे आहे.

१) केंद्र सरकारचे नागरी पुरवठा खात्याचे मंत्री	– अध्यक्ष
२) केंद्र सरकारच्या नागरी पुरवठा खात्याचे राज्यमंत्री	– उपाध्यक्ष
३) विविध राज्यांचे अन्न व नागरी पुरवठा खात्याचे मंत्री किंवा ग्राहक संरक्षणाशी संबंधित विभागाचे मंत्री	– सदस्य
४) अनुसूचित जाती आणि जमाती आयोगाचे आयुक्त	– सदस्य
५) केंद्र सरकारच्या ग्राहक संरक्षणाशी संबंधित विभागातील प्रतिनिधी आणि स्वायत्त संघटनांचे प्रतिनिधी (जास्तीत जास्त २०)	– सदस्य
६) ग्राहक संघटनांचे प्रतिनिधी (कमीत कमी ३५)	– सदस्य
७) महिला प्रतिनिधी (कमीत कमी १०)	– सदस्य
८) शेतकरी, व्यापारी व उद्योगक्षेत्राचे प्रतिनिधी (जास्तीत जास्त २०)	– सदस्य
९) ग्राहकांचे हक्क संरक्षणासाठी कार्यरत असलेले प्रतिनिधी (जास्तीत जास्त १५)	– सदस्य
१०) केंद्रीय सरकारच्या नागरी खात्याचे सचिव	–सदस्य सचिव

केंद्रीय परिषदेची उद्दिष्टे (Objectives of Central Council) :

केंद्रीय परिषदेची निर्मिती ग्राहकांच्या अधिकाराचे संवर्धन करण्यासाठी झालेली असते. या परिषदेची उद्दिष्टे खालीलप्रमाणे आहेत.

१) ग्राहकांच्या अथवा व्यक्तींच्या जीवितास अगर मालमत्तेला हानी पोहोचेल अशा वस्तू अगर सेवा बाजारात आणण्यास प्रतिबंध करणे.

२) अयोग्य व अनुचित व्यापारी प्रथेपासून ग्राहकांचे संरक्षण करणे.

३) ग्राहकांना विविध वस्तू रास्त किंवा वाजवी दरात मिळविण्याचा अधिकार देणे.

४) ग्राहकांना ग्राहक शिक्षण देणे.

५) ग्राहकांचे हितसंवर्धन करण्यासाठी त्याच्या तक्रारी ऐकणे व त्यावर उपाययोजना सुचविणे.

६) ग्राहकांचे शोषण होत असल्यास त्याविरुद्ध दाद मागणे.

केंद्रीय परिषदेच्या कामकाजाची पद्धती (Working Procedure of Central Council) :

केंद्रीय परिषदेच्या कामकाजाची पद्धती खालीलप्रमाणे आहे –

१) ज्या वेळी सभा घेण्याची आवश्यकता आहे, अशा वेळी केंद्रीय परिषदेची सभा आयोजित केली जाते. या परिषदेच्या वर्षातून जास्तीत जास्त ३ सभा होतात.

२) केंद्रीय नागरी पुरवठा खात्याचे मंत्री या सभेचे पदसिद्ध अध्यक्ष असतात. ते सभेला हजर नसल्यास उपाध्यक्ष अध्यक्षाचे कामकाज पाहतात. अध्यक्ष व उपाध्यक्ष दोघेही हजर नसल्यास उपस्थित सदस्यांमधून एका सभासदाची अध्यक्ष म्हणून नियुक्ती केली जाते व सभेचे कामकाज सुरू होते.

३) केंद्रीय परिषदेची सभा घेण्यापूर्वी कमीत कमी १० दिवसांची लेखी सूचना सभासदांनी दिली पाहिजे.

४) सभेच्या सूचनेसोबत सभेची कार्यक्रमपत्रिका, सभेचे ठिकाण, दिवस, वेळ इत्यादी बाबींचा स्पष्ट उल्लेख केलेला असावा. सभा कार्यालयीन दिवशी व वेळेतच घेतली पाहिजे.

५) केंद्रीय परिषदेच्या सभासदांनी एखाद्या अभ्यासगटाची नियुक्ती केलेली असेल तर सभेच्या वेळी या अभ्यासगटाच्या सूचनांचा विचार केला जातो.

६) केंद्रीय परिषदेचे ठराव शिफारशींच्या स्वरूपाचे असतात. त्याच्या अंमलबजावणीची सक्ती करता येत नाही.

७) सभेच्या सदस्यांना सभेला हजर राहण्याबद्दल नियमानुसार भत्ते किंवा मानधन दिले जाते. तसेच केंद्रीय परिषदेच्या दैनंदिन कामासाठी केंद्र सरकारकडून कर्मचाऱ्यांची नियुक्ती केली जाते.

८) केंद्रीय परिषदेच्या सभा नवी दिल्ली येथे घेण्यात येतात.

९) केंद्रीय परिषदेचे बोधचिन्ह केंद्र सरकार निश्चित करते.

१०) केंद्रीय परिषदेच्या सभेत सभेच्या रचनेबाबत प्रश्न उपस्थित करता येत नाही. काही सभासदांनी असे प्रश्न उपस्थित केले तरी सभा बेकायदेशीर ठरत नाही.

ब) राज्य ग्राहक संरक्षण परिषद/राज्य परिषद (State Consumer Protection Council):

ग्राहक संरक्षण कायदा संमत झाल्यानंतर त्याची प्रभावी अंमलबजावणी होण्याच्या दृष्टीने राज्य सरकारवर सुद्धा जबाबदारी टाकण्यात आलेली आहे; त्यामुळे प्रत्येक राज्यसरकार अधिसूचनेद्वारे राज्य ग्राहक संरक्षण परिषदेची नियुक्ती करते; या राज्य ग्राहक संरक्षण परिषदेलाच 'राज्य परिषद' असेही म्हणतात.

राज्य परिषदेच्या आवश्यकतेनुसार सभा घेण्यात येतात. मात्र, वर्षातून किमान दोन सभा या परिषदेने आयोजित केल्या पाहिजेत. राज्य सरकारचे ग्राहक संरक्षण खात्याचे मंत्री राज्य परिषदेचे 'पदसिद्ध अध्यक्ष' असतात. या परिषदेमधील एकूण सभासदसंख्या ठरविण्याचा अधिकार राज्य सरकारला आहे; त्यामुळे अध्यक्षाशिवाय अशासकीय व शासकीय सभासदांची नियुक्ती राज्य सरकार करीत असते. राज्य परिषदेचे अध्यक्ष सभेची वेळ, दिनांक, ठिकाण निश्चित करतात. त्यानुसार राज्यपरिषदेच्या सभा घेण्यात येतात. राज्य परिषदेचा प्रमुख उद्देश ग्राहकांचा हक्क व अधिकारांचे संरक्षण करण्याचा आहे; त्यामुळे राज्य परिषदेत ग्राहकांचा हक्क व अधिकार सुरक्षित ठेवण्याच्या दृष्टीने चर्चा होत असते.

जिल्हा ग्राहक तक्रार निवारण कक्ष/जिल्हा कक्ष

प्रत्येक जिल्हा स्तरावर ग्राहकाचे हक्क व अधिकार सुरक्षित ठेवण्याच्यादृष्टीने राज्य सरकार जिल्हा ग्राहक तक्रार निवारण कक्षाची निर्मिती करते. त्यालाच 'जिल्हा कक्ष' असेही म्हणतात. जिल्हा कक्षातील सभासदांची संख्या राज्य सरकार ठरविते. जिल्हा कक्षाचे अध्यक्ष जिल्हाधिकारी व उपाध्यक्ष अपर जिल्हाधिकारी असतात. त्यांना मदत करण्यासाठी शासकीय व अशासकीय सभासद नियुक्त केले जातात. अशासकीय सभासदांमध्ये काही व्यावसायिक प्रतिनिधी असतात. त्यामध्ये एक रॉकेल विक्रेता, दोन पेट्रोल विक्रेते, दोन गॅस विक्रेते व दोन व्यावसायिक संघटनांचे प्रतिनिधी असतात. या कक्षाच्या सभा दर महिन्याच्या पहिल्या सोमवारी अध्यक्षांच्या सूचनेनुसार होत असतात.

५.७ ग्राहक संरक्षण कायद्याच्या अंतर्गत तक्रार दाखल करण्याची आणि हाताळण्याची कार्यपद्धती (Procedure to file Complaint and deal with complaint under C. P. Act) :

ग्राहक संरक्षण कायद्याच्या अंतर्गत तक्रार करावयाची असल्यास ती कोण दाखल करू शकतो ? तक्रारीची कारणे, तक्रार दाखल करण्याची पद्धती, नुकसान भरपाई मिळविणे व न्यायालयीन यंत्रणा इत्यादींबाबत कायद्यात खालील तरतुदी आहेत.

अ) तक्रार कोण दाखल करू शकतो : ग्राहक संरक्षण कायद्याच्या अंतर्गत खालील व्यक्तींना तक्रार दाखल करता येते.

१) ग्राहक किंवा त्याचा प्रतिनिधी.

२) १८६० च्या कायद्याच्या अंतर्गत किंवा १९५६ च्या कायद्याच्या अंतर्गत नोंदणी झालेल्या संस्था म्हणजेच सहकारी संस्था व संयुक्त भांडवली संस्था.

३) राज्य सरकार.

४) केंद्र सरकार.

ब) तक्रार दाखल करण्यासाठी योग्य कारणे : खालीलपैकी कोणत्याही कारणांसाठी तक्रार दाखल करता येते-

१) कोणत्याही व्यापाऱ्याच्या अनुचित व्यापारी प्रथेमुळे किंवा गैरव्यवहारांमुळे ग्राहकाला तोटा किंवा नुकसान झाल्यास.

२) तक्रारीत उल्लेख केलेल्या मालात असलेल्या एक किंवा अनेक दोषांबद्दल.

३) तक्रारीत उल्लेख केलेल्या सेवांमधील उणिवा.

४) तक्रारीत उल्लेख केलेल्या मालासाठी व्यापाऱ्याने खालील किमतीपेक्षा अधिक किंमत आकारल्यास.

अ) विशिष्ट किंवा त्या त्या काळात कायद्याने ठरवून दिलेल्या किमती.

ब) मालावर दर्शविण्यात आलेल्या किमती.

क) मालाच्या संवेष्टनावर दाखविण्यात आलेल्या किमती.

थोडक्यात, अनुचित व्यापारी प्रथा किंवा पद्धती, मालातील दोष, सेवातील उणीव व जास्त किंमत इत्यादी कारणांसाठी तक्रार दाखल करता येते.

क) तक्रार कशी दाखल करावी?

ग्राहक संरक्षण कायद्याच्या अंतर्गत तक्रार नोंदविणे व तिचे निराकरण करून घेण्याची पद्धत अत्यंत सोपी, साधी व सरळ आहे. ती खालीलप्रमाणे आहे-

१) ग्राहकाला त्याची तक्रार जिल्हा मंच, राज्य आयोग व केंद्र आयोगाकडे क्रमश: नोंदविता येते. तक्रार नोंदविण्यासाठी कोणत्याही प्रकारचे शुल्क लागत नाही.

२) ग्राहक किंवा त्याच्या प्रतिनिधीला तक्रार नोंदविता येते.

तक्रार अर्जाचा नमुना

तक्रार अर्ज

तक्रार अर्ज — अर्ज क्र. (   )

प्रति,

मा.अध्यक्ष

.......................जिल्हा ग्राहक तक्रार मंच

१) तक्रारदाराचे नाव व पत्ता ....
....
....

२) विरुद्ध पक्षाचे नाव व पत्ता ....
....
....

३) तक्रार कोठे उद्भवली?..
....
....

तक्रारीचा महत्त्वाचा तपशील – यात

१) खरेदी केलेल्या वस्तू व सेवेचे वर्णन.

२) वस्तू व सेवेची किंमत, पावती, हमीपत्र यांचा तपशील.

३) वस्तू व सेवा घेतल्यानंतर लक्षात आलेले दोष, उणिवा, अपूर्तता यांचे वर्णन.

४) तक्रार सोडविण्यासाठी केलेले प्रयत्न, प्रत्यक्ष भेट, पत्रव्यवहार यांचा तपशील.

५) तक्रारीमुळे झालेला शारीरिक त्रास, मानसिक त्रास, खर्च.

६) सोबत निवदेनापुष्ट्यर्थ जोडलेली कागदपत्रे यांचा तपशील.

अपेक्षित तक्रार निवारणाचे स्वरूप – यात

१) वस्तू व सेवेतील दोष, उणीव, त्रुटी दूर करून मिळाव्यात.

२) वस्तू दुरुस्त करून मिळावी.

३) वस्तू बदलून चांगल्या स्थितीतील दुसरी वस्तू मिळावी.

४) विरुद्ध पक्षाकडून अर्जात नमूद केल्याप्रमाणे वस्तूची किंमत व्याजासह परत मिळावी.

५) योग्य नुकसानभरपाई व प्रकरणाचा खर्च मिळावा.

तारीख : — अर्जदाराची सही

प्रतिज्ञापत्र

तक्रार अर्जात लिहिलेला मजकूर व जोडलेली कागदपत्रे माझ्या माहिती व समजुती-प्रमाणे बरोबर व खरी आहे.

तारीख : — अर्जदाराची सही

३) तक्रारीची नोंदणी वैयक्तिकरीत्या किंवा टपालाने केवळ अर्ज पाठवून करता येते.

४) तक्रारदाराने आपल्या हाताने सुवाच्च अक्षरात तक्रार लिहिली तरी चालते किंवा ती टंकलिखिततातही चालते. तक्रारींच्या चार प्रती न्यायमंचात दाखल केल्या पाहिजेत व तक्रार दाखल केल्याबद्दल आपल्याकडील प्रतीवर मंचाकडून सही घेतली पाहिजे; तक्रार अर्जात खालील बाबींचा समावेश असला पाहिजे–

अ) तक्रार नोंदविणाऱ्या व्यक्तीचे नाव व पत्ता.

ब) ज्या व्यापारी किंवा उत्पादकाविरुद्ध तक्रार नोंदवावयाची आहे त्याचे नाव व पत्ता.

क) तक्रारीचे स्वरूप, तक्रारीसंबंधी वस्तुस्थिती, ती केव्हा व कोठे उद्‌भवली त्याचे वर्णन.

ड) तक्रारीतील आरोपांना पुष्टी देणारी कागदपत्रे, पावत्या, करार किंवा पुरावे.

ई) तक्रारकर्त्याने तक्रार अर्जावर सही करणे आवश्यक आहे.

फ) तक्रारकर्त्याला अपेक्षित असलेली नुकसानभरपाई इ.

(ड) तक्रार दाखल करण्याची पद्धती (Procedure to make complaint):

ग्राहकांचे बहुतांश प्रश्न किंवा तक्रारी चर्चेने सुटू शकतात. ग्राहक कायद्याद्वारे निर्माण केलेल्या प्रत्येक जिल्ह्यातील 'ग्राहक कक्षा'च्या बैठकीत ग्राहक संघटनांच्या कार्यकर्त्यांच्या माध्यमातून प्रश्न मांडून उपस्थित शासकीय अधिकाऱ्यांशी प्रत्यक्ष चर्चा करून प्रश्नांची सोडवणूक करता येते.

जबाबदार प्रशिक्षित ग्राहकच आपल्या तक्रारी योग्य रीतीने सोडवू शकतो. ग्राहकांनी आपल्या हक्कांबरोबरच कर्तव्यांचीदेखील जाण ठेवून खरेदी व्यवहार डोळसपणे, चौकसपणे करावेत.

तक्रार दाखल करण्यापूर्वी

१) तक्रार सोडविण्यासाठी केलेला लेखी व्यवहार एकत्र करावा.

२) वस्तूची पावती, गॅरंटी व वॉरंटी कार्ड जपून ठेवावे.

३) तक्रारीच्या बळकटीसाठी आवश्यक ते सर्व वस्तुनिष्ठ पुरावे, प्रयोगशाळेचे दाखले, तज्ज्ञांची मते, दाखले, पोस्टमार्टम अहवाल, पंचनामा, फोटो एकत्र करावेत.

सदरचा तक्रारअर्ज ग्राहक स्वत:च्या हस्ताक्षरात किंवा टंकलिखित स्वरूपात करू शकतो. तक्रार अर्जासोबत आवश्यक ते दाखले जोडणे आवश्यक आहे. जिल्हा व राज्य ग्राहक न्यायालयात तक्रार दाखल करताना अर्जाच्या चार प्रती तर राष्ट्रीय आयोगात सहा प्रती सर्व दाखल्यांसह सादर करणे आवश्यक आहे. विरुद्ध पक्षांची संख्या एकापेक्षा अधिक असल्यास तेवढ्या जास्त प्रती दाखल कराव्यात. (सर्व दाखल्यांच्या झेरॉक्स प्रती जोडाव्या, मूळ दाखले सुनावणीप्रसंगी दाखवावेत.)

५.८ ग्राहकाला मिळणारा दिलासा/संरक्षण (Reliefs Available to Consumer)

अ) ग्राहक संरक्षण (सुधारणा) अधिनियम २००२ नुसार कलम १२, १३ आणि १४ यामध्ये ग्राहक करू शकत असलेल्या फिर्यादीबाबत विवेचन केलेले आहे. त्यानुसार ग्राहकाला फिर्याद दाखल करताना, दाखल करून झाल्यावर पुढील पद्धतीने संरक्षण मिळू शकते -

कलम १२ नुसार,

ग्राहकाला विक्री केलेल्या किंवा विक्री करण्याचा करार केलेल्या कोणत्याही मालाच्या किंवा सेवेच्या संबंधात तक्रार दाखल करू शकतो. या कलमाच्या प्रयोजनासाठी ग्राहक म्हणजे ज्याला माल विकलेला असेल किंवा सुपुर्द केलेला असेल किंवा तशा पद्धतीचा करार केलेला असेल; किंवा अशा पद्धतीने असलेल्या मान्यताप्राप्त ग्राहक संघटनेचा सदस्य असू शकतो. ग्राहक ही संकल्पना सर्वसमावेशक आहे. सर्व ग्राहकांसाठी जिल्हा मंचाच्या परवानगीने सारखाच हितसंबंध असलेले एक किंवा अधिक ग्राहक यांचा समावेश होतो. हे सर्वजण वर नमूद केलेल्या कलमान्वये फिर्याद करू शकतात.

याखेरीज, केंद्र शासन किंवा राज्य शासन त्याच्या स्वत:च्या अखत्यारीत किंवा सर्वसाधारणपणे ग्राहक हिताचा प्रतिनिधी म्हणून ग्राहकाच्यावतीने जिल्हा मंचाकडे फिर्याद दाखल करू शकतो. आताच्या अधिनियमानुसार वर नमूद केलेल्या ग्राहकाला विहित नमुन्यात विहित फी भरून तक्रार देता येते. तक्रार आल्यानंतर जिल्हा मंच तक्रारीची कार्यवाही चालविण्याची परवानगी देतो/आदेश देतो. कार्यवाही फेटाळण्याचा अधिकार देखील जिल्हामंचाला देता येतो. परंतु तक्रारदाराला आपली बाजू मांडण्याची संधी दिल्याखेरीज तक्रार फेटाळता येत नाही. तक्रारीची अनुज्ञेयता सर्वसाधारणपणे तक्रार मिळाल्यापासून २१ दिवसांच्या आत ठरविण्यात येते. जिल्हामंच कायद्याच्या अधिनियमाद्वारे तक्रारीवर कार्यवाही करते. अर्थात, जिल्हामंचाने तक्रार दाखल करून घेतली असेल तर ती इतर कोणत्याही न्यायालयाकडे किंवा न्यायाधिकरणाकडे किंवा कोणत्याही इतर कायद्यान्वये हस्तांतरीत होऊ शकत नाही. कलम १३ नुसार, ग्राहक संरक्षण (सुधारणा) अधिनियम, २००२ अन्वये, फिर्याद दाखल करून घेण्यात आल्यानंतर जिल्हामंच फिर्यादीची एक प्रत दाखल करून घेतल्यापासून २१ दिवसांच्या आत नमूद केलेल्या विरुद्धपक्षाकडे पाठवतो; हा २१ दिवसांचा कालावधी जिल्हामंचाकडून वाढवून देण्यात येऊ शकतो. असा वाढीव कालावधी ३० दिवस किंवा ४५ दिवसांपेक्षा जास्त नसतो.

फिर्याद केलेल्या मालाचे योग्य पृथक्करण किंवा चाचणी केली जाते. मालामधील मालांचे अभिकथन असल्यास जिल्हामंच फिर्यादी मालाचा नमुना प्राप्त करतो. तो मोहोरबंद करून विहित पद्धतीने अधिप्रमाणित करतो व प्रयोग शाळेमध्ये पाठवितो.

तेथे कोणत्याही दोषाने नमुना माल बाधित आहे किंवा कसे याचे पृथक्करण केले जाते आणि संदर्भ केल्यापासून ४५ दिवसांच्या आत अथवा जिल्हामंचाने मंजूर केलेल्या वाढीव कालावधीत मालाबाबतचे निष्कर्ष सादर केले जातात. यासाठी विदिर्निष्ट शुल्क जिल्हामंच फिर्यादीकडून आकारू शकते. प्रयोगशाळेकडून अहवाल प्राप्त झाल्यावर त्याची एक प्रत विरुद्धपक्षाकडे पाठविली जाते. याबाबत विरुद्धपक्ष अथवा फिर्यादीस काही आक्षेप असल्यास ते जिल्हामंच लेखी स्वरूपात मागवून घेते. या नंतर प्रत्येक पक्षाला आपली बाजू मांडण्याची वाजवी संधी दिली जाते व त्यानुसार समुचित आदेश काढले जातात.

दाखल करून घेतलेल्या मालाची किंवा सेवेची फिर्याद कलम १२ मधील तरतुदीनुसार विदिर्निष्ट केलेल्या कार्यपद्धतीनुसार नसेल तर फिर्यादीची एक प्रत ३० दिवसांच्या आत विरूद्धपक्षाकडे पाठविली जाते. जिल्हामंच ही मुदत पुढे जास्तीत जास्त १५ दिवस वाढवू शकते. ग्राहक संरक्षण (सुधारणा) अधिनियम २००२; १५ मार्च २००३ पासून लागू झाला त्या तरतुदींनुसार विरुद्धपक्षाने फिर्यादीने केलेली अभिकथने नाकारली अथवा विवाद उत्पन्न केला तर अशा बाबतीत फिर्यादीने विरुद्धपक्षाला त्याच्या निदर्शनास आणून दिलेल्या पुराव्याच्या आधारावर जिल्हा मंच ग्राहक विवाद मिटविण्याची कार्यवाही सुरू करील. मात्र, सुनावणीच्या तारखेला फिर्यादी जिल्हामंचासमोर उपस्थित राहीला नाही तर तक्रार फेटाळली जाऊ शकते अथवा गुणवत्तेच्या आधारावर निर्णय देता येतो. अर्थात, वर नमूद केलेल्या कार्यपद्धतीचे अनुपालन करणारी कोणतीही कार्यवाही, 'नैसर्गिक न्यायाच्या तत्त्वांचे अनुपालन करण्यात आलेले नाही' या आधारावर ग्राहक अथवा विरुद्धपक्ष कोणत्याही न्यायालयात प्रश्नास्पद करू शकत नाही.

कलम १३ (३-अ) नुसार, ग्राहकाच्या प्रत्येक तक्रारीची सुनावणी शक्य तितक्या वेगाने करण्यात येते. मालाचे विश्लेषण/चाचणी करणे आवश्यक नसेल तर विरुद्धपक्षाला नोटीस दिल्यापासून ३ महिन्यांच्या कालावधीत तक्रारीचा निर्णय दिला जातो; जर मालाची चाचणी/विश्लेषण करणे आवश्यक असेल तर ५ महिन्यांच्या कालावधीत निर्णय दिला जातो. निर्णय प्रक्रियेत आणि कार्यवाहीमध्ये जिल्हामंच पुरेशी कारणे तपासून पाहते; ही कारणे लेखी स्वरूपात असतात. त्याखेरीज जिल्हामंच फिर्यादाची तहकुबी देत नाही. जिल्हामंचापुढील प्रत्येक कार्यवाही ही, भारतीय दंड संहिता (१८६०चा ४५) कलम १९३ आणि २२८च्या अंतर्गत न्यायिक कार्यवाही असल्याचे मानण्यात येते आणि फौजदारी प्रक्रिया संहिता, १९७३ (१९७४ चा २) कलम १९५ आणि प्रकरण २६ यांच्या प्रयोजनाकरिता जिल्हामंच हे दिवाणी न्यायालय असल्याचे मानण्यात आले आहे. त्यामुळे ग्राहक संरक्षणास अधिक बळकटी मिळेल.

ब) जिल्हामंचाच्या निष्कर्षानुसार ग्राहकास मिळणाऱ्या नुकसानभरपाईचे स्वरूप:

वरिल मुद्दा क्र (अ) नुसार फिर्यादीची दखल आणि कार्यवाही केल्यानंतर,

फिर्यादीने विनिर्दिष्ट केलेल्या दोषांपैकी कोणताही दोष मालामध्ये असल्यास किंवा फिर्यादीत सेवेसंबंधी अंतर्भूत असलेले कोणतेही अभिकथन सिद्ध झाल्यास जिल्हामंच खालीलपैकी एक किंवा अनेक मार्गांनी नुकसानभरपाई करण्याचे आदेश देऊ शकते. नुकसानभरपाईची रक्कम तक्रारींच्या स्वरूपावर व वस्तुस्थितीवर आधारित असते.

नुकसानभरपाईचे स्वरूप खालीलप्रमाणे असू शकते-

१) प्रश्नास्पद मालामध्ये समुचित प्रयोगशाळेने दाखविलेला दोष काढून दुरुस्त करून देणे.

२) माल बदलून त्याऐवजी तशाच वर्णनाचा कोणताही दोष नसलेला नवीन माल देणे.

३) ग्राहकाला माल किंवा वस्तूची किंमत परत देणे.

४) विरुद्ध पक्षाच्या निष्काळजीपणामुळे ग्राहकाची झालेली कोणतीही हानी किंवा तोटा किंवा त्रासाबद्दल त्याला नुकसानभरपाई द्यावी लागते. अर्थात, जिल्हामंचाला योग्य वाटेल अशा परिस्थितीत दंडात्मक नुकसानभरपाई मंजूर करण्याचे अधिकार असतात.

५) प्रश्नास्पद मालातील अथवा सेवेतील दोष किंवा उणिवा दूर करणे.

६) अनुचित व्यापारी प्रथा किंवा निर्बंधित व्यापारी प्रथा चालू न ठेवणे किंवा त्या पुन्हा घडू न देणे.

७) घातक माल विक्रीसाठी न ठेवणे.

८) घातक माल विक्रीतून काढून टाकणे – अर्थात

✳ घातक मालाची निर्मिती करणे, समाप्त करणे आणि घातक स्वरूपाच्या असलेल्या सेवा देणे थांबवणे.

✳ ग्राहकाची जास्त हानी झाली असल्यास तर निर्धारित रक्कम नुकसानभरपाई द्यावी लागते. ही किमान रक्कम सदोष विकण्यात आलेल्या मालाच्या किंवा सदोष पुरविण्यात आलेल्या सेवेच्या किमतीच्या ५% पर्यंत असावी, त्यापेक्षा कमी असू नये.

✳ चुकीची माहिती देणाऱ्या जाहिरातींचा परिणाम कमी करण्यासाठी अशा चुकीच्या जाहिराती देण्यास जबाबदार असणाऱ्या विरुद्धपक्षाच्या खर्चाने सुधारात्मक जाहिराती काढणे.

९) बाधित ग्राहकाला पुरेसा खर्च देणे.

वरील प्रत्येक कार्यवाही जिल्हा मंचाचा अध्यक्ष आणि मंचाचा किमान एक सदस्य एकत्र मिळून पार पाडतात; वर आदेशावर सही करतात; जर एखाद्या मुद्द्यावर त्यांचे मतभेद झाले तर ते, दुसऱ्या सदस्याकडे संदर्भासाठी पाठविली जातात. अर्थात, अशा मुद्द्यांच्या बाबतीत बहुमताने घेण्यात येणारा निर्णय हा जिल्हामंचाचा आदेश असतो.

क) अपील करण्याचा कालावधी –

ग्राहक संरक्षण कायद्याच्या अंतर्गत जिल्हा, राज्य आणि केंद्र स्तरावर न्यायालयीन यंत्रणा निर्माण करण्यात आलेली आहे. ग्राहक त्याची फिर्याद प्रथम जिल्हामंचाकडे करू शकतो. जिल्हामंच वादाची संपरीक्षा करते. त्याचप्रमाणे वर नमूद केल्याप्रमाणे ते दिवाणी न्यायालय असल्याचे मानण्यात येते. दिवाणी प्रक्रिया संहिता १९०८ अन्वये जिल्ह न्यायलयामध्ये विहित केलेले आधिकार असतात.

जिल्हामंचाचा आदेश मान्य नसल्यास पीडित ग्राहक आदेशाच्या तारखेपासून ३० दिवसांच्या आत विहित नमुन्यात आदेशाविरुद्ध राज्य आयोगाकडे अपील करू शकतो. परंतु विहित कालावधीमध्ये अपील दाखल न झाल्यास दिलेल्या कारणांविषयी राज्य आयोगाची खात्री झाल्यास कालावधी समाप्त झाल्यानंतरही अपील दाखल करून घेता येतो.

ग्राहक संरक्षण (सुधारणा) अधिनियम २००२ नुसार, जिल्हा मंचाच्या आदेशाच्या स्वरूपातील रकमेच्या ५०% रक्कम किंवा रु. २५,०००/– यांपैकी जी कमी आहे ती भरल्याखेरीज अपीलकर्ता राज्य आयोगाकडे दाखल करता येत नाही.

राज्य आयोगाने त्याच्या अधिकारांचा वापर करून आदेश जर एखाद्या ग्राहकाला अथवा पीडिताला मान्य नसेल तर आदेश दिलेल्या तारखेपासून ३० दिवसांच्या आत विहित पद्धतीने राष्ट्रीय आयोगाकडे आशा करू शकतो, जिल्हामंचाप्रमाणे राज्य आयोजकही पीडिताला/फिर्यादीला पुरेसे कारण देऊन मुदत वाढवून देता येते. मात्र, राष्ट्रीय आयोगाकडे अपील दाखल करून घेण्यासाठी फिर्यादीने ५०% रक्कम अथवा रु.३५,०००/– यांपैकी जी रक्कम कमी असेल ती विहित रीतीने ठेवावी लागते.

राज्य आयोगासमोर किंवा राष्ट्रीय आयोगासमोर दाखल करण्यात आलेल्या अपिलाची शक्य तितक्या वेगाने सुनावणी करण्यात येते. अपील दाखल करण्यात आल्याच्या तारखेपासून ९० दिवसांच्या आत अंतिम निर्णय घेतला जातो. तहकुबीसाठी योग्य कारण असल्यासच निर्णय तहकूब केला जातो.

राष्ट्रीय आयोगाने कायद्याने दिलेल्या अधिकारांचा वापर करून काढलेल्या आदेशामुळे पीडित व्यक्तीला असा आदेश दिल्याच्या तारखेपासून ३० दिवसांच्या आत अशा आदेशाविरुद्ध सर्वोच्च न्यायालयाकडे अपील करता येते. सर्वोच्च न्यायालय देखील पुरेसे कारण असल्यास आणि तशी परिस्थिती उद्भवल्यास ३० दिवसांचा कालावधी वाढवून देऊ शकतो. अर्थात सर्वोच्च न्यायालयाकडे फिर्याद दाखल करताना तक्रारदाराने देय रकमेच्या ५०% किंवा रु.५००००/– यांपैकी जी किंमत कमी असेल ती ठेव म्हणून विहित रितीने ठेवली पाहिजे.

जिल्हामंच, राज्य आयोग किंवा राष्ट्रीय आयोग यांचा प्रत्येक आदेश या अधिनियमातील तरतुदींन्वये आदेशाविरुद्ध अपील केला असल्यास अंतिम समजण्यात येतो.

५.९ तक्रार कोठे दाखल करावी? (न्यायालयीन यंत्रणा) : (Where to complaint?) (Consumer Disputes Redressal Agencies) :

१९८६ च्या ग्राहक संरक्षण कायद्याने ग्राहकांच्या तक्रारीची दखल घेण्याच्यादृष्टीने न्यायालयीन यंत्रणा निर्माण केलेली आहे. मात्र, या न्यायालयीन यंत्रणेचे स्वरूप नेहमीच्या न्यायालयीन यंत्रणेपेक्षा भिन्न स्वरूपाचे आहे.

ही यंत्रणा पुढीलप्रमाणे आहे-
१) जिल्हा ग्राहक मंच (न्यायमंच)
२) राज्य आयोग
३) राष्ट्रीय आयोग

१) जिल्हा ग्राहक मंच (न्यायमंच)

१९८६ च्या ग्राहक संरक्षण कायद्याच्या **(ग्राहक संरक्षण (सुधारणा) अधिनियम २००२) कलम १० ते १४** नुसार जिल्हा न्यायमंचाची रचना व अधिकारकक्षा निश्चित करण्यात आली आहे.

ती पुढीलप्रमाणे असते-
१) या मंचाचे अध्यक्ष व दोन सदस्य असतात. अध्यक्ष हे विद्यमान किंवा निवृत्त जिल्हा न्यायाधीश किंवा त्या पदाची पात्रता धारण करणाऱ्या व्यक्ती असतात; तर सदस्यांत एक पुरुष व एक महिला सदस्य असतात. अर्थशास्त्र, कायदा, व्यापार, हिशेब, सार्वजनिक व्यवहार व प्रशासन क्षेत्राचे ज्ञान व अनुभव असलेली गणमान्य व्यक्ती सदस्य म्हणून नेमणूक केली जाते. जिल्हा मंचावरील सदस्यांचा कालावधी पाच वर्षांचा किंवा वयाची ६५ वर्षे पूर्ण होईपर्यंत असतो.
२) वस्तू किंवा सेवेचे मूल्य किंवा नुकसानभरपाईची रक्कम २० लाखांपर्यंत आहे अशा तक्रारी जिल्हा मंचाकडे दाखल करता येतील.
३) ज्या क्षेत्रात अंशत: किंवा पूर्णत: तक्रारअर्जास कारण घडले असेल त्या जिल्हा न्यायमंचात तक्रार अर्ज दाखल झाल्यापासून दोन वर्षांचे आत अर्ज दाखल केला पाहिजे.
४) दिवाणी न्यायालयात दावा प्रलंबित असेल तर अशा प्रकरणात ग्राहक न्यायालयात अर्ज दाखल करता येणार नाही; परंतु जिल्हा मंचात अर्जदाराला ग्राहक संरक्षण कायद्याखाली दाद मागत येईल.
५) कोर्ट अगर प्रोसेस फी तक्रार अर्जासोबत लावण्याची गरज नाही, हे या कायद्याचे सर्वांत महत्त्वाचे वैशिष्ट्य आहे.
६) ९० दिवसांच्या आत तक्रारीवर न्यायदान केले जावे असा संकेत आहे.
७) जिल्हा मंचासमोर झालेली कारवाई ही भारतीय दंड विधानाच्या कलम १९३

व २८८ (१८६० चा ४५वा) प्रमाणे न्यायिक कारवाई (ज्युडिशिअर प्रोसिडिंग) म्हणून समजण्यात येईल; तसेच जिल्हा मंचाला फौजदारी व्यवहार संहिता, १९७३ (१९७४ चा दुसरा) प्रमाणे 'दिवाणी न्यायालय' म्हणून समजण्यात येईल.

८) **कलम १४** प्रमाणे तक्रार अर्जात नमूद केलेले दोष आहेत किंवा सेवेसंबंधी तक्रार अर्जात कथन केलेले आरोप सिद्ध झाले असतील तर जिल्हा मंच विरुद्ध पक्षाला आदेश देऊन खाली नमूद केलेल्या एक किंवा अनेक गोष्टी करण्यास बाध्य करतील :

१) वस्तूत: दाखविलेले दोष दूर करणे.

२) जुनी वस्तू बदलून त्याऐवजी त्याच वर्णनाची नवीन निर्दोष वस्तू देणे.

३) वस्तूची किंमत किंवा कारणपरत्वे मोबदला परत करणे.

४) निष्काळजीपणामुळे झालेली हानी किंवा अपाय याबद्दल योग्य नुकसानभरपाई देणे.

५) सेवेतील दोष किंवा त्रुटी काढून टाकणे.

६) अपायकारक वस्तूंच्या विक्रीस प्रतिबंध करणे.

७) विक्रीस ठेवलेल्या अपायकारक वस्तू बाजारातून काढून घेणे.

८) अनुचित व्यापारी प्रथा थांबविणे किंवा त्यांची पुनरावृत्ती न करण्याची समज देणे.

९) पक्षकाराला पुरेसा खर्च देवविणे.

१०) जिल्हा मंचाच्या आदेशामुळे नाराज झालेल्या व्यक्तींना ३० दिवसांच्या आत राज्य आयोगाकडे अपील करता येईल.

११) कलम २७ प्रमाणे मुदतीत आदेशाची अंमजबजावणी न झाल्यास १० हजार रुपयांपर्यंत दंड किंवा ३ वर्षांपर्यंत साध्या कैदेची शिक्षा देता येते.

अशा रीतीने ग्राहक कायद्याचा मुख्य उद्देश, आदेशाची अंमलबजावणी होऊन अर्ज करणाऱ्यावरील अन्याय दूर व्हावा, विरुद्धपक्षाला शिक्षा द्यावी हा केवळ आनुषंगिक किंवा शेवटचा उपाय आहे. ग्राहक कायद्याची ताकद अशा रीतीने काय आहे हे सर्वांनी जाणून घेऊन व्यवहार करावेत.

२) राज्य आयोग

राज्य आयोग ही राज्याची ग्राहक न्यायदानातील सर्वोच्च यंत्रणा असून १९८६च्या ग्राहक संरक्षण कायद्याच्या **(ग्राहक संरक्षण (सुधारणा) अधिनियम २००२) कलम १५,१६,१७ प्रमाणे** राज्य आयोगाची रचना, अधिकार व कार्यपद्धती निश्चित करण्यात आली आहे. ती पुढीलप्रमाणे -

१) या राज्य आयोगाचे देखील अध्यक्ष व दोन सदस्य असतात. अध्यक्ष हे उच्च

न्यायालयातील विद्यमान किंवा माजी न्यायमूर्ती पात्रतेचे असतील. उच्च न्यायालयाच्या मा. मुख्य न्यायमूर्तींच्या सल्ल्याखेरीज ही नियुक्ती करण्यात येत नाही. आयोगाचे सदस्य दोनपेक्षा कमी किंवा विहित करण्यात आलेल्या सदस्य संख्येपेक्षा जास्त नसतील; सदस्यांपैकी एक सदस्य महिला असावी.

२) सचोटी, विद्वत्ता असलेल्या व अर्थशास्त्र, कायदा, वाणिज्य, हिशेब, उद्योग, सामाजिक व्यवहार, प्रशासन या कार्यांत भरीव कार्य केलेल्या किंवा पुरेसे ज्ञान व संबंधित समस्या हाताळण्याचा किमान दहा वर्षांचा अनुभव असलेल्या दोन व्यक्ती आणि वर नमूद केल्याप्रमाणे, त्यांपैकी एक व्यक्ती महिला-यांची सदस्य म्हणून नेमणूक केली जाते. परंतु, निवड समितीच्या शिफारसीप्रमाणेच या सदस्यांची निवड केली जाते. त्यांचे वय ३५ वर्षांपेक्षा कमी नसावे. त्यांनी मान्यताप्राप्त विद्यापीठाची स्नातक पदवी घेतली असावी; तसेच सदस्यांचा कालावधी हा पाच वर्षांचा किंवा वयाची ६७ वर्षे यांपैकी जो आधी होईपर्यंतचा असतो; एकूण सदस्यांच्या ५०% सदस्य न्यायिक पार्श्वभूमी असणारे असावेत.

राज्य आयोगातील प्रत्येक सभासदाची नियुक्ती राज्य शासन निवड समितीच्या शिफारशींवरून केली जाते.

निवड समितीमध्ये पुढील सदस्यांचा समावेश असतो-

अ) राज्य आयोगाचा अध्यक्ष - सभापती

ब) राज्याच्या विधी विभागाचा सचिव - सदस्य

क) राज्यातील ग्राहक व्यवहारांच्या बाबतीत कार्यवाही करणाऱ्या विभागाचा प्रभारी सचिव - सदस्य

परंतु राज्य आयोगाचा अध्यक्ष अनुपस्थित असेल किंवा अन्य कारणांमुळे निवड समितीचा सभापती म्हणून काम करण्यास असमर्थ असेल तेव्हा राज्य शासन ती बाब उच्च न्यायालयाच्या मुख्य न्यायाधीशाकडे त्याला सभापती म्हणून कृती करण्याकरिता नामनिर्देशित करून पाठविते.

३) जिल्हा मंचाच्या आदेशाविरुद्धचे अपील राज्य आयोग स्वीकारते.

४) २० लाख ते १ कोटी रुपये पर्यंतच्या तक्रारी राज्य आयोगाकडे दाखल करता येतात. राज्य आयोगाला राज्यांतर्गत कोणत्याही जिल्हा मंचाकडील प्रलंबित असलेल्या किंवा जिल्हामंचाने निर्णय दिलेल्या ग्राहक विवादासंबंधात अभिलेख मागविण्याचे व समुचित आदेश देण्याचे अधिकार असतात. विरोधी पक्ष राज्य आयोगाकडे पूर्वपरवानगीने जिल्हामंचाविरुद्ध फिर्याद दाखल करू शकतो.

५) राज्य आयोगाचे कार्यक्षेत्र संपूर्ण राज्य असून राज्यातील जिल्हा मंचांच्या कामकाजावर देखरेख व प्रशासकीय नियंत्रण आयोग ठेवते. न्यायाच्या हिताच्यादृष्टीने राज्य आयोगाला कार्यवाहीच्या कोणत्याही टप्प्यात एक तर

फिर्यादीने तक्रार केल्यावरून अथवा स्वत:हून एखाद्या जिल्हामंचासमोर प्रलंबित असलेली कोणतीही तक्रार राज्यातील दुसऱ्या जिल्हामंचासमोर हस्तांतरीत करण्याचा अधिकार असतो.

राज्य आयोग सर्वसाधारणपणे राज्याच्या राजधानीमध्ये कार्य करते परंतु राज्य शासनाशी सल्ला-मसलत करून वेळोवेळी राजपत्रात अधिसूचित करून इतर ठिकाणीही कार्यवाही करू शकते.

६) अर्जाचे कारण घडल्यापासून ३० दिवसांच्या आत तक्रार दाखल केली पाहिजे.

७) जिल्हा न्यायालयाप्रमाणेच राज्य न्यायालयात कामकाज चालते व ग्राहकाची तक्रार योग्य असल्यास कलम १४ प्रमाणे न्यायदान केले जाते. मुदतीत आदेशाची अंमलबजावणी न झाल्यास २७ कलमाप्रमाणे दंड किंवा शिक्षा केली जाते.

८) राज्य न्यायालयाने दिलेल्या आदेशामुळे नाराज झालेल्या व्यक्तींना ३० दिवसांच्या आत राष्ट्रीय/केंद्रीय आयोगाकडे अपील दाखल करता येईल.

राज्य आयोगाची अधिकारीता अधिकार आणि अधिकार याचा त्यांच्या खंडपीठांना वापर करता येतो. खंडपीठ, अध्यक्ष आणि अध्यक्षाला योग्य वाटेल असा एक किंवा अधिक सदस्यांचे मिळून बनलेले असते. खंडपीठाच्या सदस्यांमध्ये कोणत्याही मुद्द्यांवर मतभेद असतील तो मुद्दा अध्यक्षाकडे सुपुर्द करून बहुमताने सोडविला जातो. राज्य आयोगाच्या सदस्यांचे वेतन किंवा मानधन, इतर भत्ते, सेवेच्या अटी किंवा शर्ती राज्य शासन ठरविते.

पूर्ण वेळ तत्त्वावरील सदस्याची नियुक्ती राज्य शासन राज्य आयोगाच्या अध्यक्षाच्या शिफारशींवरून कार्यभाराप्रमाणे केली जाते. सदस्यांची पुनर्नियुक्ती राज्य आयोगाच्या शिफारशींवर आधारित असते.

३) राष्ट्रीय आयोग

राष्ट्रीय आयोग ही देशातील ग्राहक न्यायदानातील सर्वोच्च संस्था असून कायद्याच्या आणि सुधारणा अधिनियमानुसार **कलम २०,२१,२२ प्रमाणे** राष्ट्रीय आयोगाची रचना, अधिकार व कार्यपद्धती निश्चित करण्यात आली आहे. ती पुढीलप्रमाणे -

१) सर्वोच्च न्यायालयाचे विद्यमान किंवा माजी न्यायमूर्ती हे याचे अध्यक्ष असतात. परंतु ही नेमणूक भारताच्या मुख्य न्यायाधीशांशी विचार-विनिमय केल्याखेरीज करता येणार नाही.

२) विद्वत्ता, क्षमता असलेले, अर्थशास्त्र, कायदा, वाणिज्य, हिशेब, उद्योग, सार्वजनिक अथवा प्रशासन यांत भरीव कार्य केलेल्या किंवा भरीव ज्ञान व संबंधित समस्या हातळण्याचा किमान १० वर्षांचा अनुभव, प्रश्न सोडविण्यासाठी

पात्रता असलेल्या चार व्यक्ती सदस्य असतात. त्यांपैकी एक व्यक्ती महिला, यांची निवड समितीच्या शिफारशीनुसार सदस्य म्हणून नियुक्ती केली जाते. सदस्यांचे वय ३५ वर्षे पेक्षा जास्त असावे व मान्यताप्राप्त विद्यापीठाची स्नातक पदवी घेतली असावी. या सदस्यांचा कार्यकाल हा ५ वर्षांचा किंवा वयाची ७० वर्षे पूर्ण होईपर्यंत; जी गोष्ट आधी घडेल तोपर्यंतचा असतो. ५०% सदस्य न्यायिक पार्श्वभूमी असणारे असावेत.

३) राष्ट्रीय आयोग :- प्रत्येक सदस्याची नेमणूक केंद्र शासनाकडून निवड समितीच्या शिफारशींवरून करण्यात येते.

निवडसमिती पुढीलप्रमाणे असते-

१) भारताच्या मुख्य न्यायाधीशांनी नामनिर्देशित केलेली सर्वोच्च न्यायालयाची न्यायाधीश असलेली व्यक्ती-अध्यक्ष

२) भारताच्या विधिकार्य विभागाचा सचिव-सदस्य.

३) भारत सरकारच्या ग्राहक व्यवहार विभागाचा सचिव-सदस्य अध्यक्ष, राज्य आयोगाप्रमाणे, त्याला योग्य वाटेल त्याप्रमाणे एक किंवा अधिक सदस्यांचा अंतर्भाव असलेले खंडपीठ तयार करतो. सदस्यांमध्ये मतभेद असल्यास विहित मुद्द्यांवर अध्यक्षाच्या अधिकार कक्षेअंतर्गत बहुमताने निर्णय घेतला जातो.

राष्ट्रीय आयोगाच्या सदस्यांचे वेतन किंवा मानधन, इतर भत्ते, सेवेच्या अटी व शर्ती केंद्र शासन विहित करते. सदस्यांची पुनर्नियुक्ती करण्याचा अधिकार निवड समितीच्या शिफारशींवर अवलंबून असतो.

४) राज्य आयोगाच्या आदेशाविरुद्धचे अपील राष्ट्रीय आयोग स्वीकारते व कोणत्याही राज्य आयोगासमोरील निकाली किंवा प्रलंबित असलेल्या प्रकरणांची कागदपत्रे मागवून योग्य ते आदेश पारित करण्याचे व फेरतपासणीचे अधिकार राष्ट्रीय आयोगाला आहेत.

५) १ कोटी रुपयांपेक्षा जास्त रकमेच्या तक्रारी राष्ट्रीय आयोगाकडे दाखल करता येतात.

६) राष्ट्रीय आयोगाचे कार्यक्षेत्र संपूर्ण देश असून देशातील राज्य आयोगांच्या कामकाजावर देखरेख व प्रशासकीय नियंत्रण आयोग ठेवते.

७) राष्ट्रीय आयोगाला आपल्यासमोर दाखल करण्यात आलेल्या कोणत्याही तक्रार अर्जाचा किंवा न्यायिक कारवाईचा निकाल लावण्यासाठी कलम १३ व १४ प्रमाणे कार्यपद्धती अवलंबून न्यायदान करता येते व मुदतीत आदेशाची अंमलबजावणी न झाल्यास २७ कलमाप्रमाणे दंड किंवा शिक्षा करता येते.

८) राष्ट्रीय आयोगाने कलम २१ पोटकलम (ए) उपकलम (१) खाली पारित केलेल्या कोणत्याही आदेशाने व्यक्ती नाराज झाली तर तिला ३० दिवसांच्या आत सर्वोच्च न्यायालयाकडे अपील करता येईल.

कलम १२, १३ व १४ यांच्या तरतुदी आणि जिल्हामंचाने फिर्याद निकालात काढण्यासाठी त्याखाली केलेल्या नियमांच्या तरतुदी आयोगाला योग्य वाटतील अशा फेरफारींसह राष्ट्रीय आयोग निकालात काढू शकतो. कायद्याच्या कोणत्याही तरतुदींना बाधा न येता राष्ट्रीय आयोगाला काढलेल्या आदेशाचे पुनर्विलोकन करण्याचा अधिकार असतो.

राष्ट्रीय आयोगाला एकतर्फी आदेश रद्द ठरविण्याचा अधिकार असतो. न्यायाच्या हिताच्यादृष्टीने प्रकरणाच्या कोणत्याही टप्प्यात तक्रारदाराच्या अर्जावरून किंवा स्वत:हून एका राज्यातील जिल्हा मंचाकडे प्रलंबित असलेले प्रकरण दुसऱ्या राज्याच्या जिल्हामंचाकडे किंवा एका राज्य आयोगाकडून दुसऱ्या राज्य आयोगाकडे हस्तांतरीत करतो. राष्ट्रीय आयोग सर्वसाधारणपणे नवी दिल्ली येथे कार्यरत असते. परंतु केंद्र शासनाने राजपत्राद्वारे अधिसूचित केल्यास विहित केलेल्या इतर ठिकाणी देखील आपले कार्य करते.

अशा रीतीने जिल्हा मंच, राज्य आयोग व राष्ट्रीय आयोग यांच्या आदेशाविरुद्ध या कायद्यातील तरतुदींप्रमाणे अपील दाखल न केल्यास सर्व आदेश अंतिम समजण्यात येतात. कार्यवाहीचे कारण २ वर्षांच्या आत घडलेले असल्यास जिल्हामंच, राज्य आयोग किंवा राष्ट्रीय आयोग तक्रार स्वीकारते. तक्रार दाखल करण्यास विलंब झाल्यास आणि तसे पुरेसे कारण असल्यास तक्रार दाखल करण्याचा कालावधी वाढवून देते.

जिल्हा मंच, राज्य आयोग किंवा राष्ट्रीय आयोग यांच्या आदेशांचे पालन करण्यात आले नाही तर त्या व्यक्तीची मालमत्ता जप्त करण्याचे आदेश जारी करते. आदेश पालन न केल्याच्या दिनांकापासून ३ महिन्यांनंतर जप्ती आदेश जारी होतात. कालावधीच्या अखेरीस पालन न करणे तसेच चालू राहिल्यास जप्त करण्यात आलेली मालमत्ता विकण्यात येते आणि त्यातून जिल्हामंच किंवा राज्य आयोग किंवा राष्ट्रीय आयोग त्याला योग्य वाटेल अशी नुकसान भरपाईची रक्कम फिर्यादीला देते आणि जर रक्कम शिल्लक राहिली तर ती कार्यवाहीच्या हक्कदार व्यक्तींना देते.

जिल्हामंच किंवा राज्य आयोग किंवा यथास्थिती राष्ट्रीय आयोगाच्या आदेशानुसार जर हक्कदार व्यक्तीला रक्कम येणे असेल तर त्यासाठी तो आयोगाकडे लेखी अर्ज करतो. त्यानंतर मंच किंवा आयोग उक्त रकमेचे प्रमाणपत्र जिल्हाधिकाऱ्याला देतो आणि तो जिल्हाधिकारी ती रक्कम जमीन महसुलीची थकबाकी असल्याप्रमाणे वसूल करण्यासाठी कार्यवाही करतो. जिल्हा मंचाचे कलम २४ खाली केलेले आदेश अंतिम असतात. त्याविरुद्ध अपील दाखल करता येईल; परंतु २७ कलमाखाली दंडाचा आदेश दिला असेल तर त्याविरुद्ध अपील करता येणार नाही; तसेच जिल्हा मंच, राज्य आयोग व राष्ट्रीय आयोग यांनी पारित केलेल्या प्रत्येक आदेशाची अंमलबजावणी त्या त्या मंच, आयोगांना करता येईल; पण आदेशाची अंमलबजावणी

होऊ शकत नाही अशा वेळी सदर आदेशाची अंमलबजावणी दिवाणी न्यायालयाकडून करता येईल. तसेच कलम २६ प्रमाणे अती किरकोळ किंवा दुष्ट हेतूने प्रेरित होऊन किंवा निरर्थक, खोटा अर्ज दाखल झाला असेल तर तो फेटाळण्याचा व प्रसंगी तक्रारकर्त्याला १० हजार रुपयांपर्यंत दंड केला जाऊ शकतो; यामुळे खोट्या, बदनामीकारक व अप्रामाणिक तक्रार अर्जावर अंकुश बसेल.

अशा रीतीने तांत्रिकतेच्या जंजाळातून सर्वसामान्य ग्राहकांना मुक्त करून त्यांचा श्रम, वेळ, पैसा वाचवून जलद, विनाखर्चीक न्याय मिळवून देणारा हा कायदा व ग्राहक न्यायालये आहेत. ग्राहकांनो, या कायद्याची व त्याच्या कार्यपद्धतीची माहिती घ्या, 'कायद्याचे अज्ञान ही सबब होऊ शकत नाही.' जागरूक प्रशिक्षित ग्राहक हाच सुरक्षित ग्राहक असतो.

कायद्यातील इतर महत्त्वाच्या तरतुदी :

१) जिल्हा, राज्य व राष्ट्रीय आयोगाचे आदेश संबंधितांना पाळणे आवश्यक आहे. आदेशाचे पालन न करणाऱ्या व्यक्ती किंवा संस्थांना किमान रु. २००० व कमाल रु. १०,००० दंड किंवा किमान १ महिना व कमाल ३ वर्षे कारवास करण्याची अथवा दोन्ही शिक्षा करण्याची तरतूद कायद्यात आहे. मात्र, हे दंड व शिक्षा कमी करण्याचा संबंधित न्यायालयाला अधिकार आहे. **(कलम २७)**. फौजदारी प्रक्रियेसाठी मंच किंवा आयोगाला प्रथमवर्ग न्याय दंडाधिकारी मानण्यात येते.

२) जिल्हा मंच, राज्य आयोग किंवा राष्ट्रीय आयोगाच्या सभासदाने अगर अधिकाऱ्याने अथवा या कायद्यान्वये नियुक्त केलेल्या कोणत्याही व्यक्तीने अत्यंत प्रामाणिक व सदसद्विवेकबुद्धीने काम केल्यास त्याच्यावर कोणत्याही प्रकारची न्यायालयीन कारवाई करता येत नाही. **(कलम २८)**.

५.१० ग्राहक संरक्षण कायद्याचा वापर (Usages of CPA) :

काही उदाहरणे (Examples) :

अ) वस्तूंबद्दलच्या तक्रारी

* एखादा टॅक्सीचालक मोटार विकत घेत असेल किंवा रिक्षा चालविणाऱ्याने रिक्षा खरेदी केलेली असेल, किंवा स्वत:च्या उपजीविकेसाठी अर्थार्जन करण्यासाठी एखाद्या महिलेने शिवणयंत्र खरेदी केलेले असेल किंवा शेतकऱ्याने स्वत:च्या शेतीसाठी बियाणे किंवा खते विकत घेतली असतील तर त्या 'वस्तूंबद्दल'च्या तक्रारी सोडविण्यासाठी त्यांना ग्राहक संरक्षण कायद्याचा आधार घेता येईल.
* विद्युत उपकरणे उत्पादित करून त्यांची विक्री करणाऱ्या एखाद्या उत्पादकाने

घरगुती वापराच्या विद्युत उपकरणांच्या गुणवत्ता नियंत्रणाबद्दल १९८१ च्या आदेशाचे पालन न करता हलक्या दर्जाच्या विद्युत उपकरणांचे उत्पादन व विक्री केली तर त्यास वस्तूतील 'दोष' मानले जाते.

* सदोष वस्तूंबद्दलच्या तक्रारी प्रत्येक वेळी उत्पादकाच्या विरुद्धच केल्या पाहिजेत असे नाही. त्या सदोष वस्तूंची विक्री करणाऱ्या विक्रेत्यालादेखील त्याबद्दलची जबाबदारी टाळता येत नाही. त्याच्या विरुद्धदेखील तक्रार केली जाऊ शकते.

* ग्राहकाने खरेदी केलेले सिमेंट सदोष व हलक्या दर्जाचे होते असे लक्षात आले; तक्रारदाराने ते त्याच्या इमारतीसाठी वापरले. ती इमारत पाडणे, नव्याने बांधणे व हलक्या दर्जाच्या सिमेंटसाठी त्याचा झालेला खर्च व तक्रार करण्याचा तत्कालिक, आनुषंगिक खर्च, आदी नुकसानभरपाई तक्रारदारास मिळू शकते.

* ग्राहकाने घेतलेल्या मोटारीत अनेक मूलभूत दोष आहेत व ते दुरुस्त करता येतील असे नाहीत असे लक्षात आल्यावर ती सदोष मोटार ग्राहकाने उत्पादकाला परत करावी व उत्पादकाने त्या मोटारीची किंमत व नुकसानभरपाई ग्राहकाला दिली पाहिजे.

* ग्राहकाने खरेदी केलेली पादत्राणे हलक्या दर्जाची व खराब निघाली. ग्राहकाने ती बदलून मागितली. विक्रेत्याने नकार दिला. ग्राहकाने विक्रेत्याविरुद्ध न्यायमंचाकडे तक्रार केली. विक्रेत्याने जबाबदारी नाकारली व उत्पादकाची जबाबदारी असल्याचे सांगितले. न्यायमंचाने विक्रेत्याची जबाबदारी मानली व ग्राहकाकडून घेतलेली किंमत व तक्रार करण्यासाठी त्याला आलेला खर्च त्याला द्यावा असा आदेश दिला.

आ) सेवांबद्दल तक्रारी

बँकिंग

१) बँकेच्या ड्राफ्टवर दोन अधिकाऱ्यांची सही आवश्यक असूनही केवळ एकानेच सही केली. ज्या शाखेवर तो काढलेला होता त्या शाखेने पैसे देण्यास नकार दिला. ग्राहकाची कोणतीही चूक नसताना पैसे देण्यास नकार देणे ही सेवेतील न्यूनता आहे.

२) खात्यावर वसुलीसाठी भरलेल्या चेकचे पैसे, तो चेक वटल्यानंतरदेखील खातेदाराच्या खात्यात जमा झाले नाहीत.

३) बँकेच्या लॉकरमध्ये ठेवलेले दागिने व इतर मौल्यवान वस्तू लॉकरमधून नाहीशा झाल्या.

विमा

१) विमादाराने विमा उतरविल्यानंतर आगीमुळे झालेल्या नुकसानीची भरपाई करण्यास विमा कंपनीने नकार दिला.

२) विम्याची नुकसानभरपाईची रक्कम देण्यास विलंब लागला.

३) विम्याची रक्कम ठरावीक मुदतीत विमादाराला दिली गेली नाही.

४) विमादाराच्या वारसाबद्दल कोणताही वाद नसताना संबंधित दावेदाराला विनाकारण वारसाहक्काचे प्रमाणपत्र न्यायालयातून आणण्यास सांगितले गेले.

वाहतूक

१) ग्राहकाने पाठवलेला माल त्याच्या सूचनेनुसार न पोहोचवता चुकीच्या पद्धतीने पोहोचवला गेला.

२) ज्या दिवशी गाडी निघतच नाही त्या दिवशीचे रिझर्व्हेशन दिले गेले.

३) तक्रारदाराचे नाव प्रतीक्षायादीवर होते. क्रमवारीने त्याला बर्थ न देता त्याच्यामागून येणाऱ्या दुसऱ्या महत्त्वाच्या व्यक्तीला बर्थचे रिझर्व्हेशन दिले गेले.

४) शारीरिक अपंगता असलेला ग्राहक बसच्या वाहक व चालकाला सांगून नैसर्गिक विधीसाठी बसमधून उतरला. बसच्या ठिकाणी परत आल्यावर त्याच्या सामानासह बस पुढे निघून गेल्याचे दिसले.

५) विमान प्रवासात ग्राहकाचे सामान हरवले.

६) प्रवासात ग्राहकांना देण्यात आलेल्या खाद्यपदार्थांमध्ये दोष होते.

वीज

योग्य व ठरावीक दाबाने (व्होल्टेज) विद्युतपुरवठा झाला नाही व विजेच्या पुरवठ्यातील चढ-उतारामुळे ग्राहकाच्या वापरातील विद्युत उपकरणे, दूरदर्शन संच इत्यादींचे नुकसान झाले तर त्याबद्दल ग्राहक भरपाई मागू शकतो.

योग्य मुदतीची व लेखी पूर्वसूचना दिल्याखेरीज(अगदी ग्राहकाने विजेचे बिल भरलेले नसले तरीही) ग्राहकाची वीज तोडता येत नाही.

अगोदर अवाजवी व वाढीव बिलाची आकारणी करावयाची व नंतर ती रक्कम पुढच्या बिलांमध्ये वळती करावयाची ही सेवेतील न्यूनता आहे; ग्राहकाला या जास्तीच्या रकमेवर व्याज मिळाले पाहिजे.

राहत्या जागेसाठी वीज कनेक्शनची मागणी केल्यानंतर ठरावीक व वाजवी काळामध्ये ग्राहकाला कनेक्शन मिळाले पाहिजे; त्यासाठी वाजवीपेक्षा जास्त विलंब लागणे, ही सेवेतील न्यूनता आहे.

पोस्ट व कुरियर सेवा

पत्र वेळेवर न मिळणे तसेच पत्र पोस्टाच्या ताब्यात असताना गहाळ होणे.

ग्राहकाने पाठवलेली तार योग्य मुदतीत मिळाली नाही; तसेच ग्राहकाच्या नावे

दुसऱ्या संस्थेने पाठवलेली तार त्याला योग्य मुदतीत न मिळाल्याने त्याचे झालेले नुकसान भरून द्यावे.

टपालाद्वारा (खासगी कुरीयर सेवेच्या साहाय्याने) पाठवलेल्या वस्तू गहाळ झाल्या.

ग्राहकाने पाठवलेल्या तारेतील मजकूर पोस्टाच्या कर्मचाऱ्यांनी चुकवला, त्यामुळे ग्राहकाला प्रचंड मनःस्ताप व अडचणींना तोंड द्यावे लागले.

टेलिफोन

टेलिफोनधारक हे ग्राहक संरक्षण कायद्यातील व्याख्येप्रमाणे 'ग्राहक' आहेत; जरी टेलिफोन खात्याच्या व्यवहारात त्यांना 'Subscribers' असे संबोधले असले तरी ते ग्राहकच आहेत व त्यांना ग्राहक संरक्षण कायद्यातील तरतुदींचा लाभ घेता येतो.

अवाजवी टेलिफोन बिल पाठवणे व त्याची दुरुस्ती करून देण्यास नकार देणे.

प्रदीर्घ काळ टेलिफोन बंद राहिला असणे व टेलिफोनची दुरुस्ती करून न देणे.

टेलिफोन एका ठिकाणाहून दुसऱ्या ठिकाणी बदलताना (Shifting) ग्राहकाने सांगितलेल्या पत्त्यावर तो न बसविताना चुकीच्या पत्त्यावर तो बसवणे. (Wrongful shifting) -

ग्राहकाला सात दिवसांची लेखी पूर्वसूचना न देता टेलिफोन तोडता येत नाही; अगदी ग्राहकाचे टेलिफोन बिल भरावयाचे राहिलेले असेल तरी अशी लेखी पूर्वसूचना न देता फोन कनेक्शन तोडण्याचा अधिकार वापरता कामा नये.

टेलिफोनचे बिल अवाजवीरीत्या व वाढीव प्रमाणावर आकारण्यात आलेले असेल व ग्राहकाला हे न्यायमंचाला पटवून देता आले तर न्यायमंच रास्त बिलाच्या रकमेची स्वतःच निश्चिती करू शकते.

वैद्यकीय सेवा

ज्या ठिकाणी वैद्यकीय सेवा मोफत आहे अशी सार्वजनिक व शासकीय रुग्णालये व वैद्यकीय सेवा वगळता अन्य वैद्यकीय सेवेचा फायदा घेणारे रुग्ण ग्राहक संरक्षण कायद्यानुसार 'ग्राहक' मानले जातात.

रुग्णाला जो औषधोपचार केला जातो त्याबद्दल त्याला माहिती दिली पाहिजे.

वैद्यकीय व्यावसायिकांच्या निष्काळजीपणाबद्दल तसेच रुग्णालयांमध्ये ज्या सोयी असणे आवश्यक आहे त्या नसल्या तर त्याबद्दल ग्राहक संरक्षण कायद्यानुसार ग्राहक तक्रार करू शकतो आणि त्याबद्दल नुकसानभरपाई मिळवू शकतो.

गृहनिर्माण

गृहनिर्माण मंडळाने बांधलेल्या घरांमध्ये हलक्या दर्जाचे बांधकाम साहित्य वापरण्यात आले. रस्ते, पाणी, दिवे आदी सोयी केलेल्या नसल्या तर ती सेवेतील न्यूनता समजणे आवश्यक आहे.

करारात नमूद केलेल्या मुदतीत बांधकाम पूर्ण करून ग्राहकाला घराचा ताबा न देणे.

बांधकामाच्या करारात ज्या सोयी देण्याचे कबूल केलेले असेल किंवा त्या सोयी ज्या दर्जाच्या असण्याबद्दल उल्लेख केलेला असेल त्या सोयी त्या दर्जाच्या नसल्या तर ती सेवेतील न्यूनता मानली जाईल.

गॅस सिलेंडर्सचा पुरवठा

गॅस सिलेंडर्स बसवण्यासाठी अप्रशिक्षित व्यक्तीला ग्राहकाकडे पाठवणे ही सेवेतील न्यूनता आहे.

गॅस सिलेंडर्स बसवण्यासाठी विक्रेत्याने पाठवलेल्या व्यक्तीच्या चुकीमुळे अपघात झाला तर त्या अपघातासाठी नुकसान भरपाई देण्यास विक्रेता जबाबदार आहे.

गॅस सिलेंडर्स पुरवठ्यासाठी शासनाने केलेले नियम न पाळणे ही गॅससेवेतील न्यूनताच आहे.

सराव प्रश्न

अ) खालील प्रश्नांची उत्तरे २० शब्दांत लिहा.

१) ग्राहकाची व्याख्या द्या.

२) वस्तू म्हणजे काय?

३) सेवेची व्याख्या द्या.

४) कारखानदार म्हणजे कोण?

५) वस्तूतील दोष स्पष्ट करा.

७) जिल्हा मंच म्हणजे काय?

८) 'राज्य आयोग' म्हणजे काय?

९) 'राष्ट्रीय आयोग' म्हणजे काय?

१०) ग्राहक शिक्षण म्हणजे काय?

ब) खालील प्रश्नांची उत्तरे ५० शब्दांत लिहा.

१) 'ग्राहक' म्हणजे काय?

२) वस्तू किंवा माल ही संज्ञा स्पष्ट करा.

३) 'तक्रार' म्हणजे काय?

४) निकृष्ट प्रकारचा माल म्हणजे काय?

५) 'बनावट माल' ही संज्ञा स्पष्ट करा.

६) गैरव्यवहाराचे स्पष्टीकरण करा.

७) सुरक्षिततेच्या अधिकाराचे स्पष्टीकरण करा.

८) तक्रार निवारणाचा अधिकार स्पष्ट करा.

९) तक्रार कोण दाखल करू शकतो?

१०) तक्रार करण्याची कारणे सांगा.

११) तक्रार कोठे दाखल करता येते?

१२) तक्रार कशी दाखल करावी?

१३) खोट्या तक्रारीबद्दल ग्राहकाला कोणती शिक्षा होते?

१४) केंद्रीय ग्राहक संरक्षण परिषदेचे स्पष्टीकरण करा.

१५) राज्य ग्राहक संरक्षण परिषदेचे स्पष्टीकरण करा.

१६) 'निर्बंधित व्यापारी प्रथा' ही संकल्पना स्पष्ट करा.

क) खालील प्रश्नांची उत्तरे १५० शब्दांत लिहा.

१) ग्राहक म्हणजे काय? त्याची वैशिष्ट्ये सांगा.

२) ग्राहक संरक्षणाची आवश्यकता स्पष्ट करा.

३) ग्राहक संरक्षणाची व्याप्ती व कार्यक्षेत्र स्पष्ट करा.

४) ग्राहक संरक्षणाची वैशिष्ट्ये थोडक्यात सांगा.

५) ग्राहकांचे अधिकार कोणते?

६) ग्राहकांची कर्तव्ये व जबाबदाऱ्यांचे स्पष्टीकरण करा.

७) ग्राहक संरक्षण कायद्याच्या अंतर्गत तक्रार दाखल करण्याची कारणे कोणती?

८) जिल्हा ग्राहक मंचाची रचना व कार्यपद्धती स्पष्ट करा.

९) राज्य आयोगाची रचना व कार्यपद्धतीचे वर्णन करा.

१०) राष्ट्रीय आयोगाची रचना व कार्यपद्धती स्पष्ट करा.

११) केंद्रीय परिषदेची रचना व उद्दिष्टे स्पष्ट करा.

१२) राज्य परिषदेची रचना व उद्दिष्टे स्पष्ट करा.

ड) खालील प्रश्नांची उत्तरे ३०० ते ५०० शब्दांत स्पष्ट करा.

१) ग्राहक संरक्षण कायद्याची वैशिष्ट्ये सांगून त्याची व्याप्ती व कार्यक्षेत्र स्पष्ट करा.

२) ग्राहक संरक्षण कायद्याच्या अंतर्गत ग्राहकाचे अधिकार व कर्तव्ये स्पष्ट करा.

३) ग्राहकाने संबंधित न्यायमंचाकडे तक्रार दाखल करण्याची कार्यपद्धती (Procedure) स्पष्ट करा.

४) ग्राहकांच्या तक्रारी निवारण्यासाठी निर्माण करण्यात आलेली यंत्रणा (Machinery) स्पष्ट करा.

५) ग्राहक संरक्षणासाठी स्थापन केलेल्या केंद्रीय व राज्य ग्राहक संरक्षण परिषदेचे सविस्तर वर्णन करा.

६) ग्राहक संरक्षण (सुधारणा) अधिनियमानुसार फिर्यादीला/ग्राहकाला संरक्षण/दिलासा कशापद्धतीने मिळतो?

(६) बौद्धिक संपदा अधिकार

Intellectual Property Rights

६.१ प्रास्ताविक (Introduction) :

गेल्या दोन–तीन दशकांत जगभरात व्यापार, उद्योग, गुंतवणूक या क्षेत्रांत फारच झपाट्याने बदल झाले. दृश्य वस्तूंचे उत्पादन, वितरण याबरोबरच सेवा क्षेत्राचा विकास गतीने झाला. भारतासारख्या देशात तर सेवाक्षेत्राचा राष्ट्रीय उत्पन्नातील

वाटा लक्षणीयरीत्या वाढताना दिसतो. व्यापार व उद्योग हे केवळ श्रमप्रधान अथवा भांडवलप्रधान न उरता ज्ञानाधिष्ठित होऊ लागले. स्पर्धेच्या जगात टिकण्यासाठी व विकसित होण्यासाठी उद्योगांना परंपरागत मालमत्तेबरोबरच बौद्धिक संपदांची आवश्यकता वाटू लागली. त्या बौद्धिक संपदांना कायदेशीर अधिकार प्राप्त करून घेण्याची चढाओढ सुरू झाली; किंबहुना असे अधिकार असणे, ते वाढविणे हेच प्रगतीचेतंत्र सिद्ध होऊ लागले. बौद्धिक संपदा अधिकार केवळ एका देशाच्या सीमेपुरता मर्यादित न राहता त्यांना जागतिक मान्यता देण्याची प्रक्रिया सुरू झाली. त्यामुळे या अधिकारांपासून होणारा आर्थिक लाभ जागतिक पातळीपर्यंत पोहोचला. विकसित देशांना तो लवकर समजला, त्यांनी आपापल्या देशात त्यानुसार कायद्यांची रचना केली. विकसनशील देशांना त्याचा लाभ/परिणाम समजण्यास थोडा अवधी लागला; परंतु जागतिक व्यापार संघटनेच्या (WTO), ट्रिप्स (TRIPS) करारानंतर (१९९५) बौद्धिक संपदा अधिकारांकडे विकसनशील देशही सजगतेने पाहू लागले. कराराची पूर्तता करण्यासाठी म्हणून का होईना विकसनशील देशांनी आपल्या बौद्धिक संपदांविषयक कायद्यात दुरुस्त्या केल्या. जगभरातील अनुभवानेही हे देश काही शिकले. भारताला हळदीचे, कडुनिंबाचे, बासमती तांदळाचे पेटंट गेल्याचे समजले. 'शोध' या शब्दाचा अर्थ पेटंटसाठी कसा लावला जातो, याचा शोध लागला. पेटंटच्या अधिकाराचे वाणिज्य मूल्य समजले, तो अधिकार रद्द करण्यासाठी होणाऱ्या त्रासाची, करावयाच्या खर्चाची आणि लागणाऱ्या प्रदीर्घ वेळेची जाणीव झाली आणि बौद्धिक संपदा अधिकाराबाबत त्यांची उदासीनता नष्ट झाली.

व्यक्ती, समाज आणि शासन या तीनही पातळ्यांवर बौद्धिक संपदा अधिकारांचे फायदे लक्षात येऊ लागले. शोधकर्त्याने शोध लावण्यासाठी वापरलेली बुद्धी, वेळ, पैसा, प्रयास यांची भरपाई व आर्थिक लाभ या दोन कारणांसाठी बौद्धिक संपदा अधिकार अत्यावश्यक वाटू लागले; असे अधिकार दिल्याने शोध लावण्याच्या प्रक्रियेला प्रोत्साहन मिळून समाज सुखी व संपन्न होईल, अशी समाजाची धारणा होऊ लागली. उत्पादन, सेवा यात शोधाचा उपयोग करून देशाची आर्थिक प्रगती होऊ शकते, अशी खात्री देशादेशातील शासनांना वाटू लागली. स्पर्धेच्या युगात बौद्धिक संपदा अधिकार स्थिरतेची व प्रगतीची यंत्रेच आहेत, असे कंपन्यांना वाटू लागले. गुंतवणूकदारांना गुंतवणुकीसाठी परंपरागत मालमत्तेबरोबरच बौद्धिक संपदा अधिकार हे नवीन दालन आकर्षित करू लागले. बौद्धिक संपदा अधिकारामुळे उत्तम दर्जाच्या नवनवीन वस्तू, उपकरणे, सेवा वाजवी किमतीत उपलब्ध होण्याची खात्री वाटू लागली आणि उत्पादकांना त्या अधिकारांच्या जोरावर नवीन बाजारपेठा तयार करणे सोपे वाटू लागले.

फळे, कंदमुळे, दूध, मांस, मासे इ.जे निसर्गात सहज उपलब्ध होत असे त्यावरच माणूस सुरुवातीला गुजराण करीत असे. हळूहळू माणसाने शेतीचा प्रयोग

केला. त्यातून अन्नधान्याचे उत्पादन हा प्रकार सुरू झाला. स्वत:पुरते उत्पादन असेपर्यंत प्रश्न नव्हता; पण उत्पादन गरजेपेक्षा जास्त होऊ लागल्यावर त्याची साठवण व देवाणघेवाण याचा विचार आला. कदाचित बाजारपेठेची ही सुरुवात म्हणावी लागेल. बाजारपेठेचा फायदा लक्षात आल्यावर हरितक्रांती, धवलक्रांती (दूध) याद्वारे उत्पादनवाढीचा त्याने प्रयत्न केला. काळाच्या ओघात औद्योगिक क्रांती आली आणि जमिनीतून, पाण्यातून होणाऱ्या उत्पादनाबरोबरच कारखान्यातून उत्पादन सुरू झाले. तंत्रज्ञान, यंत्रे, भांडवल व श्रम यांच्या एकत्रित उपयोजनेचा तो परिणाम होता. आता यापुढे एक पाऊल माणसाने टाकले आहे ते आहे माहितीचे, ज्ञानाचे, शोधाचे! आजचे जग माहितीच्या जाळ्यात विणलेले आणि ज्ञानाचे अधिष्ठान असलेले होऊ लागले आहे. उद्योग, व्यापारातील स्पर्धेवर मात करण्यासाठी सतत नवे शोधणे, जुने ते नव्या पद्धतीने करणे याचीच जणू स्पर्धा सुरू झाली आहे.

आरोग्य सुविधा, माहिती तंत्रज्ञान, जैव तंत्रज्ञान, मनोरंजन, साहित्य, कला अशा अनेक क्षेत्रांत बौद्धिक संपदा एक अहम् विषय बनला आहे. नवे नवे शोध लावणे, त्यात सुधारणा करणे, शोधांसाठी अधिकार मिळविणे, मिळालेले अधिकार वापरणे, इतरांनी त्या अधिकारांचे उल्लंघन केल्यास कारवाई करणे, बौद्धिक संपदा अधिकारांचे व्यवस्थापन करणे, त्यासंबंधी शिक्षण व प्रशिक्षण देणे, धोरण ठरविणे व अशा अधिकारांपासून अधिकाधिक आर्थिक लाभ मिळविणे हे एक मोठे आव्हान उभे ठाकले आहे. शोधकर्ते, त्या शोधात गुंतवणूक करणारे आणि त्या शोधांचा वापर करणारे यांनी त्यापासून कमाल परतावा मिळविण्याचा प्रयत्न करणे हे स्वाभाविक आहे. बौद्धिक संपदा अधिकाराने दीर्घकाळ मक्तेदारी मिळविणे व टिकविणे त्यांच्या हिताचेही आहे; परंतु त्याच वेळी अशा शोधांचा समाजासाठी पर्याप्त उपयोग होईल याची दक्षता घेणे हे शासनाचे दायित्वही विसरता कामा नये. थोडक्यात, शोधकर्ता, गुंतवणूकदार, उत्पादक व समाज यांच्या फायद्या-तोट्याचे संतुलन साधणे हे शासनाचे दायित्व आहे. त्याचबरोबर जगभरात जर बौद्धिक संपदा अधिकाराने अर्थव्यवस्थांच्या प्रगतीची शक्यता वाढली असेल तर त्याही दृष्टीने विचार होणे आवश्यक आहे.

६.२ जागतिक बौद्धिक संपदा संघटना (विपो) (World Intellectual Property Organisation) (WIPO)

बौद्धिक संपदा या संकल्पनेमुळे उद्योग जगतात नवनवीन कल्पना आणि कलाकृतींना चालना मिळू लागलेली आहे. जेव्हा बौद्धिक संपदा आणि हक्क या अनुषंगाने विचार केला तर महत्त्वाचे मुद्दे म्हणजे बौद्धिक संपदेच्या मालकी हक्कांचे संरक्षण आणि बौद्धिक संपदेच्या हक्कांचा अधिकार हे समजले जातात. याबाबतीत जागतिक पातळीवर परिषदा घेतल्या गेल्या. बर्ने परिषद आणि पॅरिस परिषद या

कायद्याच्या दृष्टिकोनातून महत्त्वाच्या ठरतात. बौद्धिक संपदा हक्कांचे अधिकार आणि संरक्षण या हेतूने जागतिक पातळीवर संघटना प्रस्थापित केली गेली.

ज्ञान आणि सर्जनशीलता (Creativity) ही आजच्या काळात सर्वांत मोठी संपदा बनलेली आहे आणि तिचे रक्षण करणे बौद्धिक संपदा कायद्यांतर्गत क्य झाले आहे. जागतिक पातळीवर साहित्य, कलाकृती आणि व्यापार (वस्तू आणि सेवा) यांचे संरक्षण करण्यासाठी जागतिक बौद्धिक संपदा संघटना (World Intellectual Property Organisation (WIPO)) स्थापन करण्यात आली. युनायटेड नेशन्स (United Nations) च्या पुढाकाराने १९६७ मध्ये जागतिक बौद्धिक संपदा संघटनेची स्थापना स्थापना स्वित्झर्लंड येथील जिनेव्हा येथे झाली.

संघटनेचा मूळ उद्देश आंतरराष्ट्रीय तसेच देशांतर्गत जगातील सर्व बौद्धिक संपदा कायद्याचे संरक्षण, प्रसार आणि प्रबोधन करणे हा आहे.

व्यवस्थापन (Organs)

जागतिक बौद्धिक संपदा संघटना ही युनायटेड नेशन्सच्या १७ विशेष संघटनांपैकी एक मानली जाते. सर्जनशीलतेला बढावा देण्यासाठी ही संघटना कार्य करीत असते. बोलीभाषेत संघटनेला 'विपो' असेही म्हणतात. विपोमध्ये १८८ राष्ट्रे सभासद आहेत. सेवा, माहिती, सहकार आणि व्यापारी धोरण यासाठी विपो हे जागतिक पातळीवरील सार्वजनिक ठिकाण आहे. ही संघटना जगातील बौद्धिक संपदा कायदेविषयक व देवाण-घेवाण विषयक कामकाजावर लक्ष ठेवले.

विपोला त्यांचे कामकाज पुढीलप्रमाणे करता येतात –

१) **सर्वसाधारण सभा** : विपोमध्ये केंद्रीय पद्धतीने सभासद होता येते. सर्वसाधारण सभेमध्ये संचालक नेमला जातो. सर्वसाधारण सभेच्या सूचना ह्या विपोच्या अधिकाऱ्यांपर्यंत पोहचवण्याचे काम संचालक करीत असतो. तो सर्व सभेचा प्रतिनिधी म्हणून कार्यरत असतो.

२) **परिषदा :** जागतिक बौद्धिक संपदा संघटना गरजेनुसार परिषदा घेत असतात. परिषदेला संघटनेचे सभासद उपस्थित राहू शकतात. केव्हा केव्हा सभासदांव्यतिरिक्त विषेश बाब म्हणून इतरांना उपस्थित राहाता येते.

३) **समन्वय समिती :** ह्या समितीत राज्यांमधील अधिवेशन पक्ष असतात जे बरने युनियन किंवा पॅरिस युनियन किंवा दोन्हींचे सभासद असतात. ते अजेंडा तयार करतात. कार्यक्रम ठरवितात आणि वित्तीय गोष्टींचे प्रशासन पहातात.

४) **जागतिक केंद्र :** जागतिक केंद्र हे सचिव म्हणून कार्य करते. प्रमुख संचालक हा मुख्य कार्यकारी अधिकारी म्हणून विपोमध्ये कार्यरत असतो. त्याचा कालावधी कमीत कमी सहा वर्षांचा असतो. केंद्राच्या अंतर्गत व बाहेरील घडामोडींचे कामकाज करण्याची जबाबदारी संचालकाकडे असते.

५) **जागतिक प्रसार समिती :** बौद्धिक संपदा हक्क प्रसार समिती जागतिक पातळीवर विपोचा प्रसार करते व जागृकता निर्माण करण्याचे कामकाज पाहाते.

*** जागतिक बौद्धिक संपदा संघटना वैशिष्ट्ये** (Objectives of Horld Intellectual Property Organisation)

१) जी राज्ये सभासद आहेत त्यांच्यात एकसूत्रीपणा आणणे व समन्वय साधून बौद्धिक संपदेचा प्रसार व प्रचार करणे. आंतरराष्ट्रीय दर्ज्यांवर करणे.

२) संघटनेमध्ये समन्वय साधणे.

३) स्वेदशी संपदा कायद्याचे नियम व पद्धत यांची सभासद देशांसोबत सांगड घालून एकसूत्रीपणा आणणे.

४) जागसषक पातळीवर साहित्य, कलाकृती, वस्तू व सेवा यांचे संरक्षण करणे.

५) ज्ञान व सर्जनशीलता या संपदेचे आंतरराष्ट्रीय पातळीवर संरक्षण करणे.

६) विकसनशील देशांना कायदेशीर व तांत्रिक माहिती पुरविणे.

७) बौद्धिक संपदा माहितीचे आदान-प्रदान करणे.

८) आंतरराष्ट्रीय पातळीवर ठराव पास करणे. वाद निर्माण झाले तर हे ठराव उपयोगी ठरतात.

९) बौद्धिक संपदेबदल माहिती मिळवणे, साठवणे व वापरणे ही माहिती बौद्धिक संपदा हक्कासाठी उपयुक्त ठरते.

१०) आंतरराष्ट्रीय तसेच देशांतर्गत जगातील सर्व बौद्धिक संपदा कायद्याचे संरक्षण करणे.

*** बौद्धिक संपदा संघटनेचे कार्यक्रम व** (Programms and Activities of WIPO) **बौद्धिक संपदा संघटना खालीलप्रमाणे उपक्रम राबवते.**

१) वाणिज्य विस्तार : जागतिकीकरणात इंटरनेट व डिजिटल टेक्नॉलॉजीचा वापर करणे गरजेचे आहे. बौद्धिक संपदा हक्कांमध्ये इंटरनेट टेक्नॉलॉजीचे अनेक पैलू आहेत. १९९९ नंतर याला महत्त्व आले. मालकी हक्क अबाधित ठेवण्यासाठी याचा उपयोग होतो. प्रामुख्याने कला व कौशल्य संगीत, चित्रपट, ज्ञान, संगणक भाषा याबद्दल हक्क अबाधित ठेवणे व त्याचे प्रशिक्षण महत्त्वाचे ठरते.

२) संगणकाद्वारे मदत : विकसनशील देशामध्ये संगणकाचा विस्तार बौद्धिक संपदेबाबत त्यांची संसाधने संचलन करण्याइतकी विकसित झाली नाही. विपो ज्या लोकांकडे कौशल्य आहे ते इंटरनेटद्वारे संघटित करून संचलन करण्यास मदत करते.

३) प्रशिक्षण व विकास कार्यक्रम : विपोने आंतरराष्ट्रीय पातळीवर साक्षरता

आणि प्रशिक्षण उपक्रम राबवले आहेत. जे अधिकारी बौद्धिक संपदेमध्ये कार्यरत आहेत त्यांच्यासाठी व मूळ व्यक्ती ज्यांना पारंपरिक ज्ञान आहे अश्या समूहाला प्रशिक्षण देण्याचे काम ही संस्था करीत असते; त्यामधून पारंपरिक ज्ञान हे प्रगल्भतेने कसे वापरायचे याचे ज्ञान त्या समूहाला मिळते. कोणत्या कार्यपद्धतीने त्या कौशल्यात भर पडेल किंवा कार्यपद्धती कशी वापरावी याचा उपयोग होतो. कोणत्या कार्यपद्धतीमुळे साधनसामग्रीचा पुरेपूर उपयोग होईल हे सुद्धा प्रशिक्षण दिले जाते. असे कार्यक्रम प्रमुखांकडून राष्ट्रीय व विभागपातळीवर राबवले जातात.

४) **कायद्यामध्ये फेररचना :** जागतिक पातळीवर बौद्धिक संपदा हक्क प्रस्थापित करण्यासाठी त्यासंबंधीचा कायदा त्यातील तरतूदी त्यामध्ये गरजेनुसार बदल, फेररचना करण्याचे कार्य विपोद्वारे केले जाते.

५) **वित्तीय सहकार्य :** विपोद्वारे ज्या गरजू सभासदांना वित्तीय मदतीची गरज आहे त्यांना सहकार्य केले जाते. त्यामुळे विविध उपक्रमात त्यांचा सहभाग वाढविण्याचा प्रयत्न केला जातो. बौद्धिक संपदा हक्क नियमांबद्दल कार्यक्रम असतात त्या वेळी आश्या सभासदांना वित्तीय मदत करण्याचे काम विपो करत असते.

६) **आंतरराष्ट्रीय नियमांचे पालन करणे :** आंतरराष्ट्रीय नियमांचे पालन करणे व प्रमाणित ठेवणे यासाठी प्रयत्न केले जातात; त्यामुळे आंतरराष्ट्रीय पातळीवर बौद्धिक संपदा हक्क अबाधित रहातात. या प्रशासनात ११ treaties चा समावेश आहे. ते बौद्धिक संपदा हक्कांसाठी प्रमाण ठरविण्याचे कार्य करतात.

७) **कॉपीराईटसाठी एकत्रित व्यवस्थापन :** विकसनशील व अप्रगत देशांमध्ये बौद्धिक संपदा हक्कांचे पालन करणे, ते अबाधित ठेवणे, त्याचा योग्य वापर करणे यासाठी विपो कार्यरत असते. जागतिक पातळीवर या सर्व गोष्टी महत्त्वाच्या ठरतात. जास्त फायदा मिळवणे त्यातून चांगल्या तंत्रज्ञानाचा वापर करणे, हे सर्व दृष्टिकोन विकसित करण्याचे कार्य विपो मार्फत केले जाते. विपोने लेखक, निर्देशक, कलाकार यांच्यासाठी विशेष कार्यक्रम ठेवले आहेत; त्यामुळे त्यांचे एकत्रित व्यवस्थापनातून कॉपीराईटचे पालन केले जाते.

६.३ ट्रिप्स (TRIPS)

बौद्धिक संपदा अधिकारांचे व्यापारविषयक पैलू व्यापार ठराव- उद्देश आणि ट्रिप्सने संरक्षित बौद्धिक संपदा अधिकाराची श्रेणी (TRIPS : As an agreement to Protect IPR - objectives and categories of IPR covered by TRIPS)

ट्रिप्स याचाच अर्थ बौद्धिक संपदा अधिकाराचे व्यापाराशी संबंधित विविध पैलू. आर्थिक आणि तांत्रिक विकासाच्यादृष्टीने बौद्धिक संपदा अधिकारांना जागतिक

पातळीवर मान्यता मिळाली. प्रत्येक देशामध्ये असणारे ज्ञानभांडार व्यवसायाच्या दृष्टिकोनातून जागतिक पातळीवर जोपासणे ही महत्त्वाची बाब ठरली याकरिता जिनिव्हा येथे आठवी परिषद बोलवण्यात आली. यालाच 'रुग्वे परिषद' असेही संबोधले जाते. बहुपक्षीय आणि बहुउद्देशीय व्यापारिक देवाण-घेवाण याविषयी या परिषदेमध्ये चर्चा घडली; यातूनच जागतिक व्यापार संघटनेची स्थापना झाली.

जागतिक व्यापार संघटना ही दोन देशांमधील व्यापार नियमांची देव-घेव करते. या संघटनेच्या स्थापनेची कल्पना १९४७ मध्ये जेव्हा व्यापार आणि दर विषयक सर्वसाधारण ठराव (GATT-General Agreement on Trade and Tariff) हा करार करण्यात आला. जागतिक व्यापार संघटना (WTO) ही गॅट(GATT)ची उत्पत्ती मानली जाते.

जागतिक व्यापार संघटनेच्या निर्मितीसाठी परिषदेमध्ये ज्या विविध विषयांवर चर्चा झाल्या त्या ठरावाच्या इतर गोष्टींबरोबरच बौद्धिक संपदा अधिकाराचे व्यापाराशी निगडित विविध पैलू (TRIPS) यांच्या ठरावाविषयीदेखील चर्चा झाली. ट्रिप्स ठराव १ जानेवारी १९९५ पासून अस्तित्वात आला. बौद्धिक संपदेच्या व्यापक दृष्टिकोनासाठी बहुपक्षीय ठराव करण्यात आला. व्यावसायिक मूल्यांसहित माहितीसाठी ट्रिप्स कार्यरत असते.

१) जागतिक व्यापार संघटनेचे सभासद हे ट्रिप्स ठरावाचे सभासद असतात. ट्रिप्स ठरावाच्या आगोदर त्या त्या ठिकाणचे/देशाचे नियम बौद्धिक संपदा अधिकारांसाठी वापरले जात असत. ट्रिप्स ठरावानुसार जागतिक बाजारपेठेमध्ये, कोणत्याही सभासद देशांमध्ये व्यावसायिक देवाण-घेवाण होत असेल तर त्यासाठी एकच नियम लागू पडतो; त्यामुळे सभासद देशांमध्ये एकतेचे धोरण पाळले जाते. इतर देशांप्रमाणेच भारतानेदेखील जागतिक व्यापार संघटनेचा सभासद असल्याने ट्रिप्स ठरावावर सह्या केलेल्या आहेत.

२) थोडक्यात सांगायचे झाल्यास आंतरराष्ट्रीय स्तरावर बौद्धिक संपदेला कायेदशीर संरक्षण देणे हे ट्रिप्स ठरावाचे मुख्य उद्दिष्ट आहे. जागतिक व्यापार संघटनेच्या प्रत्येक सभासदाला बौद्धिक संपदा व्यापारासंबंधीच्या कराराचे/ठरावाचे पालन करावे लागते; जर एखाद्या सभासदाने नियमाचे उल्लंघन केले तर तो दंडात्मक शिक्षेस पात्र ठरतो. ट्रिप्सच्या ठराव नियमानुसार बौद्धिक संपदेची श्रेणी तयार करण्यात आलेली आहे. ठरवलेल्या श्रेणीनुसार बौद्धिक संपदेचे नियम ठरवून अधिकार संरक्षित करण्यात आलेले आहेत.

*** ट्रिप्सने संरक्षित बौद्धिक संपदा अधिकारांची श्रेणी :** ट्रिप्स ठरावांतर्गत बौद्धिक संपदेमध्ये खालील क्षेत्रे येतात.

१) व्यापारचिन्हे आणि सेवाचिन्हे (Trademark and Service Mark)

२) लेखाधिकार (Copyrights)

३) भौगोलिक विशेषतादर्शक चिन्हे (Geographical Indications)

४) औद्योगिक संकल्पचित्र (Industrial Design)

५) पेटंट्स (Patents)

६) न दर्शविलेल्या माहितीचे संरक्षण (Undisclosed Information)

७) एकात्मिक सर्किटसाठीचे लेआऊट डिझाईन/संकल्पचित्र (Layout design of Intergrated Cicruit)

ट्रिप्सची वैशिष्ट्ये (Features of TRIPS)

१) प्रमाणिकरण (Standards)

२) अंमलबजावणी (Enforcement)

३) विवाद समझोता (Dispute Settlement)

१) प्रमाणिकरण (Standards) : ट्रीप्स ठराव हा अंतरराष्ट्रीय स्तरावरील असून सर्व सभासदांना व्यापारासंबंधित एकच नियम लागू असतात. बौद्धिक संपेदच्या अधिकारांबाबत जो व्यवहार घडतो त्याबाबत प्रत्येक सभासदाची व्यावसायिक मूल्ये संरक्षित केली जातात. प्रमाणित व्यावसायिक मूल्ये सांभाळणे हे प्रत्येक सभासदावर बंधनकारक असते.

२) अंमलबजावणी (Enforcement) : प्रत्येक सभासद देशाला देशांतर्गत बौद्धिक संपदा अधिकारांचा वापर करताना आंतरराष्ट्रीय स्तरावरील नियमांची योग्य ती अंमलबजावणी कारवी लागते. बौद्धिक संपदा अधिकार आंतरराष्ट्रीय स्तरावर आणि देशांतर्गत वापरण्यासाठी प्रत्येक देशाच्या बौद्धिक संपदा अधिकार कायद्यामार्फत वेगवेगळ्या प्रशासकीय आणि दिवाणी तरतुदी करून अंमलबजावणी करण्यात येते.

३) विवाद समझोता (Dispute Settlement) : ट्रिप्स सभासदांसाठी काही मूलभूत तत्त्वे असतात. ठरावानुसार बौद्धिक संपदा अधिकारांची अंमलबजावणी करताना ठरावानुसार घालून दिलेले नियम सभासदांना बंधनकारक असतात. हे नियम विकसित, विकसनशील आणि अविकसित सभासद देशांसाठी सारखेच असतात. या कायद्यान्वये सभासदांना बौद्धिक संपदेचे जास्तीत जास्त संरक्षण मिळत असते; जर काही विवाद झाला तर तो चर्चेने, समझोता करून एकत्रितपणे सभासद देश सोडवतात.

ट्रिप्स ठरावाची उद्दिष्टे (Objectives of TRIPS Agreement) - बौद्धिक संपदेच्या व्यापारासंबंधीच्या व्यापारविषयक ठरावाची उद्दिष्ट्ये खालीलप्रमाणे –

१) आंतरराष्ट्रीय व्यापारातील नियम, तत्त्वे, शिस्त इत्यादी गोष्टी लक्षात घेऊन व्यापाराचे बहुपक्षीय आणि बहुराष्ट्रीय स्वरूप निर्माण करणे.

२) बौद्धिक संपदेच्या संदर्भात होणारे विवाद आंतरराष्ट्रीय नियमानुसार समझोत्याने सोडविणे.

३) आंतरराष्ट्रीय स्तरावर आणि देशांतर्गत बौद्धिक संपदेला परिणामकारक व पर्याप्त संरक्षण देण्याच्यादृष्टीने आंतरराष्ट्रीय व्यापारातील अडथळे दूर करावे.

४) प्रगत देशात वापरल्या जाणाऱ्या कायद्यात जास्तीत जास्त लवचिकता आणणे.

५) सभासद देशांना कोणत्याही आर्थिक वा तांत्रिक स्वरूपाच्या अडचणी येणार नाहीत याकडे लक्ष देणे.

६) जागतिक व्यापार संघटना आणि जागतिक बौद्धिक संपदा संघटना यामध्ये जास्तीत जास्त समन्वय साधणे.

७) ट्रिप्स ठराव व्यापक असल्याने बौद्धिक संपदेच्या संरक्षणासाठी प्रमाणिके, तत्त्वे यांची अंमलबजावणी करणे.

८) बौद्धिक संपदेच्या संदर्भात दोन किंवा जास्त सभासद राष्ट्रांमध्ये निर्माण होणारे विवाद आंतरराष्ट्रीय स्तरावर सोडविणे. विवाद समझोत्याने सोडविण्यासाठी जलद यंत्रणा निर्माण करण्याच्यादृष्टीने प्रयत्न करणे.

९) ट्रिप्स ठरावाची सर्व सभासद राष्ट्रांमध्ये अंमलबजावणी करणे.

६.४ बौद्धिक संपदा अर्थ/व्याख्या (Meaning / Definition of Intellectual Property)

अर्थ : संपदा

संपदा म्हणजेच मालमत्ता, संपत्ती, जिंदगी, मत्ता किंवा मौल्यवान वस्तू! अशी मालमत्ता सामान्यतः टिकाऊ असते. अर्थात्, ती दीर्घकाळ टिकते. संपत्तीच्या वापरातून अथवा तिच्या उपयोगातून उत्पन्न मिळविता येते. तसेच संपत्ती विकताही येते. मालमत्ता स्वतः निर्माण करता येते किंवा खरेदीही करता येते. संपत्तीच्या मालकीनुसार ती खासगी (private) किंवा सार्वजनिक (public) अशा प्रकारात वर्गीकृत केली जाते. एखाद्याने घर बांधले तर ते घर ही त्याची खासगी मालमत्ता झाली; परंतु, शासनाने बांधलेली धर्मशाळा ही सार्वजनिक मालमत्ता म्हणता येईल. रस्ते, धरणे, वीजउत्पादनाची व वितरणाची साधने, पूल इ. सार्वजनिक मालमत्तेची उदाहरणे आहेत.

संपत्तीचे वर्गीकरण स्थावर आणि जंगम मिळकत असेही करता येते. जमिनीशी

संबंधित किंवा जमिनीवर बांधलेल्या मिळकतींना स्थावर मिळकत म्हणतात. उदा. शेती, दुकान, घर इ. स्थावर या गटात समाविष्ट करता येईल. या व्यतिरिक्त असणारी मत्ता ही जंगम म्हणून ओळखली जाते. उदा. गाडी, सोने, चांदी, दागिने इ.

खरी मत्ता (real) व खोटी मत्ता (fictitious) असे मालमत्तेचे एक वर्गीकरण प्रचलित आहे. ज्या मालमत्तेपासून उत्पन्न मिळू शकते व जी बाजारात विकणे शक्य असते अशा मालमत्तेला 'खरी मत्ता' म्हणतात. अन्यथा, ती वस्तू प्रत्यक्षात मालकीची असली परंतु तिच्यापासून कोणतेही उत्पन्न मिळण्याची अथवा ती विकून पैसे मिळण्याची शक्यता नसली तर ती खोटी मालमत्ता म्हणून गणली जाते. उदा. एखादी गाडी किंवा यंत्रसामग्री प्रत्यक्षात वस्तू म्हणून मालकीची आहे; परंतु तिचे उत्पादन बंद झाल्याने सुटे भाग मिळत नाहीत आणि म्हणून तिचा वापरच करता येत नाही; अशी बंद पडलेली व चालू न होऊ शकणारी गाडी, यंत्रसामग्री ही खोट्या मालमत्तेची उदाहरणे आहेत.

मालमत्ता दृश्य/मूर्त (tangible) अथवा अदृश्य/अमूर्त (intangible) स्वरूपाचीही असते. जी संपत्ती आपण पाहू शकतो, तिला स्पर्श करू शकतो, दाखवू शकतो व जिचे अस्तित्व सहज दृग्गोचर असते तिला दृश्य मालमत्ता म्हणतात. उदा. इमारत, गाडी, दागिने, यंत्रसामग्री इ. याउलट जी मालमत्ता (उत्पन्न देणारी व विकण्याची शक्यता असलेली) आहे पण दिसत नाही, दाखविता येत नाही, जिला स्पर्श करता येत नाही ती अदृश्य मालमत्ता होय. उदा. धंद्याचे गुडविल (ख्यातीमूल्य), पेटंट, कॉपीराइट, व्यापारचिन्ह (trade mark) ही अदृश्य मालमत्तेची काही उदाहरणे!

संपदेचे वर्गीकरण दाखविणारा तक्ता

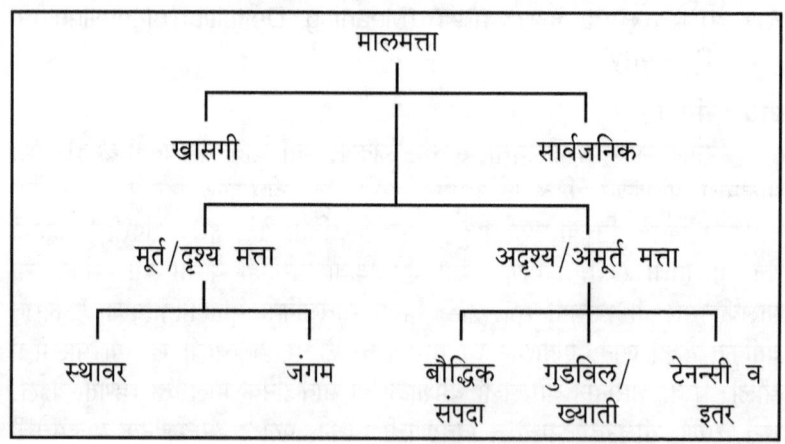

मालमत्ता दृश्य असेल तरच ती खरी असते हे मात्र खरे नाही. एखादी मालमत्ता अदृश्य असली तरीही ती खरी संपत्ती असू शकते. उदा. गुडविल (ख्यातीमूल्य). या

गुडविलमुळे इतर उद्योजकांपेक्षा गुडविल असलेला उद्योजक अधिक ग्राहकांशी व्यवहार करतो, अधिक नफा कमावतो व त्याचे गुडविल विकत घेण्यासही बाजारात अन्य उद्योजक तयार असतात; म्हणून अदृश्य स्वरूपातील गुडविल ही मालमत्ता खरी संपत्ती होय. याउलट, दृश्य स्वरूपातील निरुपयोगी, उत्पन्न न देऊ शकणारी व विकता न येणारी मालमत्ता खोटीसंपत्ती म्हणून गणली जाते. उदा. बंद पडलेले, चालू न करता येण्यासारखे वाहन, यंत्र अथवा फर्निचर जे केवळ भंगार म्हणून मानले जाते; म्हणून ते खोटी मालमत्ता या गटात टाकावे लागेल.

बौद्धिक संपदा (Intellectual Property)

निसर्गाने मनुष्याला काही वरदान दिले आहे. त्याला मन आहे, बुद्धी आहे, स्मरण आहे आणि क्रियाशीलताही आहे. मनाने तो स्वप्न पाहतो. अधिकाधिक सुखाची अपेक्षा करतो, नवनवे पराक्रम करण्याची इच्छा बाळगतो. ती स्वप्ने, त्या अपेक्षा व इच्छा प्रत्यक्षात आणण्यासाठी आपली बुद्धी वापरतो, स्मरणशक्तीचा उपयोग करतो आणि आपल्या क्रियाशीलतेने काही गोष्टी शोधतो. निसर्गात जे आहे त्याचा शोध घेतो आणि त्याचबरोबर नवीन साधने, वस्तू, आयुधे, उपकरणे इत्यादींचा शोध लावतो अथवा त्या निर्माण करण्याच्या नवनवीन प्रक्रिया व पद्धतींचा विकास करतो. शोध घेण्याची (discovery) व शोध लावण्याची (invention) माणसाची ही क्षमता विशेष आहे. तीच त्याची बौद्धिक संपदा आहे, असे म्हणता येईल. एखादी संकल्पना, भावना अथवा कृती सादर करण्याची, व्यक्त करण्याची व साठवून ठेवण्याची अभिनव पद्धत आणि त्यातील कसब हेही बौद्धिक संपदेचे प्रतीक आहे.

थोडक्यात, मानवी मनाच्या व बुद्धीच्या मदतीने निर्माण झालेली मालमत्ता म्हणजे 'बौद्धिक संपदा' असे म्हणता येईल. तिचा आविष्कार, औद्योगिक क्षेत्रात, शास्त्राच्या क्षेत्रात, साहित्याच्या अथवा कलेच्या प्रांतात होतो. जगात कोठेही आणि एकाच वेळी कितीही ठिकाणी एखाद्या दृश्य वस्तूत अथवा पदार्थात (tangible object) उतरविता येणारी व तिच्या कितीही प्रती करता येणे शक्य असलेली अपवर्जक माहिती (exclusive information) अथवा कल्पना म्हणजे 'बौद्धिक संपदा' होय. ही संपदा त्या वस्तूत/पदार्थात किंवा त्यांच्या प्रतीत नसते तर त्यांना साकार करणाऱ्याच्या कल्पनेत अथवा माहितीत असते.

माणसाचे मन आणि बुद्धी यातून निर्माण झालेल्या बाबींविषयी कायदेशीर विचार करणे बौद्धिक संपदेत अभिप्रेत आहे. वाणिज्य घडामोडीत वापरता येणारे शोध तसेच चिन्हे, नावे, चित्रे, आकृत्या व संकल्पचित्रे यांबरोबरच संगीत, साहित्य आणि कलाविषयक निर्मिती ही सर्व 'बौद्धिक संपदा' मानली जाते. कल्पना किंवा माहिती यांचे सादरीकरण किंवा प्रगटीकरण करण्याचे स्वरूप किंवा पद्धत (कल्पना अथवा माहितीसाठी नव्हे) याच्यासंबंधी असलेल्या अपवर्जक अधिकारांचा समुदाय म्हणजे 'बौद्धिक संपदा' होय.

कायद्यातील काही व्याख्या

१) वस्तू/माल (Goods) : भौगोलिक विशेषता ज्या मालासाठी नोंदवायची त्या मालाची व्याख्या अशी – कोणताही कृषीमाल, नैसर्गिक उत्पादन किंवा उत्पादित माल किंवा हस्तकलेने केलेले उत्पादन किंवा उद्योगाचे (कारखान्याचे) उत्पादन. यात खाद्यपदार्थांचाही समावेश होतो.

२) भौगोलिक विशेषता (Geographical Indication) : ज्या भौगोलिक प्रदेशातून अथवा स्थानातून कृषिमाल किंवा नैसर्गिक माल तयार झाला असेल त्या भौगोलिक प्रदेशाशी जोडलेली गुणवत्ता, प्रतिष्ठा किंवा इतर वैशिष्ट्ये त्या मालात असण्याची खात्री/शक्यता. उत्पादित मालासंबंधी भौगोलिक विशेषता म्हणजे सदर माल विशिष्ट भौगोलिक क्षेत्रात उत्पादित झाला असून उत्पादनाच्या कृती किंवा प्रक्रियांपैकी एक तरी कृती/प्रक्रिया सदर भौगोलिक क्षेत्रात करण्यात आली आहे.

३) दर्शक/खूण/चिन्ह (Indication) : वस्तूंची/च्या मूलस्थानांची/च्या भौगोलिक विशेषता दर्शविणारे चिन्ह किंवा खूण. या चिन्हात नाव, भौगोलिक किंवा चित्रात्मक मांडणी करणारी खूण अपेक्षित आहे.

४) उत्पादक –

१. **शेती उत्पादनांबाबत –** उत्पादक म्हणजे जो कृषीमाल पिकवितो तसेच जो त्याचे पॅकिंग करतो अथवा त्यावर प्रक्रिया करतो.

२. **नैसर्गिक वस्तूंबाबत –** जो त्या वस्तू निसर्गातून काढतो तो उत्पादक.

३. **हस्तकौशल्याने किंवा कारखान्यातून तयार झालेल्या वस्तूंबाबत–** जो अशा वस्तू तयार करतो अथवा उत्पादित करतो तो उत्पादक. –

अशा वस्तूंच्या उत्पादनात किंवा त्यांच्या व्यापारात जे धंदा करतात त्यांचाही समावेश 'उत्पादक' या व्याख्येत केला आहे.

५) नोंदणीकृत मालक (Registred Proprietor) - भौगोलिक विशेषतांची नोंदणी कायद्याने करणे अपेक्षित आहे; अशी नोंदणी केल्यानंतर त्या विशेषता दर्शकचिन्हाची मालकी नोंदणी करणाऱ्याकडे जाते. कायद्याने या मालकाची व्याख्या अशी केली आहे–

व्यक्ती किंवा उत्पादक यांची संस्था किंवा संघटना ज्यांच्या नावे भौगोलिक विशेषता दर्शकचिन्हाची नोंदणी रजिस्टरमध्ये झाली आहे.

जागतिक बौद्धिक संपदा संगठन (World Intellectual Property Organisation -WIPO) यांनी बौद्धिक संपदेची व्याख्या फारच व्यापक केली आहे. बौद्धिक संपदेत खालील बाबींविषयीच्या अधिकारांचा समावेश होतो.

१) साहित्य, कला व शास्त्रीय कार्य.

२) कला सादर करणारे कलाकार, फोनोग्राम्स आणि ध्वनिक्षेपित करणाऱ्यांची अदा/सादरीकरण.

३) मानवी प्रयासाच्या सर्व क्षेत्रांतील शोध.

४) शास्त्रीय शोध.

५) औद्योगिक संकल्पचित्रे/नकाशे.

६) व्यापारचिन्हे, सेवाचिन्हे.

७) अयोग्य/अन्याय्य स्पर्धेपासून संरक्षण आणि

८) औद्योगिक, शास्त्रीय, साहित्य किंवा कला क्षेत्रातील बौद्धिक कामामुळे निर्माण होणारे इतर सर्व अधिकार.

थोडक्यात, शारीरिक मेहनत अथवा श्रमातून निर्माण न होता बौद्धिक श्रमातून निर्माण होणाऱ्या मालमत्तेला 'बौद्धिक संपदा' म्हणतात.

बौद्धिक संपदेची काही वैशिष्ट्ये पुढीलप्रमाणे

१) बौद्धिक संपदा ही संकल्पना कायद्यामध्ये अलीकडच्या काळात विकसित होत आहे.

२) व्यापारी व उद्योजक वर्गांचे हितसंबंध जपण्यासाठी बौद्धिक संपदांना मान्यता मिळत आहे.

३) बौद्धिक संपदा अधिकारांनी एकाधिकारशाही निर्माण होत असली तरी असे अधिकार मान्य केले जात आहेत.

४) बौद्धिक संपदेमुळे मूल्यवृद्धी होते याबाबत एकमत होत आहे.

५) बौद्धिक संपदाधारकास त्याचा मोबदला मिळाला पाहिजे, याबाबत सहमती होत आहे.

६) बौद्धिक संपदा जरी अमूर्त किंवा अदृश्य मालमत्ता असली तरी तिच्या वापरातून मूर्त मत्ता तयार होते.

बौद्धिक संपदेचे वर्गीकरण दर्शविणारा तक्ता

बौद्धिक संपदा

औद्योगिक	साहित्य व कला	इतर
• पेटंट	• कॉपीराइट	• संगणकाची आज्ञावली
– वस्तू पेटंट		
– प्रक्रिया पेटंट		
– व्यापारी चिन्हं	– इतर	– वनस्पतींची विविधता
– सेवाचिन्हं	– कलाकारांचे सादरीकरण	– सूक्ष्म जैविक संपदा
– औद्योगिक संकल्प चित्रे	– प्रक्षेपकांचे प्रक्षेपण	– परंपरागत ज्ञान
– लेआऊट डिझाइन्स		
– भौगोलिक विशेषता		
– अप्रगट (गुप्त) माहिती		
– इंटिग्रेटेड सर्किट्स		

६.५ बौद्धिक संपदा अधिकार (Intellectual Property Right - IPR)

अर्थ

संपदा व बौद्धिक संपदा यांचा अर्थ समजून घेतल्यावर आता अशा बौद्धिक संपदेच्या अधिकाराबाबत विचार करायला हवा. माणसाने आपल्या बुद्धीने, चिंतनाने, प्रयत्नाने नवनवीन गोष्टी (माहिती, संकल्पना, सूत्र इ.) शोधून काढल्या तर त्यापासून तयार होणाऱ्या वस्तू व सेवांमुळे समाजाचे जीवन अधिक सुखी होऊ शकते. वाफेत शक्ती आहे, हे समजल्यावर वाफेचा वापर करून वाफेवर चालणारे रेल्वेचे इंजिन किंवा वाफेवर चालणारा प्रेशर कुकर किंवा अशी अनेक उपकरणे माणसाने निर्माण केली; अशा उपकरणांचा वापर करून सर्वांचेच राहणीमान सुधारले, जीवन सुखी व संपन्न होण्यास मदत होईल. त्यामुळे सतत शोध लागत राहणे हे मानवाच्या व अर्थव्यवस्थांच्या विकासासाठी आवश्यक आहे; परंतु, शोध लावण्यासाठी बौद्धिक संपदा हवी आणि ती सर्वांकडे नसते. ज्यांच्याकडे ती आहे त्यांनी तिचा उपयोग करावा, शोध लावावे अशाकरिता शोधकर्त्याला त्यापासून काही आर्थिक लाभ मिळायला हवा, तशी हमी असायला हवी. किंबहुना, कायद्याने त्यासाठी शोधकर्त्याला अधिकार प्रदान करायला हवेत. कायद्याने शोधकर्त्यास दिलेल्या अधिकारास 'बौद्धिक संपदा अधिकार' असे म्हणता येईल. हे अधिकार कायद्याने दिलेले आहेत. त्यामुळे ते कायदेशीर तरतुदी व कारवाईने अस्तित्वात येतात. केवळ ताबा घेऊन हे अधिकार मिळत नाही; अन्य कोणत्याही मालमत्तेप्रमाणे बौद्धिक संपदा अधिकार विकता येतात, भाड्याने देता येतात किंवा त्यासाठी लायसेन्सही देता येते.

बौद्धिक संपदा अधिकाराचे स्वरूप काय?

शोधकर्त्याला मिळणारा हा अधिकार कायद्याने त्याला विशिष्ट कालावधीसाठी मक्तेदारी बहाल करतो. त्या शोधातून बाहेर आलेले ज्ञान, माहिती, संकल्पना, साहित्य, सादरीकरण, सूत्र इत्यादींचा वापर करणे अथवा न करणे हे शोधकर्त्याच्या मर्जीवर अवलंबून राहते. मात्र, शोधकर्त्याच्या परवानगीशिवाय त्या शोधाचा वापर अन्य कोणीही करू शकत नाही. शोधकर्त्याने शोधाचा वापर स्वतःच केला पाहिजे, असे बंधन कायद्याने घातलेले नसते. शोधकर्ता त्या शोधाची विक्री दुसऱ्या कोणासही करू शकतो अथवा त्या शोधाच्या वापराचा परवाना अन्य कोणास देऊ शकतो. शोधाद्वारे उत्पादन, शोधाची विक्री अथवा शोध वापरासाठी दुसऱ्यास परवानगी या मक्तेदारी अधिकारामुळे शोधकर्त्यास आर्थिक लाभ मिळू शकतात.

असे अधिकार का दिले पाहिजेत?

शोधकर्त्याने शोध लावण्यासाठी वापरलेली बुद्धी, कसब, घेतलेले श्रम, खर्च केलेला पैसा व वेळ इत्यादींची भरपाई करणे व त्याची शोध लावण्याची वृत्ती वाढीस लावणे याकरिता त्याला आर्थिक लाभ मिळवून देणे हा बौद्धिक संपदा अधिकार देण्यामागचा उद्देश आहे.

बौद्धिक संपदा अधिकार हे समाजासाठी तसेच व्यापारी व औद्योगिक संस्थांसाठीही महत्त्वाचे आहेत. तंत्रज्ञानातील क्रांती, ज्ञानाधिष्ठित अर्थव्यवस्था आणि परस्परावलंबी व एकमेकांशी जोडलेला समाज यामुळे ज्या कंपन्या कल्पक आहेत आणि सातत्याने नवीन ज्ञान व तंत्रज्ञानाची निर्मिती करतात, त्यांचेच भवितव्य चांगले असल्याची जाणीव होऊ लागली आहे; अशा नवीन ज्ञानाला व तंत्रज्ञानाला कायद्याचे संरक्षण मिळाले तर आर्थिक लाभ मिळतो; म्हणून बौद्धिक संपदा अधिकारांचे महत्त्व अलीकडच्या काळात वाढू लागले. कंपन्यांच्या विकासात 'ज्ञान' व 'कौशल्य' ही नवीन इंजिन्स आहेत. त्यामुळे त्यांची मोजदाद करणे, व्यवस्थापन करणे आणि त्यांचा सातत्याने विकास करणे ही काळाची गरज झाली आहे. शोधांची गती व संख्या वाढविणे, त्यांना कायदेशीर संरक्षण देणे व त्यांचे योग्य व्यवस्थापन करणे हे कंपन्यांना स्पर्धेत टिकण्यासाठी अनिवार्यच होऊन बसले आहे. तसेच बौद्धिक संपदा अधिकारांच्या आर्थिक मूल्यांची जाणीव मोठ्या प्रमाणात होत आहे.

देशस्तरावरील आधुनिक, आर्थिक धोरणाचा एक महत्त्वाचा घटक म्हणून बौद्धिक संपदा व्यवस्थेकडे पाहिले जाते. या सहस्रकातील ज्ञानाधिष्ठित समाजाच्या चिरस्थायी विकासासाठी बौद्धिक संपदा हे मोठे साधन आहे म्हणून तंत्रज्ञानाच्या प्रगतीसाठी आणि आर्थिक, सामाजिक विकासासाठी बौद्धिक संपदा ही जगभरात शक्ती मानली जाते. देशातील नवनिर्मितीची क्षमता टिकविणे व वाढविणे यासाठी बौद्धिक संपदा अधिकार महत्त्वाची भूमिका बजावतात. स्पर्धाशीलता टिकविणे व ती सतत वाढवीत नेणे हे बौद्धिक संपदा अधिकारामुळेच शक्य होते.

कोणत्याही नवनिर्मितीला संरक्षण देणे व प्रोत्साहन देणे आवश्यक आहे. अन्यथा, त्याची चोरून नक्कल केली जाईल. शोधकर्त्याला त्यामुळे आर्थिक लाभ मिळणार नाही, तो हतोत्साहित होईल आणि परिणामत: शोध व नवनिर्मिती प्रक्रिया थंडावेल. माहिती तंत्रज्ञान, औषधे, जैव तंत्रज्ञान इ. क्षेत्रांत तर सतत शोधाची गरज सर्वज्ञातच आहे; म्हणून बौद्धिक संपदा अधिकार जोमाने दिले पाहिजेत. थोडक्यात खालील कारणांसाठी बौद्धिक संपदा अधिकार दिले पाहिजेत.

१) शोधकर्त्यास व नवनिर्मिती करणाऱ्यास सामाजिक व कायदेशीर मान्यता देणे.
२) शोध लावण्यासाठी व नवनिर्मितीसाठी व्यक्ती व संस्थांना प्रलोभन (incentive) देणे.
३) बौद्धिक संपदाधारकांना आर्थिक बक्षिसाची खात्री देणे.
४) मूळ व खऱ्याखुऱ्या उत्पादनांची उपलब्धता बाजारात राहील, याची खात्री देणे व स्पर्धाशीलता वाढविणे.
५) देशाच्या विकासासाठी आवश्यक असणारे शोध सतत होत राहतील याची व्यवस्था करणे.
६) नक्कल करून खोट्यामार्गाने शोधांचा आर्थिकलाभ उठविणाऱ्यांना शासन करणे.

बौद्धिक संपदा अधिकारामुळे उपलब्ध होणाऱ्या आर्थिक संभाव्यता

१) अवलंबून राहता येण्यासारखा उत्पन्नाचा स्रोत – बौद्धिक संपदा अधिकाराचे लायसेन्स देऊन किंवा विक्री करून एक निश्चित व लक्षणीय रकमेचा आर्थिक स्रोत निर्माण होऊ शकतो.

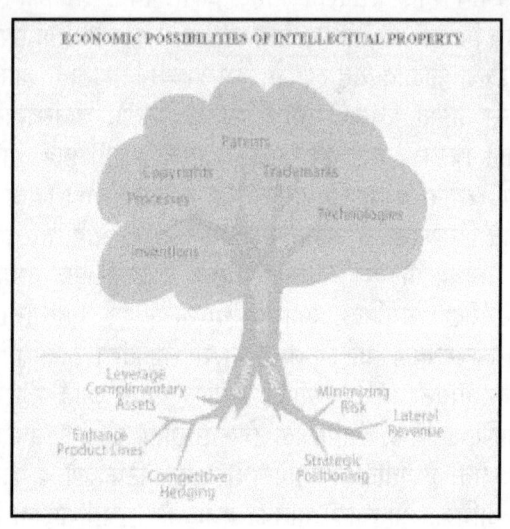

२) भागीदारी अथवा औपचारिक करार – बौद्धिक संपदा अधिकार धारक आणि गुंतवणूकदार यांच्यात भागीदारी होऊ शकते अथवा संयुक्त उपक्रम करता येतो. त्यामुळे गुंतवणुकीसाठी भांडवल अथवा व्यवस्थापन व विपणन कौशल्य नसतानाही शोधकर्ता दीर्घकाळासाठी आर्थिक लाभ मिळवू शकतो.

३) स्पर्धेतील स्वतःची स्थिती मजबूत करणे व विस्तारित करणे– नवनिर्मित वस्तू, प्रक्रिया, सेवा यामुळे बाजारपेठेत प्रवेश सुकर होतो व बाजारपेठेतील हिस्सा वाढविण्यासही मदत होते.

तक्त्याच्या स्वरूपात त्याची मांडणी अशी करता येईल.

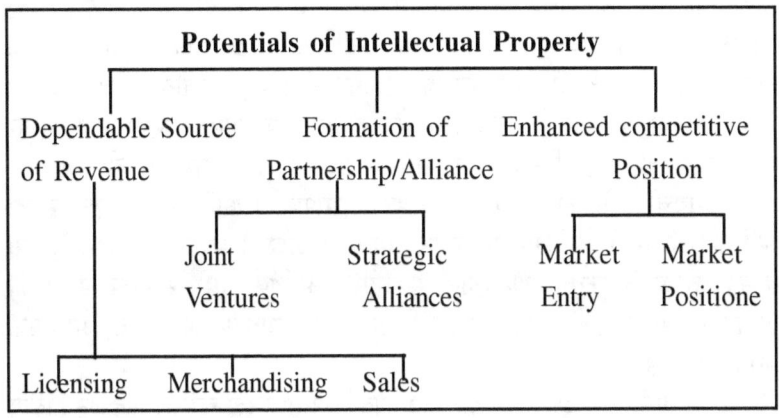

स्रोत – Abuja Nigeria, 'Enhancing SMEs Competitiveness Through Effective Management and Utilisation of IP System. WIPO Initiative, 15th International Conference on SMEs July 19-22, 2004.

बौद्धिक संपदा अधिकार देण्यास विरोध

समाजातील काही मंडळी बौद्धिक संपदा अधिकार देण्यास कडवा विरोध करत असतात; त्याची काही कारणेही देतात. त्यांच्या मते कोणताही शोध केवळ एखाद्या शोधकर्त्याच्या प्रयत्नाने अथवा प्रतिभेने लागत नाही. शोधासाठी आवश्यक त्या सुविधा, वातावरण इ. बाबी समाज पुरवीत असतो. तसेच कोणत्याही शोधाची वाट ही त्या आधी लागलेल्या शोधांमुळे सुकर होत असते. सबब केवळ शोधकर्त्यास संपूर्ण श्रेय देणे बरोबर नाही, असा एक मतप्रवाह आहे.

बौद्धिक संपदा ही निसर्गाने (देवाने) माणसास जन्मत: दिलेली देणगी आहे. ती सर्वांना सारखी नाही. सबब ज्यांच्याकडे शोध लावण्याइतकी बौद्धिक संपदा आहे, त्यांनी सामाजिक दायित्वाचे भान ठेवायला हवे. निसर्गाने/देवाने त्यांना इतर समाजास सुखी करण्यासाठी बौद्धिक संपदा प्रदान केली आहे. याचा विसर न पडू देता स्वत:च्या आर्थिक लाभापेक्षा समाजाचे हित जपले पाहिजे; मग त्यांना एकाधिकार (monopoly) हवाच कशाला?

कोणताही एकाधिकार/मक्तेदारी वाईट मानली जाते. मग ती व्यापारात, गुंतवणुकीत, शिक्षणात अथवा अन्य कोणत्याही क्षेत्रात असो. मक्तेदारीने पुरवठ्यात मनमानी, दर्जात घसरण, किमतीत अवाजवीपणा व वर्तणुकीत अरेरावी येते असा अनुभव आहे; अशा परिस्थितीत नवीन ज्ञान, माहिती, तंत्रज्ञान इ. च्या बाबतीत मक्तेदारी मिळाली तर ते ज्ञान समाजाला योग्य वेळी वाजवी किमतीला उपलब्ध होण्याची खात्री काय? समाज सुखी होण्यासाठी शोध असतील तर त्यांना मक्तेदारी

नसावी व म्हणून बौद्धिक संपदा अधिकार नसावेत. बौद्धिक संपदा अधिकार दिले तर माणसाची शोध करण्याची प्रवृत्ती वाढीस लागेल, असा दावा केला जातो; परंतु, त्याउलट असाही दावा केला जातो की, बौद्धिक संपदा अधिकार मिळाले की मक्तेदारी मिळते. बाजारपेठेवर विशिष्ट काळासाठी प्रभुत्व गाजविता येते. हवी ती किंमत लावता येते. मोठा आर्थिक लाभ मिळतो आणि परिणामत: मनुष्यस्वभावानुसार आर्थिक संपदा भरपूर मिळाल्यावर माणूस आळशी आणि सुस्त बनतो. आणखी काम करायची, शोध लावायची त्याची इच्छा आपोआप कमी होते. बौद्धिक संपदा अधिकाराची मुदत येनकेनप्रकारे वाढून घ्यावी व आपली मक्तेदारी कायम ठेवावी यासाठी तो प्रयत्न करतो. थोडक्यात, मक्तेदारीने आर्थिक लाभ, संपन्नता आली की शोध लावण्याकडे दुर्लक्ष होते म्हणून बौद्धिक संपदा अधिकार देऊच नयेत, असा एक मतप्रवाह आहे.

भारतासारख्या देशात तर बुद्धिमान लोकांनी समाजसेवा करणेच पिढ्यान् पिढ्या अपेक्षित आहे. आपल्या ज्ञानाचा समाजासाठी उपयोग करायचा आणि त्याची किंमत मागायची नाही ही प्रथाच आहे. याच पार्श्वभूमीवर शोधासाठी कायदेशीर अधिकार घेणे आणि तोही मक्तेदारी निर्माण करणारा, ही बाब समाजमनास न पटणारी आहे.

बौद्धिक संपदा अधिकार न देण्याबाबत असा मतप्रवाह असला तरी तो अत्यंत क्षीण आहे. शोधकर्त्यांने शोध लावण्यासाठी केलेले श्रम, वापरलेली बुद्धी व पैसा, खर्च केलेला वेळ इ. ची भरपाई करणे, शोध लावण्याची प्रवृत्ती वाढीस लावणे, शोधांच्या उपयोगाने समाजजीवन अधिक सुखी व संपन्न करणे, कंपन्यांना आर्थिक लाभ मिळवून देणे, देशाची आर्थिक स्थिती सुधारणे यासाठी बौद्धिक संपदा अधिकार देण्याची रीत जगातील सर्व देशांत आहेच. त्याच्या तपशिलाबाबत मात्र अनेक देशांत भिन्नता दिसते. आधुनिक विज्ञान व तंत्रज्ञानाने जगातील देशांना खूप जवळ आणले आहे आणि जग हे एक छोटे खेडे झाले आहे, असे म्हणतात. एखाद्या संकल्पनेचा प्रसार आणि फायदा घेण्यासाठी देशांच्या भौगोलिक सीमा आता अडथळा ठरत नाहीत आणि याला बौद्धिक संपदा अधिकार हासुद्धा अपवाद नाही. सर्व जगच भारतीय संस्कृतीत अभिप्रेत असल्याप्रमाणे सहजीवन, बंधुभाव आणि जागतिक शांततेच्या शोधात आहे. त्या उद्देशाकडे वाटचाल करण्यासाठी जागतिक स्तरावर अनेक संघटना कार्यरत आहेत, अनेक आंतरराष्ट्रीय करार केले जात आहेत. या आंतरराष्ट्रीय संघटनांना जागतिक शांतता व सुरक्षितता हवी आहे. शिवाय आर्थिक, सामाजिक, सांस्कृतिक व मानवीय बाबीत साऱ्या देशांचे सहकार्य मिळवून जगभरात मित्रत्वाचे नाते निर्माण करायचे आहे. त्यासाठी मूलभूत हक्क व स्वातंत्र्य यासाठी मान्यता उत्पन्न करून ती विकसित करायची आहे. जागतिक स्तरावरील आर्थिक सहकार्य या उद्दिष्टपूर्तीसाठी बौद्धिक संपदा अधिकारास जागतिक मान्यता मिळवून द्यावी लागणार आहे. या अधिकारांची व्याप्ती देशाच्या पातळीवर मर्यादित ठेवून

भागणार नाही. देशाचे भवितव्य ज्ञानाचे रूपांतर संपत्तीत करण्याच्या व शोधातून सामाजिक स्वास्थ्य व प्रगती साधण्याच्या त्या देशाच्या क्षमतेवर अवलंबून असणार आहे. ज्ञान असणे, ते वाढविणे, त्यावर प्रक्रिया करून ज्ञानाचे माध्यामातून शोध लावणे हीच सृजनतेची किल्ली राहणार आहे; म्हणून बौद्धिक संपदा तयार करणे, वृद्धिंगत करणे, तिचे संरक्षण करणे व तिचा चांगला उपयोग करणे हे जगभरच महत्त्वाचे होत आहे. बौद्धिक संपदा धारण करणाऱ्यास कायदेशीर अधिकार देऊन त्याला सामाजिक मान्यता मिळवून देण्याची गरज अधिक भासू लागली आहे. सामाजिक मान्यतेबरोबरच आर्थिक लाभ मिळाले तर शोधांची मालिका चालू राहील, अशी धारणा आहे. जागतिकी-करणाच्या काळात ही सामाजिक मान्यता व आर्थिक लाभ मिळवून देणारी कायदेशीर यंत्रणा एका देशाच्या सीमेपुरती मर्यादित राहून चालणार नाही, असा दावा करत सर्व देशांचे बौद्धिक संपदा अधिकाराचे कायदे सुसंगत करण्याचा आग्रह धरला जात आहे.

देशोदेशींचे कायदे सुसंगत असतील तर आंतरराष्ट्रीय व्यापार, तंत्रज्ञानाची व भांडवलाची देवाणघेवाण सुलभ व मोठ्या प्रमाणात होईल, असा विश्वास व्यक्त केला जात आहे. १९९५ साली जागतिक व्यापार संघटना स्थापून व ट्रिप्स करारास मान्यता देऊन आता जगातील १५४ देशांनी आपले बौद्धिक संपदा अधिकारविषयक कायदे सुसंगत केले आहेत.

६.६ पेटंट (Patents)

६.६.१ पेटंट व पेटंट कायद्याचा इतिहास (Patents - History of Patents Law)

नवीन शोधून काढलेले उपकरण प्रत्यक्षात उपयोगात आणल्यानंतर रिपब्लिक ऑफ व्हेनिसला कळविले पाहिजे, ज्यायोगे त्या शोधाच्या हक्काचे उल्लंघन करणाऱ्यापासून संरक्षण मिळू शकेल, अशा हेतूने इटलीमध्ये प्रथम १४७४ साली व्हॅटिकन स्टॅट्यूट करण्यात आला. १६२३ मध्ये इंग्लंडमध्ये मक्तेदारी कायदा (statute of monopoly) करण्यात आला. या कायद्यानुसार विशिष्ट वस्तूंचे उत्पादन किंवा विशिष्ट सेवांचा पुरवठा करण्यासंबंधी मक्तेदारी अधिकार देणारे पेटंटचे पत्र दिले जात असे. हा मक्तेदारी कायदा पुढे विकसित होऊन त्याचा 'पेटंट कायदा' झाला. १७९० मध्ये अमेरिकेने पेटंट कायदा पास केला.

भारतात पेटंटसंबंधी पहिला कायदा १८५६ मध्ये पारित झाला. त्यातील काही त्रुटी लक्षात आल्याने १८५९ मध्ये नव्याने कायदा करण्यात आला. १८७२ मध्ये पेटंट्स अँड डिझाईन्स प्रोटेक्शन ॲक्ट या नावाने कायदा झाला. १८८३ म्हणजे केवळ १०-११ वर्षांत इन्व्हेन्शन ॲक्ट असा कायदा आला. त्यापाठोपाठ १८८८ मध्ये इन्व्हेन्शन व डिझाइन्स ॲक्ट हा कायदा करण्यात आला. त्यानंतर इंडियन पेटंट्स ॲड डिझाइन्स ॲक्ट १९११ मध्ये आला आणि त्यापूर्वीच्या यासंबंधी सर्व कायद्यांची

जागा त्याने घेतली. स्वातंत्र्यानंतर २३ वर्षांत या कायद्यावर बरेच मंथन झाले आणि १९७० मध्ये 'भारतीय पेटंट कायदा १९७०' हा संसदेत आला. त्यावर भरपूर चर्चा होऊन तो १९७२ मध्ये पारित करण्यात आला. संशोधक, समाज व शासन यांच्या हितरक्षणासाठी एक चांगला संतुलित कायदा म्हणून तो मान्यता पावला.

बौद्धिक संपदा अधिकारांविषयी जागतिक व्यवस्था पूर्वी काहीच नव्हती. शोधकर्त्याला आपल्या देशात तसेच अन्य कोणत्याही देशात पेटंटसाठी अर्ज करावा लागत असे. एका देशात पेटंट मिळाले की, अन्य प्रत्येक देशात तीच प्रक्रिया पूर्ण करावी लागे. यात जाणारा वेळ, होणारा त्रास व लागणारा पैसा यांचा कालांतराने विचार सुरू झाला. जागतिक स्तरावर पुढाकार घेतला गेला आणि आंतरराष्ट्रीय समझोता करून अनेक देशांसाठी एकत्रित पेटंट व्यवस्था करण्याच्या दृष्टीने हालचाली सुरू झाल्या.

१९७३ साली म्युनिच येथे युरोपियन पेटंट कन्व्हेन्शन (EPC) वर सह्या करून त्याची अंमलबजावणी १९७८ पासून सुरू झाली. त्या वेळी आपापल्या देशात अमलात असलेल्या पेटंट कायद्यांवर आधारित हे कन्व्हेन्शन होते. सभासद देशांच्या सरकारांमध्ये झालेला हा करार होता. युरोपियन कम्युनिटीच्या (EC) बाहेरील देशही त्याचे सभासद झाले. सध्या ऑस्ट्रिया, बेल्जियम, डेन्मार्क, इंग्लंड, फ्रान्स इ. देशांसह २० देश याचे सभासद आहेत. युरोपियन पेटंट देण्यासंबंधी हा करार असून, त्यानुसार युरोपियन पेटंट देण्याची मध्यवर्ती व्यवस्था त्याने केली आहे. शोधकर्त्यास आपल्या संशोधनास अनेक युरोपीय देशांत संरक्षण हवे असेल तर त्यास म्युनिच या मध्यवर्ती कार्यालयात एकच अर्ज करून व 'पेटंट सर्च' प्रक्रिया त्याच ठिकाणी पूर्ण करून अनेक देशांसाठी पेटंटचा अधिकार मिळविता येतो. संपूर्ण देशात बंधनकारक होईल अशी पेटंट व्यवस्था निर्माण करण्यासाठी १९७५ साली लक्सेमबर्गमध्ये कम्युनिटी पेटंट कन्व्हेन्शनवर सह्या झाल्या; पण तो करार कधी प्रत्यक्षात आलाच नाही.

१९७० साली सह्या झालेली Patent Co-operation Treaty (PCT) प्रत्यक्षात १९७८ साली लागू झाली. त्यात आंतरराष्ट्रीय पेटंटचा अर्ज व प्राथमिक तपासणी प्रक्रिया करण्याची व्यवस्था निर्माण करण्यात आली. सध्या १०८ देश या ट्रिटीचे सदस्य आहेत. या करारानुसार अर्ज व प्राथमिक तपासणी जरी केंद्रित असली तरी पेटंट देण्याचे अधिकार मात्र प्रत्येक देशाच्या पेटंट कार्यालयासच आहेत. पेटंटच्या अर्जदाराने आंतरराष्ट्रीय कार्यालयात अर्ज करायचा, त्याची प्राथमिक छाननी त्या कार्यालयाने करायची आणि मग तो अर्ज सदस्य देशांच्या पेटंट कार्यालयाकडे पेटंट देण्याचा निर्णय घेण्यासाठी पाठवायचा. या प्रक्रियेत एकच अर्ज करणे, त्याची छाननी एकाच ठिकाणी होणे, सर्च एकाच ठिकाणी होणे यामुळे वेळ, श्रम व पैसा यांची बचत होते.

ईपीसी व पीसीटी या आंतरराष्ट्रीय करारांवर जागतिक पेटंट प्रक्रियेची भिस्त बरीच वर्षे होती; परंतु त्यात मोठा बदल १९८६ पासून सुरू झाला व त्याचे मूर्त रूप १९९५ मध्ये दिसले.

१९८६ मध्ये गॅट कराराची आठवी चर्चा फेरी उरुग्वे येथे सुरू झाली. त्यात बौद्धिक संपदा अधिकार हा विषय समाविष्ट करण्यात आला होता. १९९१ मध्ये आलेल्या डंकेल मसुद्यात त्याचा समावेश झाला आणि डिसेंबर १९९४ मध्ये सह्या करून ट्रि-प्स (Trade Related Intellectual Property Rights - TRIPS) करार अस्तित्वात आला. तो ०१/०१/१९९५ पासून लागू झाला. या करारातील शर्तींनुसार भारतासही आपला पेटंट कायदा बदलावा लागला. १९९९ साली पहिला ॲमेंडमेंट कायदा, २००२ साली दुसरा पेटंट ॲमेडमेंट कायदा झाला. २००४ मध्ये पेटंट ॲमेंडमेंट ऑर्डिनन्स (वटहुकूम) काढण्यात आला आणि २००५ मध्ये तिसऱ्यांदा पेटंट ॲमेंडमेंट ॲक्ट पास करून भारतीय पेटंट कायदा पूर्णत: ट्रि-प्स कराराशी सुसंगत केला गेला.

ट्रिप्स करारातील अटी व शर्तींनुसार भारतीय पेटंट कायद्यात महत्त्वाचे बदल करावे लागले. ते थोडक्यात खालीलप्रमाणे -

१) ज्या शोधांचे सार (substance) अन्नपदार्थ, औषधे, औषधी द्रव्ये म्हणून वापरता येते किंवा ज्या शोधांचे सार रासायनिक प्रक्रियेतून तयार केलेले असेल अशा शोधांना १९७० च्या कायद्यातील कलम ५ नुसार केवळ प्रक्रिया पेटंट देण्याची तरतूद होती; परंतु, ट्रिप्स करारातील कलम २७ च्या तरतुदींची पूर्तता करण्यासाठी वरील दुरुस्त्या केल्यानंतरच्या कायद्यात ०१/०१/२००५ पासून यासाठी उत्पादने पेटंट (product patent) देण्याची सोय करण्यात आली आहे.

२) भारतात पेटंटचा कालावधी पुढीलप्रमाणे होता. (कलम ५३) -

अ) अन्नपदार्थ, औषधी द्रव्ये म्हणून वापरता येतील असे शोध तसेच रासायनिक प्रक्रियेतून तयार झालेले शोध यांना मिळणाऱ्या प्रक्रिया पेटंटचा कालावधी अर्ज केल्यापासून ७ वर्षे किंवा पेटंट मिळाल्यापासून ५ वर्षे (जो कमी असेल तो) इतका होता.

ब) अन्य शोधांसाठी हा कालावधी पेटंट मिळाल्यापासून १४ वर्षे होता.

ट्रिप्स करारातील कलम ३३ ची पूर्तता करण्यासाठी पेटंट कायद्यात बदल करण्यात आला आणि आता सर्व प्रकारच्या शोधांसाठी पेटंटचा कालावधी २० वर्षांचा झाला आहे. थोडक्यात, दीर्घ काळासाठी मक्तेदारी अधिकार देण्याची तरतूद केली आहे.

३) पेटंटधारकाच्या अधिकाराचे उल्लंघन कोणी केले, असे जर पेटंट धारकास वाटले तर, तो त्यासाठी कोर्टात दावा दाखल करू शकतो. भारतीय मूळ कायद्यानुसार, पेटंटचे उल्लंघन प्रतिवादीने/आरोपीने केले आहे, हे पुराव्याने सिद्ध करण्याची जबाबदारी

पेटंटधारकाची (वादीची) होती. (burden of proof was on the plaintiff) परंतु ट्रि-प्स करारातील कलम ३४ मधील तरतुदींची पूर्तता करण्यासाठी भारतीय कायद्यात झालेल्या बदलानंतर आता पेटंटचे उल्लंघन झाले असल्याचा दावा पेटंटधारकाने केला तर तसे उल्लंघन आपण केले नसल्याचे प्रतिवादीने सिद्ध करायचे आहे. (burden of proof is on the defendent). पेटंटचे उल्लंघन झाले असल्याचा आरोप सिद्ध करण्याची जबाबदारी वादीकडून प्रतिवादीकडे ढकलण्यात आली आहे. थोडक्यात वादीने/दावा दाखल करणाऱ्याने आपला दावा/आरोप सिद्ध करण्याऐवजी प्रतिवादीने आपले निरपराधित्व सिद्ध करणे आता आवश्यक झाले आहे. या बदलामुळे प्रतिवादींवर अकारण अधिक व अयोग्य जबाबदारी आली असून ती क्लिष्ट, क्लेशकारक, अवघड व नैसर्गिक न्यायाच्या विरोधी झाल्याचे वाटते.

४) विपणनाचा एकाधिकार (Exclusive Marketing Rights) देण्याची तरतूद नवीन कायद्यात करण्यात आली आहे.

६.६.२ पेटंटची व्याख्या, संकल्पना आणि स्वरूप (Difinition / Concept and Nature of Patents)

अ. स्वरूप

बौद्धिक संपदा अधिकारांपैकी महत्त्वाचा एक अधिकार म्हणजे 'पेटंट!' औद्योगिक अधिकारात याची गणना केली जाते. पेटंट देण्याची प्रथा फार जुनी असली तरी औद्योगिक क्रांतीनंतर, विशेषत: इंग्लंड व युरोपमध्ये त्यावर जास्त भर देण्यात आला. पेटंट मिळविण्यासाठी शोधकर्त्याने स्वतः शोध लावलेला असणे आवश्यक आहे. नावीन्य असणे आणि शोधाची उपयोगिता असणे या दोन पायाभूत बाबींवर पेटंट मिळणे शक्य आहे. अगोदरच माहीत असलेल्या गोष्टीत केवळ सुधारणा अथवा दुरुस्ती करून पेटंट मिळत नाही.

ब. पेटंटच्या संदर्भात खालील बाबी महत्त्वाच्या आहेत.

१) शोध लावण्यासाठी (invention) पेटंटचा अधिकार मिळतो. शोध घेण्यासाठी (discovery) नव्हे.

२) मानवनिर्मित वस्तू, उत्पादने, प्रक्रिया आदींसाठी पेटंटचा अधिकार मिळतो.

३) ज्या शोधासाठी पेटंट मिळवायचे त्या शोधात नावीन्य (innovation) हवे.

४) शोधातील नावीन्य सहजासहजी लक्षात येणारे नसावे.(non-obvious).

५) त्या शोधाचा व्यापारी तत्त्वावर उपयोग (commercial use) करता यायला हवा.

६) शोधाचा वापर करून आर्थिक लाभ मिळविण्याची शक्यता असली पाहिजे.

७) एका शोधासाठी एकच पेटंट दिले जाते.

८) पेटंट हा कायद्याने दिलेला अधिकार आहे. सबब तो मिळविण्यासाठी शोधकर्त्यांने आवश्यक ती कायदेशीर पूर्तता करायला हवी.

९) पेटंटचा अधिकार विशिष्ट काळासाठी दिला जातो.

१०) पेटंटधारकाच्या परवानगीशिवाय अन्य कोणीही त्या शोधाचा वापर करू शकत नाही; तसा तो केल्यास पेटंटधारक त्यावर कारवाई करू शकतो व झालेले नुकसान वसूल करू शकतो.

११) पेटंटधारक शोधाचा उपयोग स्वत: करू शकतो अथवा त्याच्या एजंटमार्फत त्याचा उपयोग करू शकतो. आपला शोध दुसऱ्या कोणी वापरण्यासाठी लायसेन्सही देऊ शकतो.

थोडक्यात एखादी नवीन आणि औद्योगिक वापर करता येण्याजोगी बाब शोधण्यासाठी किंवा अस्तित्वातील बाबींमध्ये सुधारणा करण्यासाठी किंवा असलेली बाब नवीन प्रक्रियेने करण्याच्या शोधासाठी पेटंटचा एकाधिकार दिला जातो.

भारतातील पेटंट कायद्यातील काही प्रमुख तरतुदींच्या आधारे पेटंटबाबत अधिक माहिती करून घेता येईल.

क. शोधासाठी पेटंट – मग शोध म्हणजे काय?

भारतीय पेटंट कायद्याने 'शोध' (invention) या शब्दाची व्याख्या कलम २ (जे) मध्ये केलेली आहे. सन २००२ मध्ये या व्याख्येत बदल होण्यापूर्वी शोध म्हणजे कोणतीही नवीन आणि उपयुक्त –

१) उत्पादनाची कला, प्रक्रिया, पद्धत किंवा रीत/तऱ्हा

२) यंत्र, उपकरण किंवा इतर वस्तू

३) उत्पादन करून तयार केलेली वस्तू

आणि यापैकी कशातही केलेली नवीन आणि उपयुक्त सुधारणा.

सन २००२ मध्ये या कलमात दुरुस्ती करण्यात आली. कलम २ (oo) नुसार आता शोध म्हणजे – 'शोधक उपाय (inventive steps) असलेली व औद्योगिक उपयोजन (industrial application) करता येणे शक्य असलेले नवीन उत्पादन किंवा प्रक्रिया' बदललेल्या कायद्याने अत्यंत सुटसुटीत व सोपी अशी ही व्याख्या केली आहे.

ड. कोणत्या बाबी शोध नाहीत?

पेटंटचा अधिकार शोधासाठी मिळतो. मग प्रश्न येतो तो शोध कशाला म्हणायचे? भारतातील पेटंट कायदा १९५० कलम ३ मध्ये कशाला पेटंट द्यायचे नाही, म्हणजेच शोध म्हणायचे नाही त्याची यादी दिली आहे; ती अशी –

१) अत्यंत क्षुल्लक शोध.

२) उत्तम रीतीने स्थापित झालेल्या व सर्वमान्य अशा निसर्गनियमांच्या विरोधी दावा करणारा शोध.

३) एखाद्या शास्त्रीय तत्त्वाचा केवळ शोध घेणे किंवा एखादा अमूर्त सिद्धान्त किंवा गूढशास्त्र मांडणे.

४) निसर्गात आपोआप उत्पन्न होणाऱ्या एखाद्या सजीव अथवा निर्जीव वस्तूचा शोध.

५) ज्या शोधाचा प्राथमिक अथवा ईप्सित वापर किंवा वाणिज्य वापर हा कायद्याच्या, नीतिमत्तेच्या विपरीत असेल, तसेच सार्वजनिक आरोग्यास धोका पोहोचवत असेल किंवा मनुष्य, जनावरे, वनस्पती किंवा पर्यावरण यांस नुकसानकारक असेल असा शोध.

६) माहिति असलेल्या एखाद्या वस्तूचा (substance) नवीन आकार किंवा रचना की ज्यामुळे त्या माहीत असलेल्या वस्तूच्या गुणात कोणतीही भर पडत नाही.

७) माहीत असलेल्या एखाद्या वस्तूचा (substance) नवीन वापर किंवा नवीन वैशिष्ट्यांचा शोध. तसेच एखाद्या माहीत असलेल्या प्रक्रिया, यंत्र किंवा उपकरणाच्या नवीन उपयोगाचा शोध जोपर्यंत त्यातून एखादे नवीन उत्पादन निर्माण होत नाही किंवा ज्यात एकतरी नवीन रिॲक्टंट (reactant) नाही.

८) घटक पदार्थांचे केवळ मिश्रण की ज्यात फक्त घटक पदार्थांच्या गुणधर्मांचा समुच्चय असेल (नवीन गुणधर्म नसेल) किंवा असे मिश्रण करण्याची प्रक्रिया.

९) स्वतंत्रपणे काम करणाऱ्या ज्ञात उपकरणांची केवळ रचना किंवा पुनर्रचना.

१०) शेतीची किंवा फळशेतीची एखादी पद्धत.

११) माणसासाठी वैद्यकीय, शल्यविषयक किंवा रोगनिवारक अशी उपचारपद्धती किंवा जनावरांसाठी अशीच उपचारपद्धती, ज्यामुळे त्यांना रोगमुक्त करता येईल, त्यांचे किंवा त्यांच्यापासून होणाऱ्या उत्पादनांचे मूल्य वाढेल.

१२) अणुऊर्जेसंबंधी कोणताही शोध.

थोडक्यात, वर नमूद केलेल्या प्रकारांच्या शोधांना पेटंट न देण्याची तरतूद भारतीय पेटंट कायद्यात आहे. याव्यतिरिक्त लावलेले शोध पेटंट मिळण्यासाठी पात्र आहेत.

पेटंट कायद्यातील २००२ च्या दुरुस्तीने खालील बाबींनाही पेटंट मिळणार नाही.

१) कलम ३ (ब) नुसार ज्या शोधांचा प्राथमिक किंवा ईप्सित उपयोग किंवा वाणिज्य वापर सार्वजनिक सुव्यवस्था अथवा नीतिमत्तेच्या विरोधी असेल किंवा ज्यामुळे मानव, पशू अथवा वनस्पतींचे जीवन वा आरोग्य आणि पर्यावरण यांना गंभीरपणे अपाय होत असेल अशा शोधांना पेटंट दिले जाणार नाही. हा बदल निश्चितच स्वागतार्ह असून वनस्पतींच्या जातींचे (हळद, कडुनिंब, बासमती इ.) पेटंट आता मिळणे अशक्य होईल. तसेच पशु-पक्षी व अन्य सजीव (उदा. गांडूळ, शेती) यांच्यासाठीही पेटंट मिळणार नाही.

२) कलम ३ (क) नुसार निसर्गात उत्पन्न होणाऱ्या कोणत्याही सजीव अथवा निर्जीव (Living or Nonliving substance) गोष्टी शोधून काढल्याच्या दाव्यासाठीही पेटंट दिले जाणार नाही.

३) माणसांच्या व जनावरांच्या रोगनिवारक उपचार व रोगनिदान चाचण्या याही पेटंटच्या कक्षाबाहेर ठेवल्या आहेत कलम ३ (।).

४) वनस्पती व पशू यात बियाणे, जाती व प्रकार तसेच वनस्पती व पशूंचे उत्पादन आणि वाढीसाठीच्या जैवक प्रक्रियांचाही समावेश केला आहे.

५) गणिताची पद्धत किंवा धंद्याची व्यवस्था किंवा संगणकाची आज्ञाप्रणाली.

६) साहित्य, नाट्य आणि संगीताची कलाकृती इ. यात चित्रपटविषयक आणि दूरदर्शन उत्पादनांचाही समावेश होतो.

७) एखादे बौद्धिक काम करण्याची किंवा खेळ खेळण्याची पद्धत, योजना किंवा नियम.

८) माहितीचे सादरीकरण.

९) इंटग्रेटेड सर्किटचे विशेष वर्णन (topography).

१०) एखादा शोध की जो खरे तर परंपरागत ज्ञान आहे किंवा एखाद्या घटकांचा परंपरागत माहिती असलेला गुणधर्म आहे (उदा. जखम भरून काढण्याचा हळदीचा गुणधर्म) कलम ३ (जे) ते ३ (पी).

२००२ साली केलेल्या या दुरुस्त्या स्वागतार्ह आहेत. परंपरागत ज्ञान भांडारावर, वनस्पतींच्या प्रचंड वैविध्यतेवर आणि पशूंच्या अनेक प्रजातींवर आता कोणाला आपला हक्क सांगता येणार नाही.

ई. वस्तू पेटंट आणि प्रक्रिया पेटंट

सामान्यत: पेटंट दोन बाबींसाठी दिली जातात. शोध लावलेल्या नवीन वस्तू आणि वस्तू उत्पादनाच्या नवीन पद्धती किंवा प्रक्रिया.

१) **वस्तू पेटंट** (Product Patent) - या प्रकारच्या पेटंटमध्ये शोधकर्त्याने शोधलेली नवीन वस्तू, पदार्थ, उपकरण, साधन, हत्यार, यंत्र अशा उत्पादनांसाठी मक्तेदारी अधिकार दिला जातो.

२) **प्रक्रिया पेटंट** (Process Patent) - या प्रकारच्या पेटंटमध्ये एखादी वस्तू, उपकरण, साधन, यंत्र, हत्यार यांना पेटंट मिळत नाही तर ती तयार करण्याची प्रक्रिया अथवा पद्धती याला पेटंट दिले जाते. त्यामुळे अनेकजण आपापल्या पद्धतीने किंवा प्रक्रियेने तीच वस्तू उत्पादित व वितरित करू शकतात.

बाजारात आपण काही पदार्थ असे पाहतो की, ज्यांचे उत्पादन अनेक कंपन्या करतात. उदा. च्यवनप्राश. त्याचे उत्पादक डाबर, सोना-चांदी, अयूर, धूतपापेश्वर, झंडू, आयुर्वेद रसशाळा इ. आहेत. याचे कारण च्यवनप्राश या पदार्थास वस्तू पेटंट नाही; म्हणून च्यवनप्राश उत्पादनाचा मक्तेदारी अधिकार कोणा एकाकडे नाही. त्याचे प्रक्रिया पेटंट अनेकांकडे असू शकते. त्यामुळे अनेक उत्पादक तेच उत्पादन आपापल्या प्रक्रियेने किंवा पद्धतीने उत्पादित करून बाजारात विकू शकतात. औषधे, बलवर्धक खाद्यपदार्थ इ. अनेक उत्पादनांना प्रक्रिया पेटंट आहेत.

प्रक्रिया पेटंट असल्यामुळे एकच गुणधर्म असलेली अनेक औषधे बाजारात उपलब्ध होतात. ताप उतरविण्यासाठी अनेक कंपन्यांची पॅरासिटिमॉल, बिपॅमॉल, क्रोसीन अशी औषधे आहेत. त्याचप्रमाणे डोकेदुखी, अंगदुखी, पोटदुखी इत्यादी विकारांसाठी विविध नावांनी निरनिराळ्या कंपन्या औषधे तयार करून विकत आहेत. त्यामुळे अशा उत्पादकांत स्पर्धा राहते, मुबलक प्रमाणात उत्पादनांची उपलब्धता होते, किमती वाजवी पातळीवर राहतात आणि उत्पादनांची गुणवत्ता सुधारते.

वस्तू पेटंट दिले तर पेटंटधारकास ती वस्तू उत्पादन करण्याचा मक्तेदारी अधिकार मिळतो. त्यामुळे वस्तूंची उपलब्धता, दर्जा, किंमत हे पेटंटधारकाच्या मर्जीवर अवलंबून राहतात. परिणामतः ग्राहक, समाज व देश यांच्या हितापेक्षा शोधकर्त्याच्या वैयक्तिक हितास जास्त प्राधान्य मिळते.

भारतीय पेटंट कायद्यात कलम ५ नुसार खालील बाबींसाठी केवळ प्रक्रिया पेटंट देण्याची तरतूद होती.

१) ज्या शोधांचे सार (substance) अन्न, औषध किंवा औषधी द्रव्य म्हणून वापरले जाते किंवा वापरता येते किंवा शोधाचे सार रासायनिक प्रक्रियेतून तयार केलेले किंवा उत्पादित केलेले असेल. थोडक्यात, शोधकर्त्याने पदार्थ किंवा वस्तू आपल्या शोधातून समोर आणल्या असतील आणि जी औषधे, अन्नपदार्थ किंवा औषधी द्रव्य म्हणून वापरता येत असतील तसेच ज्या रासायनिक प्रक्रियेतून तयार केलेल्या असतील त्या पदार्थ व वस्तूंना केवळ प्रक्रिया पेटंट (process patent) देता येईल, उत्पादन पेटंट (product patent) देता येणार नाही, अशी तरतूद होती. अन्न व औषधांच्या बाबतीत मक्तेदारी निर्माण होऊ नये व या दोन बाबी मुबलक प्रमाणात वाजवी किमतीला मिळण्यासाठी उत्पादकात स्पर्धा असावी व माणसाचा जिवंत राहण्याचा मूलभूत हक्क अबाधित राहावा म्हणून ही तरतूद समर्थनीय होती.

डिसेंबर १९९४ मध्ये जागतिक व्यापार संघटनेच्या ट्रिप्स करारावर सही केल्याने भारतीय पेटंट कायद्यात बदल करणे भारतास भाग पडले. १९९९, २००२ व २००५ मध्ये भारताच्या पेटंट कायद्यात दुरुस्त्या केल्या. दि. ०१/०१/२००५ पासून आता अन्नपदार्थ, औषधे, औषधी द्रव्य व रासायनिक प्रक्रियेने निर्माण केलेले पदार्थ यांनाही वस्तू पेटंट लागू झाले आहे.

६.६.३ पेटंटमुळे शोधकर्त्यास मिळणारे अधिकार

आपला वेळ, श्रम, पैसा, बुद्धी वापरून शोध लावायचा, त्याचा तपशील देऊन पेटंट कार्यालयात अर्ज करायचा, कायदेशीर प्रक्रिया पूर्ण करायची, हे सारे करून पेटंट मिळवायचे ते कशाला? उत्तर अगदी सरळ आहे. पेटंट मिळाल्याने शोधकर्त्यास अनेक फायदे मिळतात. पेटंट कायद्यात नमूद केलेले अधिकार पुढीलप्रमाणे –

१) **अपवर्जक अधिकार** (Exclusive Rights) :
पेटंटधारकाचे खालील अपवर्जक अधिकार आहेत. -

अ) शोधाचा वापर करणे

आ)शोधाची विक्री करण्याचा देकार देणे

इ) शोधाची विक्री करणे

ई) शोधाची आयात करणे

उ) शोधाचे उत्पादन भारतात करणे

वरील ५ गोष्टी केवळ पेटंटधारक त्याच्या शोधाच्या उत्पादनाबाबत (product) किंवा प्रक्रियेबाबत (process) करू शकतो; इतकेच नव्हे तर अन्य कोणी वरील ५ बाबी पेटंटधारकाच्या संमतीशिवाय करू पाहील तर तो त्याला मज्जावही करू शकतो.

२) **अभिहस्तांकित करण्याचा व अनुज्ञाप्ते देण्याचा अधिकार** (Right to Assign and Licence) : पेटंटधारक आपल्या शोधाचा प्रत्यक्ष उपयोग अथवा उत्पादन करू इच्छित/शकत नसेल तर मोबदला घेऊन सदर अधिकार तो अन्य इसमास अभिहस्तांकित करू शकतो अथवा त्याचे लायसन्स अन्य इसमास देऊ शकतो.

३) **प्रत्यर्पित करण्याचा अधिकार** (Right to Surrender) : पेटंटधारकाला हा अधिकार रद्द करून घेण्याचा अधिकारही कायद्यातील कलम ६३ ने दिला आहे.

४) **वाढीव पेटंटसाठी अर्ज करण्याचा अधिकार** (Patents of Addition) : पेटंटधारकाने मुख्य शोधाच्या तपशीलात काही सुधारणा अथवा दुरुस्त्या केल्या आणि शोधात काही भर घातली तर त्यासाठी पेटंट मिळविण्याचा हक्क पेटंटधारकास आहे.

५) **पेटंटचे उल्लंघन झाल्यास** (Infringement) : पेटंटधारकाच्या संमती शिवाय शोधाचा उपयोग, विक्री, उत्पादन, वितरण झाल्यास पेटंटधारक कोर्टात दावा दाखल करू शकतो व असे उल्लंघन झाल्याचे कोर्टाकडून वदवून घेऊन त्यास मज्जाव करू शकतो, नुकसानभरपाई मिळवू शकतो, तसेच उल्लंघन करणाऱ्याने मिळविलेल्या नफ्यात हिस्साही मागू शकतो.

६) भारतातील पेटंटधारक आपल्या शोधाला इतर देशांत संरक्षण मिळविण्यासाठी अर्ज करू शकतो. ज्या देशांबरोबर भारताचा यासंबंधी करार झाला आहे (patent convention treaty) अशा देशात पेटंटधारकाचे हक्क लागू असण्यासाठी अर्ज करता येतो.

७) पेटंट हरविले किंवा नष्ट झाले तर पेटंटची प्रत (duplicate) मिळविण्यासाठी पेटंटधारक नियंत्रकाकडे अर्ज करू शकतो.

८) पेटंट रजिस्टरमधील नाव किंवा पेमेंटचा दाखला किंवा शोधाचा नोंदवहीतील तपशील इत्यादींची प्रत अथवा सर्टिफिकेट मिळविण्याचा अधिकार पेटंटधारकास आहे.

६.६.४ पेटंटधारकाच्या अधिकारावरील मर्यादा/बंधने (Obligations of Patentee)

शोधकर्त्याला शोधासाठी कायद्याने एकाधिकार दिल्याशिवाय त्या शोधापासून त्याला आर्थिक लाभ होणार नाही आणि अशा आर्थिक लाभाची शक्यता नसेल तर शोध लावण्याची वृत्ती जोपासली जाणार नाही. नवीन व चांगली उत्पादने, संकल्पना, प्रक्रिया येणार नाहीत व मानवी जीवन सुखी व समृद्ध होणार नाही या आधारावर पेटंट दिले जाते; परंतु, एखाद्या शोधकर्त्याने खूप चांगले उत्पादन/सूत्र/प्रक्रिया शोधून काढली तरीपण पेटंटच्या मिळालेल्या अधिकारामुळे तिचे उत्पादन/वापर स्वत:ही केला नाही आणि इतरांनाही करू दिला नाही, तर त्या शोधाचा समाजास काय उपयोग? किंवा शोधित उत्पादन मुबलक प्रमाणात वाजवी किमतीला उपलब्ध करून दिले नाही तर समाज त्यापासून वंचित राहील. उदा. एखाद्या शास्त्रज्ञाने कॅन्सर या रोगासाठी औषध शोधून काढले, त्यासाठी पेटंट घेतले, त्यानुसार मिळालेल्या एकाधिकाराने ते औषध स्वत: तयारच केले नाही आणि इतरांनाही तयार करण्यास मज्जाव केला तर? अथवा ते औषध अपुऱ्या प्रमाणातच तयार केले किंवा त्याची किंमत भरमसाट ठेवली तर? समाजहित व देशहित लक्षात घेऊन पेटंट नियंत्रक अशा वेळी अनिवार्य परवाना (compulsary licence) देऊ शकतो. केंद्रशासन स्वत:हून असा निर्णय घेऊ शकते किंवा अनिवार्य परवाना मिळावा म्हणून कोणीही अर्ज करू शकतो. अर्थात, पेटंट धारकास मोबदला देऊनच असा अनिवार्य परवाना दिला जातो. मोबदला किती असावा, याचा निर्णय पेटंट नियंत्रक करतो.

एखाद्या यंत्रासाठी, वस्तू किंवा उपकरणासाठी तसेच प्रक्रियेसाठी पेटंट मिळाले असेल तर त्याचा वापर प्रयोगासाठी किंवा संशोधनासाठी तसेच विद्यार्थ्यांना शिकविण्यासाठी करता येतो. पेटंटधारकाचा एकाधिकार त्याच्या आड येत नाही.

सार्वजनिक हित समोर ठेवून शासन पेटंट मिळालेल्या वस्तूचा किंवा प्रक्रियेचा उपयोग स्वत: किंवा स्वत:च्यावतीने करू शकते. असे पेटंट असलेले उत्पादन शासन आयातही करू शकते.

संरक्षणाच्या दृष्टीने काही शोध अत्यंत महत्त्वाचे असतात; सबब अशा प्रकारच्या शोधांचा तपशील जाहीर करणे आणि त्यांना पेटंट देणे; पेटंट नियंत्रकावर बंधनकारक नाही. मात्र, शासन त्या शोधाचा वापर स्वत: करू शकते.

६.६.५ पेटंट मिळविण्याची पद्धत (Process of Acquiring Patents)

आपण पाहिले की लावलेल्या शोधाचा संपूर्ण तपशील लोकांसाठी जाहीर

करण्याच्या मोबदल्यात शोधकर्त्याला विशिष्ट कालावधीसाठी त्या शोधाचा वापर, विक्री इ. करण्याचा कायद्याने दिलेला एकाधिकार म्हणजेच पेटंट! याचाच अर्थ पेटंट मिळविण्यासाठी -

१) शोधकर्त्याने शोध लावलेला हवा.

२) सदर शोधाचा तपशील जाहीर करण्याची त्याची तयारी हवी.

३) पेटंट अधिकार, कायद्याने मिळत असल्याने शोधकर्त्याने कायद्यातील तरतुदींनुसार पूर्तता करायला हवी. शोधकर्त्याने पेटंट मिळविण्यासाठी अर्ज करायला हवा. शासन स्वत:हून पेटंटचा अधिकार देऊ शकत नाही, देत नाही.

४) पेटंट घेतलेच पाहिजे असे बंधन शोधकर्त्यावर नाही, परंतु पेटंट न घेतल्यास शोधाचे रक्षण करण्याची (अन्य लोकांनी शोधकर्त्याच्या परवानगीशिवाय त्याचा वापर न करणे) जबाबदारी शासनाची उरत नाही; मग शोधाच्या माध्यमातून मिळणाऱ्या आर्थिक लाभास शोधकर्ता मुकतो; म्हणून सामान्यत: शोधकर्ता पेटंट घेण्यासाठी उत्सुक असतो.

भारतीय पेटंट कायद्यानुसार पेटंट मिळविण्यासाठी खालील पद्धत वापरली जाते.

१) पेटंटसाठी अर्ज करणे : (कलम ६ ते ११) पहिला टप्पा आहे पेटंटसाठी अर्ज करण्याचा. असा अर्ज कोण करू शकतो? भारतीय पेटंट कायदा १९७० च्या कलम ६ नुसार -

अ) शोधाचा खरा आणि पहिला शोधकर्ता असल्याचा दावा करणारी व्यक्ती.

ब) शोधाचा अभिहस्तांकिती/मुखत्यार (assignee),

क) मृत शोधकर्त्याचा कायदेशीर वारस.

प्रत्येक शोधासाठी वेगळे पेटंट देण्याची तरतूद असल्याने शोधकर्त्याने प्रत्येक शोधासाठी वेगळा अर्ज करणे आवश्यक आहे. अर्थात, एका अर्जात एकाच शोधाचा उल्लेख हवा. पेटंटचा अर्ज विहित नमुन्यात पेटंट ऑफिसमध्ये करायला हवा. शोधकर्त्याने अर्जामध्ये निवेदन करायला हवे, की तो सदर शोधाचा पहिला आणि खरा शोधकर्ता आहे आणि सदर शोध त्याच्याच ताब्यात आहे. (कलम ७) शोधकर्त्याच्या अभिहस्तांकितीने अथवा कायदेशीर वारसाने पेटंटसाठी अर्ज केल्यास, त्याने त्याबाबतचा पुरावा सादर केला पाहिजे. पेटंटसाठी शोधकर्ता एकट्याच्या नावाने अथवा अन्य कोणी इसमाच्या संयुक्त नावानेही अर्ज करू शकतो. फर्म, कंपनी इ. च्या नावानेही पेटंटचा अर्ज करता येतो.

पेटंटच्या अर्जासोबत शोधकर्त्याने शोधाचा तात्पुरता (provisional) किंवा संपूर्ण (complete) तपशील द्यायला हवा. अर्ज दाखल करताना शोधाचा तात्पुरता तपशील दिला असल्यास तेव्हापासून १२ महिन्यांत संपूर्ण तपशील सादर करायला हवा. अन्यथा, तो अर्ज रद्दबातल ठरतो.

शोधाचा तपशील म्हणजेच शोधाचे संपूर्ण वर्णन आणि त्याची सुरुवात

शीर्षकाने व्हावी. शीर्षक हे शोधाच्या विषयाबद्दल पुरेसे सूचक असावे. शोधाच्या तपशिलात खालील बाबी असणे अपेक्षित आहे-

अ) शोधाचे पूर्ण वर्णन, त्याची कृती, त्याचा उपयोग आणि त्याच्या वापराची पद्धत.

ब) शोध वापरण्याची सर्वात चांगली पद्धत.

क) ज्यासाठी पेटंटचा अधिकार मिळवायचा आहे, त्या शोधाची व्याप्ती स्पष्ट करणारा दावा.

प्रथम पसंती (first come first served) तत्त्वाने पेटंट दिले जात असल्याने पेटंटच्या अर्जाच्या तारखेला महत्त्व आहे; परंतु, शोधाविषयी संपूर्ण तपशील सादर करणेही आवश्यक आहे. अर्ज उशिरा करणे किंवा संपूर्ण तपशील वेळेत सादर न करणे या कारणाने त्या शोधासाठी अगोदर दावा करणाऱ्या अन्य कोणास त्या शोधाचे पेटंट मिळू शकते. दि. २० जुलै २००७ पासून भारतीय पेटंट कार्यालयाने पेटंट अर्ज करण्यासाठी online व्यवस्था निर्माण केली आहे.

२) अर्जाची छाननी व अहवाल (कलम ११ अ ते १३) : संपूर्ण तपशील प्राप्त झालेला अर्ज तपशिलासह पेटंट नियंत्रक (controller) पेटंट परीक्षकाकडे (examiner) विचारार्थ पाठवितात. परीक्षकाने अर्ज व तपशील तपासून खालील बाबींसंबंधी अहवाल करायचा असतो.

अ) पेटंटचा अर्ज व त्यासोबतचा संपूर्ण तपशील पेटंट कायदा व पेटंट अधिनियमांच्या तरतुदींनुसार आहे का?

ब) पेटंट कायद्यानुसार अर्ज केलेल्या शोधाला पेटंट देण्यासाठी काही कायदेशीर आक्षेप आहेत का?

क) परीक्षकाने कलम १३ नुसार केलेल्या तपासाचा अहवाल.

ड) नियंत्रकाने नमूद केलेल्या आणखी बाबींविषयी परीक्षकाने असा अहवाल त्याच्याकडे अर्ज व तपशील प्राप्त झाल्यानंतर १८ महिन्यांत देणे अपेक्षित आहे.

थोडक्यात, पेटंटच्या अर्जाची वैधता तपासण्याची जबाबदारी परीक्षकावर टाकण्यात आली आहे. ही वैधता दोन प्रकारची अपेक्षित आहे-

अ) **औपचारिक तपासणी** (Formal Examination) : यात कायद्याच्या तरतुदी व प्रक्रिया/पद्धतीनुसार अर्ज केला आहे का नाही, हे तपासले जाते.

ब) **वस्तुस्थिती/सार तपासणी** (Substantive Examination) : ज्यासाठी पेटंटचा अर्ज करण्यात आला आहे तो खरोखर शोध आहे का? आणि कायद्यानुसार शोधाचा तपशील सादर केला आहे का? परीक्षकाने अशी तपासणी करताना खालील चार बाबींचा शोध घ्यायला हवा. –

१) शोधाचा यापूर्वी वापर झाला आहे का?

२) शोधासाठी यापूर्वी अन्य कोणी दावा केला आहे का?

३) यापूर्वी शोध प्रसिद्ध/प्रकाशित झाला आहे का?

४) यापूर्वी शोधाचा सार्वजनिक उपयोग होतोय का?

परीक्षकाने अहवाल देण्यापूर्वी 'शोध' या व्याख्येत बसण्यासाठी आवश्यक असणाऱ्या नावीन्य आणि उपयोगिता या दोन कसोट्याही लावल्या पाहिजेत. भारतातील सर्वमान्य मानकानुसार (National standards) शोधात नावीन्य आहे, ते सहजासहजी लक्षात येणारे नाही. जे अस्तित्वात आहे त्याचाच शोध घेतलेला नाही तर शोध लावला आहे आणि या शोधाचा वाणिज्य तत्त्वावर उपयोग करण्याची शक्यता आहे याची तपासणी करून नियंत्रकाकडे अहवाल सादर करायचा असतो.

३) अहवालानंतर अर्जस्वीकृती : परीक्षकाचा अहवाल नियंत्रकाने विचारात घ्यावा. हा अहवाल शोधकर्त्या अर्जदाराच्या विरोधी असेल किंवा कायद्याची पूर्तता करण्याच्या दृष्टीने अर्जात बदल करणे अपेक्षित असेल किंवा शोधाच्या तपशिलात बदल अपेक्षित असेल तर नियंत्रकाने या अहवालाचे संक्षिप्त सार अर्जदारास कळविले पाहिजे. अर्जदाराने विनंती केल्यास त्याला आपले म्हणणे मांडण्याची संधी दिली पाहिजे. त्याशिवाय अर्जाची नस्ती (File) बंद करता येत नाही. अर्थात अर्ज नाकारायचा अधिकार नियंत्रकास कायद्याने दिलेला आहे. ज्यासाठी अर्ज केला आहे, तो शोधच नाही, अशी नियंत्रकाची खात्री पटली तर तो अर्ज नाकारू शकतो. वरील बाबींचा अपवाद वगळता परीक्षकांच्या अहवालानंतर नियंत्रक पेटंटचा अर्ज स्वीकारतो (कलम २२).

४) राजपत्रात जाहिरात : नियंत्रकाने पेटंटचा अर्ज व संपूर्ण तपशील स्वीकारल्यानंतर त्या अर्थाची नोटीस अर्जकर्त्यास दिली जाते. तसेच शोधाचा तपशील स्वीकारला असल्याचे शासकीय राजपत्रातून (official gazatte) प्रसिद्ध केले जाते; अशा जाहिरातीनंतर पेटंटचा अर्ज व शोधाचा संपूर्ण तपशील त्यातील नकाशा/चित्रांसह लोकांच्या तपासणीसाठी उपलब्ध करून दिला जातो. ही जाहिरात प्रसिद्ध झाल्यापासून अर्जदारास पेटंटधारकाचे हक्क प्राप्त होतात. (केवळ पेटंटचे उल्लंघन केल्याचा दावा करता येत नाही.) समाजातून कोणीही अशा शोधाच्या दाव्यास हरकत घेऊ शकतो.

५) पेटंटच्या दाव्यास हरकत : शासकीय राजपत्रात शोधाचा स्वीकार केल्याचे व त्याचा तपशील जाहीर केल्यानंतर चार महिन्यांत समाजातील कोणीही असे पेटंट देण्यास आपली हरकत नोंदवू शकतो. हरकत नोंदविण्यासाठी कोणतीही फी आकारली जात नाही. अशी हरकत खालील कारणांसाठी असू शकते.

१) अर्जदाराने हरकत घेण्याऱ्या व्यक्ती/संस्थेकडून शोध मिळविला आहे.

२) सदर शोध यापूर्वीच प्रसिद्ध झाला आहे.

३) सदर शोधासाठी यापूर्वीच पेटंटचा अर्ज सादर केला आहे.

४) सदर शोध यापूर्वीच भारतात ज्ञात आहे किंवा त्याचा वापर यापूर्वीच केला जात आहे.

५) शोध अगदी सहजगत्या लक्षात येणारा आहे व त्यात कोणतीही शोध लावण्याची प्रक्रिया नाही.

६) कायद्यात नमूद केल्यानुसार शोधाचा दावा शोध मानला जात नाही किंवा त्यास पेटंट न देण्याची तरतूद आहे.

७) शोधाचा संपूर्ण तपशील शोधाचे किंवा त्याच्या पद्धतीचे स्पष्ट आणि पुरेसे वर्णन करीत नाही.

हरकत घेणाऱ्याने तशी नोटीस कारणांसह पेटंट नियंत्रकास दिली पाहिजे.

पेटंटच्या अर्जास हरकत आल्यानंतर, पेटंट नियंत्रकाने त्याची माहिती शोध अर्जकर्त्यास दिली पाहिजे; तसेच पेटंट अर्जदारास व त्यास हरकत घेणारास आपली बाजू मांडण्याची संधी दिली पाहिजे.

जाहिरातीला आलेली हरकत योग्य असल्याची पेटंट नियंत्रकाची खात्री झाली तर पेटंट अर्जदाराचा अर्ज नाकारला जातो. हरकत घेणाऱ्याने सदर शोध आपला स्वत:चा आहे हे सिद्ध केल्यास व पेटंटसाठी अर्ज केल्यास त्याला पेटंटचा अधिकार दिला जातो. अर्जदाराने आवश्यक ती अधिक माहिती व पुरावे सादर करून शोध आपलाच असल्याचे सिद्ध केल्यास हरकत फेटाळली जाते.

६) शोधकर्त्याचे नाव पेटंट नोंदवहीत (Register) **दाखल करणे** : पेटंटचा अर्ज स्वीकारण्याची व संपूर्ण तपशील मिळाल्याची जाहिरात राजपत्रात प्रसिद्ध झाल्यानंतर दोन महिन्यांच्या आत पेटंट अर्जदाराने आपले नाव पेटंट नोंदवहीत नोंदले जावे, असा अर्ज पेटंट नियंत्रकाकडे केला तर नियंत्रक त्याचे नाव नोंदवहीत समाविष्ट करतो. नाव नोंदवहीत नोंदविले याचा अर्थ असा माणूस हा त्या शोधाचा कर्ता आहे आणि त्याने पेटंटसाठी केलेला अर्ज हा शोधकर्ता म्हणून केलेला आहे असा होतो. नोंदवहीत नाव आल्यास अर्जदारास कोणतेही विशेष अधिकार मिळत नाहीत किंवा त्याचे पेटंटसंबंधी कोणतेही अधिकार कमी होत नाहीत.

७) पेटंट प्रदान करणे (Granting of Patent)

१) पेटंटची जाहिरात शासकीय राजपत्रात प्रकाशित झाल्यानंतर त्यावर कोणाची हरकत आली नाही किंवा हरकतीसाठी असलेली मुदत संपली, किंवा

२) हरकत घेण्यात आली परंतु तिचा निकाल शोधकर्त्याच्या बाजूने लागला किंवा

३) पेटंट नियंत्रकाला असलेल्या अधिकारात पेटंटचा अर्ज फेटाळण्यात आला नाही तर, शोधकर्त्याच्या विहित नमुन्यातील अर्जानुसार त्याला पेटंट दिले जाते. संयुक्तरीत्या अर्ज केला असेल तर शोधकर्त्यांना संयुक्त पेटंट दिले

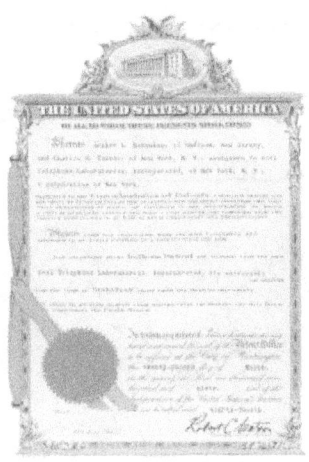

THE UNITED STATES OF AMERICA

जाते. सदर पेटंटवर पेटंट कार्यालयाची मोहोर (seal) उमटवली जाते आणि मोहोर उठविल्याची तारीख पेटंट रजिस्टरमध्ये नोंदविली जाते. पेटंट प्रदान केल्याचे पेटंट ऑफिसच्या ऑफिशियल जरनलमध्ये प्रकाशित केले जाते. त्यानंतर १२ महिन्यांच्या कालावधीत सदर पेटंटमध्ये स्वारस्य असणारा कोणीही आवश्यक ती फी भरून सदर पेटंटला हरकत घेऊ शकतो.

पेटंटचा अर्ज केल्यापासून पेटंट प्रदान करण्यापर्यंत सर्व प्रक्रिया करण्यास कालावधी लागतो. त्यामुळे पेटंटवर मोहोर उमटविण्याची तारीख कोणतीही असो, पेटंटचा अधिकार हा शोधकर्त्याने पेटंट मिळविण्यासाठी केलेल्या अर्जाच्या तारखेपासून त्याला मिळतो. पेटंटच्या अधिकाराचे उल्लंघन (infringement) कोणी केल्यास शोधकर्ता अर्जाच्या तारखेपासून कायदेशीर कारवाई करू शकतो.

पेटंट मिळविण्याच्या पायऱ्या दर्शविणारा तक्ता.

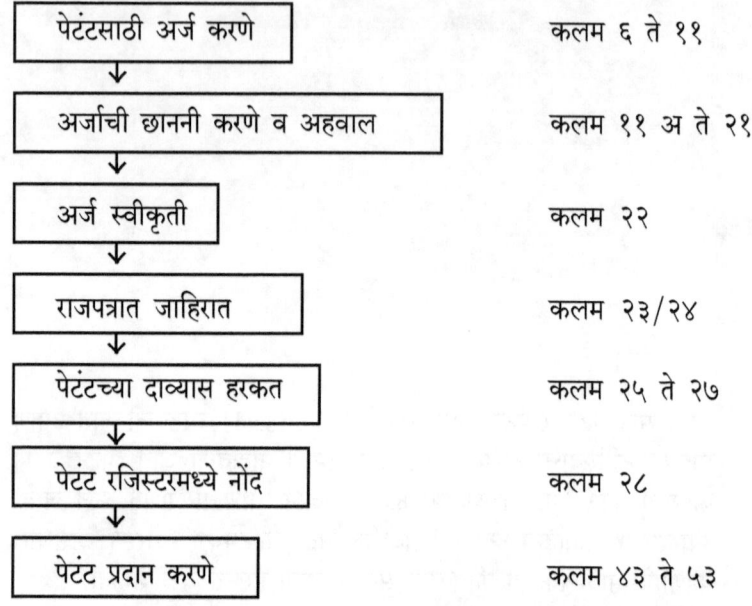

पेटंटसाठी अर्ज करणे	कलम ६ ते ११
अर्जाची छाननी करणे व अहवाल	कलम ११ अ ते २१
अर्ज स्वीकृती	कलम २२
राजपत्रात जाहिरात	कलम २३/२४
पेटंटच्या दाव्यास हरकत	कलम २५ ते २७
पेटंट रजिस्टरमध्ये नोंद	कलम २८
पेटंट प्रदान करणे	कलम ४३ ते ५३

सदर कायद्यानुसार मिळालेले पेटंट हे विहित नमुन्यात असते आणि ते संपूर्ण भारतात लागू असते. प्रत्येक पेटंट हे एकाच शोधासाठी असते. त्यामुळे एकापेक्षा जास्त शोधासाठी पेटंट मिळाले असल्याचा दावा पेटंटधारक करू शकत नाही.

a) पेटंटसाठी अर्ज केल्यानंतर पेटंट मिळेपर्यंतच्या कालावधीत अर्जदार आपल्या उत्पादनावर 'patent pending' किंवा 'patent applied for' असे लिहून समाजाला सूचना देऊ शकतो. ही केवळ समाजास दिलेली माहिती आहे, त्याला कायदेशीर महत्त्व नाही. अर्थात् अर्ज न करताच असे लिहिणे मात्र पेटंट कायद्याने निषिद्ध केलेले आहे.

b) पेटंटमुळे मिळणारे संरक्षण हा क्षेत्रीय अधिकार आहे आणि म्हणून भारतीय पेटंट कायद्यानुसार नोंदणी केलेल्या पेटंटचा अधिकार भारतीय सीमांपुरताच मर्यादित राहतो; परंतु, भारतात पेटंटसाठी अर्ज केल्यानंतर १२ महिन्यांच्या आत अर्जदार पेटंट मिळविण्यासाठी अन्य देशांतही अर्ज करू शकतो. थोडक्यात, कोणतेही पेटंट हे जागतिक स्तरावर आपोआप होत नाही. ज्या ज्या देशात पेटंटचे संरक्षण हवे असेल त्या त्या प्रत्येक देशात आपल्या शोधासाठी अर्जदाराने स्वतंत्रपणे अर्ज करणे आवश्यक आहे. 'पेटंट को–ऑपरेशन ट्रीटी' नावाचा एक करार जगातील काही देशांनी केला आहे. भारतही या कराराचा एक सदस्य देश आहे. या करारानुसार

पेटंटसाठी 'पीसीटी अर्ज' म्हणजे आंतरराष्ट्रीय पेटंटचा अर्ज भारतातील कोलकाता, मुंबई, चेन्नई व दिल्ली या कोणत्याही एका पेटंट ऑफिसमध्ये करता येतो.

पेटंटचा कालावधी

ज्या शोधाचे सार हे अन्नपदार्थ, औषध किंवा औषधी द्रव्य म्हणून वापरता येणारे असेल अशा शोधाचे पेटंट हे प्रदान केल्यापासून ५ वर्षे किंवा पेटंटचा अर्ज केल्यापासून ७ वर्षे (जो कालावधी कमी असेल) इतक्या काळासाठी लागू (valid) असते; इतर सर्व शोधांसाठी हा कालावधी २० वर्षांचा असतो.

पेटंटच्या कालावधीसाठी पेटंट वैध राहण्याकरिता पेटंटधारकाने 'renewal fee' भरणे आवश्यक आहे. ह्या फीच्या रकमेचा तपशील पेटंट कायद्याच्या परिशिष्ट १ मध्ये दिला आहे. पेटंट मिळाल्यापासून पहिली दोन वर्षे अशी फी भरावी लागत नाही. तिसऱ्या वर्षापासून फी भरणे आवश्यक आहे. फी न भरल्यास पेटंट आपोआप रद्द होते. दरवर्षी फी भरण्याऐवजी एकदम एकत्रित (lumpsum) फी भरण्याचीही सोय कायद्यात आहे. फी न भरल्यामुळे रद्द झालेल्या पेटंटचे पुनरुज्जीवन (restore) करता येते. पेटंट रद्द झाल्याच्या तारखेपासून १८ महिन्यात पेटंटधारकाने आवश्यक त्या फीसह पेटंट पुनरुज्जीवन (restore) करण्यासाठी अर्ज करायला हवा.

६.७ कॉपीराइट – लेखाधिकार (Copyrights)

लेखकाची लेखनकृती व कलाकाराची कलाकृती हे त्यांच्या कलेचे, कल्पकतेचे किंवा बौद्धिक योगदानाचे मूर्त स्वरूप असते, अभिव्यक्ती असते. त्या लेखनकृती व कलाकृती सुरक्षित राखण्याच्या दृष्टीने त्या लेखकाला अथवा कलाकाराला कायद्याने दिलेला अधिकार म्हणजे कॉपीराइट! यात काव्य, कथा, कादंबऱ्या, नाटके, इतर साहित्य, सिनेमा, नृत्य, संगीत, गायन, ध्वनिमुद्रण, चित्र, पेंटिंग्ज, मूर्ती, फोटोग्राफ्स, संगणकाची आज्ञावली (सॉफ्टवेअर), रेडिओ व दूरचित्रवाणीचे प्रसारण इत्यादींचा समावेश करता येईल. प्रकाशित पुस्तकावर© असे चिन्ह आपण पाहतो, ते कॉपीराइट हा अधिकार दाखविते. हा अधिकार ज्याच्याकडे असेल त्याच्या परवानगीशिवाय त्या कलाकृती अथवा लेखनकृतीचे प्रकाशन, विक्री, प्रयोग, उपयोग करता येत नाही. उदा. एखाद्या नाटकाचा प्रयोग करण्यापूर्वी नाटकाच्या लेखकाची/प्रकाशकाची परवानगी घ्यावी लागते किंवा एखाद्या पुस्तकाचे भाषांतर करण्यासाठीही लेखक/ प्रकाशकाची परवानगी घ्यावी लागते. याचे कारण त्या लेखक / प्रकाशकाकडे त्याचे कॉपीराइट्स असतात.

६.७.१ कॉपीराइटचा इतिहास (History of Copyrights Law)

खरे तर जागतिक स्तरावर कायद्याची मान्यता मिळणारा पहिला बौद्धिक संपदा अधिकार म्हणजे 'कॉपीराइट.' आता बहुतेक सर्व देशांत कॉपीराइटविषयक कायदे केलेले आढळतात. भारतात कॉपीराइट कायद्याचा धावता इतिहास पुढीलप्रमाणे मांडता येईल.

भारतातील कॉपीराइट कायद्याला जवळपास १५० वर्षांचा इतिहास आहे. ईस्ट इंडिया कंपनीच्या काळात १८४७ मध्ये कॉपीराइटसंबंधी पहिला कायदा झाला. लेखकाच्या हयातीत तसेच त्याच्या मृत्यूनंतर ७ वर्षे इतक्या काळासाठी या कायद्याने लेखकाला कॉपीराइट दिला होता. अर्थात, जास्तीत जास्त ४२ वर्षे इतकी कॉपीराइटची मुदत कायद्याने निश्चित केली होती. पुस्तकाच्या लेखकाने अथवा त्याच्या मृत्यूनंतर कॉपीराइटधारकाने पुस्तकाच्या प्रकाशनाला परवानगी दिली नाही तर अनिवार्य परवाना (compulsory licence) देऊन ते पुस्तक प्रकाशित करण्याचा अधिकार शासनाकडे होता.

भारतात १९१४ मध्ये नवीन कॉपीराइट कायदा पास झाला. इंग्लंडमधील १९११ च्या कॉपीराइट कायद्यातील बरीचशी कलमे सदर कायद्यात समाविष्ट केलेली होती. दोन तरतुदी मात्र भिन्न होत्या- १) कॉपीराइटचे उल्लंघन केल्यास फौजदारी उपाय समाविष्ट करण्यात आले आणि २) कोणत्याही साहित्याचे भाषांतर करणे, ते प्रसिद्ध करणे किंवा त्याचे पुनर्मुद्रण करणे यासाठीचा कॉपीराइट दहा वर्षे कालावधीचा ठरविला होता.

स्वातंत्र्यानंतर १९५७ साली नवीन कॉपीराइट कायदा पास करून १९१४ चा कायदा रद्द करण्यात आला. १९५७ च्या कायद्यात १९८३, १९९४ व १९९९ मध्ये मोठे बदल करण्यात आले. १९९४ साली केलेल्या दुरुस्त्यांमध्ये प्रामुख्याने खालील बाबींचा समावेश होता-

१) कॉपीराइटचा कालावधी वाढवून ६० वर्षे केला.
२) संगणकाची आज्ञावली (computer programmes) आणि सादरीकरण (performance) यांसारख्या नव्या कृतींचा समावेश झाला.
३) 'कम्युनिकेशन टू द पब्लिक' याचा अर्थ विस्तारून समाजातील कोणत्याही घटकाने ती कला/साहित्यकृती पाहिली, ऐकली किंवा तिचा आस्वाद घेतला असो की नसो असा केला.
४) सार्वजनिक क्षेत्रातील संस्थांची कामे व जाहीर भाषणे यांच्या कॉपीराइटबाबत स्पष्टीकरण देण्यात आले.

१९९९ साली कायद्यात बदल करून आंतरराष्ट्रीय प्रसारणासंबंधी अधिकारांचा समावेश करण्यात आला. तसेच संगणक आज्ञावलीच्या कायदेशीर मार्गाने प्रती करण्यासंबंधी खुलासा केला.

भारत बर्ने परिषद (Berne Convention) या आंतरराष्ट्रीय कॉपीराइट संबंधी कराराचा सदस्य देश आहे. या आंतरराष्ट्रीय कॉपीराइटसंबंधी करारानुसार कॉपीराइटच्या संरक्षणासाठी कॉपीराइटची नोंदणी केलीच पाहिजे, असे बंधन नाही. त्यामुळे भारतात एखादा कॉपीराइट नोंदविला तर त्या कॉपीराइटसाठी आपोआप 'Berne Convention' चे सदस्य असलेल्या देशात संरक्षण मिळते. अर्थात् साहित्यकृती अथवा कलाकृती

निर्मितीची अविवाद्य तारीख मात्र स्पष्ट करायला हवी. उदा. पुस्तकाच्या प्रकाशनाची तारीख.

६.७.२ कॉपीराईट/लेखाधिकाराची वैशिष्ट्ये (Characteristics of Copyright)

कॉपीराईट कायद्याच्या इतिहासात उल्लेख केल्याप्रमाणे ट्रिप्स ठरावाची बंधने पूर्ण करून कॉपीराईट (दुरुस्ती) कायदा १९९९ करण्यात आला. २०१२ मध्ये कायद्यामध्ये सुधारणा केलेली आहे. त्यानुसार कॉपीराईटची वैशिष्ट्ये पुढीलप्रमाणे सांगता येतील–

१) **प्रस्थापित कायद्याची निर्मिती** : सद्य:परिस्थितीतील कायद्यामध्ये स्वामित्व अधिकार उपलब्ध झालेला आहे. याअन्वये कायद्यामध्ये उल्लेख केलेल्या बाबींनाच फक्त कॉपीराइट्स लागू होतात.

२) **बौद्धिक संपदेचे स्वरूप** : बौद्धिक संपदा आणि स्वामित्व अधिकारांमध्ये बुद्धी वापरली जाते; तसेच बुद्धिची गुंतवणूक होते.

३) **एकाधिकार** : स्वामित्व अधिकार हा लेखकाला मिळालेला एकाधिकार असतो. या अधिकाराचे इतरांकडून उल्लंघन केले जात नाही, कारण स्वामित्व अधिकाराला या कायद्यानुसार संरक्षण दिले जाते; जर नियमांचे उल्लंघन झाले तर संबंधितास कारवाई करण्यात येते.

४) **नकारार्थी हक्क** : कॉपीराईट हा नकारार्थी अधिकार वा हक्क म्हणून वापरला जातो. अर्थात, या अधिकारामुळे मूळ निर्मितीची नक्कल करण्यास वा पुनर्निर्मिती करण्यास परावृत्त केलेले आहे.

५) **कॉपीराईटचे उद्दिष्ट** : कॉपीराईटचे उद्दिष्ट हे लेखकाच्या साहित्याला, कलाकृतींना, ध्वनिमुद्रण करणाऱ्यांना नवनिर्मिती करण्यास प्रोत्साहन देणे हा आहे. कायद्याच्या तरतुदींनुसार ठरावीक कालमर्यादेसाठी हक्कांचे संरक्षण करणे, पुनर्निर्मिती, प्रसिद्धी आणि विक्रीसाठी पूर्ण अधिकार दिले जातात.

६) **विविध प्रकारचे अधिकार** : कॉपीराईट हा एकच अधिकार नसतो. एकाच कार्यासाठी विविध अधिकार मिळू शकतात. उदा. लेखकाचे साहित्य वर्तमानपत्र, मासिके, नाट्यरूपांतर, चित्रपट, भाषांतर इ. मध्ये असू शकते. या बाबतीत त्याला वेगवेगळे अधिकार लेखकाला मिळू शकतात.

७) **जवळील हक्क** : कॉपीराईटमध्ये मूळप्रती किंवा कार्यातून उपलब्ध झालेले अधिकार, कार्यक्षमता, ध्वनिमुद्रणाचे हक्क, प्रसरणाचे हक्क हे देखील पुनर्निर्मितीच्या हक्कांइतके महत्त्वाचे असतात. त्यांना 'जवळील हक्क' असे संबोधले जाते.

थोडक्यात, लेखक, कलाकार किंवा निर्मात्याला त्यांच्या विकासासाठी ह्या कायद्यान्वये संरक्षण मिळते. या कायद्याच्या तरतुदीनुसार कोणीही व्यक्ती म्हणजे तो

एखाद्या कलाकृतीचा निर्माता असेल तो आपल्या कामाचा भाग आंतरराष्ट्रीय पातळीवर विकू शकतो. एखादी व्यक्ती त्याचे अधिकार दुसऱ्या व्यक्तीस हस्तांतरित करू शकतात. अथवा विकू शकतात. कलाकृती अथवा केलेले कार्य जनतेसमोर प्रमाणाने सिद्ध करणे शक्य आहे.

कॉपीराईट कायद्यानुसार त्याची इतर वैशिष्ट्ये खालीलप्रमाणे सांगता येतील :

१) प्रत्येक कार्याची अथवा साहित्याची अथवा निर्मितीची अथवा कलाकृतीची कायद्याच्या तरतुदींनुसार नोंदणी होणे आवश्यक आहे.

२) या कायद्यांतर्गत मालकी हक्कांबाबत आपोआप तक्रार निवारण होते.

३) कायद्यानुसार, मूळ मालक त्याच्या स्वत:च्या निर्मितीबाबतचा कायदा कमीत कमी साधन उपलब्धतेमध्ये निवडू शकतो..

४) नोंदणीकृत कार्य जागतिक पातळीवर बाजारपेठेमध्ये उपलब्ध करता येऊ शकते.

६.७.३ कॉपीराईट धारक आणि त्याचे अधिकार (Rights of Copyright Holder)

अ. कॉपीराइट कशासाठी मिळू शकतो?

एखादी माहिती, कल्पना, विचार, तत्त्व, शोध, पद्धत, प्रक्रिया किंवा व्यवस्था कोणत्याही स्वरूपात वर्णन करणे, स्पष्ट करणे, उद्धृत करणे किंवा दृश्य स्वरूपात प्रकट करणे यासाठी कॉपीराइट मिळू शकतो. दुसऱ्या भाषेत सांगायचे तर कॉपीराइट हा अधिकार माहिती, कल्पना, विचार, तत्त्व, पद्धत, प्रक्रिया इत्यादींसाठी नाही तर त्याच्या प्रगटीकरणाच्या दृश्य स्वरूपास आहे. हे प्रगटीकरण सामान्यत: पुढील नऊ प्रकारांनी होत असते.

१) साहित्यकृती उदा. कथा, कादंबरी, नाटक, ललित लेख इत्यादी.

२) सांगीतिक कृती (त्यात येणाऱ्या शब्दांसह) उदा. गायन, वादन इ.

३) नाट्यकृती (त्यात येणाऱ्या संगीतासह)

४) कलाकृती जसे की - चित्र, पेंटिंग्ज, आलेख, तसेच मूर्ती, कृती यात रंगयोजना तसेच मुळाक्षरांची अथवा इतर कशाचीही वैशिष्ट्यपूर्ण रचना, लेआऊट यांचा समावेश होतो. उदा रविवर्मा किंवा एम. एफ. हुसेन यांची चित्रे.

५) चलत्चित्रण व इतर दृक्श्राव्य कृती.

६) ध्वनिमुद्रण

७) वास्तुरचना कृती आणि

८) फॅन्टोमाईम्स आणि कोरिओग्राफीक वर्कस्

९) संगणकाची आज्ञावली

उदाहरण सांगायचे तर देशभक्ती या कल्पनेस कॉपीराइट मिळणार नाही पण

ती ज्या कथेत, नाटकात, कादंबरीत, चित्रात, गीतात, सिनेमात प्रकट झाली असेल, त्या कथेस, नाटकास, कादंबरीस कॉपीराइट मिळू शकतो.

साहित्यकृतीला कॉपीराइट मिळविण्यासाठी प्रामुख्याने चार गोष्टी महत्त्वाच्या आहेत.

१) सदर कृतीचा विषय

२) ती कृती लिखित स्वरूपात असणे

३) लिहिण्याची भाषा

४) *त्यातील मूलगामिता (originality) अर्थात् हे मूलगामीपण संकल्पनेत असायला हवे असे नाही, तर त्याच्या प्रगटीकरणात, सादरीकरणात, मांडणीत, लेखनात हवे. त्याची नक्कल केलेली नसावी. त्यामुळे प्रबंध, आध्यात्मिक गुरूंनी लिहिलेले विचार, शब्दकोश, परीक्षांच्या प्रश्नपत्रिका, लॉ रिपोर्ट्स व इतर केस रिपोर्ट्सच्या मथळ्यातील टीपा किंवा इतिहासाच्या पुस्तकातील घटनांचे विश्लेषण व मांडणी यांनाही कॉपीराइट मिळालेले आहेत. उदा. रवींद्रनाथ टागोर किंवा कुसुमाग्रजांच्या साहित्यकृती.*

नाट्यकृतींमध्ये खालील बाबींचा समावेश केला जातो.

१) लिखित स्वरूपातील संवादांचे तुकडे.

२) मूक प्रयोगातील कोरिओग्राफिक वर्क किंवा मनोरंजन.

३) एखाद्या देखाव्याची रचना किंवा अभिनय. उदा. राम गणेश गडकरी, विजय तेंडुलकर यांची नाटके, एकपात्री प्रयोग इ.

सांगीतिक कृतींमध्ये संगीताबरोबरच त्या कृतीचे आलेखीय लेखनही (graphical notation) समाविष्ट होते; परंतु, त्यातील शब्द, संवाद किंवा पद्य यांचा समावेश होत नाही. म्हणूनच एखाद्या कवीने लिहिलेले व एखाद्या संगीतकाराने स्वरबद्ध केलेले आणि एखाद्या कवीने गायलेले काव्य दुसरा कोणीही गायक गाऊ शकतो, त्याला अन्य कोणीही संगीत देऊ शकतो, असे करण्याने कॉपीराइटचे उल्लंघन होत नाही. उदा. पंडित रविशंकर, उस्ताद बिस्मिल्ला खाँ यांचे संगीतातील सादरीकरण.

कॉपीराइट मिळण्यासाठी ती कलाकृती/साहित्यकृती कर्त्याची स्वत:ची नवीन असावी, दुसऱ्याची नक्कल केलेली नसावी. त्या कलाकृतीची नोंदणी केली नसली तरी कर्त्याचा कॉपीराइट अधिकार बाधित होत नाही. त्या कृतीत कर्त्याने स्वत:चे श्रम व कौशल्य वापरलेले असायला हवे. हा अधिकार कायद्याने दिलेला असल्याने त्याचे उल्लंघन झाल्यास भरपाईसाठी कायदेशीर मार्ग अवलंबावा लागतो.

ब. कॉपीराइट देण्यामागे हेतू काय?

साहित्यकृती अथवा कलाकृती निर्माण करणारा कर्ता वास्तविक स्वत:च्या आनंदासाठी ती कृती निर्माण करतो. त्यासाठी स्वत:चा वेळ, श्रम, कौशल्य, पैसा खर्च करतो. त्या कृतीची नक्कल किंवा प्रतिकृती करून अन्य कोणीतरी मूळ

कर्त्याला डावलून आर्थिक व अन्य लाभ मिळवू नयेत व त्या कृतीचे आर्थिक व अन्य लाभ मूळ कर्त्यासच मिळावे हा अतिशय योग्य हेतू कॉपीराइट देण्यामागे आहे.

कोणत्याही समाजाच्या संस्कृतीचा मापदंड म्हणजे त्या समाजातील साहित्य व कला यातील उत्कृष्टता! सुसंस्कृत, स्थिर व शांत समाजाशिवाय उत्कृष्ट साहित्य व कलाविष्कार होऊच शकत नाहीत; त्यामुळे अशा उत्तम साहित्य व कलाकृतींच्या कर्त्यांना संरक्षण दिल्याने समाजाची संस्कृती विकसित होण्यात मोठे योगदान होते.

थोडक्यात, साहित्य व कलाकृती निर्माण करणाऱ्या कर्त्यास प्रोत्साहन मिळावे, त्या कृतींची चोरी/नक्कल करणाऱ्यास शासन व्हावे व अशा अनेक उत्तम कृती निर्माण होऊन समाजाचा सांस्कृतिक स्तर उंचावण्याचा प्रयत्न व्हावा या हेतूंनी कॉपीराइट देण्याची प्रथा आहे.

क. कॉपीराइटमध्ये कोणते अधिकार मिळतात?

कॉपीराइटधारकास खालील गोष्टी करण्याचा किंवा न करण्याचा एकाधिकार कायद्याने प्राप्त होतो –

अ) साहित्यिक किंवा सांगीतिक कृतींबाबत –

१) त्या कृतींचे पुनर्निर्माण किंवा पुन:सादरीकरण तसेच इलेक्ट्रॉनिक साधनांसह सर्व साधनांत त्या कृतींची साठवणूक.
२) त्या कृतींच्या प्रती करणे.
३) समाजात त्या कृतींचे सादरीकरण.
४) सदर कृतींचे चित्रफितीकरण किंवा ध्वनिमुद्रण.
५) सदर कृतीत बदल करणे.

ब) संगणकाच्या आज्ञावलीबाबत (Computer Programme)

संगणकाची आज्ञावली हीसुद्धा कॉपीराइटसाठी पात्र कृती आहे. ती तयार करणाऱ्यास वर (अ) मध्ये नमूद केलेले सर्व अधिकार मिळतातच, शिवाय अशा आज्ञावलींच्या प्रती करून विकण्याचा किंवा त्या प्रती व्यापारी तत्त्वावर भाड्याने देण्याचाही हक्क प्राप्त होतो.

क) कलाकृतींबाबत

१) सदर कलाकृतीचे पुनर्निर्माण किंवा द्विमिती/त्रिमितीसह सर्व प्रकारांत सादरीकरण.
२) सदर कलाकृतीच्या संगणकीकृत आवृत्त्यांची विक्री किंवा त्या भाड्याने देणे.
३) सदर कलाकृतींच्या प्रती समाजास उपलब्ध करून देणे.
४) सदर कलाकृतींचा चित्रीकरणात समावेश करणे.
५) कलाकृतीत बदल करणे.

ड) चित्रफितीबाबत

१) चित्रफितीतील एखाद्या ध्वनीसह संपूर्ण चित्रफितीच्या प्रती करणे.

२) चित्रफितीच्या प्रती विकणे किंवा भाड्याने देणे.

३) चित्रफित समाजापर्यंत पोहोचविणे.

इ) ध्वनिमुद्रणाबाबत

१) सदर ध्वनिमुद्रित कृतीचा अन्य ध्वनिमुद्रणात वापर.

२) सदर कृती समाजासाठी उपलब्ध करून देणे.

३) सदर कृती विकणे किंवा भाड्याने देणे.

फ) संगणकाचे सॉफ्टवेअर

या कॉपीराइटमध्ये खालील अधिकार मिळतात.

१) सदर सॉफ्टवेअरचा साहित्य कृतीत, नाटकात, कलाकृतीत किंवा संगीतात वापर करणे.

२) अभियांत्रिकी संकल्पचित्रात वापर करणे.

३) खेळात वापर करणे.

थोडक्यात कलाकृती निर्माण करणाऱ्याला कायद्याने दिलेला एकाधिकार म्हणजे कॉपीराइट होय. या अधिकाराने कलाकृतीचा निर्माता त्या कृतीच्या प्रती करणे अथवा न करणे, त्या कृतीचा अन्य ठिकाणी व अन्य कारणांसाठी वापर करणे, तिच्या प्रती भाड्याने देणे अशा गोष्टी करू शकतो व अन्य कोणासही त्या करण्यापासून रोखू शकतो.

ड. कॉपीराइटधारकाचे अन्य अधिकार कोणते?

कॉपीराइटधारकाला कायद्याने आणखी अधिकार दिलेले आहेत. ते पुढीलप्रमाणे–

१) राईट ऑफ असाईनमेंट (अभिहस्तांकनाचा अधिकार) : कॉपीराइट प्राप्तकर्ता आपले सर्व अधिकार किंवा मर्यादित अधिकार दुसऱ्या व्यक्तीस ते कायमचे किंवा मर्यादित काळासाठी वर्ग करू शकतो. असाईनमेंट ऑफ कॉपीराइट हे लिखित स्वरूपात असायला हवेत. कायद्याच्या दृष्टीने तोंडी असाईनमेंट देणे पुरेसे नाही. त्यात कोणती कृती, कोणते हक्क आणि किती काळासाठी असाईन केले याचा स्पष्ट उल्लेख हवा. त्या बदल्यात काही रॉयल्टी देण्याची असल्यास त्या रकमेचा उल्लेख हवा.

२) राईट टू रेलीन्क्वीश कॉपीराइट (सोडून देण्याचा अधिकार): रजिस्टार ऑफ कॉपीराइट्स यांना नोटीस देऊन कॉपीराइटधारक कर्ता आपले अधिकार रेलीन्क्वीश करू शकतो व ती कलाकृती/साहित्यकृती समाजासाठी मोकळी/ खुली करून देऊ शकतो.

३) **परवाना देण्याचा अधिकार** : कॉपीराइटधारक कर्ता आपल्या साहित्यकृती अथवा कलाकृतींसंबंधी हक्क लिखित स्वरूपात अन्य कोणासही परवाना देऊन वर्ग करू शकतो. अर्थात्, त्यात त्याची मुदत, रॉयल्टी, स्वरूप इत्यादींचा उल्लेख करून कर्त्याची त्यावर सही हवी.

४) सादरीकरणाचा अधिकार.

५) रजिस्टर ऑफ कॉपीराइटमध्ये नाव नोंदविण्याचा अधिकार

६) **लेखकाचा विशेष अधिकार** – साहित्यकृतीच्या पालकत्वाचा विशेष अधिकार लेखकाला आहे. म्हणजेच सदर लेखकाला ती साहित्यकृती आपली आहे; हे जाहीर करण्याचा व जाहीर करून घेण्याचा अधिकार आहे. तसेच त्या साहित्यकृतीचे विकृतीकरण व त्यात बदल रोखण्याचा व त्यापोटी नुकसानभरपाई मागण्याचा अधिकारही त्याला कायद्याने दिला आहे.

७) चित्र, पेंटिंग, मूर्ती किंवा साहित्यकृतीचे मूळ हस्तलिखित तसेच संगीत कृतीची पुनर्विक्री रु. १०,०००/– पेक्षा जास्त किमतीस झाली तर त्यात हिस्सा मागण्याचा अधिकार मूळ कॉपीराइटधारकास आहे.

८) साहित्य अथवा कलाकृतीचा कॉपीराइट भंग करून कोणी त्याच्या प्रती केल्या तर अशा प्रतींचा ताबा मिळविणे व विकलेल्या प्रतींची किंमत वसूल करणे हे अधिकार कॉपीराइटधारकास आहेत.

९) कॉपीराइटचा भंग करणाऱ्याविरुद्ध कायदेशीर कारवाई करण्याचाही अधिकार कॉपीराइटधारकास आहे.

६.७.४ कॉपीराइटचा कालावधी (Terms of Copyrights)

कायद्याने प्रत्येक प्रकारच्या कॉपीराइटचा कालावधी निश्चित केला आहे; तो पुढीलप्रमाणे –

१) साहित्यकृती, नाट्यकृती, संगीतकृती व कलाकृती संबंधाने हा कालावधी कर्त्याच्या मृत्यूनंतरच्या पुढच्या साठ कॅलेंडर वर्षांपर्यंत आहे. उदा. म. गांधींच्या मृत्यूला ऑक्टोबर २००८ मध्ये साठ वर्षे पूर्ण झाली; म्हणून त्यानंतर त्यांच्या साहित्याचे अधिकार नवजीवन संस्थेकडे होते ते आता संपले आणि ते साहित्य समाजासाठी मुक्त झाले.

२) कर्ता माहीत नसलेल्या किंवा बेनामी कर्ता असलेल्या साहित्य/कलाकृतींचा कॉपीराइट ती कलाकृती प्रथम प्रकाशित/प्रदर्शित झाल्यापासून ६० वर्षांपर्यंत राहतो.

३) साहित्य/कलाकृतीच्या कर्त्याच्या मृत्यूनंतर प्रकाशित/प्रदर्शित झालेल्या कृतीचा कॉपीराइट ती कलाकृती प्रकाशित/प्रदर्शित झाल्यापासून ६० वर्षे असतो.

४) फोटोग्राफ्सचा कॉपीराइटही ६० वर्षे असतो.

५) सिनेमा, व्हिडीओ फिल्म, दूरदर्शनवरील मालिका किंवा माहितीपट यांचा कॉपीराइट ६० वर्षे आहे.

६) ध्वनिमुद्रणाच्या कृतीचा कॉपीराइट ६० वर्षे आहे.

७) शासकीय तसेच सार्वजनिक व आंतरराष्ट्रीय संघटना/संस्थांच्या कृतीचा कॉपीराइटही प्रथम प्रदर्शनानंतर ६० वर्षे कालावधीचा आहे.

कॉपीराइटचे उल्लंघन म्हणजे काय?

कॉपीराइटधारकास कॉपीराइट कायद्याने काही अधिकार दिले आहेत. ते वर नमूद केले आहेत. उदा. पुनर्मुद्रण, प्रती करणे इ. अशा गोष्टी अधिकार नसताना करणे म्हणजे कॉपीराइटचे उल्लंघन करणे होय. कॉपीराइटधारक किंवा रजिस्ट्रार ऑफ कॉपीराइट यांच्या परवानाशिवाय (licence) -

१) कॉपीराइटधारकाच्या एकाधिकारातील एखादी गोष्ट करणे.

२) सदर कलाकृती/साहित्यकृतीचे सार्वजनिकरीत्या सादरीकरण करणे.

३) सदर कला/साहित्यकृतीची विक्री करणे, भाड्याने देणे किंवा त्याच्या प्रती करणे.

४) व्यापारासाठी सदर कृतीचे वितरण करणे.

यास कॉपीराइटचे उल्लंघन म्हणता येईल. अर्थात्, साहित्य/कलाकृतीचे उल्लंघन झाले आहे असा दावा करताना अशी कृती व कॉपीराइट प्राप्त कृती यात प्रचंड साम्य हवे. तसेच कॉपीराइट प्राप्त कृतीच्या नकलेतून नवीन कृती आलेली हवी. सामान्यत: खालील प्रकाराने कॉपीराइटचे उल्लंघन होते. -

१) कोणत्या तरी प्रत्यक्ष स्वरूपात साहित्य/कलाकृतीचे पुनर्निर्माण

२) साहित्यकृतीचे प्रकाशन/पुनर्मुद्रण

३) कलाकृतीचे जाहीर सादरीकरण.

४) साहित्य/कलाकृतीचे भाषांतर किंवा थोडाफार फेरबदल.

कॉपीराइटचे हस्तांतरण

कॉपीराइटचा मालक आपल्या अस्तित्वात असलेल्या कला/साहित्य कृतीचा कॉपीराइट, तसेच भविष्यात तयार होणाऱ्या कला/साहित्यकृतीचा कॉपीराइट खालील प्रकाराने अन्य कोणास वर्ग करू शकतो.

१) संपूर्ण जगासाठी किंवा एका विशिष्ट देशासाठी किंवा एका भूप्रदेशासाठी कॉपीराइटचे हस्तांतरण करणे.

२) कॉपीराइटच्या संपूर्ण कालावधीसाठी किंवा त्यापेक्षा कमी अशा विशिष्ट काळासाठी कॉपीराइट वर्ग करणे.

३) कॉपीराइटने प्राप्त होणारे सर्व अधिकार किंवा त्यापैकी काही विशिष्ट अधिकारच वर्ग करणे.

कॉपीराइटच्या उल्लंघनाविरोधी उपाय कोणते?

कोणताही अधिकार कायद्याने दिला असेल तर त्याच्या उल्लंघनाची शक्यता गृहीत धरून तो कायदा त्यावर उपाययोजनाही सुचवीत असतो. कॉपीराइट कायद्याने कॉपीराइटधारकास काही एकाधिकार दिले आहेत व त्यांचे उल्लंघन झाल्यास अधिकारधारकासाठी उपलब्ध उपाययोजनाही त्यात अंतर्भूत करून ठेवली आहे. ती थोडक्यात पुढीलप्रमाणे –

१) दिवाणी उपाय – यात खालील बाबींचा समावेश करता येईल.

१) कॉपीराइटचे उल्लंघन करणाऱ्यावर मनाई हुकूम बजाविणे.

२) उल्लंघन केल्याने कॉपीराइटधारकाच्या झालेल्या नुकसानीची भरपाई करून देणे.

३) उल्लंघनामुळे झालेल्या नुकसानीचा हिशेब उल्लंघनकर्त्याकडून मागणे तसेच कायदेशीर कारवाईच्या खर्चाची भरपाई वसूल करणे.

कॉपीराइटधारक कोर्टात दावा दाखल करून वरीलप्रमाणे आदेश मिळवू शकतो. जर संयुक्त कॉपीराइटधारक असतील तर ते संयुक्तरीत्या अथवा अलग अलग अशी दिवाणी कारवाई करू शकतात. कॉपीराइटचे उल्लंघन करून निर्माण केलेल्या प्रतींचा ताबा व मालकीही कॉपीराइटधारकास मिळविता येते. असा दावा जिल्हा न्यायालयात दाखल करावा लागतो.

२) फौजदारी उपाय

दिवाणी उपायांशिवाय कॉपीराइट कायद्याने खालील फौजदारी उपायही निहित केले आहेत.

१) जाणीवपूर्वक कॉपीराइटचे उल्लंघन करणे किंवा उल्लंघन करण्याची पैज लावणे, यासाठी किमान ६ महिने व कमाल ३ वर्षांचा तुरुंगवास व किमान रु. ५०,०००/- व कमाल रु. २ लाखांचा दंड.

२) दुसऱ्या किंवा त्यानंतरच्या उल्लंघनासाठी किमान १ वर्ष व कमाल ३ वर्षांची कैद. तसेच किमान १ लाख व कमाल २ लाख रुपयांचा दंड.

३) कॉम्प्युटर प्रोग्रॅमच्या पायरेटेड कॉपीजचा जाणीवपूर्वक वापर करणे – ७ दिवस ते तीन वर्षांपर्यंत कैद व रु. ५०,०००/- ते २ लाखांपर्यंत दंड.

४) कॉपीराइट रजिस्टरमध्ये खोटी नोंद करणे किंवा खोटी नोंद सादर करणे – एका वर्षापर्यंत कैद आणि/किंवा दंड.

५) कॉपीराइट अधिकाऱ्यास फसविण्यासाठी किंवा त्यावर पगडा बसविण्यासाठी खोटी विधाने करणे – एक वर्षापर्यंत कैद व/किंवा दंड.

६) ध्वनिमुद्रण किंवा दृश्य चित्रण प्रसिद्ध करणे – ३ वर्षांपर्यंत कैद आणि दंड.

७) परवानगीशिवाय प्रती करण्यासाठी वापरलेली साधने बाळगणे – दोन वर्षांपर्यंत कैद व दंड.

याशिवाय रजिस्ट्रार ऑफ कॉपीराइट, कॉपीराइट बोर्ड, कॉपीराइट सोसायट्या अशा संस्थात्मक स्तरावरही काही उपाय कॉपीराइटधारकास उपलब्ध आहेत.

६.८ ट्रेडमार्क / व्यापारचिन्ह (Trademark)

६.८.१ ट्रेडमार्कचा इतिहास (History of Trademark)

'ओळखण्याची खूण' किंवा 'वेगळेपण दाखविणारे चिन्ह' या अर्थाने ट्रेडमार्कची मान्यता या ना त्या स्वरूपात अनेक वर्षे सर्वदूर आहे. बौद्धिक संपदा संरक्षणाचा हा प्रकार आठवणीपलीकडच्या काळातून जगात स्वीकारलेला असला तरी त्यात काळाच्या ओघात उत्क्रांती होत गेली आहे.

इंग्लंडमध्ये १२६६चा Bakers Marking Law कदाचित ट्रेडमार्कसंबंधीचा जगातील पहिला कायदा असावा. पावांवर विशेष चिन्ह वापरण्यासंबंधी हा कायदा होता. ट्रेडमार्क कायद्याच्या उल्लंघनाचा पहिला दावा Southern Vs How हा १६१८ मध्ये चालला.

भारतात Trade Mark Act 1940 हा या विषयीचा पहिला कायदा, त्यापूर्वी ट्रेडमार्कची नोंदणी स्वयंप्रमाणित असा जाहीरनामा 'इंडियन रजिस्ट्रेशन अॅक्ट १९०८' खाली नोंदवून केली जात असे. ट्रेडमार्कसंबंधीचे दावे Specific Relief Act 1877 च्या प्रकाशात निकाली काढले जात. Trade Mark Act 1940 हा स्वतंत्र कायदा झाल्यावर त्यातील काही तरतुदी ११/३/१९४० पासून, तर उर्वरित तरतुदी १/६/१९४२ पासून लागू झाल्या. १९४३च्या दुरुस्तीनंतर पूर्वी पेटंट ऑफिस कोलकत्यात असलेली ट्रेडमार्क रजिस्ट्री अलग करून रजिस्ट्रार ऑफ ट्रेडमार्क्स, मुंबई यांच्या अधिपत्याखाली आणली. स्वतंत्र भारतात १९५१ साली या कायद्यात पुन्हा दुरुस्ती करण्यात आली.

१९५३ साली 'ट्रेडमार्क्स एन्क्वायरी कमिटी' नेमण्यात आली. सदर समितीने काही बदल सुचविले; परंतु, समितीतील काही सदस्यांचे वेगळे मत असल्याने त्या समितीच्या शिफारशी अमलात आल्या नाहीत. १९५८ साली Trade and Merchandise Marks Act पारित करण्यात आला. या कायद्यात Trade Marks Act 1940, The Indian Merchandise Marks Act 1889 आणि भारतीय दंडविधानातील (Indian Penal Code) ट्रेडमार्कसंबंधी तरतुदी यांचे एकत्रीकरण केलेले दिसते. नोव्हेंबर १९५९ पासून हा नवीन कायदा लागू झाला. त्यानंतर १९६०च्या दुरुस्ती कायद्याने तसेच १९७०च्या पेटंट कायद्याने या कायद्यात काही बदल झाले.

व्यापारातील बदल, जागतिकीकरणाचे वाढते व जलद परिणाम, गुंतवणुकीचे प्रवाह वाढण्याची आवश्यकता व शक्यता, तंत्रज्ञानाच्या हस्तांतरणाची गरज आणि ट्रेडमार्क व्यवस्थापनातील सुलभतेची अनिवार्यता यामुळे लोकसभेमध्ये १९९३ ला

Trade Mark Bill सादर करण्यात आले. ते लोकसभेत पास झाले; पण लोकसभा विसर्जित झाल्याने ते राज्यसभेत पारित झाले नाही. पुढे १९९९ साली सुधारित दुरुस्ती विधेयक राज्यसभेत सादर झाले आणि ते संसदेच्या दोन्ही सभागृहांत मंजूर झाले. ट्रेडमार्कच्या भारतातील या प्रवासात ट्रेडमार्कचे संरक्षण देण्याच्या हेतूचा विस्तार शब्द, चित्र, रंगसंगती यांच्या पलीकडे जाऊन संगीताच्या नोट्स व त्रिमितीत व्यक्त केलेल्या ट्रेडमार्कस्लाही संरक्षण देण्यापर्यंत झाला आहे.

६.८.२ ट्रेडमार्क अर्थ आणि वैशिष्ट्ये (Meaning and Characteristics of trodemark)

अ. ट्रेडमार्क म्हणजे काय?

एका माणसाची/उत्पादकाची वस्तू किंवा सेवा इतरांपासून वेगळी ओळखता येणे सहज शक्य होईल, यासाठी चित्रात दाखविता येणारी एखादी खूण किंवा चिन्हं म्हणजे 'ट्रेडमार्क' होय. ट्रेडमार्कसाठी लोकप्रिय असलेला शब्द म्हणजे 'ब्रँड नेम!' यात वस्तूंचा आकार, तिचे वेष्टन, शब्द, अक्षरे, आकडा, रंगसंगती यांचा समावेश होतो. ट्रेडमार्कची व्याख्या खूपच समावेशक आहे. ग्राहकास विशिष्ट उत्पादकाची वस्तू सहज व चटकन् ओळखता येण्यासाठी या चिन्हाचा उपयोग होतो. हा ट्रेडमार्क वस्तूच्या विशिष्ट दर्जाचीही ओळख देतो. इतर उत्पादकांच्या मालापासून विशिष्ट माल वेगळा करण्यास ट्रेडमार्कची मदत होते. उत्पादकाला आपल्या मालाची जाहिरात व विक्री करण्यासाठी ट्रेडमार्क सोईचा ठरतो. ट्रेडमार्कमुळे वस्तू लोकप्रिय होतात. ग्राहकांच्या नजरेत व मनात त्या वस्तू ट्रेडमार्कमुळे कोरल्या जातात. ट्रेडमार्क आणि प्रॉपर्टीमार्क यांचे अर्थ वेगवेगळे आहेत.

ट्रेडमार्क ही वस्तूची, तिच्या दर्जाची, मालकाची, परंपरेची ओळख असते तर प्रॉपर्टीमार्क ही त्या प्रॉपर्टीच्या मालकाची!

ब. ट्रेडमार्कची वैशिष्ट्ये

स्पर्धाशील बाजारपेठेत ट्रेडमार्कची गरज उत्पादक, ग्राहक व वितरक साऱ्यांनाच आहे. आपला माल इतरांपेक्षा चटकन् ओळखू येणे, त्याच्या दर्जाची खात्री देणे व जाहिरातीसाठी सुलभता येणे यासाठी उत्पादक ट्रेडमार्कवर अवलंबून असतो. वितरकाला ट्रेडमार्क असलेली वस्तू विकणे सोपे होते. कारण त्यासाठी उत्पादक बाजारपेठ तयार करत असतो, तर ग्राहकाची वस्तूची निवड ट्रेडमार्कमुळे सुलभ होते म्हणून ट्रेडमार्कचा सर्रास वापर गेली अनेक वर्षे चालू आहे. ट्रेडमार्कची काही वैशिष्ट्ये पुढीलप्रमाणे मांडता येतील –

१. ट्रेडमार्क ही एक बौद्धिक संपदा आहे व तिला कायद्याने संरक्षण दिलेले आहे.
२. निवडलेले चिन्ह हे कागदावर चित्राच्या (आलेख, आकृती) स्वरूपात दाखविता यायला हवे.

३. ट्रेडमार्क या शब्दातच 'मार्क' म्हणजे 'चिन्हं' अथवा 'खूण' असा शब्द आहे आणि हे 'चिन्हं' उत्पादकाच्या बाजारपेठेतील 'ख्याती' (Goodwill) शी निगडित आहे.

४. ट्रेडमार्कमुळे ग्राहकास विशिष्ट उत्पादकाची विशिष्ट दर्जाची वस्तू इतर उत्पादकांच्या/इतर वस्तूंपासून वेगळी काढता येते.

५. ट्रेडमार्क हा वस्तूशी निगडित आहे.

६. ट्रेडमार्क हा त्या उद्योगाच्या ख्यातीशी (Goodwill) निगडित असल्याने ट्रेडमार्कचे हस्तांतरण सामान्यत: उद्योगाच्या हस्तांतरणाबरोबर होते. अर्थात्, याला अपवाद असू शकतात. उदा. अंकल चिप्स या बटाट्याच्या वेफर्सच्या ट्रेडमार्कचे हस्तांतरण उद्योगाच्या (जागा, मशिनरी, कामगार इ.) हस्तांतरणाशिवाय झाले.

७. ट्रेडमार्क नोंदणीकृत अथवा अनोंदणीकृत असू शकतो. नोंदणीकृत ट्रेडमार्कला कायद्याचे अधिक संरक्षण मिळते हे उघडच आहे.

६.८.३ ट्रेडमार्क/व्यापारचिन्हांची कार्ये (Functions of Trademark)

औद्योगिक आणि व्यापार जगतात व्यापारचिन्हांना अनन्यसाधारण महत्त्व आहे. जेव्हा व्यापारचिन्ह आणि सेवाचिन्ह यांचा विचार व्यापार जगतात किंवा औद्योगिक क्षेत्रात केला जातो तेव्हा व्यापार चिन्हांचे किंवा सेवाचिन्हांचे महत्त्व जाणवते.

व्यापारचिन्हांच्या घटकांचा विचार करताना हे महत्त्वाचे असते की, व्यापारचिन्हांमुळे खरेदी करत असलेल्या किंवा खरेदी करणार असणाऱ्या ग्राहकाला उत्पादक किंवा वस्तूंचा दर्जा तसेच ग्राहकाच्या नजरेतून वस्तूंचे उगमस्थान तसेच वस्तू कोणामार्फत बाजारात आली आहे हे दर्शवतात. व्यापारचिन्हांमुळे ग्राहकाला खरेदी करत असलेल्या वस्तूंबद्दल आधीच माहिती होते किंवा खरेदी करण्यापूर्वी वस्तूंबद्दल ग्राहकाने वस्तूंबद्दलची माहिती ऐकलेली असते. अर्थात, ग्राहकाला एखाद्या वस्तूबद्दल असलेला विश्वास हा व्यापारचिन्हामुळे होतो. व्यापारचिन्हामुळे वस्तू तयार करणाऱ्या उत्पादकाची माहिती होते. किंबहुना वस्तूच्या वैशिष्ट्य व दर्जाबाबत देखील माहिती होते.

वस्तूंचे मूळ शोधण्याच्या हेतूने व्यापारचिन्हांच्या कार्यामध्ये खालील चार घटकांचा समावेश होतो –

१) उत्पादनाच्या प्रकाराची व त्याच्या मूळ स्रोताची ओळख पटते :

व्यापारचिन्ह अशा पद्धतीने तयार केली जातात की, त्यातूनच व्यापाराची ओळख व उत्पादनाचे मूळ स्रोत समजते. ग्राहकाला खरेदी करताना सुलभ जावे व माल किंवा सेवा यांची गुणवत्ता सहज जाणता यावी यासाठी उत्पादनावर व्यापारचिन्ह

वापरले जाते. उदा. ब्रुकबॉन्ड या व्यापारचिन्हामुळे चहा या उत्पादनाचे मूळ स्रोत व व्यापार याची ओळख पटते. हमाम, लक्स, लॅक्मे, रेबॅन, रिबॉक, हॉलमार्क, एग्मार्क यासारखी अनेक उदाहरणे देता येतील.

२) उत्पादनाचा दर्जा किंवा त्याची वैशिष्ट्ये दाखविली जातात :

वस्तूची ओळख ही त्याच्या दर्जावर आणि वैशिष्ट्यावर अवलंबून असतात. वस्तू किंवा सेवेच्या या गुणधर्मासाठी व्यापारचिन्ह वापरले जाते. आपली वस्तू किंवा सेवा इतरांपेक्षा कशा पद्धतीने दर्जेदार आहेत किंवा त्यात काय विशेष वैशिष्ट्य आहेत यासाठी व्यापारी व्यापारचिन्ह वापरतात.

उदा. चारचाकी वाहनांमध्ये असलेले निसान, बी.एम.डब्ल्यू., मारुती, होंडा या व्यापारांची बाजारात असलेली व्यापारचिन्हे निश्चितपणे दर्जा आणि वैशिष्ट्ये याबाबत वेगळेपणा दर्शवितात.

३) उत्पादनाची जाहिरात सुकर होते :

व्यापारचिन्ह हे नेहमी वस्तू किंवा सेवेचे प्रतिनिधित्व करत असते.

उदा. सोनी (डेपू) हे व्यापारचिन्ह इलेक्ट्रिक उत्पादनासाठी प्रसिद्ध आहे. या व्यापारचिन्हामुळे विशिष्ट दर्जा आणि विशिष्ट प्रकारच्या उत्पादनासाठी (डेपू) या व्यापारचिन्हाचा जाहिरातीसाठी वापर केला जातो; यामुळे बाजारात उपलब्ध असलेल्या इलेक्ट्रिक उत्पादनांपेक्षा वेगळेपणा दाखवला जातो. वोडाफोन (झू), नेस्टले (नेस्ट) अशी उदाहरणे देता येतील.

४) उत्पादनाची एक वैशिष्ट्यपूर्ण प्रतिमा ग्राहकांच्या मनामध्ये निर्माण होते:

व्यापारचिन्ह उत्पादित वस्तूंबद्दल ग्राहकांच्या मनात एक प्रतिमा तयार करण्याचे कार्य करते. अशी प्रतिमा ग्राहकांच्या दीर्घ कालावधीसाठी ग्राहकांच्या मनात घर करून राहते.

उदा. एच.एम.व्ही. ग्रामोफोन कंपनीचा ग्रामोफोन कंपनीवर बसलेला कुत्रा, एअर इंडिया या विमानसेवेला अभिवादन करत असलेला महाराजा, मर्फी रेडिओचा मर्फी, अमूल बटरवरील मुलीचे चित्र. इ. आजही ग्राहकांच्या मनातून गेलेले नाहीत.

यावरून असे लक्षात येते की, व्यापारचिन्ह नेहमी वेगळेपणा दर्शविते. प्रत्येक मालाचे किंवा सेवेचे व्यापारचिन्ह हे नव्याने अस्तित्वात असलेले व्यापारचिन्ह असते. व्यापारचिन्ह हे वर्णनात्मक नसून वस्तूच्या दर्जाबाबत सूचना देण्याचे कार्य करते.

मोठमोठ्या उद्योगधंद्यांमध्ये व्यापारचिन्हांसाठी स्वतंत्र विभाग कार्यरत असतो. नवीन व्यापारचिन्हांसाठी विपणन विभागाला सल्ला देण्याचे कार्य हा विभाग करत असतो. बाजारामध्ये उपलब्ध असलेले किंवा नोंदणीकृत व्यापारचिन्हांमध्ये आपल्या उद्योगाचे/वस्तूचे किंवा सेवेचे नावीन्य कशा प्रकारे वैविध्यपूर्ण करता येईल यासाठी

व्यापारचिन्ह विभाग सतत कृतिशील असतो. देशांतर्गत त्याचप्रमाणे आंतरराष्ट्रीय पातळीवर व्यापार करताना नोंदणीकृत वस्तूच्या दर्जेला आणि वैशिष्ट्यांना संरक्षण मिळवून देते.

६.८.४ व्यापारचिन्हांची उदाहरणे स्पष्टीकरण व इतर चिन्हे (Illustrations and Various Marks)

१. सेवाचिन्ह – व्यापारचिन्हे नोंदविण्यासाठी व त्यांना संरक्षण देण्यासाठी भारतात पूर्वी Trade and Marchantise Marks Act 1958 हा कायदा अस्तित्वात होता. या कायद्यानुसार फक्त वस्तूंसाठीच व्यापारचिन्ह नोंदविण्याची सोय होती; परंतु Trade Marks Act 1999 पारित झाल्यानंतर सेवाचिन्हे (service marks) नोंदविण्याचीही कायदेशीर तरतूद करण्यात आली.

ज्या सेवेचे वर्णन ग्राहकांना उपलब्ध करून दिले आहे व जी सेवा, उद्योग, व्यापाराशी निगडित आहे, अशा सेवा पुरवठादारांना सेवाचिन्ह निश्चित करून नोंदविता येते. कायद्याने 'सेवा' या शब्दाची व्याख्या फारच विस्तृत केली आहे. त्यात बँकिंग, दळणवळण, शिक्षण, वित्त, विमा, चिट फंड्स, स्थावर मालमत्ता, वाहतूक, साठवण, प्रक्रिया, वीज व इतर ऊर्जा यांचा पुरवठा, निवास, भोजन, मनोरंजन, करमणूक, बांधकाम, दुरुस्ती व देखभाल, बातम्या व माहितीचे प्रसारण आणि जाहिरात यांचा समावेश केला आहे. अशा सेवा देणाऱ्या कोणासही आपल्या सेवेसाठी 'सर्व्हिस मार्क' म्हणजेच सेवाचिन्ह नोंदविता येते. स्टेट बँकेचे चिन्ह चटकन् समोर येते ना?

२. प्रमाणपत्रचिन्ह – १९९९च्या कायद्यात 'प्रमाणपत्र चिन्हाची'सुद्धा (certification mark) नोंदणी करण्याची तरतूद आहे. ट्रेडमार्कमुळे एका उत्पादक/ व्यापाऱ्याच्या वस्तू दुसऱ्या उत्पादक अथवा व्यापाऱ्यापासून वेगळ्या करता येतात, तर प्रमाणपत्र चिन्हामुळे चिन्हधारक वस्तूचे मूळ, त्याची रचना, उत्पादनाची पद्धत, दर्जा, सेवा पुरवठा, अचूकता इत्यादीबाबत सक्षम अधिकाऱ्याने प्रमाणपत्र दिल्याचे स्पष्ट होते. अर्थात असे प्रमाणपत्र चिन्ह वस्तूच्या उत्पादकास किंवा विक्रेत्यास तसेच सेवापुरवठादारास नोंदविता येत नाही.

३. समूहचिन्ह (Collective Mark) – ट्रेडमार्क हा एका व्यक्ती, फर्म, कंपनीने नोंदविलेला एक वस्तूंचा मार्क असतो; परंतु उत्पादकांची एखादी संस्था किंवा समूह जेव्हा एखादे चिन्ह सर्व उत्पादनांसाठी अथवा समूहातील सर्व सभासदांसाठी नोंदविते तेव्हा त्याला समूहचिन्ह म्हणतात. टाटा समूह, गोदरेज समूह, अंबानी समूह इत्यादींच्या अनेक कंपन्या व त्यांची विविध उत्पादने आहेत. त्या समूहाला सर्व कंपन्यांच्या विविध उत्पादनांसाठी एकच चिन्ह नोंदविता येते. त्याला समूहचिन्ह असे नामाभिधान प्राप्त होते. एखाद्या वस्तू उत्पादकांची अथवा सेवा पुरवठादारांची संघटनाही सूमहचिन्ह नोंदवू शकते व तिच्या सर्व सभासदांना त्याचा वापर करता येतो.

४. सुपरिचित व्यापारचिन्ह (Well Known Trade Mark) - विशिष्ट वस्तूंचे ग्राहक किंवा सेवांचे उपभोक्ते यांना त्या वस्तू व सेवांचे एखादे चिन्ह दीर्घकाळासाठी सुपरिचित झालेले असते व त्यामुळे ते अन्य वस्तू व सेवा मूळ वस्तू व सेवांपासून बाजूला काढू शकतात. अशी चिन्हांना सुपरिचित व्यापारचिन्ह म्हणतात.ही संकल्पनाही १९९९च्या कायद्यात अंतर्भूत करण्यात आलेली आहे.

अगदी सारखे व्यापार चिन्ह – एखादा ट्रेडमार्क बाजारपेठेत ग्राहकांच्या पसंतीला आला, की त्याचा वापर करून आपला फायदा वाढविण्याची इच्छा अन्य उत्पादकांना वा वितरकांना होऊ शकतो. त्यामुळे असे उत्पादक स्थिरावलेल्या व लोकमान्य झालेल्या ट्रेडमार्कसदृश आपला ट्रेडमार्क बनवितात व त्याची नोंदणी करण्याचा प्रयत्न करतात. अस्तित्वात असलेल्या ट्रेडमार्कशी खूपसे साधर्म्य मुद्दाम ठेवून तयार केलेला ट्रेडमार्क ग्राहकांना फसवू शकता; किमानपक्षी गोंधळात तरी टाकू शकतो. अशा ट्रेडमार्कला कायद्याने identical किंवा deceptively similar trade mark अशी संज्ञा वापरली आहे. असे ट्रेडमार्कस् नोंदविले जात नाहीत. अर्थात तो ट्रेडमार्क अस्तित्वात असलेल्या ट्रेडमार्कसारखाच आहे किंवा नाही, हे ठरविण्यासाठी काही निकष लावले जातात. उदा.

१. ट्रेडमार्कचे स्वरूप
२. संकल्पनेतील व दृश्य स्वरूपातील साधर्म्य
३. ज्या वस्तूंसाठी ट्रेडमार्क वापरला जाणार आहे त्या वस्तूतील साधर्म्य
४. वस्तूंचे स्वरूप, वैशिष्ट्ये आणि उपयोगिता यांच्यातील समानता
५. वस्तूंचा वापर करणारा ग्राहक वर्ग – त्याचे शिक्षण, उत्पन्न गट इ.

अर्थात्, ट्रेडमार्क ही डोळ्यांमध्ये एकदम स्थिरावणारी प्रतिमा आहे. बऱ्याच वेळा त्याचा खूप तपशील पाहिलाही जात नाही. त्यातील अक्षरांची लांबी, रुंदी, (फाँट टाईप व साईज) रंगसंगती, अक्षर मांडणीतील क्रम, आकार इत्यादींमुळे एकत्रित होणारे चित्र ग्राहकाच्या मनावर ठसते. त्यामुळे त्यातील स्पेलिंग किंवा किरकोळ फेरफार चटकन् लक्षात येत नाही. अशा फसविणाऱ्या ट्रेडमार्कचे रजिस्ट्रेशन नाकारण्याचा अधिकार कायद्याने संबंधितांना दिला आहे; अशा फसव्या नाकारलेल्या ट्रेडमार्कची काही उदाहरणे पुढे दिली आहेत.

१. खाद्यतेलाच्या एका उत्पादकाचा ट्रेडमार्क Saffola आहे. दुसऱ्या तेल उत्पादक कंपनीने त्याच प्रकारच्या अक्षरात (font type & size) व रंगात खाद्यतेलासाठीच Saphola असा ट्रेडमार्क नोंदविण्यासाठी अर्ज केला तेव्हा तो नाकारण्यात आला.
२. चिकटविण्यासाठी वापरात असलेल्या ॲधेसिव्हला (Synthetic Resin Adhesive) Fevicol नावाचा Trade Mark नोंदविलेला असताना तशाच प्रकारच्या उत्पादनाला Trevicol असे व्यापारचिन्ह नाकारले गेले.

३. 'Betaloc' असा ट्रेडमार्क असताना 'Betalong' किंवा 'Essco' असताना 'Osso' ही नाकारलेल्या आणखी काही ट्रेडमार्कची उदाहरणे आहेत.
४. 'Hitachi' हा ट्रेडमार्क नोंदविलेला असताना 'Hitaishi' ची नोंदणी नाकारण्यात आली. (Hitachi Ltd. Vs. Ajay Kumar Agarwal)
५. 'Dimmerstal' हा ट्रेडमार्क अस्तित्वात असताना Dimmer Dot हा ट्रेडमार्क रद्द करण्यात आला. (Automatic Electric Ltd Vs. R.K. Dhavan)
६. Bengal Water Proof Ltd. Vs. Bombay Water Proof Ltd. या केसमध्ये Duk Back ट्रेडमार्कशी साधर्म्य असल्याने ग्राहकांची फसवणूक अथवा ग्राहकांचा गोंधळ होऊ शकेल या न्यायाने 'Duck Back' हा ट्रेडमार्क नाकारण्यात आला.
७. Win Medicare Ltd. Vs. Dua Pharmaceuticals Ltd. या दाव्यात 'Diclomol' हा ट्रेडमार्क अगोदरपासून असताना 'Dicamol' हा ट्रेडमार्क रद्द करण्यात आला.
८. MRF या प्रसिद्ध टायर कंपनीच्या MRF हा ट्रेडमार्क असताना त्याच्या ख्यातीचा फायदा उठविला जाऊ शकेल व ग्राहकांची दिशाभूल होऊ शकेल म्हणून NR Faridabad Rubber या कंपनीच्या NRF या ट्रेडमार्कला नाकारण्यात आले.

कायदा व न्यायालये अशी अपेक्षा करतात, की ग्राहकाने स्वतः पुरेशी खबरदारी घेतली पाहिजे. ट्रेडमार्क नीट पाहिला पाहिजे. तो बरोबर आहे, याची खात्री केली पाहिजे. त्यामुळे कोणता ट्रेडमार्क फसवा आहे, हे न्यायालये प्रत्येक बाबतीत काळजीपूर्वक ठरवितात व अशा फसव्या समान व्यापारचिन्हास नोंदणी देत नाहीत अथवा ती नोंदणी रद्द करून त्याच्या वापरावर बंदी घालतात.

६.८.५ ट्रेडमार्कचे प्रकार (Types of Treademark)

ट्रेडमार्कची विविध स्वरूपे असू शकतात. त्यापैकी काही खाली दिली आहेत.

१. **अक्षर चिन्ह** – अशा प्रकारच्या ट्रेडमार्कमध्ये एक अथवा अनेक अक्षरे, शब्द वापरलेले असतात. विशिष्ट अक्षरे विशिष्ट आकारात, रंगात व क्रमाने वापरून ट्रेडमार्क बनविता येतो. उदा. IBM, LG, GE इत्यादी.
२. **(सिम्बॉल) खूण** – काही शब्द, नाव, नक्षी किंवा आकृती यांचा एक अखंड ठसा म्हणजे खूण. यात प्रामुख्याने ब्रँड किंवा लोगोचा (Brand or Logo) समावेश करता येईल. उदा. Diamler Benz, BMW, TATA, Nike, Adidas, Bata, सपट इत्यादी.
३. **चित्र** – वस्तूंवर अशी चित्र वापरून त्याची विशेष ओळख निर्माण केली जाते. उदा. सायकल अगरबत्ती, घोडा छाप काडेपेटी, माकडछाप दंतमंजन, ससा छाप डिटर्जंट इत्यादी.

४. **लेबल किंवा तिकीट** – वस्तूंना अशी लेबल्स लावून त्यांना स्वत:ची ओळख निर्माण करून दिली जाते. उदा. फ्लाइंग मशीन जीन्स, व्हॅन हुसेन शर्ट्स, लक्स अंडरगारमेंट्स, पीटर इंग्लंड इत्यादी.
५. **रंगसंगती** – कोणतेही अक्षर, शब्द, चित्र न वापरता केवळ विशिष्ट रंगांचा मिलाफ करूनही ट्रेडमार्क निर्माण करता येतो.
६. **आकडे** – काही विशिष्ट आकडे वापरून ट्रेडमार्क होऊ शकतो. उदा. ५५५ ही सिगारेट. आकडे व शब्द एकत्र करूनही ट्रेडमार्क करता येतो. उदा. Haywards 5000 Super Strong Beer.
७. **वेष्टन** (Container) – यात विकायच्या वस्तू ठेवण्यासाठी वापरलेली पेटी, डबा, बाटली, बरणी यांचा समावेश होतो. त्रिमिती किंवा द्विमितीत मांडलेला वेष्टनाचा विशिष्ट नमुनाही ट्रेडमार्क होऊ शकतो.
८. **उत्पादनाचा आकार** – विशिष्ट आकार हासुद्धा ट्रेडमार्क म्हणून नोंदविता येतो. उदा. टूथब्रश, साबण इत्यादींसाठी हे शक्य आहे.

ट्रेडमार्कमुळे काय साध्य होते?

१. उत्पादनाच्या प्रकाराची व त्याच्या मूळ स्रोताची ओळख पटते. उदा. 'हमाम' साबण.
२. उत्पादनाचा दर्जा किंवा त्याचे वैशिष्ट्य दाखविले जाते. उदा. हमाम साबण लक्स किंवा रेक्सोनापेक्षा वेगळा आहे.
३. उत्पादनाची जाहिरात सुकर होते. उदा. 'सोनी'ची उत्पादने, LG ची उत्पादने, TATA ची उत्पादने.
४. उत्पादनांची एक प्रतिमा ग्राहकांच्या मनात तयार होते. उदा. मॅकडोनल्डच्या उत्पादनांसाठी वापरलेला 'M' ग्राहकांच्या मनात घर करून बसला आहे. पूर्वीच्या मर्फी रेडिओचे गुटगुटीत बाळ, HMV ग्रामोफोन कंपनीचा रेकॉर्डसमोर बसलेला कुत्रा किंवा एअर इंडियाचा महाराजा आजही ग्राहकांच्या मनातून गेलेले नाहीत.

६.८.६ इंटरनेट संचारण विचारक्षेत्र (Internet Domain Name)

आजकालच्या व्यापारी जगतामध्ये ग्राहकाला आपल्या उत्पादनाबाबत शक्य तेवढी सहज सुलभमाहिती व्हावी यासाठी बाजारपेठेमध्ये इंटरनेट माध्यमाचा बहुतांश वापर केला जातो. सद्य:स्थितीतील तरुण भारतीय ग्राहकाचा विचार केल्यास दुकानात जाऊन खरेदी करण्यापेक्षा एका जागी विविध प्रकारची खरेदी करण्याकडे जास्त कल दिसून येतो. इंटरनेटच्या माध्यमातून वस्तूचे आकारमान, रंग, इतर गुणवैशिष्ट्ये विक्रेता अथवा उत्पादक ग्राहकाला देतो. उत्पादक आपली उत्पादित वस्तू इतर वस्तूंपेक्षा वेगळी आहे हे दर्शविण्यासाठी वस्तूवर किंवा

वस्तूच्या वेष्टनावर उल्लेख अथवा खूण करतो. हे व्यापारचिन्ह इंटरेनटवर देखील ग्राहकांसाठी जाहीर केले जाते.

थोडक्यात, व्यापारचिन्हांचा इंटरनेटवर देखील उत्पादनाची माहिती व इतर सेवा देण्यासाठी केला जातो. यासाठी इंटरनेटच्या या महाजालासाठी (Cyber Space) एका संस्थेची आवश्यकता नवीन व्यापारी जगतात भासू लागली. ही जागा वेबसाइटच्या माध्यमातून इंटरनेटवर उपलब्ध असते. वेबसाइटची अधिकृतरीत्या नोंदणी झाल्यानंतर ती वेबसाइट जगभरातील सर्वांसाठी प्रसिद्ध/उपलब्ध होते. अधिकृत नोंदणी करण्यासाठी ज्या विचारक्षेत्राचा वापर वेबसाईट विशिष्ट पद्धतीने असण्याकरता केला जातो; त्यालाच इंटरनेट संचारण विचारक्षेत्र (Domain Name) असे म्हटले जाते.

इंटरनेट संचारण विचारक्षेत्र (Domain Name) हे सर्वसाधारणपणे व्यवसायाचे नाव आहे. या विचारक्षेत्राच्या आधारेच ग्राहक एखादा व्यवसाय किंवा उत्पादन किंवा वस्तू वा सेवा शोधत असतो. इंटरनेटवर, इंटरनेट संचारण विचारक्षेत्र (Domain Name) व्यापारचिन्हांसारखे पूर्ण कार्य करीत असते. इंटरनेट माध्यम हे सर्व जगासाठी खुले असते. त्यावर अधिकृतरीत्या प्रसिद्ध झालेली माहिती आंतरराष्ट्रीय पातळीवर सर्वत्र उपलब्ध असते. यावरील माहिती खऱ्या अर्थाने सर्वांसाठी सहज उपलब्ध असते असे म्हटल्यास वावगे ठरणार नाही. जाहिरात आणि विपणन क्षेत्रात इंटरनेट संचारण विचारक्षेत्र (Domain Name) आंतरराष्ट्रीय बाजारपेठेमध्ये कार्यरत असते. संचारण विचारक्षेत्र (Domain Name) हे एखाद्या वस्तूचे/मालाचे किंवा सेवेचे किंवा एखाद्या व्यवसायाचे अतिशय कार्यक्षम पद्धतीने समीक्षण करते.

व्यापारचिन्ह अधिनियमांच्या तरतुदीनुसार कोणताही व्यापार केवळ विपणनासाठी संचारण विचारक्षेत्राचा वापर करीत नाही तर वैधानिक दृष्टिकोनातून व आंतरराष्ट्रीय पातळीवर इतर कोणीही त्याचा पुर्नवापर करू नये; अशी कायदेशीर मांडणी यापाठीमागे असते. जे संचारण विचारक्षेत्र मालाची किंवा सेवेची बाजारपेठेमध्ये ओळख निर्माण करते त्याला नोंदणीकृत व्यापारचिन्ह असे संबोधले जाते. भिन्नत्वदर्शक व्यापारचिन्हांना कायदेशीर संरक्षण असते. भिन्नत्वदर्शक शब्द, नावे, विचारक्षेत्र आणि सेवा हे व्यापारचिन्ह/ट्रेडमार्क म्हणून ओळखले जातात. जो प्रथम व्यापारचिन्हांचा वापर करतो. त्याच्या नावावर अधिकृतपणे व्यापारचिन्ह वापरण्याचा अधिकार असतो; तसेच व्यापरचिन्ह इतक कोणीही वापरू शकत नाही; तसे झाल्यास ज्याच्याकडे व्यापारचिन्हांची मालकी असते तो इतरांवर कायदेशीर कारवाई करू शकतो; जर व्यापारचिन्ह अधिनियमांचे/कायद्याचे उल्लंघन केले तर मालक इतरांकडून नुकसानभरपाई मागू शकतो.

एखादे व्यापारचिन्ह निश्चित करण्यासाठी उत्पादकाला वेबसाईटवर संचारण विचारक्षेत्राची (Domain Name) उपलब्धता पहावी लागते जर संचारण विचारक्षेत्राचा मूळ मालक त्याचा मालकी हक्क सिद्ध करू शकला तर संचारण विचारक्षेत्र ज्या

दुसऱ्या व्यक्तीने मागितले आहे त्याच्या विरुद्ध तो न्यायालयात अथवा लवादाकडे दाद मागू शकतो.

ट्रेडमार्क अथवा इंटरनेट संचारण विचारक्षेत्राच्या बाबतीत खालील दोन भिन्न संभ्रमित परिस्थिती/ अवस्था निर्माण होऊ शकतात.

१) ग्राहकाला मूळत: जी वस्तू खरेदी करावयाची आहे त्यापेक्षा त्याने आता खरेदी केलेल्या वस्तूत तफावत असणे.
२) खरेदीदाराचा वस्तूबाबत किंवा सेवेबाबत अथवा उत्पादकाबाबत, वस्तूच्या गुणवैशिष्ट्याबाबत काही गैरसमज होणे अर्थात खरेदीदाराला एखाद्या उत्पादकाची अथवा विक्रेत्याची वस्तू ओळखीची वाटते. त्याचा ट्रेडमार्क/व्यापारचिन्ह ओळखीचे वाटते. परंतु प्रत्यक्षात ते तसे नसणे, अशा शक्यता उद्‌भवू शकतात.

इंटरनेट संचारण विचारक्षेत्रात (Domain Name) खुद्द उत्पादकाच्या नावाचा किंवा त्याच्या कंपनीच्या नावाचा किंवा त्याची बाजारपेठेत असलेल्या प्रतिष्ठित नावाचाच इंटरनेट संचारण विचारक्षेत्र म्हणून वापर केला जातो. उदा. सावित्रीबाई फुले पुणे विद्यापीठाचे संचारण विचारक्षेत्र unipune.ac.in या नावाने प्रसिद्ध आहे किंवा रिझर्व्हबँकेची वेबसाईट rbi.org.in या नावाने / संचारण विचारक्षेत्राने उपलब्ध आहे.

व्यापारी उद्योगधंदे शक्यतो कंपनी रजिस्ट्रारकडे अधिकृतरीत्या नोंदणी झालेल्या नावाचाच इंटरनेट संचारण विचारक्षेत्र म्हणून वापर करतात; यामुळे इंटरनेटवर तो व्यापार अथवा उद्योगधंदा २४ तास उपलब्ध आहे आणि ग्राहकाला उत्तम सेवा पुरविण्याचा कंपनीचा मानस यामधून प्रेषित असतो.

जागतिक पातळीवर इंटरनेट संचारण विचारक्षेत्रासाठी, नियुक्त नावे आणि संख्यांसाठीची इंटरनेट महासंस्था (Internet Corporation for Assigned Names and Numbers) (ICANN) स्थापन करण्यात आलेली आहे. ही संस्था खाजगी क्षेत्रात कार्यरत असून जागतिक पातळीवर सर्व देशांतील उद्योगधंदे अथवा व्यापारांना व्यापारचिन्ह/इंटरनेट संचारण विचारक्षेत्र मंजूर करणे आणि त्याची देखभाल करण्याचे प्रशासकीय कामकाज करत असते. इंटरनेट संचारण विचारक्षेत्राबाबत काही तांत्रिक अडचणींमध्ये देखील (ICANN) व्यापारांना मदत करते.

न्यायालयीन संदर्भ : याहू.इंक विरुद्ध आकाश अरोरा आणि इतर (Yahoo.inc v/s Akash Arora and others) यामध्ये प्रतिवादीने याहू इंडिया.कॉम या नावाने इंटरनेटवर वेबसाईट प्रसिद्ध केली. याहू.कॉम या जागतिक पातळीवर प्रसिद्ध असलेल्या कंपनीशी ही अतिशय मिळतीजुळती होती. अर्थात याहू.कॉम या कंपनीने न्यायालयात याहूइंडिया.कॉम विरुद्ध फिर्याद नोंदविली. ज्या सेवा फिर्यादी ग्राहकांना देत होता त्याच सेवा प्रतिवादी देखील पुरवित होता, असा दावा याहू.कॉम ने याहू इंडिया.कॉम

विरुद्ध केला. यामध्ये प्रतिवादीने फिर्यादीच्या इंटरनेट संचारण विचारक्षेत्राचा (Domain Name) गैरवापर केल्याचे प्रतिपादन केले. न्यायालयाने संपूर्ण खटल्याची पडताळणी केली असता असे लक्षात आले की, फिर्यादीचे 'याहू' ट्रेडमार्क / संचारण विचारक्षेत्र जागतिक पातळीवर प्रसिद्ध आहे, आणि याहू इंडिया ह्या ट्रेडमार्क/व्यापारचिन्ह यामध्ये अतिशय साम्य न्यायालयाला आढळले; त्यामुळे ग्राहक नावांमध्ये संभ्रमित होऊ शकतो किंवा त्याची फसवणूक होऊ शकते अशी शक्यता न्यायालयाने वर्तविली.

अखेरीस फिर्यादीने प्रतिवादीला याहू इंडिया.कॉम हे इंटरनेट संचारण विचारक्षेत्र (Domain Name) न वापरण्यासाठी न्यायालयामार्फत अंतिम मनाई आदेश बजावला. याबाबत हे प्रत्येकाने लक्षात घेतले पाहिजे की, जेव्हा इंटरनेट संचारण विचारक्षेत्रे (Domain Names) व्यापारचिन्हांबाबत काही संभ्रम उत्पन्न करत असतील तर अतिशय नवीन गंभीर परिस्थिती उद्भवू शकते. शेवटी, या खटल्याचा स्नेहपूर्ण आणि शांत पद्धतीने न्यायनिवाडा करण्यासाठी जागतिक समिती नेमण्यात आली. समितीच्या आदेशानुसार याहू इंडिया.कॉम या प्रतिवादीवर 'याहू' हे इंटरनेट संचारण विचारक्षेत्र (Domain Name) वापरण्यासाठी बंदी कायम करण्यात आली.

६.८.७ ट्रेडमार्कची नोंदणी (Registration of Trademark)

जो कोणी एखादा ट्रेडमार्क वापरत असेल किंवा वापर करण्याचा त्याचा मानस असेल असा ट्रेडमार्कधारक ट्रेडमार्कची नोंदणी करू शकतो. त्यासाठी त्याला विहित नमुन्यात रजिस्ट्रार ऑफ ट्रेडमार्क्स यांचेकडे अर्ज करावा लागतो. वेगवेगळ्या वर्गांतील (classes of goods & services) वस्तू व सेवांकरिता ट्रेडमार्कची नोंदणी करण्यासाठी एक अर्ज पुरेसा होतो; पण नोंदणी फी प्रत्येक वर्गासाठी वेगवेगळी भरावी लागते. अर्जदाराचे मुख्य कार्यालय ज्या भौगोलिक प्रदेशात असेल तेथील रजिस्ट्रार ऑफ ट्रेडमार्क्स यांचेकडे अर्ज करावा लागतो. सदर अर्ज रजिस्ट्रार स्वीकारतो अथवा नाकारतो; काही प्रसंगी असा अर्ज सशर्त स्वीकारला जातो.

अर्जाची प्राथमिक छाननी केल्यानंतर रजिस्ट्रारची खात्री झाली, की सदर अर्ज नाकारायला हवा होता, तर तो अर्ज बाद करण्याचे अधिकार रजिस्ट्रारला आहेत. अर्ज स्वीकारल्यानंतर व प्राथमिक छाननी झाल्यावर अर्जित ट्रेडमार्कला प्रसिद्धी दिली जाते. समाजातील कोणाला त्या ट्रेडमार्कवर आपला अधिकार सिद्ध करायचा असेल तर जनतेतील कोणीही त्या ट्रेडमार्कला हरकत घेऊ शकतो. अस्तित्वात असलेल्या ट्रेडमार्कशी साधर्म्य असलेला अथवा फसवा ट्रेडमार्क असेल तर त्याविषयी हरकत घेता येते. जाहिरात प्रसिद्ध झाल्यापासून तीन महिन्यांच्या आत विहित फी भरून अशी हरकत घेता येते. रजिस्ट्रारने आलेल्या हरकतींच्या प्रती ट्रेडमार्क अर्जदारास पाठविल्या पाहिजेत व अर्जदारास त्यावर आपले म्हणणे मांडण्याची संधी दिली

पाहिजे. विशिष्ट मुदतीत अर्जदाराने हरकतीस उत्तर न दिल्यास ट्रेडमार्कसाठी त्याने केलेला अर्ज निकाली काढला जातो.

ट्रेडमार्कच्या जाहिरातीला कोणाची हरकत आली नाही किंवा अर्जदाराने आलेल्या हरकतीचे समाधानकारक निवारण केले, तर रजिस्ट्रार सदर ट्रेडमार्कची नोंदणी करतो; अशी नोंदणी करण्यापूर्वी रजिस्ट्रारने खालील बाबींकडे लक्ष देणे आवश्यक असते.

१. कायद्यातील कलम ९ मध्ये नमूद केलेला ट्रेडमार्क नोंदणी प्रथमदर्शी नाकारण्याची कारणे.

२. कलम १० नुसार रंगाबाबत असलेल्या मर्यादा

३. कलम ११ नुसार ट्रेडमार्क नाकारण्याची तुलनात्मक कारणे

४. कलम १२ नुसार ट्रेडमार्कचा प्रामाणिक आणि सतत वापर

५. कलम १२ प्रमाणे रासायनिक घटकांच्या वगैरे नावाची नोंदणी करण्यावर बंदी.

६. कलम १४ प्रमाणे जिवंत किंवा नुकत्याच मयत झालेल्या व्यक्तींच्या नावाचा समावेश.

काही वेळा काही उद्योगपती उद्योग स्थापन करणाऱ्यांचे आडनाव ट्रेडमार्क म्हणून वापरतात व त्याची नोंदणी करतात. उदा. बजाज, टाटा इत्यादी. कालांतराने त्या नावाची बाजारात इतकी ख्याती होते की, सदर उद्योगाच्या स्पर्धकांना ते आडनाव वापरण्याची इच्छा होते व ते त्या ट्रेडमार्कसाठी प्रयत्न करू लागतात. अर्थात्, मूळ ट्रेडमार्कमध्ये थोडाफार बदल करून ! परंतु, सर्व भर आडनावावर असतो. उदा. रेडिओ लॅम्प लि., या १९३० मध्ये नोंदविलेल्या कंपनीने १९६० मध्ये आपले नाव बजाज इलेक्ट्रॉनिक्स लिमिटेड असे बदलले. आपल्या उत्पादनांसाठी 'बजाज' हे आडनाव ट्रेडमार्क म्हणूनही कंपनी वापरत असे. मेटल्स अँड अलाइड प्रॉडक्ट्स, मुंबई या कंपनीने आपल्या उत्पादनासाठी Bajaj हे नाव वापरायला सुरुवात केली. फक्त Bajaj मधील B हा मोठ्या लिपीतील (capital) आणि पुढची अक्षरे जोडण्याची लकब (style) वेगळी होती. त्यासाठी हरकत घेत बजाज इलेक्ट्रिकल्स लि.,ने दावा दाखल केला. त्यावर मुंबई उच्च न्यायालयाने निकाल देताना म्हटले की, या खटल्यात 'बजाज' या आडनावास देशात व विदेशात खूप ख्याती आहे. प्रतिवादी म्हणजे मेटल्स अँड अलाइड प्रॉडक्ट्स या कंपनीचा 'Bajaj' शब्द वापरण्याचा हेतू त्या आडनावाचा व्यापारी लाभ घेण्याचा आहे. आपली उत्पादने बजाज इलेक्ट्रिकल्सचीच असल्याचे भासवून ती ग्राहकांना विकण्याचा प्रयत्न प्रतिवादीचा आहे; म्हणून त्यांना 'Bajaj' हा ट्रेडमार्क वापरण्यास बंदी करण्यात आली. थोडक्यात, आडनाव हेच ट्रेडमार्क असू शकते व त्याचा गैरवापर कायद्याने रोखता येतो.

खालील कारणांसाठी ट्रेडमार्कची नोंदणी करणे नाकारले जाते.

१. अस्तित्वात असलेल्या ट्रेडमार्कशी फसवणारे साधर्म्य किंवा समाजाला फसवील अथवा गोंधळात टाकील असा ट्रेडमार्क असेल तर,

२. धार्मिक भावना दुखविणारा किंवा समाजाच्या विशिष्ट वर्गाच्या किंवा विशिष्ट समाजाच्या भावना दुखविणारा मजकूर (शब्द, चिन्ह वगैरे) ट्रेडमार्कमध्ये असेल तर,
३. लाजिरवाणा (scandalous) किंवा अश्लील, बीभत्स (obscene) मजकूर ट्रेडमार्कमध्ये असेल तर,
४. Emblames & Names Act 1950 मध्ये निषिद्ध केलेला मार्क ट्रेडमार्क असेल तर,
५. ज्या वस्तूसाठी ट्रेडमार्क घ्यायचा आहे त्या वस्तूचाच आकार ट्रेडमार्कमध्ये असेल तर,
६. तांत्रिक परिणती (technical result) मिळविण्यासाठी वस्तूचा जो आकार आवश्यक असेल तोच आकार ट्रेडमार्कमध्ये घेतला तर,
७. ज्या आकाराने वस्तूला खूपच मूल्य प्राप्त होईल असा आकार ट्रेडमार्कमध्ये असेल तर,

काही ट्रेडमार्कमध्ये भौगोलिक प्रदेशाचे नाव असते. उदा. आसाम (चहासाठी), गुजरात (स्टील पाईपसाठी), कोकण (हापूस आंब्यासाठी), येवला (पैठणीसाठी) असे प्रादेशिक संदर्भ असलेले नाव ट्रेडमार्कमध्ये समाविष्ट करण्याबाबत काही निकाल पाहता येतील. Hi-Tech Pipes Ltd. Vs Asian Mills Pvt.Ltd. या दाव्यात दिल्ली हायकोर्टाने म्हटले की, 'गुजरात' हे भौगोलिक प्रदेशाचे नाव स्टील पाईप्ससंदर्भात ट्रेडमार्क म्हणून अनेक वर्षे वापरल्याने त्या उत्पादनाची एक वेगळी ओळख प्राप्त झाली आहे. म्हणून प्रतिवादीने 'गुजरात' हाच ट्रेडमार्क आपल्या MS ERP Pipes साठी वापरू नये. हिमालया इंडस्ट्रीज पुणे विरुद्ध राजस्थान ॲसेबेस्टॉस सिमेंट कंपनी, जयपूर या दाव्यात दिल्ली हायकोर्टाने निकाल देताना वस्तूंचा 'हिमालय' या पर्वताशी काहीच संबंध नसल्याने 'हिमालय' हा ट्रेडमार्क वापरास बंदी घालावी, हा वादीचा दावा फेटाळून लावला. तसेच Pals Distilleries Ltd Vs या केसमध्ये Dahisar Distilleries Pvt. Ltd. ने या केसमध्ये ('North Pole') या शब्दाचा ट्रेडमार्क म्हणून वापर वैध मानला. भारतात Geographical Indications of Goods (Registration and Protection) Act 1999 असून तो भौगोलिक विशेषता अधिकाराची नोंदणी व संरक्षण याकडे लक्ष देतो. भौगोलिक विशेषता हासुद्धा बौद्धिक संपदेचा एक प्रकार आहे. त्याबाबत सविस्तर विवेचन या पुस्तकात प्रकरण ८ मध्ये केले आहे.

वस्तूच्या गुणवत्तेशी किंवा दर्जाशी संबंध नाही असा एखादा आकर्षक, भपकेदार शब्द ट्रेडमार्क म्हणून नोंदविता येतो. उदा. legend किंवा promise (paste, brushes, combs इत्यादींसाठी) अत्यंत कलात्मकतेने लिहिलेले एखादे अक्षरही ट्रेडमार्क म्हणून नोंदविता येते. उदा. M (मॅकडोनाल्डसाठी); g (furniture) साठी इ.

एखादा ट्रेडमार्क वर्षानुवर्षे वापरात असतो; परंतु, तो नोंदविलेला नसतो. असा

ट्रेडमार्क अन्य कोणी नोंदविण्यासाठी अर्ज केला तर रजिस्ट्रार ऑफ ट्रेडमार्कने खात्री केली पाहिजे की, वापरात असलेल्या ट्रेडमार्कला अन्य कोणत्या कायद्याने संरक्षण दिले आहे का? तसे संरक्षण असेल तर अन्य कोणी त्याच्या नोंदणीसाठी अर्ज केला तरी त्याची नोंदणी करता येत नाही. अर्थात्, नोंदणी नाकारण्यापूर्वी जाहिरातीवर मूळ ट्रेडमार्कधारक अथवा अन्य कोणाचीतरी हरकत यायला हवी. रजिस्ट्रार ऑफ ट्रेडमार्क स्वत:हून (suo-moto) नोंदणी नाकारू शकत नाही.

ज्या ट्रेडमार्क्सूला कॉपीराइट कायद्याखाली संरक्षण असेल त्याचीही नोंदणी ट्रेडमार्क कायद्यानुसार अन्य कोणास करता येत नाही.

काही ट्रेडमार्कसूचा वापर एकापेक्षा जास्त उत्पादक/वितरक अनेक वर्षे बरोबरीने करत असतात. एकच ट्रेडमार्क किंवा साधारण सारखे ट्रेडमार्क एकाच प्रकारच्या वस्तूसाठी ते प्रामाणिकपणे वापरतात. (honest & concurrent use) अशा परिस्थितीत ट्रेडमार्कचा वापर सर्वांनीच करण्याचा अधिकार न्यायालयांनी मान्य केला आहे. उदा. ग्लॅक्सो इंडिया लि., ही कंपनी 'zupar' या नावाने औषधी गोळ्या उत्पादित करत होती व तिने zupar हा ट्रेडमार्क कायद्याखाली नोंदविला होता. एन्डोरा लॅबोरेटरीज प्रा. लि., ही कंपनीसुद्धा 'bupar' हे नाव ग्लॅक्सो कंपनीच्या zupar या ट्रेडमार्क नोंदणीपूर्वी Drugs and Cosmetics Act (ट्रेडमार्क कायद्याखाली नव्हे) खाली नोंदविलेले होते. थोडक्यात, दोन्ही कंपन्या zupar आणि bupar अशा साधर्म्य असलेल्या ट्रेडमार्कने टॅबलेट्स उत्पादित करत होत्या; अशा परिस्थितीत एन्डोरा लॅबोरेटरीज प्रा.लि. या कंपनीने 'Bupar' हा ट्रेडमार्क वापरू नये. (कारण तो आमच्या नोंदविलेल्या ट्रेडमार्कसारखा आहे.) हा ग्लॅक्सो कंपनीचा दावा दिल्ली हायकोर्टाने फेटाळून लावला. थोडक्यात, समान किंवा साधर्म्य असलेल्या ट्रेडमार्कचा honest & concurrent वापर होत आला असेल तर सामान्यपणे न्यायालये त्याला प्रतिबंध करत नाहीत.

रासायनिक मूलद्रव्याचे (chemical element) नाव उदा. तांबे, चांदी, हायड्रोजन इ. ट्रेडमार्क म्हणून नोंदविता येत नाही; तसेच जागतिक स्तरावरील सार्वजनिक नाव (international non proprietory names) सुद्धा ट्रेडमार्क म्हणून नोंदविण्यास कायद्याने बंदी आहे. उदा. जागतिक आरोग्य संघटनेने जागतिक, सार्वजनिक शब्द असे वर्णन केलेला व रजिस्ट्रारने जाहीर केलेला कोणताही शब्द किंवा त्या शब्दासारखा दुसरा शब्द ट्रेडमार्क म्हणून नोंदविता येत नाही.

कायद्यात सहाधिकारी (associated) ट्रेडमार्क ही आणखी एक संकल्पना आहे. कलम १६ नुसार असोसिएटेड ट्रेडमार्क नोंदविता येतो. त्यासाठी पुढील बाबींची पूर्तता व्हावी लागते.

१. पूर्वी नोंदविलेल्या ट्रेडमार्कशी साधर्म्य हवे.
२. नोंदविलेल्या ट्रेडमार्कधारकानेच सहाधिकारी ट्रेडमार्क नोंदणीसाठी अर्ज करायला हवा.

३. सहाधिकारी ट्रेडमार्कचा हा अर्ज त्याच किंवा त्यासारख्या वस्तू/सेवांसाठी असायला हवा.

४. नोंदविलेल्या ट्रेडमार्कचे व अर्ज केलेल्या सहाधिकारी ट्रेडमार्कचे वर्णन सारखे असायला हवे.

६.८.८ ट्रेडमार्क नोंदणीने मिळणारे अधिकार व ट्रेडमार्कचे उल्लंघन (Rights of Trademark Holder and Breach of Trademark Law)

ज्या वस्तू/सेवांसंबंधी ट्रेडमार्कची नोंदणी केली असेल त्या वस्तू/सेवांसाठी ट्रेडमार्क वापरण्याच्या एकाधिकार नोंदणीमुळे ट्रेडमार्कधारकास मिळतो. ट्रेडमार्कचा वापर करणे, न करणे; अन्य कोणास करायला परवानगी देणे हे अधिकार ट्रेडमार्कधारकास आहेत. ट्रेडमार्क अन्य कोणास वापरायला देण्यासाठी त्यापोटी किंमत (consideration) स्वीकारण्याचाही अधिकार त्याला आहे. आपला ट्रेडमार्क रद्द करून घेण्याचा हक्क ट्रेडमार्कधारकास आहे. नोंदविलेल्या ट्रेडमार्कमध्ये तो भर घालू शकतो किंवा त्यात बदल करू शकतो.

ट्रेडमार्कची नोंदणी केल्यापासून सुरुवातीला ट्रेडमार्कचा अधिकार दहा वर्षांसाठी मिळतो; परंतु वेळोवेळी योग्य ती मुदतवाढ फी भरून व अर्ज करून त्याला अमर्याद काळासाठी मुदतवाढ मिळते.

Parry and Co.Ltd Vs Perry and Co. या केसमध्ये मद्रास हायकोर्टाने निर्णय दिला, की ज्या उत्पादनासाठी ट्रेडमार्क मिळाला असेल, केवळ त्या उत्पादनासाठीच त्याचा वापर करता येईल, अन्य उत्पादनांसाठी नाही. सदर केसमध्ये 'बिस्किट'साठी ट्रेडमार्क घेतला होता तो 'confectionery' साठी वापरला असता कोर्टाने त्यास मनाई केली.

नोंदविलेला ट्रेडमार्क जसाच्या तसा किंवा साधर्म्य असलेला ट्रेडमार्क मुद्दाम व ग्राहकांची फसवणूक अथवा दिशाभूल करण्याच्या उद्देशाने, अन्य कोणी ट्रेडमार्कधारकाची परवानगी न घेता वापरला तर ट्रेडमार्कधारकाच्या एकाधिकाराचे उल्लंघन झाले (Infringement of Trade Mark) असे समजले जाते.

सामान्यत: खालील बाबींचा विचार करून उल्लंघन झाले आहे, असे ठरविण्यात येते.

१. नोंदणीकृत ट्रेडमार्कधारकाशिवाय अन्य कोणी त्या ट्रेडमार्कचा वापर करणे.

२. नोंदलेल्या ट्रेडमार्कमध्ये किरकोळ बदल करून त्याचा वापर करणे.

३. ट्रेडमार्कधारकाच्या नियमित व्यापारामध्येच अशा उल्लंघित ट्रेडमार्कचा उपयोग करणे.

४. नोंदलेल्या ट्रेडमार्कशी साधर्म्य असलेला ट्रेडमार्क वापरणे.

५. समाजाच्या मनात ट्रेडमार्कबाबत संशय/गोंधळ निर्माण करणे.

६. नोंदविलेला ट्रेडमार्क अन्य कोणीतरी आपलाच आहे, अशी जाहिरात करणे.

ट्रेडमार्कचे उल्लंघन झाले आहे किंवा नाही, हे प्रत्येक दाव्याची परिस्थिती पाहूनच ठरविले जाते. खालील काही दावे उदाहरणासाठी पाहता येतील.

१. विशिष्ट रंगसंगती व आकारात 'बेडूक' हा ट्रेडमार्क नोंदविला होता. त्याचसारख्या रंगसंगतीत दुसऱ्या कंपनीने 'मगर' वापरून ट्रेडमार्क केला. मद्रास हायकोर्टाने ट्रेडमार्कचे उल्लंघन झाले नाही, असा निकाल दिला; कारण बेडूक आणि मगर यातील फरक सहजपणे सामान्य माणसासही चटकन् समजतो. (R. S. Konda Swamy & others Vs New Jothi Match Co.)

२. सारख्याच उत्पादनांसाठी वापरलेले ट्रेडमार्क 'Energex' आणि 'Enerjase' भिन्न आहेत व त्याने एकमेकांच्या ट्रेडमार्क अधिकाराचे उल्लंघन होत नाही. (Indo Pharma Pharmaceuticals Works Ltd Vs. Citadel Fine Pharmaceuticals Ltd.)

३. सौंदर्यप्रसाधनांच्या उत्पादनांसाठी Lakme हा सर्वश्रुत ट्रेडमार्क आहे. सुहास ट्रेडिंग यांनी तशाच उत्पादनांसाठी त्याचा आकार व रंगसंगतीत 'Like-me' चा वापर केला, तर दिल्ली हायकोर्टाने त्याला ट्रेडमार्क उल्लंघन मानले.

४. तुपासाठी Mathura Ghee हा ट्रेडमार्क नोंदविलेला असताना अक्षरांच्या त्याच आकारात, रंगात सारखाच दिसणारा 'Mathurag Ghee' हा ट्रेडमार्क वापरण्यास आंध्रप्रदेश उच्च न्यायालयाने Sri Sai Agencies P.Ltd. Vs Chintala Rama Rao या दाव्यात मनाई हुकूम दिला.

५. अल्सर या रोगावर इलाज करणारे आयुर्वेदिक औषध Alsarex आणि ॲलोपॅथीतील Ulcerex हे औषध यांचे साधर्म्य पाहून दिल्ली उच्च न्यायालयाने चरक फार्मास्युटिकल्स विरुद्ध दीपफार्मा लि., या दाव्यात ट्रेडमार्कचे उल्लंघन झाल्याचा निकाल दिला.

६. व्हिस्कीसाठी Diplomat हा ट्रेडमार्क नोंदविलेला असताना दुसऱ्या उत्पादकाने कॉक्स डिप्लोमॅट प्रीमियम व्हिस्की असा ट्रेडमार्क वापरून ट्रेडमार्कच्या अधिकाराचे उल्लंघन झाल्याचा निकाल मध्यप्रदेश उच्च न्यायालयाने कॉक्स डिस्टिलरी व इतर विरुद्ध मॅकडोवेल आणि कंपनी या प्रकरणात दिला.

अधिकाराचे उल्लंघन झाल्याचा दावा कोण करू शकतो?

ट्रेडमार्कने प्राप्त झालेल्या अधिकाराचे अन्य कोणी उल्लंघन केले असेल तर त्यासाठी खालीलपैकी कोणीही दावा दाखल करू शकतो.

१. नोंदणीकृत ट्रेडमार्कधारक किंवा त्याचा कायदेशीर वारसदार किंवा

२. ट्रेडमार्कचा नोंदणीकृत उपयोग कर्ता किंवा

३. ट्रेडमार्क नोंदणीसाठी अर्ज केलेला अर्जदार किंवा

४. सह ट्रेडमार्कधारकांपैकी कोणी एक किंवा

५. भारतात ट्रेडमार्कचे उल्लंघन झाले असेल तर भारतात नोंदणी केलेला ट्रेडमार्कधारक

ट्रेडमार्कचे उल्लंघन झाल्यास ट्रेडमार्कधारकास दिवाणी मार्गाने खालील उपाय करता येतात.

१. ट्रेडमार्कचे पुन्हा उल्लंघन होऊ नये अशी मनाई करणारा आदेश मिळविणे.
२. ट्रेडमार्क अधिकाराचे उल्लंघन केल्याने बुडालेल्या नफ्याची भरपाई मागणे.
३. साधर्म्य असलेला अथवा तोच ट्रेडमार्क ज्या लेबलवर वापरला असेल ती लेबल्स ताब्यात घेणे अथवा रद्द करणे अथवा पुसून टाकणे.

दिवाणी मार्गाशिवाय काही प्रशासकीय स्तरावरही उपाय असतात. ट्रेडमार्क कायद्यात रजिस्ट्रार, इंटेलेक्च्युअल प्रॉपर्टी ॲपेलेट बोर्ड अशा प्रशासकीय संस्था आहेत. त्यांच्याकडे ट्रेडमार्क उल्लंघनाच्या बाबी नेऊन खालील उपाय करता येतात.

१. ट्रेडमार्क नोंदणीसाठी वस्तू व सेवांचे वर्गीकरण ठरविणे.
२. वस्तू व सेवांच्या वर्गीकरणाचे वर्णानुक्रमानुसार (alphabetical) प्रकाशन करणे.
३. ट्रेडमार्क नोंदविणे किंवा नोंदणी नाकारणे.
४. ट्रेडमार्क रजिस्टरमध्ये दुरुस्ती किंवा बदल करणे.
५. ट्रेडमार्क नोंदणी पुढे चालू ठेवणे, काढून टाकणे किंवा काढलेली पुन्हा रजिस्टरमध्ये नोंदणे.
६. ट्रेडमार्कसंबंधी हक्क हस्तांतरणाची नोंद करणे.
७. ट्रेडमार्क उल्लंघनासंबंधी पुरावा घेणे व तपासणे, साक्षीदार बोलावणे व त्यांच्या साक्षी घेणे.
८. सार्वजनिक दप्तर (public record) मागविणे व तपासणे.

याशिवाय ट्रेडमार्कधारकास काही फौजदारी उपायसुद्धा उपलब्ध आहेत. ट्रेडमार्कचे उल्लंघन करणारा म्हणजेच खालील गोष्टी करणारा माणूस/फर्म/कंपनी फौजदारी गुन्ह्यास पात्र आहेत.

१. ट्रेडमार्क खोटेपणाने (परवानगी न घेता) वापरणे.
२. खोटे ट्रेडमार्क वापरणे.
३. खोटे ट्रेडमार्क किंवा व्यापार वर्णन असलेल्या वस्तूंची विक्री करणे.
४. ट्रेडमार्क नोंदविलेला नसताना तो नोंदविलेला आहे असे खोटे भासविते.
५. ट्रेडमार्क रजिस्टरमध्ये खोट्या नोंदी करणे.

वरील गुन्ह्यांसाठी किमान ६ महिन्यांची कैद आणि रु. ५०,०००चा दंड तर कमाल ३ वर्षे कैद व २,००,००० रुपयांचा दंड अशी शिक्षा आहे. काही गुन्ह्यांत तर ज्या वस्तूंवर खोटे ट्रेडमार्क वापरले आहेत, अशा सर्व वस्तू सरकारच्या ताब्यात देण्याचीही तरतूद आहे.

भारतातील ट्रेडमार्क कायद्यासाठी नोंदणी केल्यावर मिळणारे चिन्ह वापरायचा अधिकार केवळ भारतासाठीच मर्यादित आहे. अन्य कोणत्या देशात ते चिन्ह वापरण्याचा अधिकार हवा असेल तर त्या प्रत्येक देशात नोंदणी करणे आवश्यक

आहे. युरोप, जपान, चीन यांसारख्या काही देशांत ट्रेडमार्क नोंदविल्यावरच अधिकार मिळतो; म्हणजे एखाद्याने नोंदणी न करता ट्रेडमार्कचा वापर सुरू केला, काही काळ त्याने तो ट्रेडमार्क वापरून आपली ख्याती केली आणि कालांतराने दुसऱ्याने कोणी त्याच ट्रेडमार्कची नोंदणी केली, तर अशा नोंदणीकृत ट्रेडमार्कधारकाला एकाधिकार मिळेल. त्याच्या आधी कितीही काळ सदर ट्रेडमार्कचा वापर करणाऱ्यास त्याने नोंदणी केली नसल्यामुळे अधिकार मिळणार नाही व नोंदणीकृत पेटंटधारकाविरुद्ध तो दाद मागू शकणार नाही. सबब अशा देशात नोंदणी न करता ट्रेडमार्कचा वापर टाळणे श्रेयस्कर ठरते.

६.९ औद्योगिक संकल्पचित्र (Industrial Designs)

६.९.१ डिझाईन कायदा इतिहास आणि स्वरूप (History and Nature of Designs Law)

एखाद्या वस्तूला/उत्पादनाला ग्राहकांची पसंती त्या वस्तूच्या उपयोगितेने जशी मिळते तशीच त्या उत्पादनाच्या व त्याच्या वेष्टनाच्या बाह्य दृश्यरूपानेही मिळते; म्हणूनच उत्पादनाच्या डिझाइनइतकेच त्या उत्पादनाच्या वेष्टनाचे डिझाइन महत्त्वाचे ठरते. आकार, रंगसंगती, प्रकार आणि सुशोभीकरण या साऱ्यांना एकत्रितपणे डिझाइन (संकल्पचित्र) म्हणता येईल. जे उत्पादन नेत्रांना सुखावते आणि मानसिकदृष्ट्या आकर्षक वाटते, त्याचे डिझाइन चांगले आहे असे मानतात; अशा डिझाइनमुळे उत्पादनांची विक्री वाढते म्हणून ती उद्योग व्यापाराच्या दृष्टीने एक मालमत्ता आहे. डिझाइनची कल्पना करणे व एखाद्या औद्योगिक प्रक्रियेने किंवा साधनाने ते डिझाइन प्रत्यक्षात उतरविणे ही बौद्धिक संपदा आहे. या संपदेचे रक्षण करण्यासाठी जगभरात 'डिझाइन्स ॲक्ट' आहे.

बाजारात आपण अनेक वस्तू पाहतो. दुचाकी किंवा चारचाकी वाहने, टेलिव्हिजन, संगणक, रेडिओ, वॉशिंग मशिन्स इ. या वस्तूंचे उत्पादक अनेक असतात व त्यांची मॉडेल्स विविध असतात. त्यांची उपयोगिता थोड्याफार फरकाने सारखीच असते. किमतीतही फार फरक नसतो; मग सारखी उपयोगिता व सारखी किंमत असलेल्या अनेक पर्यायी वस्तूंमधून आपण एका वस्तूची निवड कशाच्या आधारे करतो? तो आधार असतो नेत्राला सुखावणारे किंवा मनाला भावणारे त्या वस्तूचे बाह्यरूप म्हणजेच आकार, रंगसंगती, पॅकिंग, अक्षरे यांचा एकत्रित परिणाम. कधी कधी तर या डिझाइनमुळे वस्तूसाठी जास्त किंमत देण्यासही ग्राहक तयार होतो. याचाच अर्थ वस्तूचे बाह्य रूप, रंगसंगती आणि अलंकारिक सादरीकरण याने विक्री वाढते, नफा वाढतो; म्हणून डिझाइन ही बौद्धिक संपदा मानली जाते व तिला कायद्याने संरक्षण देण्याची गरज भासते.

६.९.२ डिझाईन / संकल्पचित्राचे महत्त्व (Importance of Design)

ग्राहक जेव्हा वस्तू खरेदी करतो तेव्हा त्याचा उद्देश वस्तूच्या गुणधर्म आणि उपयोगितेबद्दल जरी असला तरीदेखील वस्तूचे बाह्यरूप देखील ग्राहक पडताळून पाहतो. वस्तू ज्या वेष्टनामध्ये आहे त्याचा आकार, रंगसंगती, प्रकार आणि विविध प्रकारची चित्रे यांचे सुयोग्य एकत्रीकरण हे देखील संकल्पचित्रात (डिझाईनमध्ये) अपेक्षित असते. संकल्पचित्राची कल्पना करणे आणि असे संकल्पचित्र औद्योगिक प्रक्रियेने किंवा साधनांनी वास्तवात उतरविणे ही बौद्धिक संपदा आहे.

संकल्पचित्रात त्यातील रेषा, प्रतिमा, रंगसंगती इ.चा सुयोग्य वापर करून उत्पादनाचा आकार व आकर्षण हे ग्राहकाला खरेदी करण्यास उद्युक्त करत असते. अशा संकल्पचित्रांची नोंदणी करता येते.

संकल्पचित्रांचे /डिझाइनचे महत्त्व खालीलप्रमाणे सांगता येईल –

१) संकल्पचित्रांमुळे ग्राहकांसाठी उपल्बध असणाऱ्या वस्तूचे/मालाचे बाह्यरूप व आकारमान यांची माहिती मिळते.

२) वस्तूंची सर्व मोजमापे आणि सर्व भाग दाखविणारी आकृती संकल्पचित्रामुळे मिळते.

३) वस्तू दर्शनीय, आकर्षित करण्यासाठी संकल्पचित्र वापरली जातात.

४) संकल्पचित्रामुळे वस्तूच्या उत्पादनाची व्यावसायिक किंमत वाढते.

५) नावीन्यपूर्ण संकल्पचित्र बाजारपेठेमध्ये दाखल होतात आणि नवीन कल्पनांना उत्तेजन मिळते.

६) उत्पादनाच्या वैशिष्ट्यपूर्ण मांडणीसाठी संकल्पचित्रे वापरली जातात. उदा. संगणक उत्पादने, इलेक्ट्रॉनिक वस्तू, धावपटूंसाठी तयार केलेले खास बुटांचे संकल्पचित्र, पाणी किंवा थंड पेयाच्या बाटल्या इ.

७) उत्पादनाला बढावा देण्यासाठी आणि संभाव्य बाजारपेठेमध्ये माल उपलब्ध करून विकण्यासाठी उत्पादक संकल्पचित्रांचा वापर करतात.

८) संकल्पचित्रांच्या नोंदणीमुळे मूळ संकल्पचित्रांची कल्पना अबाधित राहते; त्यामुळे औद्योगिक क्षेत्रात व्यापार आर्थिक विकास करू शकतो.

९) संकल्पचित्रांच्या कायद्याने मूळ मालकाची/चित्रकाराची कल्पना अबाधित राहते.

१०) वस्तूंमधील वेगळेपणा, नेमकेपणा आणि जास्तीत जास्त स्पष्टीकरण संकल्पचित्रातून मांडता येते.

११) व्यापाराची नैतिकता सांभाळून आणि सामाजिक भावना न दुखावता वस्तूंचे गुणधर्म आणि वैशिष्ट्ये संकल्पचित्रांमध्ये रेखाटलेली असतात. उत्पादनात असलेले वैविध्य संकल्पचित्रांमध्ये संरक्षित करून जोपासले जाते.

६.९.३ डिझाईनची वैशिष्ट्ये (Charachteristics of Design)

वस्तूच्या उपयोगितेला किंवा उपयोगितेनुसार आवश्यक त्या आकाराला संरक्षण देण्याचा कायद्याचा उद्देश नाही, तर वस्तूच्या किंवा वेष्टनाच्या डिझाइनला संरक्षण देणे अभिप्रेत आहे. डिझाइन म्हणजे आकाराचे, रंगसंगतीचे किंवा सजावटीचे वैशिष्ट्य की ज्यामुळे ते उत्पादन ग्राहकांच्या नजरेत भरेल आणि त्यास खरेदी करण्यासाठी आवाहन करेल. असे डिझाइन नोंदविले तर त्याला कायद्याने संरक्षण मिळविता येते. कायद्यानुसार नोंदणी करायच्या डिझाइनची वैशिष्ट्ये पुढीलप्रमाणे असायला हवीत.

१) नावीन्य – नोंदणी करण्यासाठी डिझाइन नवीन असायला हवे. डिझाइनरने आपले कौशल्य, श्रम आणि कलाकारी त्यात वापरलेली हवी.

२) डिझाइन संपूर्ण उत्पादनाचे असू शकते किंवा त्या उत्पादनातील एखादा भाग सुटा तयार करून विकता येत असेल, तर अशा सुट्ट्या भागाचेही डिझाइन नोंदविता येते.

३) ज्या उत्पादनाचे एक अविभाज्य अंग म्हणून दुसरे उत्पादन वापरले जात असेल, त्याचे डिझाइन मूळ उत्पादनाशी मिळतेजुळतेच असायला पाहिजे.

४) उत्पादनाचे डिझाइन त्या उत्पादनाच्या उपयोगितेशी अवलंबून नको.

थोडक्यात, रेषा, प्रतिमा, रंगसंगती इत्यादींचा वापर करून एखाद्या उत्पादनाचा आकार व त्याचे देखणेपण यात भर घालून ग्राहकाला आकर्षित करून खरेदी करण्यास उद्युक्त करते, त्या डिझाइनची नोंदणी करता येते. डिझाइन द्विमिती किंवा त्रिमितीमध्ये मांडता येते.

भारतात यासंबंधीचा पहिला कायदा होता पेटंट्स ॲण्ड डिझाइन्स ॲक्ट १८७२. त्यानंतर १८८८ मध्ये इन्व्हेन्शन ॲण्ड डिझाइन ॲक्ट पारित झाला. १९११ मध्ये इंडियन पेटंट्स ॲण्ड डिझाइन ॲक्ट हा कायदा ब्रिटिश पेटंट्स ॲन्ड डिझाइन्स ॲक्टच्या धर्तीवर अस्तित्वात आला. १९७० मध्ये नवीन पेटंट कायदा झाला आणि १९११ च्या कायद्याने केवळ इंडस्ट्रियल डिझाइन्सचे नियमन होत राहिले. त्यानंतर डिझाइन्स ॲक्ट २००० पारित झाला आणि सदर कायदा ११/०५/२००१ पासून लागू करण्यात आला.

६.९.४ नोंदणीकृत डिझाइनकर्त्यांचे अधिकार

डिझाइनची नोंदणी केल्यानंतर कर्त्यास काही अधिकार प्राप्त होतात; परंतु, त्यासाठी कर्त्याने खालील दोन बाबींची खबरदारी घ्यायला हवी.

१. नोंदणीकृत डिझाइन जेव्हा जेव्हा निर्दिष्ट उत्पादन/वस्तूला वापरले जाईल, तेव्हा त्यावर registered किंवा RD हा शब्द नोंदलेला असला पाहिजे. तसेच त्याचा नोंदणी क्रमांकही लिहिलेला हवा; अर्थात कपडे (textile goods) किंवा लेस (नाडी) ज्यावर असे छापणे व्यवहारत: अवघड आहे. अशा वस्तूंना ही अट लागू नाही.

२. जे डिझाइन नोंदले आहे तेच डिझाइन फेरफार न करता उत्पादनाला/वस्तूला वापरले असले पाहिजे.

कायद्याने नोंदणीकृत डिझाइनधारकास दिलेले अधिकार खालीलप्रमाणे-

१. डिझाइन वापरण्याचा अधिकार

२. डिझाइनचा अनधिकृत अथवा चोरून वापर रोखण्याचा अधिकार- डिझाइनकर्त्याच्या परवानगीशिवाय सदर डिझाइनचा होणारा वापर रोखण्याचा अधिकार डिझाइनकर्त्यास आहे. अनधिकृतपणे डिझाइनचा वापर करणाऱ्यास दंडाची शिक्षा आहे. तसेच डिझाइनकर्त्यास नुकसानभरपाईही मिळते; असा अनधिकृत वापर पुन्हा न होण्यासाठी मनाई हुकूम मागता येतो. नोंदणीकृत डिझाइन दुसऱ्या उत्पादनासाठी वापरणे, नोंदणीकृत डिझाइनचे बेकायदा नक्कल/ अनुकरण करणे, विनापरवाना डिझाइनचा उपयोग करणे ही काही अनधिकृत डिझाइन वापराची उदाहरणे आहेत. डिझाइनची नक्कल करणे हे बेकायदा आहे याची माहिती असूनही फसवणूक करण्याच्या उद्देशाने नक्कल केली जाते; म्हणजेच मूळ उत्पादनाचे अथवा त्याच्या वेष्टनाचे डिझाइन दुसऱ्या उत्पादनास/ नक्कल केलेल्या उत्पादनास अथवा वेष्टनास वापरणे. याशिवाय मूळ डिझाइनमध्ये अगदीच किरकोळ बदल करून डिझाइनची नक्कल केली जाते. बदल इतके सूक्ष्म असतात, की दोन्ही डिझाइन्स बघणाऱ्यास सारखीच वाटतात. या दोन्ही प्रकारच्या नक्कलपासून डिझाइनकर्त्यास संरक्षण मिळविता येते.

३. डिझाइनचा अनधिकृत वापर/नक्कल करणाऱ्यास त्याचे हिशेब सादर करायला लावून त्याने मिळविलेला नफाही डिझाइनकर्त्यास झालेले नुकसान म्हणून मागता येतो.

आपल्या डिझाईनच्या अधिकाराचे उल्लंघन झाले आहे म्हणजेच आपल्या नोंदणीकृत डिझाइनची नक्कल झाली आहे अथवा आपल्या परवानगीशिवाय डिझाइनचा वापर झाला आहे, हे सिद्ध करण्यासाठी डिझाइनकर्त्याने दावा दाखल केला पाहिजे. डिझाइन आपल्या नावे नोंदले आहे, ते आजही वैध आहे, हे न्यायालयास पटवून देता आले पाहिजे. त्यानंतर सदर डिझाइन अधिकाराचे उल्लंघन आपण केलेले नाही, हे सिद्ध करण्याची जबाबदारी कायद्याने प्रतिवादीवर (defendent) टाकलेली आहे.

डिझाइन नोंदविल्यानंतर त्याचा वापर करण्याचा एकाधिकार डिझाइनकर्त्यास कायद्याने दहा वर्षांसाठी दिला जातो. हा अधिकार आणखी पाच वर्षांसाठी वाढवून मिळू शकतो. म्हणजेच डिझाइनचा अधिकार कमाल १५ वर्षांसाठी आहे.

६.१० भौगोलिक विशेषता दर्शक चिन्ह (Geographical Indications)

अर्थ

काही उत्पादने ज्या भौगोलिक प्रदेशात तयार होतात त्यांना त्या भौगोलिक प्रदेशाच्या नावाने एक वेगळी ओळख मिळते. उदा. रत्नागिरी हापूस, देवगड हापूस, पॅरिसची परफ्यूम्स, काश्मीरमधील केशर, दार्जिलिंग चहा, फ्रेंच शॅम्पेन, स्कॉच, व्हिस्की, पुणेरी पगडी, कोल्हापुरी चप्पल इत्यादी; ग्राहकांना त्या नावाने उत्पादनांच्या गुणवत्तेची खात्री पटते; म्हणूनच आपल्या उत्पादनांना (ती त्या प्रदेशातील नसतील तरी) त्या प्रदेशाशी जोडणारी नावे देऊन फायदा उठविण्याचा प्रयत्न केला जातो; त्यामुळे त्या प्रदेशाचे नाव बदनाम होऊ शकते. तसेच ग्राहकांनाही योग्य त्या दर्जाची उत्पादने न मिळाल्याने नुकसान होते म्हणून जागतिक स्तरावर दोन गोष्टींना संरक्षण देण्याबाबत एकमत झाले.

१. उत्पादनांच्या मूल/उगमस्थानाचे दर्शकचिन्ह/खूण (Indications of Source)

२. मूल स्थानापासून उत्पादनाला मिळणारे अभिधान (Applications of Origin)

'भौगोलिक विशेषता'मध्ये या दोन्हींचा समावेश होतो. उत्पादनांचे मूलस्थान अथवा उगमस्थान यात ते उत्पादन कोणत्या प्रदेशातून आले आहे तेवढेच अपेक्षित आहे, तर मूलस्थानापासून उत्पादनाला मिळणाऱ्या अभिधानात त्या उत्पादनाची सदर भौगोलिक प्रदेशातून आल्यामुळे असणारी वैशिष्ट्ये व दर्जा गृहीत धरला आहे.

कायदा कशासाठी?

भारत व इतर बहुतेक सर्व विकसनशील देशांना भौगोलिक विशेषतांचे भान नव्हते व त्या अधिकारांच्या संरक्षणाविषयी उदासीनता होती. जागतिक स्तरावर TRIPs चा करार केल्यानंतर याविषयी हालचाल सुरू झाली. भौगोलिक विशेषतांना संरक्षण देण्यासाठी जागतिक व्यापार संघटनेच्या झालेल्या व्यापारविषयक बौद्धिक संपदा अधिकार TRIPs करारात कलमे २२ ते २४ समाविष्ट करण्यात आली. जागतिक व्यापार संघटनेच्या सर्व सभासद देशांना TRIPs करारानुसार भौगोलिक विशेषतांच्या संरक्षणासाठी कायदा करणे अनिवार्य झाले. भारतानेसुद्धा या कराराच्या पूर्ततेसाठी The Geographical Indications of Goods (Registration and Protection) Act 1999 असा कायदा केला. तोपर्यंत भौगोलिक विशेषता असलेल्या वस्तूंच्या उत्पादकांना नोंदणी व संरक्षण देणारा स्वतंत्र कायदा भारतात नव्हता. या कायद्याची उद्दिष्टे थोडक्यात पुढीलप्रमाणे मांडता येतील.

१. भौगोलिक विशेषता असणाऱ्या उत्पादनांच्या उत्पादकांना संरक्षण देऊन त्यांची आर्थिक भरभराट होण्यास हातभार लावणे.

२. अनधिकृत उत्पादकांना आपली उत्पादने सदर भौगोलिक विशेषता असल्याने

विशिष्ट दर्जाची आहेत, असे खोटेपणाने दर्शविण्यास मनाई करून ग्राहकांची फसवणूक टाळणे.

३. भारताच्या भौगोलिक विशेषता असणाऱ्या उत्पादनांची निर्यात वाढविण्यास मदत करणे.

ट्रिप्स करारानुसार आपल्या देशातील भौगोलिक विशेषतेस त्या देशाने कायद्याने संरक्षण न दिल्यास अन्य देश ती भौगोलिक विशेषता मानण्यास बांधील नसतात; म्हणून भारताने १९९९ मध्ये कायदा करून भौगोलिक विशेषतांची नोंदणी व संरक्षण यात पुढाकार घेतला. नोंदणी करून योग्य पद्धतीने भौगोलिक विशेषतेस संरक्षण घेतले तर TRIPs करारानुसार असे संरक्षण देशांतर्गत तसेच आंतरराष्ट्रीय बाजारात लागू असते. TRIPs च्या कराराच्या अटी व शर्ती जागतिक व्यापार संघटनेच्या सर्व सभासद देशांना लागू आहेत; त्यामुळे एखाद्या देशात त्या देशातील एखाद्या भौगोलिक विशेषतेला संरक्षण मिळाले नाही किंवा दिलेले संरक्षण काढून घेतले किंवा ते वापरात नसेल तर तसे संरक्षण जागतिक व्यापार संघटनेच्या इतर सभासद देशांतही मिळत नाही.

कायद्याची अंमलबजावणी

ट्रेडमार्क कायदा १९९९ नुसार नेमलेला 'कंट्रोलर ऑफ पेटंट्स, डिझाइन्स आणि ट्रेडमार्क्स्' हा भौगोलिक विशेषतांसाठी 'रजिस्ट्रार' म्हणून काम पाहतो. केंद्र सरकार या कायद्याच्या अंमलबजावणीसाठी आवश्यक ती माणसे नेमते व त्यांच्यावर रजिस्ट्रारचे अधीक्षण व नियंत्रण असते. कायद्यातील कामे पार पाडण्यासाठी एक कार्यालय (रजिस्ट्री) असते व त्याच्या शाखा आवश्यकतेनुसार वेगवेगळ्या ठिकाणी असतात.

जिऑग्राफिकल इंडिकेशन्स रजिस्ट्रीच्या मुख्य कार्यालयात नोंदलेल्या भौगोलिक विशेषता चिन्हांचे एक रजिस्टर ठेवले जाते. भौगोलिक विशेषता चिन्हधारक (मालक) याचे नाव, पत्ता आणि वर्णन तसेच त्याचा अधिकृत वापर करणाऱ्याचे नाव, पत्ता आणि वर्णन व इतर तपशील नोंदविलेला असतो. या रजिस्टरची छापील किंवा इलेक्ट्रॉनिक एक प्रत जिऑग्राफिकल इंडिकेशन्स रजिस्ट्रीच्या प्रत्येक शाखेत ठेवलेली असते. भौगोलिक विशेषता चिन्हं नोंदणीचा तपशील या रजिस्टरच्या भाग 'अ'मध्ये नोंदविलेला असतो. या भौगोलिक विशेषता चिन्हाचा अधिकृत उपयोग कर्त्याचा तपशील भाग 'ब' मध्ये नोंदवितात. अर्थात् असा तपशील नोंदविण्याचा विशिष्ट नमुना आहे.

रजिस्ट्रारने वस्तूंची वर्गवारी करायची असते आणि एखाद्या वस्तूबाबत अथवा वस्तू गटाबाबत भौगोलिक विशेषता चिन्हाची नोंदणी करताना ती वस्तू कोणत्या वर्गातील आहे ते नमूद करायला हवे. रजिस्ट्रारने केलेली वर्गवारी मूळाक्षर क्रमाने (alphabetically) प्रसिद्ध करायला हवी. एखाद्या वस्तूच्या वर्गवारीसंबंधी संभ्रम निर्माण झाल्यास रजिस्ट्रारचा निर्णय अंतिम असतो.

विशिष्ट भौगोलिक विशेषतांच्या नोंदणीला प्रतिबंध

भौगोलिक विशेषता चिन्हांच्या नोंदणीला खालील प्रसंगी कायद्याने नकार दिलेला आहे.

१. भौगोलिक विशेषता चिन्हाच्या वापराने फसवणूक होण्याची अथवा संभ्रम होण्याची शक्यता असेल.

२. भौगोलिक विशेषता चिन्हाचा वापर प्रचलित कायद्यातील तरतुदींच्या विरोधात असेल.

३. भौगोलिक विशेषता चिन्हात फसवणूक करणारा, बीभत्स किंवा अश्लील मजकूर असेल.

४. भारतीय नागरिकांच्या धार्मिक भावना दुखविणारा मजकूर त्यात असेल.

५. ज्या चिन्हास अन्यथा न्यायालयाकडून संरक्षण मिळणे शक्य नसेल.

६. एखाद्या वस्तूचे भौगोलिक विशेषता चिन्हं जर सामान्य चिन्हं म्हणून सर्रास वापरले जात असेल आणि म्हणून त्या वस्तूच्या मूळ देशात कायद्याने त्या चिन्हास नोंदणीचे संरक्षण मिळत नसेल.

नोंदणीने मिळणारे अधिकार

भौगोलिक विशेषता चिन्हाची नोंदणी केली तर त्या चिन्हधारकास खालील अधिकार मिळतात. चिन्ह नोंदलेले नसेल तर साहजिकच हे अधिकार मिळत नाहीत.

१. अशा चिन्हाचा वापर करण्याचा अधिकार म्हणजेच अन्य कोणीही चिन्हधारकाच्या परवानगीशिवाय त्या चिन्हाचा वापर करू शकत नाही. चिन्ह वापरणे न वापरणे, केव्हा व कशासाठी वापरणे या साऱ्याचा हक्क चिन्हधारकाकडे असतो.

२. चिन्हाचा अनधिकृत उपयोग म्हणजेच चिन्हधारकाच्या एकाधिकाराचे उल्लंघन झाल्यास 'रिलीफ' मिळविण्याचा अधिकार.

भौगोलिक विशेषता चिन्हाचे उल्लंघन झाले आहे असे खालील बाबतीत मानले जाते.

१. वस्तूच्या सादरीकरणात अशा चिन्हाचा अनधिकृत माणसाने वापर केला आणि त्याने असे सूचित केले, की त्या वस्तूच्या मूळ भौगोलिक क्षेत्रापेक्षा वेगळ्या क्षेत्रातून उत्पादित केले आहे किंवा ज्यामुळे वस्तूच्या मूळ भौगोलिक क्षेत्राबाबत संभ्रम निर्माण होईल.

२. नोंदणीकृत भौगोलिक विशेषता चिन्हं वापरकर्त्याच्या उत्पादनाला अयोग्य स्पर्धा निर्माण होईल अशा पद्धतीने चिन्हाचा वापर करणे. उदा. चिन्हाचा वापर करून मूळ उत्पादन व उत्पादक याबद्दल संभ्रम निर्माण करणे. स्पर्धकांच्या वस्तू किंवा औद्योगिक/व्यापारी गतिविधींवर खोटे आरोप करून त्याची बदनामी करणे, उत्पादनाची प्रक्रिया, संख्या (quantity) वैशिष्ट्ये, उत्पादनाची उपयोगिता याबाबत शंका निर्माण होईल असा चिन्हांचा वापर करणे.

भौगोलिक विशेषता दर्शक चिन्ह वंशपरंपरेने पुढे जात नाही, ते तारण अथवा गहाण ठेवता येत नाही. तसेच त्याचा परवानाही अन्य कोणास देता येत नाही.

६.११ गोपनीय माहिती आणि व्यापार गुप्तता (Confidential Information and Trade Secrets)

काही उत्पादक किंवा कारखानदार त्यांचे वस्तूविषयक काही तंत्र किंवा पद्धती किंवा सुत्र गुप्त ठेवू इच्छितात अशा माहितीची नोंदणी करून ठेवली जाते; पण ती गोपनीय असते; त्यामुळे ही माहिती कोणीही पाहू वा वापरू शकत नाहीत. व्यापार शोध गुप्ततेमुळे उत्पादक किंवा कारखानदार त्याचे खास गुणधर्म आणि वैशिष्ट्य असणारे उत्पादन कोणीही चोरून वापरणार नाही याची जबाबदारी घेऊ शकतो.

गोपनीयता ठेवण्याच्या पद्धतीत वा तंत्रात वा सूत्रात थोडाही बदल झाला तर त्यांची उत्पादकाला किंवा कारखानदाराला पुन्हा नोंदणी करावी लागते. याद्वारे केलेले संशोधन गुप्त ठेवता येते. कोणतीही माहिती, संकल्पचित्र, उपकरण, प्रक्रिया, पद्धत, सूत्र, सर्वसामान्यत: कोणाला माहीत नाही अशा गोष्टी गुप्त ठेवण्यासाठी गोपनीय माहिती आणि व्यापार गुप्ततेद्वारे संरक्षित केल्या जातात. व्यापार गुप्ततेमुळे उत्पादकास, स्पर्धकांना टक्कर देण्यासाठी व्यवसायात फार फायदा मिळतो. त्याचप्रमाणे अधिकृतरीत्या व्यवसायातील महत्त्वाच्या गोष्टी कोणालाही न समजता त्याचे संवर्धन केले जाते.

उदा. कोकाकोला ही कंपनी आपले शीतपेय तयार करण्याची पद्धत व सूत्रे गुप्त ठेवू इच्छिते. त्यामुळे हे सूत्र व्यापार गुप्तता (Trade Secrets) कायद्यांतर्गत गुप्त ठेवण्यात आले आहे. जवळजवळ १२५ वर्षांपासून आजपर्यंत हे सूत्र गुप्त राखण्यास यश मिळालेले आहे; त्यामुळे कोकाकोला कंपनीस इतर कंपन्यांबरोबर स्पर्धा करताना फार फायदा झाला. तसेच इतर कंपन्या कोकाकोला या शीतपेयाची नक्कल करू शकल्या नाहीत.

व्यापार गुप्तता कायद्यामध्ये विक्रीची पद्धत, वितरण पद्धत, ग्राहकांची माहिती, जाहिरात पद्धत, वस्तू तयार करण्याची प्रक्रिया, किंमत धोरण, पुरवठादार व खरेदीदार इ. माहिती गोपनीय ठेवली जाते. जी माहिती सर्वसामान्य लोकांना माहीत नाही त्यालाच 'गोपनीय माहिती' असे म्हणतात. जी माहिती गोपनीय असते किंवा रहावी अशी उत्पादकाची किंवा विक्रेत्याची इच्छा असते त्याला व्यापारमूल्य असावे लागते. उद्योगासाठी महत्त्वाची पण गुप्त ठेवण्याची गरज असलेली माहिती व्यापार गुप्ततेद्वारा (Trade Secrets) 'सुरक्षित राहा' यासाठी खास गुप्तता करार केला जातो. गुप्तता करारामुळे कोणीही माहितीची नक्कल करू शकत नाही. अबाधित काळासाठी देखील गोपनीय माहिती संकलित केली जाते. पेंटरसारखा याचा कालावधी संपुष्टात येत नाही.

प्रत्येक उत्पादक किंवा कंपनी माहिती संपादन करण्यासाठी आणि तिचे जतन

करण्यासाठी आपली सर्व साधनांची आणि संपत्तीची गुंतवणूक करीत असतो त्यासाठी सर्व बौद्धिक संपदा पणाला लावत असतो. इतर कंपनी माहितीची आणि ज्ञानाची नक्कल करू शकत नाही. अर्थात, गुप्तता करार आणि गोपनीय माहिती हे बौद्धिक संपदेच्या कक्षात येतात. गोपनीय माहिती यासाठी जागतिक पातळीवर कोठेही प्रमाणित अशी व्याख्या नाही परंतु वर्षानुवर्षे जागतिक पातळीवर गोपनीय माहिती आणि व्यापार गुप्तता याबाबत मान्यताप्राप्त नियम आहेत. त्याचप्रमाणे जागतिक बाजारपेठेमधील सर्वोत्कृष्ट तंत्रज्ञान हे किंबहुना पेटंटपेक्षा व्यापार ट्रिप्स, नाफ्ता आणि गॅट यासारख्या ठरावांमध्ये व्यापार गुप्ततेबाबत विशिष्ट तरतुदी करण्यात आलेल्या आहेत.

या विशिष्ट तरतुदींमुळे व्यापार गुप्तता जागतिक पातळीवर अधिक बळकट व संरक्षित करण्यात आलेली आहे.

व्यापारसंबंधी गोपनीय माहिती इतरांपर्यंत पोहचू नये यासाठी मूळ मालक आपले सर्व हक्क अबाधित ठेवतो व त्याबाबत कोणतेही अधिकार त्याच्या कर्मचाऱ्यांना प्रदान करीत नाही. गुप्तता कराराबाबत काही अवैध गोष्टी आढळल्यास अथवा चुकून माहितीचे प्रगटीकरण झाल्यास तसे करणारा आर्थिक शिक्षेस पात्र होतो. गुप्तता करार अथवा व्यापारासंबंधी गोपनीय माहीती नजरचुकीने अथवा काही अवैधकारणाने जर केाणी इतर व्यक्ती किंवा इतर कंपनी प्रगट करत असेल तर तो खटला न्यायप्रविष्ट होतो. गोपनीय माहितीचा गैरवापर झाल्यास त्याला 'गैरवाजवी (Unfair) व्यापार पद्धती' असे म्हणतात. गोपनीय माहितीचा गैरवापर यामध्ये चोरी, नजरचूक, लाचलुचपत, विपर्यास, प्रलोभन करार भंग, हेरगिरी इत्यादींचा समावेश होतो.

गोपनीय माहितीच्या संरक्षणासाठी जर संगणाकामध्ये माहितीचे संकलन केले असल्यास त्यावर विशिष्ट खूण करून ठेवल्यास सोयीचे जाते. व्यापाराची गोपनीय माहिती काही ठरावीक अधिकाऱ्यांनाच माहीत असणे इष्ट असते. संगणकाच्या बाबतीतदेखील ठरावीक अधिकाऱ्यांनाच त्या क्षेत्रात प्रवेश असतो. व्यापार गुप्ततेच्या कराराबाबत गोपनीय माहिती ठेवणे व्यापारातील सर्व कर्मचाऱ्यांवर बंधनकारक असते. यासाठी माहिती अप्रगटीकरणाबाबत ठरावावर स्वाक्षरी घेतली जाते. सामान्यपणे प्रत्येक कर्मचाऱ्याला नियुक्ती पत्रात कंपनीच्या गोपनीय माहितीचे संरक्षण करण्याबाबत स्पष्ट उल्लेख केलेला असतो. खाजगी आणि संरक्षित क्षेत्रामध्ये व्यापार गुप्तता ठेवली जाते व व्यापारासंबंधीच्या गोपनीय माहितीचे संकलन केले जाते.

६.१२ परंपरागत ज्ञानभांडारास संरक्षण (Protection to Traditional Knowledge)

पार्श्वभूमी

'संस्कृती' आणि 'ज्ञान' यांच्या बाबतीत जगात सर्वात श्रीमंत देश म्हणून भारताचा उल्लेख करावा लागेल. उच्च दर्जाची संस्कृती आणि परंपरा यामुळे भारताचे

वेगळेपण या भूतलावर उठून दिसते. पूर्वजांकडून ही संस्कृती, ज्ञान व परंपरा पुढच्या पिढ्यांकडे हस्तांतरित होत आले आहे. त्याचं प्रगटीकरण विविध स्वरूपात झालेले दिसते. उदा. हस्तकला, वास्तुकला, साहित्य, कलाकृती, स्थानिक औषधोपचाराच्या पद्धती. उदा. आयुर्वेद, युनानी आणि फळे, फुले, पाने, खोडे, देठे, मूळ यांचे औषधी उपयोग. वारली पेंटिंग्जही ही पिढ्यान्‌पिढ्या चालत आलेली चित्रकला आहे; तसेच मंदिरे बांधण्याची एक खास दाक्षिणात्य शैली आहे. या साऱ्यांचा विकास व जतन परंपरा पिढ्यान्‌पिढ्या चालू आहे; याला जसे सांस्कृतिक महत्त्व आहे. तसेच आजच्या जगात वाणिज्यमूल्यही आहे.

पारंपरिक ज्ञानामुळे अनेक धोरणांवर परिणाम होतो. उदा. शेती व अन्नधान्य, जैविक विविधता, पर्यावरण, मानवी हक्क, सांस्कृतिक धोरण, व्यापार आणि आर्थिक विकास. पारंपरिक ज्ञानातील रोपांचा (plants) वापर याच्याशी शेती, पर्यावरण आणि आरोग्य ही क्षेत्रे संबंधित आहेत. पारंपरिक डिझाइन्स, गाणी आणि नृत्येही आता मनोरंजन आणि फॅशनक्षेत्रात वापरून बौद्धिकसंपदा अधिकार मिळविले जात आहेत. जखम भरून काढण्याच्या हळदीच्या पुडेचा (powder) गुणधर्म हा खरा परंपरागत ज्ञानाचा भाग असूनही तो आपलाच शोध आहे, असा दावा करून त्यासाठी पेटंट मिळविण्याचा यशस्वी प्रयत्न हा आर्थिक लाभ कमविण्यासाठीच होता. कडुनिंब, बासमती इत्यादी पारंपरिक ज्ञान कोणीतरी आपलाच शोध भासवून सध्याच्या स्पर्धेच्या युगात उत्पादनासाठी एकाधिकार मिळविण्याचा प्रयत्न करतो, हे जगाने अनुभवले आहे. ज्योतिषशास्त्राचे महत्त्व आजही जगात सर्वमान्य आहे.

खरे तर पारंपरिक ज्ञान हे कोणी एकाने शोधलेले, सांभाळलेले किंवा विकसित केलेले ज्ञान नाही. बऱ्याच बाबतीत त्याची लेखी संहिताही नाही. बऱ्याच वेळा ते मौखिक पद्धतीनेच एका पिढीकडून दुसऱ्या पिढीकडे जाते. त्यामुळे हे ज्ञान समाजाचा ठेवा आहे, त्याचा एकाधिकार कोणत्या एका व्यक्तीकडे जाता कामा नये. तसेच त्याचा विकास होण्यासाठी ते नीट लिहिणे, त्याची योग्य मांडणी करणे आवश्यक आहे; म्हणून सध्याच्या ज्ञानयुगात पारंपरिक ज्ञानभांडारासही बौद्धिक संपदा मानली जाते. विकसनशील व अविकसित देशांना असलेल्या समृद्ध जैवविविधतेने तसेच वैविध्यपूर्ण झाडे, झुडूपे, पाने, फळे, फुले यामुळे आर्थिक लाभ मिळविणे बौद्धिक संपदा अधिकारामुळे शक्य झाले आहे. त्यातून विकासासाठी आवश्यक असणारे आर्थिक लाभ त्यांना घेता येतील, आणखी संशोधन शक्य होईल, निर्यातवृद्धी होऊन परकीय चलन मिळेल आणि संशोधनासाठी स्थानिक व विदेशी गुंतवणूकही मोठ्या प्रमाणावर होऊ शकेल; म्हणूनच अलीकडच्या काळात पारंपरिक ज्ञानास बौद्धिक संपदा अधिकाराचे स्वरूप देण्यात आल्याचे जाणवते.

पारंपरिक ज्ञान म्हणजे काय?

पारंपरिक ज्ञानाची व्याख्या करणे अवघड असले, तरी World Intellectual Property Organisation (WIPO) या संघटनेने त्याचे वर्णन असे केले आहे. 'परंपरेवर आधारित साहित्यिक, कलात्मक किंवा वैज्ञानिक कृती, सादरीकरण, शोध, डिझाइन्स, चिन्हे, नावे, खुणा आणि इतर सर्व परंपरांवर आधारित शोध व निर्मिती जिला औद्योगिक, वैज्ञानिक, साहित्यिक व कलाक्षेत्रातील 'बौद्धिक संपदा' म्हणता येईल. या संपदेचे जतन, संरक्षण व विकास होणे आवश्यक आहे. त्याची काही कारणे पुढीलप्रमाणे –

(१) पारंपरिक जीवनपद्धती व ज्ञान यांचा ऱ्हास होत आहे आणि नवीन पिढी परंपरा पुढे चालविण्यास राजी नाही.

(२) पारंपरिक ज्ञान व ज्यांचेकडे ते ज्ञान आहे, अशा व्यक्ती यांना असलेला सामाजिक सन्मान कमी होत आहे.

(३) पारंपरिक ज्ञानाचा व्यक्तिगत बौद्धिक संपदेत समावेश करून घेऊन आर्थिक लाभ मिळविण्याकडे कल वाढत आहे.

(४) पारंपरिक ज्ञानाचे संरक्षण व विकास करण्याच्या महत्त्वाची नसलेली जाणीव कमी होत आहे.

(५) पारंपरिक ज्ञानाचा वापर वाणिज्य कारणासाठी करून समाजासाठी अर्थार्जन होण्याची शक्यता वाढू लागली आहे.

(६) पर्यावरण, जैवविविधता आणि चिरकाल टिकणाऱ्या शेतीच्या पद्धती यांचे संरक्षण व संवर्धन करण्याची गरज आहे.

(७) संस्कृतीचे रक्षण करायला हवे.

(८) अनधिकृत वापरास आळा घालणे आवश्यक आहे.

वरील कारणांसाठी पारंपरिक ज्ञानाला 'बौद्धिक संपदा' असे म्हटले जाते व सर्व देशांत तिचे संरक्षण त्या नावाने करण्याचा कायदेशीर प्रयत्न होत आहे. जागतिक व्यापार संघटनेच्या TRIPs कराराच्या अंमलबजावणीनंतर पारंपरिक ज्ञानभांडाराबाबत जागृती वाढली.

पारंपरिक ज्ञानास संरक्षण कसे देता येईल?

पारंपरिक ज्ञानास दोन प्रकारे संरक्षण देता येते –

१) बचावात्मक संरक्षण (Defensive Protection) – कोणत्याही व्यक्ती/ संस्थेने असे ज्ञान व्यापारी वापराकरिता उपयोगात आणू नये, या दृष्टीने दिलेले संरक्षण म्हणजे defensive protection होय. अर्थात् यासाठी परंपरागत ज्ञानभांडाराचे लिखित किंवा इलेक्ट्रॉनिक रेकॉर्ड तयार केले पाहिजे. प्राचीन ग्रंथ, पोथ्या, श्लोक, सुभाषिते इत्यादींचा आधार घेऊन किंवा काही व्यक्ती व संस्थाप्रमुखांच्या मुलाखती घेऊन

परंपरागत ज्ञानभांडाराचा दस्त तयार करायला हवा. उदा. विविध वनस्पतींची वैशिष्ट्ये, त्यांचे आकार, रंग, चव, फोटोग्राफ्स याबरोबरच त्यांचे गुणधर्म, त्यांची औषधोपचारासाठी उपयोगिता याचे अधिकृत रेकॉर्ड देशाच्या पातळीवर होणे आवश्यक आहे. असे रेकॉर्ड झाले म्हणजे त्यातील बाबी या 'सार्वजनिक बाबी' म्हणून (public domain) मान्यता पावतील आणि मग त्यातील कशालाही कोणाचा व्यक्तिगत शोध असल्याचा दावा करता येणार नाही. हळदीचे, बासमतीचे किंवा कार्ले, वांगे यांची पेटंट्स देणे मग आपोआपच अशक्य होईल. हे ज्ञान एकदा public domain म्हणून जाहीर झाले की, भारतातील पेटंट कायदा, जिऑग्राफिकल इंडिकेशन्स कायदा, ट्रेडमार्क कायदा, डिझाइन कायदा, बायोलॉजिकल डायव्हर्सिटी कायदा यांच्यानुसार नोंदणी होऊ शकणार नाही व एकाधिकार मिळू शकणार नाहीत.

२) आक्रमक संरक्षण (Offensive Protection) : या प्रकारच्या संरक्षणात परंपरागत ज्ञान जेव्हा व्यापारी तत्त्वावर वापरले जाईल तेव्हा त्यापासून मिळणाऱ्या उत्पन्नात हिस्सा/वाटा मिळण्याची तरतूद कायद्याने केली जाते. उदा. प्रोटेक्शन ऑफ प्लँट व्हरायटीज अ‍ॅण्ड फार्मर्स राइट्स अ‍ॅक्ट.

परंपरागत ज्ञानभांडाराच्या जपणुकीसाठी, संरक्षणासाठी व संवर्धनासाठी पुढील गोष्टींचा उपयोग करायला हवा.

१. पारंपरिक ज्ञानधारक व त्यांचा वापर करणारे यांच्यात त्या ज्ञानाबाबत जागृती करणे.
२. पारंपरिक जीवनशैली असलेल्या जनसमूहांना पारंपरिक ज्ञान वापरण्यास उद्युक्त करणे व प्रोत्साहित करणे.
३. अनधिकृत वापर थोपविणे.
४. पारंपरिक ज्ञानावर आधारित शोधांना प्रोत्साहन देणे.
५. काही पारंपरिक ज्ञानाचा व्यापारी तत्त्वावर वापर करून आर्थिक लाभ मिळू शकतो याची खात्री समाजास देणे.
६. सर्व प्रकारच्या पारंपरिक ज्ञानभांडाराचे रेकॉर्ड तयार करणे.
७. पारंपरिक ज्ञानाच्या व्यापारी उपयोजनातून मिळालेल्या आर्थिक लाभाचे संबंधितात योग्य वाटप करणे.
८. जैवविविधता टिकविणे व त्यात सातत्य राखणे.
९. पारंपरिक ज्ञानासंबंधी धोरण ठरविताना संबंधित समाजघटकांचा सहभाग घेणे.
१०. संशोधन व व्यापारी उपयोग यासाठी परंपरागत ज्ञानाचा वापर करण्यासंबंधी नियम व व्यवस्था करणे.
११. परंपरागत ज्ञानाच्या संरक्षण व उपयोगकार्यात बिगरसरकारी स्वयंसेवी संस्थांचा सहभाग वाढविणे.
१२. स्वतंत्र कायद्याची आवश्यकता तपासून पाहणे.

गाजलेली प्रकरणे

भारतीय ज्ञानाच्या आधारावर जगातील इतर देशांनी दिलेल्या बौद्धिक संपदा अधिकाराची तीन-चार गाजलेली प्रकरणे थोडक्यात बघू या.

१) कडुनिंब : भारतातील सर्वांनाच कडुनिंब अथवा निम या औषधी वृक्षाचे गुणधर्म पिढ्यान् पिढ्या माहीत आहेत. कडुनिंबाचा उपयोग हजारो वर्षे घराघरात, शेतात व कारखान्यात केला जात आहे. कडुनिंबाच्या तेलात व अर्कात कीटकांचा व बुरशीचा नाश करणारे गुणधर्म आहेत म्हणूनच त्याला 'अमृतवृक्ष' म्हणतात. नीमपासून 'नीमार्क', 'बायोनीम' आणि अमेरिकेत मान्यता पावलेले झटपट वापरण्यायोग्य 'अॅग्रोनीम' यासारखी अनेक कीटकनाशके वर्षानुवर्षे बाजारात उपलब्ध आहेत.

अशा कडुनिंबाचा 'बुरशीनाशक' हा गुण आपणच शोधून काढला आणि त्यासाठी कडुनिंबाचा वापर कोणत्या पद्धतीने करायचा हे तंत्रही विकसित केले, असा दावा अमेरिकेतील W. R. Grace या कंपनीने करून १९९४ मध्ये युरोपमध्ये पेटंट मिळविले. हे पेटंट अमेरिकन शासनाच्या शेती विभाग आणि रसायन क्षेत्रातील बहुराष्ट्रीय कंपनी W. R. Grace यांच्या संयुक्त नावे मिळाले. त्याचा क्रमांक होता EPO Patent No. 436257.

नीम ही कोणा एकाची खासगी मालमत्ता नाही, अशी भारतीयांची धारणा आहे; म्हणूनच परदेशातील नीमबाबत प्रयोग करणाऱ्या संस्थांना भारतीयांनी आवश्यक ती सामग्री विनाअट पुरविली. त्या संस्थांनी आलिखित करारानुसार योग्य तो प्रतिसाद दिला आणि प्रयोगांचे निष्कर्ष कळविले; पण W. R. Grace या पेटंटचा दावा करणाऱ्या कंपनीने या अलिखित कराराचा भंग तर केलाच; पण इतरांनी केलेल्या संशोधनावर आणि अगोदरच माहिती असलेल्या नीमच्या गुणधर्मावरच हक्क प्रस्थापित केला.

W. R. Grace च्या या पेटंटला भारतातील Research Foundation for Science, Technology and Natural Resource Policy आणि Green Group चे कार्यकर्ते तसेच युरोपियन युनियनमधील सदस्य मॅग्डा अल्वोएट यांनी आव्हान दिले. १९९८ साली युरोपियन पेटंट ऑफिसमध्ये प्राथमिक सुनावणी झाली. त्यात भारताचा नीमवरील हक्काचा दावा (public domain) मान्य करण्यात आला. मे २००० मध्ये अंतिम सुनावणी झाली. विविध कृषी विद्यापीठे, संशोधन संस्था, खादी ग्रामोद्योग मंडळ, औषधी कंपन्या यांनी केलेल्या चाचण्या, संशोधन यांची जंत्री तयार करण्यात आली. त्यांची प्रतिज्ञापत्रे घेण्यात आली. विविध देशांशी नीमसंबंधी झालेला पत्रव्यवहार एकत्रित करण्यात आला. पुण्यातील संशोधक अभय फडके, केतकर, बनारस हिंदू विद्यापीठातील शास्त्रज्ञ यू.पी. सिंग यांनी भरपूर मेहनत घेतली आणि मे २००० मध्ये झालेल्या अंतिम सुनावणीत W. R. Grace या कंपनीचे नीमसंबंधीचे पेटंट रद्दबादल ठरविण्यात आले. २००१ मध्ये अमेरिकेच्या शेती विभागाने आणि W. R. Grace या कंपनीने पेटंट रद्द करण्याच्या युरोपियन पेटंट ऑफिसच्या या

निर्णयाला आव्हान दिले. मार्च २००६ मध्ये ते फेटाळून लावण्यात आले. आता नीम पेटंटपासून मुक्त आहे.

२) हळदीची लढाई : अमेरिकेतील मिसिसिपी विद्यापीठाच्या वैद्यकीय केंद्राने व अमेरिकेत स्थायिक झालेल्या; पण भारतीय वंशाच्या सुमन के. दास आणि हरिहर पी. कोहली या दोन संशोधकांनी २८ डिसेंबर १९९३ रोजी 'जखम भरून काढण्याच्या' हळदीच्या गुणधर्माचा शोध लावल्याचा दावा करून अमेरिकेत पेटंटसाठी अर्ज केला. त्याची छाननी होऊन २८ मार्च १९९५ रोजी शोधाचा दावा मान्य करून हळदीचे पेटंट दिले गेले. (पेटंट नं. ५, ४०१, ५०४). वास्तविक, भारतात हळदीच्या या गुणधर्माची माहिती कित्येक पिढ्या सामान्यजनतेसही आहे. अगदी निरक्षर महिला, मुले, पुरुष जखम झाली की पटकन् हळदीची पूड त्यावर टाकतात, त्यामुळे जखम भरून येते. असे असतानाही हा गुणधर्म आम्ही शोधून काढला, असा दावा मान्य करून अमेरिकन पेटंट ऑफिसने पेटंट दिले. जून १९९६ मध्ये भारताने त्यास आव्हान दिले आणि म्हटले की, जखमा भरण्यासाठी हळदीच्या पावडरचा उपयोग पारंपरिकरीत्या भारतात हजारो वर्षे चालू आहे. त्यामुळे पेटंट मिळविण्यासाठी 'नावीन्य' असणारा कोणताही शोध दावेदारांनी लावलेला नाही. हे सिद्ध करण्यासाठी भारताने पुराव्यादाखल ३२ संदर्भग्रंथ प्रस्तुत केले. अमेरिकेतील पेटंट कायदेविषयक सल्लागार 'मर्चंट ॲण्ड गोल्ड' यांना त्यासाठी नेमले. किमान चार महिने विविध भाषांतील साहित्याचा कसोशीने अभ्यास केला. कायदेशीर कारवाईसाठी लाखो रुपये खर्च केले. डॉ. रघुनाथ माशेलकर व CSIR या संस्थेच्या अथक परिश्रमानंतर भारतातील पारंपरिक ज्ञानासाठी दिलेले पेटंट १९९७ मध्ये रद्द करण्यात आले.

ट्रॅडिशनल नॉलेज डिजिटल लायब्ररी (TKDL)

वर नमूद केलेली काही उदाहरणे बोलकी आहेत. हळदीचे पेटंट गेले, बासमतीचे, कडुनिंबाचे, काल्र्याचेही गेले आणि बौद्धिक संपदा अधिकाराच्या एकूण व्यवस्थेत प्रश्नचिन्ह निर्माण झाले. भारतासारख्या देशात बौद्धिक संपदा भरपूर असली तरी संपदेचा 'अधिकार' करण्याची मन:स्थिती कधीच नव्हती. किंबहुना, ज्यांच्याकडे अशी संपदा असेल त्यांच्यावर त्या संपदेचे समाजासाठी उपयोजन करण्याचे मोठे दायित्व होते. आधुनिक स्पर्धाशील जागतिक युगात 'दायित्व' जाऊन 'अधिकार' आल्याने सुरुवातीचा काही काळ अचंबित करणारा गेला. परंपरागत ज्ञान घेऊन खोटेपणाने आपलाच शोध आहे, असे भासवून अयोग्य पद्धतीने त्यांना 'पेटंट' घेण्याची वृत्ती संतापजनक वाटली; पण योग्य वेळी या दोलायमान परिस्थितीतून सावरून जागतिक व्यवस्थेनुसार त्यास यशस्वीपणे आव्हान दिले गेले. हळदीची लढाई १९९६ मध्ये जिंकली, २००० मध्ये कडुनिंबाचे पेटंट रद्द झाले, तर २००१ मध्ये बासमतीबाबत योग्य निर्णय झाला; पण यासाठी पैसा, कष्ट व वेळ किती खर्च झाला? जे शोधच नव्हते त्याची पेटंट्स दिली जाणे व ती रद्द करण्यासाठी विनाकारण

सातत्याने पाठपुरावा करणे योग्य नाही; म्हणून अशी पेटंट मुळात दिलीच कशी, याचा शोध घेतल्यावर असे लक्षात येते की, अमेरिकेत पेटंटसाठी अर्ज केल्यानंतर तेथील पेटंट व ट्रेडमार्क कार्यालय त्याच्या ऑफिसमधील electronic data base मध्ये अर्जित शोधाला पेटंट दिलेले नाही याची खात्री करून हरकती न मागवताच पेटंट देते. पेटंट दिल्यावर मात्र हरकती घेण्यास मुभा असते. आलेल्या हरकती योग्य व समाधानकारक असल्यास दिलेल्या पेटंटचा पुनर्विचार होतो. ही पद्धत व प्रक्रिया समजल्यावर भारतातील परंपरागत ज्ञानाच्या संरक्षणासाठी वेगळ्या पद्धतीने प्रयत्न सुरू झाले. परंपरागत ज्ञानास पेटंट मिळू नये, अशी पक्की व्यवस्था करण्यासाठी दोन गोष्टींची आवश्यकता लक्षात आली. –

१) परंपरागत ज्ञान जे मोठ्या प्रमाणात मौखिक आहे किंवा विखुरलेले आहे किंवा स्थानिक भाषांत ग्रंथित केले आहे ते सर्व योग्य भाषेत संकलित करून लिखित स्वरूपात सप्रमाण आणले पाहिजे.

२) हे एकत्रित, संपादित केलेले परंपरागत ज्ञान electronic media मध्ये आणून अन्य सर्व देशांच्या पेटंट ऑफिसकडे पाठविले पाहिजे; म्हणजे त्यांच्या electronic database मध्ये हे परंपरागत ज्ञान नमूद केलेले असेल तर त्याचा शोध लावल्याचा दावा करून कोणी पेटंट मागितल्यास ते नाकारणे सुलभ होईल.

या आवश्यकतेनुसार भारतात चांगल्या पद्धतीने विचारविनिमय झाला आणि एक अत्यंत चांगला निर्णय झाला. संपूर्ण पारंपरिक ज्ञानाचे documentation करावे व त्यास 'प्रमाण' असावे. ते electronic माध्यमात साठवावे आणि जगातील विविध देशांतील पेटंट ऑफिसना ते पाठवावे, अशी योजना आखण्यात आली; तिला Traditional Knowledge Digital Library असे नाव देण्यात आले.

सी. एस. आय. आर. (Council for Scientific and Industrial Research) चे डॉ. व्ही.के. गुप्ता यांनी म्हटले की ''२००० साली केलेल्या अभ्यासावरून असे दिसते की, अमेरिकेच्या पेटंट कार्यालयाने (WSPTO) औषधी वनस्पतींना (Plants) ४८९६ इतकी पेटंट्स दिली त्यापैकी ८०% भारतीय वनस्पती होत्या. ७६० अशा पेटंट्सचा तपशील पाहिल्यावर असे लक्षात आले की, त्यापैकी ३५० पेटंट्स कधीच देता येण्यासारखी नव्हती. प्रतिवर्षी अशा प्रकारची २०० ते ५०० पेटंट्स दिली जातात. कारण भारताच्या पारंपरिक ज्ञानाची नीट नोंदच केलेली नाही.''

नीम, हळद आणि बासमतीच्या चुकीच्या पद्धतीने दिल्या गेलेल्या पेटंट्स नंतर ती रद्द करण्यासाठी झालेले सफल प्रयत्न व त्यातून परंपरागत ज्ञानसंरक्षणाची लक्षात आलेली गरज या साऱ्या पार्श्वभूमीवर २००१ साली TKDL तयार करण्याचा निर्णय घेण्यात आला. त्यापूर्वी एकट्या युरोपियन पेटंट ऑफिसने २८५ पेक्षा जास्त औषधी वनस्पतींच्या वापरासाठी पेटंट दिलेली होती. त्यात पपई, काळी तुळस, पुदिना, जिंजर, इसबगोल, जिरे, सोयाबिन, टोमॅटो, बदाम, मेथी यांचा समावेश होता.

आंतरराष्ट्रीय स्तरावर दिलेले पेटंट रद्द करून घेण्यासाठी सुमारे ५ ते ७ वर्षांचा कालावधी जातो आणि यासाठी सुमारे १ ते ३ कोटी रुपयांपर्यंत खर्च होतो. TKDL शिवाय इतका कालावधी व खर्च प्रत्येक पेटंटसाठी देणे अशक्यप्राय होते.

शिवाय आता TKDL मध्ये आंतरराष्ट्रीय पद्धतीने माहितीची नोंद केलेली असल्याने कोणीही अशा वैद्यकीय औषधांबाबत पेटंटचा दावा करताना शंभरदा विचार करेल.

TKDL हा प्रकल्प संयुक्तपणे खालील संस्थांनी हाती घेतला आहे.

१. CSIR - Council of Scientific & Industrial Research.
२. केंद्रीय आरोग्य व कुटुंबकल्याण मंत्रालयाचा 'आयुष' विभाग.
३. विज्ञान व जैव तंत्रज्ञान मंत्रालय.

या प्रकल्पांची अंमलबजावणी CSIR मार्फत केली जाते. आयुर्वेद, युनानी, सिद्ध आणि योगा या संबंधीचे पारंपरिक ज्ञान उपलब्ध साहित्यातून डिजिटल फॉर्ममध्ये मांडले जाते.

औषधी वनस्पती, खनिजे, पशुसंसाधने, रोग व परिणाम, औषधे तयार करण्याच्या व वापरण्याच्या पद्धती इत्यादींविषयी वर्गीकरण करण्याची एक खास पद्धत TKDL मध्ये विकसित करण्यात आली. वर्गीकरणाचे सुमारे २५,००० उपगट केले आहेत. या साऱ्यासाठी जागतिक बौद्धिक संपदा संघटनेचा (WIPO) एक कार्यगट ज्यात अमेरिकेची पेटंट ऑफिस, युरोपियन पेटंट ऑफिस, जपान, चीन व भारताचे पेटंट ऑफिस यांचे सदस्य घेण्यात आले; त्यांनी एकूण २०७ उपगट निश्चित केले.

गेल्या आठ वर्षांच्या अथक प्रयत्नानंतर CSIR चे २०० पेक्षा जास्त शास्त्रज्ञ आणि संशोधक तसेच केंद्रीय आरोग्य मंत्रालयाचे 'आयुष' विभाग (Department of Ayurveda, Yoga and Naturopathy, Unani, Siddha and Homeopathy AYUSH) या भाषांतील भारतीय पारंपरिक औषधांची माहिती इंग्रजी, जपानी, फ्रेंच, जर्मन आणि स्पॅनिश या पाच आंतरराष्ट्रीय भाषांत संपादित केली आहे. हा सारा मजकूर सुमारे तीन कोटी पानांचा आहे.

TKDL मध्ये आतापर्यंत समाविष्ट केलेल्या मजकुराची ढोबळ माहिती पुढीलप्रमाणे–

१. आयुर्वेद – ६४ पुस्तकांचे ९० खंड वापरून ८१,००० नोंदी
२. युनानी – १९ पुस्तकांचे ६७ खंड वापरून १,०९,५५० नोंदी
३. सिद्ध – ४५ पुस्तकांचे ५३ खंड वापरून १२,२५० नोंदी
४. योग – १४ पुस्तकांचे १४ खंड वापरून ८०० नोंदी

एकूण – १४२ पुस्तकांचे २२४ खंड वापरून २,०३,८०० नोंदी

सध्या माहीत असलेल्या सूत्रांचा किंवा मिश्रणांचा आधार घेऊन आपणच त्याचे संशोधन केले असल्याचा दावा करून पेटंट मिळविणे आता निश्चितच अवघड जाईल.

भारताने युरोपियन पेटंट ऑफिसबरोबर अलीकडेच एक करार केला. TKDL ची माहिती (database) आता ३४ युरोपियन देशांकडे उपलब्ध असेल आणि पेटंटसाठी कोणाचाही अर्ज आल्यास त्यातील शोध भारतीय वैद्यक/औषधव्यवस्थेत यापूर्वी ज्ञात आहे का, (prior art) याची खातरजमा या डेटाबेसवरून सहज करता येईल. अर्थात्, युरोपियन पेटंट ऑफिसने या डेटाबेसचा उपयोग फक्त पेटंटअर्जाची छाननी करण्यासाठी करायचा आहे. त्यातील माहिती अन्य कोणासही उपलब्ध करून द्यायची नाही, असे करारात ठरले आहे.

आतापर्यंत TKDL मध्ये आयुर्वेदात ८१,०००, युनानीतील १,४०,००० आणि सिद्ध या उपचारपद्धतीतील १२,००० औषधांची (formulations) तपशिलासह नोंद करण्यात आली आहे. आपापल्या देशातील पारंपरिक ज्ञानाचे संरक्षण करण्यासाठी भारताचा TKDL हा प्रकल्प इतर देशांना आदर्शभूत झाला आहे. दक्षिण आफ्रिका, आफ्रिकन रिजनल प्रॉपर्टी ऑर्गनायझेशन, मंगोलिया, नायजेरिया, मलेशिया आणि थायलंड या देशांनी अशाच प्रकारचे TKDL त्यांच्या देशात करण्यासाठी भारताची मदत मागितली आहे.

थोडक्यात, पारंपरिक ज्ञान अस्तित्वात आहेच! त्याचा कोणी एकाने नव्याने शोध लावल्याचा दावा दिशाभूल करणारा किंवा फसवणूक करणारा आहे. आर्थिक लोभापायी खोटा दावा करून पेटंट मिळविण्याचे जगभर प्रयत्न होणारच, तसेच पेटंट देण्याच्या पद्धतीतील त्रुटींमुळेही जगभरात पारंपरिक ज्ञानाला पेटंट दिले जाण्याची शक्यता आहे. सबब पारंपरिक ज्ञान पेटंटपासून वाचविणे आवश्यक आहे. त्यासाठी जगभरात प्रयत्न चालू आहेत. आनंदाची बाब म्हणजे TKDLसारख्या प्रयोगातून भारत त्यात अग्रेसर आहे.

सराव प्रश्न

अ) खालील प्रश्नांची उत्तरे २० शब्दांत लिहा.

१. बौद्धिक संपदा म्हणजे काय?
२. बौद्धिक संपदा अधिकार म्हणजे काय?
३. पेटंट म्हणजे काय ?
४. कॉपीराइट म्हणजे काय?
५. ट्रेडमार्क म्हणजे काय?
६. संकल्पचित्र म्हणजे काय?

ब) खालील प्रश्नांची उत्तरे ५० शब्दांत लिहा.

१. कॉपीराइटधारकाचे अधिकार स्पष्ट करा.
२. पेटंटीचे अधिकार सांगा.
३. डिझाईनचे महत्त्व स्पष्ट करा.

क) खालील प्रश्नांची उत्तरे १५० शब्दांत लिहा.

१. पेटंटधारकाचे अधिकार स्पष्ट करा.

२. ट्रेडमार्क म्हणजे काय? ट्रेडमार्कधारकाचे अधिकार स्पष्ट करा.

३. पारंपरिक ज्ञानसंपदा यावर टीपा लिहा.

ड) खालील प्रश्नांची उत्तरे ५०० शब्दांत स्पष्ट करा.

१. पेटंट व कॉपीराइट म्हणजे काय? पेटंट व कॉपीराईटधारकाचे अधिकार स्पष्ट करा.

२. ट्रेडमार्कधारकाचे अधिकार सांगा.

७ चलनक्षम दस्तऐवज कायदा, १८८१

The Negotiable Instruments Act, 1881

७.१ प्रास्ताविक

७.४ चलनक्षम दस्त्यांचे प्रकार आणि गरज : (Essential and Types of Negotiable Instrument)

७.८ चलनक्षम दस्त्यांचे हस्तांतरण व पृष्ठांकन (Negotiation of Negotiable Instrument and its endorsement)

७.९ चलनक्षम दस्ताचा अनादर (Dishonour of Negotiable Instrument)

७.१ प्रास्ताविक (Introduction)

अति प्राचीन काळी मानवाला आपल्या प्राथमिक गरजा भागविण्यासाठी त्याच्याजवळ असलेल्या वस्तूंचे आदान–प्रदान किंवा अदलाबदल करणे आवश्यक होते. त्यासाठी वस्तू विनीमय पद्धत अस्तित्वात आली. परंतु त्यानंतर वस्तूंची प्रत्यक्ष देवाण–घेवाण करताना त्यात अनेक अडचणी निर्माण होऊ लागल्या. उदाहरणार्थपूर्वी

दोन किलो मिठाच्या ऐवजी दहा किलो गहू असे प्रमाण धरले तर ज्या व्यक्तीजवळ या दोन्ही वस्तू नाहीत परंतु त्याच्याकडील असलेल्या इतर वस्तूच्या ऐवजी त्याला या दोन्ही वस्तूंपैकी कोणती तरी वस्तू घ्यावयाची आहे. अशा वेळेस एका वस्तूच्या मोबदल्यात अन्य वस्तूंची खरेदी-विक्री होत असे. म्हणजेच एका वस्तूच्या मोबदल्यात अन्य वस्तूंची खरेदी-विक्री होत असे. म्हणजेच एका वस्तूच्या मोबदल्यात अन्य वस्तूंचे प्रमाण ठरवावे लागे. यालाच 'देवाण-घेवाण योग्य/चलन योग्य वस्तू' समजले जाऊ लागले.

याचप्रकारे नंतर तांबे, कांस्य, चांदी, सोने (मोहोरा) असे धातू वस्तू विनिमयाचे साधन म्हणून वापरले जाऊ लागले. सध्याची नाणे-पद्धत ही यातूनच विकसित झाली आहे. व्यापारीकरणाची प्रक्रिया झपाट्याने वाढल्यामुळे चलनातील नाणी आणि त्यांची जागा घेणाऱ्या नोटांचीसुद्धा देवघेव करणे, त्या एका ठिकाणाहून दुसऱ्या ठिकाणी नेणे सर्वस्वी गैरसोयीचे, मोजण्यासाठी लागणारा वेळ व सुरक्षिततेच्या दृष्टीने अतिशय अडचणीचे व अशक्य होऊ लागले. उदाहरणार्थ-एक कोटी रुपये हे प्रत्यक्षात नाण्यांमध्ये मोजणे शक्य असले तरीही इतर सर्व बाबतीत अडचणींचे भासू लागले व त्यास मर्यादाही आली. विशेषत: वाढते औद्योगिकीकरण आणि आंतरराष्ट्रीय स्तरांवरील व्यापारामुळे वस्तूंच्या खरेदी-विक्रीचे स्वरूप बदलत गेले. प्रत्येक देशामध्ये अस्तित्वात असलेल्या स्वतंत्र चलनव्यवस्थेमुळे या गोंधळात अधिकच भर पडू लागली व क्लिष्टता निर्माण होऊ लागली. उदाहरणार्थ-किती रुपयांचा एक पौंड व किती पौडांचे स्टर्लिंग किंवा कोपेक ह्याचा हिशोब करणे जिकिरीचे झाले. तशातच या सर्व चलनांचे मूल्य वेळोवेळी बदलत असल्यामुळे वस्तूंचे मूल्य देताना अडचणी येऊ लागल्या.

७.२ चलनक्षम दस्ताची व्याख्या, वैशिष्ट्ये, गृहीत गोष्टी (Definitions of Negotiable Instruments)

चलनक्षम दस्त/परक्राम्य विलेख (Negotiable Instruments)

अ) चलनक्षम दस्तऐवज अर्थ व व्याख्या

चलनक्षम दस्तऐवज म्हणजे एक लेखी दस्तऐवज जो एखाद्या व्यक्तीचा अधिकार निर्माण करतो व हस्तांतरणीय असतो. चलनक्षम दस्तऐवज कायद्यामध्ये चलनक्षम दस्तऐवज कोणते, ते स्पष्ट केलेले असले तरी चलनक्षम दस्तऐवज व्याख्या दिलेली नाही. कलम १३ मध्ये त्यासंबंधी उल्लेख केला आहे.

'चलनक्षम दस्त' म्हणजे ''जो लेख कोणत्याही अथवा विशिष्ट व्यक्तीच्या (किंवा संस्थेचा) लेखात नमूद केलेला अधिकार निर्माण करतो व एका (व्यक्ती)कडून दुसऱ्या (व्यक्ती)कडे हस्तांतरित होऊ शकतो आणि हस्तांतरित झाल्यानंतर (सदर लेखामुळे) त्या दुसऱ्या (व्यक्तीस) पहिल्याचे (व्यक्तीचे) अधिकार कायदेशीरपणे प्राप्त होतात. असा लेख.''

याचा अर्थ चलनक्षम दस्त म्हणजे, ''मूळ मालकाने/निर्मात्याने नमूद केलेला 'अधिकार लेख' जो दस्ताच्या केवळ हस्तांतरामुळे स्वीकृत्यास प्राप्त होतो.''

न्यायमूर्ती विलिस यांचे मते : 'चलनक्षम दस्त' म्हणजे ''मूळ मालक हा आपण केलेला करार किंवा दिलेले वचन लेखामध्ये नमूद करून आपला अधिकार दस्त स्वीकारणाऱ्या व्यक्तीला (Holder) हस्तांतरित करू शकतो असा कोणताही लेख.''

"A Negotiable Instrument is one in which 'The true owner could transfer the contract or engagement contained therein by simple delivery of the instrument."

According to Section 13 of the Negotiable Instrument Act "Negotiable Instrument" means a promissory note, a Bill of Exchange or a cheque payable either to order or to bearer."

ब) चलनक्षम दस्ताची वैशिष्ट्ये : चलनयोग्य दस्ताची वैशिष्ट्ये खालीलप्रमाणे सांगता येतील -

१. **लेखी :** चलनक्षम दस्त हा लिखित स्वरूपात असणे आवश्यक आहे.
२. **किमान दोन पक्ष :** चलनक्षम दस्ताच्या निर्मितीमध्ये किमान 'दस्त तयार करणारा' व 'दस्त स्वीकारणारा' असे दोन पक्ष असणे आवश्यक आहे.
३. **निर्मात्याची सही :** चलनक्षम दस्त तयार करणाऱ्याने (Maker) त्यावर सही करणे आवश्यक आहे.
४. **हस्तांतरणयोग्य :** चलनक्षम दस्त हा एका व्यक्तीकडून दुसऱ्या व्यक्तीकडे कायदेशीरपणे हस्तांतरण करता येणारा असावा. अशा हस्तांतरामध्ये दस्ताबरोबर अधिकारही स्वीकृत्याकडे जातो.
५. **मोबदला :** चलनक्षम दस्तऐवजात मोबदला गृहीत धरला जातो.
६. **मालकी हक्क :** दस्ताचे हस्तांतरण झाल्यानंतर दस्ताची मालकी म्हणजेच दस्तातील नमूद रक्कम स्वीकारण्याचे अथवा वसूल करण्याचे सर्व अधिकार नवीन धारकास - दस्त स्वीकृत्यास प्राप्त होतात.
७. **चलनक्षम दस्तऐवज हजर करणे :** हुंडीसारखे चलनक्षम दस्त तिच्या निर्मात्याने दिलेल्या आदेशकाकडे स्वीकृतीसाठी आणि पैसे मिळण्यासाठी हजर करणे आवश्यक असतात. परंतु इतर चलनयोग्य दस्त स्वीकृतीसाठी सादर करावे लागत नाहीत.
८. **रोख रक्कम :** चलनक्षम दस्तात नमूद केलेली रक्कम तो चलनयोग्य दस्त देशी असल्यास (Inland) भारतीय चलनामध्येच दिली पाहिजे. वस्तूरुपात, इतर मालमत्तेच्या स्वरुपात दिली जात नाही.
९. **रोख रकमेऐवजी वापर :** चलनक्षम दस्तामध्ये नमूद रक्कम तो दस्त

स्वीकारणाऱ्यास कायदेशीरपणे मिळणारी असते. त्यामुळे व्यवहारात चलनयोग्य दस्त रोख रकमेऐवजी बनविले जातात आणि स्वीकारले जातात.

१०. **आदेशानुसार पैसे देणे :** ज्या चलनक्षम दस्तऐवजावर हस्तांतरणाचे नियंत्रण नसते त्या संलेखात 'आदेश' शब्द लिहिला असो वा नसो तो हस्तांतरित असतो.

११. **धारकास पैसे देणे :** चलनक्षम दस्तऐवजाचे पैसे धारकास मिळाले पाहिजेत. संलेखात निर्देश केल्याप्रमाणे अथवा धनादेश, वाहक धनादेश असेल तर संलेख धारकास त्याचे पैसे मिळणे बंधनकारक आहे.

१२. **जप्ती आणि त्वरित दावा चालण्याची तरतूद :** चलनक्षम दस्तांमध्ये वचनचिठ्ठी आणि विनिमय पत्र यांचा अनादर झाल्यास पैसेवसुलीसाठी दावा करून हुकूमनाम्यापूर्वी जप्ती आणि दावा त्वरित चालण्याची सोय केली आहे.

१३. **पुरावा म्हणून उपयोग :** चलनक्षम दस्ताचा वापर पैसे देणे-घेणेकरिता होत असला तरीही प्रसंगी एखादा व्यवहार झाला अथवा नाही (Transaction) आणि दस्तावर सही असलेल्या लोकांचा पुरावा (Witness) म्हणून पुराव्याच्या कायद्यात (Evidence Act) वापर करता येतो.

क) चलनक्षम दस्तऐवज गृहीत बाबी (Presumptions) : चलनक्षम दस्तऐवजासंबंधी खालील गोष्टी गृहीत धरल्या असतात. (कलम ११८ व ११९)

१) ज्या तारखेला दस्तऐवज लिहिला ती तारीख दस्तऐवजावर लिहिली आहे.

२) प्रत्येक दस्तऐवज मोबदल्याबद्दल लिहिला आहे, स्वीकारला आहे, पृष्ठांकित अथवा हस्तांतरित केला आहे.

३) स्वीकारलेला प्रत्येक दस्तऐवज योग्य वेळेत आणि त्याची मुदत संपण्यापूर्वी स्वीकारलेले आहेत.

४) दस्तऐवजाचे प्रत्येक हस्तांतरण त्याची मुदत संपण्यापूर्वी केले होते.

५) दस्तऐवजावर ज्या क्रमाने पृष्ठांकन केल्याचे दिसते त्याच क्रमाने पृष्ठांकन झालेले आहेत.

६) एखादा दस्तऐवज हरवला किंवा गहाळ झाला असेल तर त्यावर संबंधित पक्षाच्या सह्या होत्या व योग्य मुद्रांक होते.

७) दस्तऐवजाचा धारक हा योग्य काळातील धारक होता.

८) निषेध नोंदविण्याचे सिद्ध झाल्यावर संलेखाचा अनादर केला आहे ही वस्तुस्थिती गृहीत धरली जाते.

ड) चलनक्षम दस्तांचे स्वरूप व आवश्यकता (Scope and Importance)

देशाच्या विकासासाठी चलनामध्ये सुटसुटीतपणा येण्याची गरज अतिशय तीव्रतेने भासू लागली. यातूनच पुढे काही लिखित किंवा लेखी कागद ज्यात पैसे

देण्यास तयार असल्याबद्दल किंवा पैसे स्वीकारल्याबद्दलचा उल्लेख आहे आणि विशिष्ट व्यक्तीला किंवा कागदपत्रांमध्ये उल्लेख केल्याप्रमाणे पैसे परत करावेत-द्यावेत असा स्पष्ट आदेश देणारे दस्त चलनाची जागा घेऊ लागले. असे लेखी कागद हे त्या त्या विभागामध्ये व पुढे पुढे इतर देशांतसुद्धा लोकोपयोगी ठरल्यामुळे समाजात मान्यता पावू लागले. पेशव्यांनी पैसे देण्याबद्दल लिहून दिलेल्या सनदा किंवा ईस्ट इंडिया कंपनीने व्यापार करण्यासाठी काढलेले कर्जरोखे हे राजमान्यता असल्याने अशा लेखी दस्तांमध्ये लिहिलेली किंमत मिळण्याची हमी होती. पैशाच्या मोबदल्यात असे दस्त लोकांमध्ये स्वीकारले जात असत. ते चलन योग्य समजले जाऊन त्यांच्या साहाय्याने पैशाऐवजी देवघेवीचे व्यवहार होत असत. आजही बँकिंग पद्धतीतील चेक, व्यापारी लोकांमधील हुंड्या आणि सर्वसाधारण व्यक्तींनी दिलेल्या वचनचिठ्ठ्या (Promissory Notes) या हमीपत्रे, किंवा त्या दस्तांमधील नमूद मूल्यांऐवजी अथवा 'किंमत योग्य' आहे असे 'प्रमाण' म्हणून मानले जात व त्यांचा स्वीकार केला जातो. तेव्हा त्यांना चलनयोग्य/चलनक्षम पत्रकाचे स्वरूप प्राप्त होते.

असे असले तरीही सर्व लेखी दस्त ही चलने नाहीत तर चलनाच्या क्षमतेची 'योग्यतेची' पात्रता धारण करणारी केवळ हमीपत्रे आहेत. म्हणून यांना चलनाचे स्थान प्राप्त होऊ शकत नाही. परंतु अशा दस्तांमुळे पैसे मिळण्याची खात्री असल्याने त्यामुळे त्यांचा वापर पैशाऐवजी व्यवहारामध्ये देवघेवीसाठी मोठ्या प्रमाणात अनेकदा केला जाऊ लागला म्हणून त्यांना 'चलनक्षम दस्त' किंवा 'चलनक्षम पत्रके' म्हणून संबोधले जाते.

चलनक्षम दस्तांच्या कायद्याची आवश्यकता : चलनक्षम दस्त हे लेखी स्वरूपाचे असणे आवश्यक असल्याने कोणत्याही नमुन्यात असत. याबाबत रूढी, प्रचलित परंपरा यांचा प्रभाव प्रादेशिकत्वामुळे दिसून येत असे. तसेच वेगवेगळ्या राज्यपद्धती, राज्यकारभारातील नियम, कायदे यामुळे दस्तांचे लेखी स्वरूपात फरक दिसून येत असत. तसेच कोणत्या स्वरूपातील लिखाण योग्य अथवा अयोग्य हे ठरवितानासुद्धा प्रत्येक वेळेस मतभिन्नता दिसून येऊ लागली.

इंग्रज राजवटीमुळे आपण इंग्रजी कराराच्या कायद्याचा आधार घेऊन येणारी मतभिन्नता मिटवण्याचे प्रयत्न करू लागलो व याकरिता भारतीय कराराच्या कायद्यात (Indian Contract Act) अनेक प्रकारचे बदल करू लागलो. परंतु यामुळे भारतीय कराराचा कायदा हा अतिबोजड होऊ लागला. उदाहरणार्थ : केवळ एका विशिष्ट प्रकारे केलेल्या दस्ताच्या योग्यतेचा निकष ठरविण्यास संपूर्ण कराराच्या कायद्याचा अभ्यास करणे, त्यातील नियमांचा अर्थ लावणे अनावश्यक असले तरीही क्रमप्राप्त झाले. तसेच वर उल्लेखल्याप्रमाणे प्रचलित पद्धतीतील दस्त लिहिण्यातील, मान्यतेतील फरकांमुळे कायदे असंख्य व त्यात दुरुस्त्याही अगणित असे स्वरूप प्राप्त झाले. काही ठिकाणी एक लेख/दस्त 'चलनयोग्य पत्रक' हे अधिकृत असेल तर तेच चलनयोग्य

लिखाण दुसऱ्या ठिकाणी त्यात त्रुटी असल्याचे समजण्यात येऊन नाकारले जाऊ लागले व चलनात अयोग्य मानले जाऊ लागले. (Not Negotiable).

त्यामुळे या लेखी कागदपत्राच्या आधारे वस्तूंच्या देवघेवीप्रमाणेच हक्कांचे हस्तांतरण एका व्यक्तीकडून दुसऱ्या व्यक्तीकडे सहज आणि सुलभ पद्धतीने होणे आवश्यक झाले. एवढेच नव्हे तर असे चलनक्षम दस्त हे सर्वमान्य व कायदेशीरदृष्ट्या योग्य किंवा परिपूर्ण असले पाहिजेत असा दृष्टिकोन स्वीकारला गेला.

वरील गोष्टींचा विचार करून कराराच्या कायद्यातील आवश्यक तेवढाच भाग वेगळा करण्यात आला. तसेच चलनयोग्य दस्तांबाबत अस्तित्वात असलेल्या सर्व प्रचलित पद्धतींचा अभ्यास करून सुसंबद्धपणे नियमांची आखणी केली गेली. त्या नियमांच्या अंमलबजावणीसाठी विशिष्ट पद्धत असावी असे ठरवून चलनयोग्य दस्तांचा कायदा सन १८८१ साली प्रथम तयार केला गेला.

इंग्रजी कराराच्या कायद्यातून (Common Law) भारतीय कराराचा कायदा (Indian Contract Act) निर्माण झाला. तसेच सदर चलनयोग्य दस्तांचा कायदा भारतात अस्तित्वात असला तरीही (The Neogtiable Instruments Act 1881) या कायद्यातील मूळ नैसर्गिक तत्त्वे आणि उद्दिष्टे सर्वत्र सारखीच असल्याने तो कमी अधिक फरकाने सर्व देशांमध्ये एकसारखाच दिसून येतो.

इ) चलनक्षम दस्तांच्या कायद्याचे क्षेत्र (Jurisdiction) :

चलनक्षम दस्तांचा कायदा प्रथम १८८१ साली अखंड भारतामध्ये त्यावेळच्या ब्रिटिश राजवटीने मंजूर केला. याची अंमलबजावणी १ मार्च १८८२ सालापासून जम्मू व काश्मीर सोडून सर्वत्र केली गेली. सध्या चलनक्षम दस्तांचा कायदा सर्व भारतभर अस्तित्वात आहे. प्रतिज्ञा, अर्थपत्र, विनिमय विपत्र आणि धनादेश या दस्तऐवजांची निर्मिती व व्यवहार नियंत्रण हा या कायद्याचा गाभा आहे.

१. चलनक्षम दस्त कोणते? किंवा चलनक्षम दस्तांच्या कायद्याची व्याप्ती:
यामध्ये प्रामुख्याने पुढील गोष्टींचा समावेश होतो.

(अ) वचनचिठ्ठी : Promissory Note
(ब) विनिमय पत्र : Bill of Exchange
(क) धनादेश : Cheque यांचा समावेश होतो.

असे असले तरीही वरील प्रकारांशिवाय इतर कोणत्याही सदृश्य किंवा अन्य दस्तांना कायद्याने मान्यता नाकारलेली नाही. परंतु अशा दस्तांचा कायदेशीरपणा विचारांत घेताना किंवा योग्य–अयोग्य (Legality) ठरविताना भारतीय न्यायालयांनी चलनक्षम दस्तांसंबंधीच्या सर्व तरतुदींचा वापर करणे आवश्यक मानले आहे. एवढेच नव्हे तर जरूर तेथे इंग्रजी कराराच्या कायद्याच्या (Common Law) व ब्रिटिश कोर्टांनी प्रमाण मानलेल्या (Recognised) गोष्टींचाही विचार करणे योग्य होईल असे मानले आहे.

पूर्वापार रूढी (Customs) आणि परंपरा (Usages) यांचाही विचार चलनयोग्य दस्ताचा कायदेशीरपणा ठरविण्यासाठी करावा असे स्पष्टपणे नमूद केले आहे. म्हणून भारत सरकारने खालील प्रकारचे चलनयोग्य दस्त हे 'रूढ' आणि 'चलनयोग्य दस्त' म्हणून मान्य केले आहेत –

(ड) हुंड्या

(ई) हस्तांतर आदेश

(ई) रेल्वेच्या मालपाठवणेसंबंधीच्या पावत्या (Railway Receipts)

अशा दस्तांमध्ये कायद्यातील आवश्यक सर्व गोष्टी नसल्या, म्हणजेच एखादी त्रुटी राहिली असली तरीही ते दस्त चलनक्षम दस्त म्हणून कायदेशीर आहेत.

२. चलनक्षम दस्तांच्या निर्मितीस मान्यता (Recognition to the Making of Negotiable Instrument) : भारतात १) कागदी चलन कायदा १८८१ (Paper Currency Notes, Act 1881) मधील कलम २१ अनुसार आणि २) रिझर्व बँक ऑफ इंडिया कायदा १९३४ (Reserve Bank of India, Act 1934) च्या कलम ३१ व ३२ प्रमाणे भारतात व्यवहारात रूढ आणि प्रचलित असलेली सर्व 'हस्तांतर योग्य' कागदपत्रे अथवा 'लेखी दस्त' कायदेशीर मानले गेले आहेत व त्या कागदपत्रांना वरील कायद्यांतील कोणत्याही तरतुदींची बाधा येत नाही.

३. चलनयोग्य दस्तांच्या निर्मितीवरील निर्बंध (Restrictions on the Making of Negotiable Instrument) : खालील दोन प्रकारची बंधने आहेत –

अ) चलनक्षम दस्ताच्या कायद्याच्या कलम ३१ अनुसार रिझर्व बँक ऑफ इंडिया आणि मध्यवर्ती सरकार (Central Government) या दोघांच्याशिवाय इतर कोणत्याही व्यक्तीने अथवा संस्थेने चलनसदृश्य दस्त म्हणजेच असा दस्त असणाऱ्या व्यक्तीने (Holder of an instruments) केल्याबरोबर पैसे मिळण्याची तरतूद असणारा दस्त बनवून देण्याची किंवा स्वीकारण्याची परवानगी नाही. तो अधिकार केवळ रिझर्व बँकेला व मध्यवर्ती सरकारलाच आहे. म्हणून इंदिरा विकासपत्रे किंवा मध्यवर्ती सरकारने विक्रीस काढलेले कर्जरोखे हे कायदेशीर आहेत.

ब) चलनक्षम दस्ताच्या कायद्याच्या कलम ३२ प्रमाणे कोणत्याही व्यक्तीने हुंडी किंवा वचनचिठ्ठी ही 'धारण करणाऱ्यास' (Holder) पैसे मिळू शकतील अशा पद्धतीने लिहिली असल्यास गुन्हा म्हणून संबोधण्यात येऊन त्याबद्दल सदर व्यक्तीस दंड होऊ शकतो.

७.३ कायद्यातील महत्त्वाच्या व्याख्या (Important Relevent Definitions)

अ) चलनक्षम दस्तऐवज (Negotiable Instrument) **:** 'चलनक्षम दस्त' म्हणजे "मूळ मालक हा आपण केलेला करार किंवा दिलेले वचन लेखामध्ये नमूद

करून आपला अधिकार दस्त स्वीकारणाऱ्या व्यक्तीला हस्तांतरित करू शकतो असा तो कोणताही लेख.''

ब) **विनिमय विपत्र** (Bills of Exchange) : ''ज्या लिखित दस्तावर दस्त्याच्या निर्मात्याने आपली सही करून विशिष्ट व्यक्तीला/संस्थेला, कोणत्याही अटीशिवाय आदेश करून दस्तामध्ये नमूद केलेल्या व्यक्तीला किंवा त्या व्यक्तीच्या आदेशानुसार इतर व्यक्तीला किंवा तो दस्त धारण करणाऱ्या व्यक्तीला विशिष्ट रक्कम द्यावी, असे नमूद केलेले असते, त्या लेखाला 'विनिमय विपत्र' म्हणतात.

क) **धनादेश** (Cheque) : मागणी करताच जी रक्कम देय होते, असा विशिष्ट बँकेला लिहिलेला लेख म्हणजे 'धनादेश' होय.

ड) **प्रतिज्ञापत्र/वचनपत्र/प्रतिज्ञा अर्थपत्र** (Promissory Note) : वचनपत्र म्हणजे ज्या दस्ताच्या निर्मात्याने आपली सही करून दस्तात नमूद केलेली रक्कम विशिष्ट व्यक्तीला किंवा तिच्या आदेशानुसार इतर व्यक्तींना किंवा दस्त सादर करणाऱ्या व्यक्तींना देण्याचे विनाअट वचन लेखी स्वरूपात दिलेले असते असा दस्त.

इ) **धनादेशाचे रेखांकन** (Crossing of Cheque) : धनादेशावर काही शब्दांसह किंवा शब्दविरहित दोन समांतर तिरप्या रेषा काढण्याच्या क्रियेला 'रेखांकन' म्हणतात.

फ) **देय दिनांक** (Due Date) : मुदतपूर्ती दिनांकानंतर तीन दिवसांनी येणाऱ्या तारखेला 'देय दिनांक' म्हणतात.

ग) **धारक** (Holder) : ज्या व्यक्तीला हुंडी स्वतःच्या ताब्यात ठेवण्याचा आणि तिची रक्कम वसूल करण्याचा अधिकार असतो तिला 'धारक' म्हणतात.

ह) **हुंडीची स्वीकृती** (Acceptance of Bill) : हुंडी लिहिल्यानंतर हुंडी लिहिणारा ती ज्यावर हुंडी काढली त्या व्यक्तीकडे पाठवितो. ती व्यक्ती त्यावर 'स्वीकृत' शब्द लिहून व सही करून संबंधित हुंडी, हुंडी काढणाऱ्याकडे पाठवितो, त्या क्रियेला 'हुंडीची स्वीकृती' म्हणतात.

य) **अनादरण** (Dishonour) : एखाद्या चलनक्षम दस्तऐवजाचा स्वीकर्ता त्या दस्तऐवजाला स्वीकृती देत नाही किंवा देय दिनांकाला पैसे देत नाही, तेव्हा त्याला 'अनादरण' झाले असे म्हणतात.

ज) **यथाविधी धारक** (Holder indue Course) : एखाद्या व्यक्तीने अ) योग्य मोबदला देऊन दस्तऐवज मिळविला असेल, ब) दस्तऐवज वाहक असल्यास ती व्यक्ती धारक असेल किंवा दस्तऐवज आदेशानुसार देय असल्यास ती व्यक्ती त्या दस्तऐवजाचा आदाता अथवा पृष्ठांकिती असेल. क) तिने दस्तऐवज मुदतीपूर्वी दिनांकापूर्वी आणि ड) सद्विश्वासाने तसेच हस्तांतरकर्त्याच्या

चलनक्षम दस्तऐवज कायदा, १८८१ / २६७

दस्तऐवजासंबंधी अधिकारातील दोषाची कल्पना नसताना मिळविला असेल तर अशी व्यक्ती ह्या दस्तऐवजाचा यथाविधिधारक ठरेल.

७.४ चलनक्षम दस्तांचे प्रकार (Essential and Types of Negotiable Instrument)

चलनक्षम दस्ताच्या कायद्यामध्ये प्रामुख्याने –

१. **वचनचिठ्ठी/वचनपत्र/प्रतिज्ञा अर्थपत्र**/Promissory Note

२. **विनिमय पत्र/विपत्र**/(Bill of Exchange)

३. **धनादेश**/Cheque

यांचा समावेश होतो. त्यामुळे चलनक्षम दस्ताच्या कायद्यातील यासंबंधीच्या तरतुदींचा अभ्यास करणे आवश्यक ठरते.

१) वचनचिठ्ठी/वचनपत्र/प्रतिज्ञा अर्थपत्र (Promissory Note) : चलनक्षम दस्तांच्या कायद्याच्या कलम ४ प्रमाणे – "वचनपत्र म्हणजे ज्या दस्ताच्या निर्मात्याने आपली सही करून दस्तात नमूद केलेली रक्कम विशिष्ट व्यक्तीला किंवा तिच्या आदेशानुसार इतर व्यक्तींना किंवा दस्त सादर करणाऱ्या व्यक्तींना देण्याचे विनाअट वचन लेखी स्वरूपात दिलेले असते असा दस्त."

उदा. गोपाळ हरी देशपांडे रा. कोल्हापूर लिहून देतो की, श्रीयुत विनायक प्रसाद कुलकर्णी रा. कागल यांचे कडून आज ता. ४.१०.२०१५ इ. रोजी मी रोख रुपये दहा हजार (रु.१०,०००) स्वीकारले आहेत. सदर रक्कम त्यांना किंवा ते सांगतील त्या व्यक्तीस सहा महिन्यानंतर देईन.

वचनचिठ्ठीची वैशिष्टये/आवश्यक लक्षणे : (Charactaristics of Promissory Notes)

१) लेखी : वचनचिठ्ठी ही लेखी असावी. तोंडी किंवा ध्वनित स्वरूपातील वचन प्रतिज्ञापत्र होऊ शकत नाही.

२) निश्चित नमूद रक्कम देण्याचे वचन : चलनक्षम दस्तांसंबंधीच्या कायद्यामध्ये कोणतेही वचनपत्र हे त्या दस्तात नमूद केलेली निश्चित रक्कम देण्याचे आश्वासन किंवा हमी देणारे असले पाहिजे. वचनपत्रामध्ये कोणतीही रक्कम नमूद नसल्यास, किंवा केवळ योग्य अशी रक्कम असा उल्लेख असल्यास ते वचनपत्र कायदेशीर होत नाही. त्याचप्रमाणे वचनपत्रामध्ये केवळ पैसे स्वीकारण्याचे अथवा एखादी सेवा स्वीकारल्याबद्दल मूल्य किंवा मोबदला देण्याची जबाबदारी कबूल केली असली तरीही असे वचनपत्र कायदेशीरदृष्ट्या अयोग्य (Illegal) ठरते कारण अशा लेखामध्ये पैसे देण्याचे सुस्पष्ट किंवा निश्चित वचन नमूद नाही.

३) विनाअट वचन : वचनपत्रामध्ये नमूद केलेली रक्कम कोणतीही अट घालून देण्याचे वचन नसले पाहिजे म्हणजेच बिनशर्तपणे दस्तात नमूद केलेली रक्कम

देण्याची स्पष्ट हमी असली पाहिजे. परंतु खालील तरतुदींना अट असे मानले जात नाही व असे दस्त कायदेशीर असतात –

(अ) विशिष्ट तारखेस रक्कम देण्याबद्दल वचनपत्रकात केलेला उल्लेख.

(ब) विशिष्ट ठिकाणी (Place) रक्कम देण्याबद्दल वचनपत्रात ठरविलेली जागा.

(क) निश्चित अशी घटना घडल्यानंतरच पैसे देण्याबाबत वचनपत्रात दिलेले वचन. उदा. 'अ'चे 'ब'शी लग्न ठरलेले आहे. या ठिकाणी केवळ लग्नाची तारीख ठरलेली नाही. 'अ' वचनपत्राने आपले लग्न 'ब'शी झाल्यावर दहा हजार रुपये देण्याचे वचनपत्राने वचन देतो. असा लेख हा कायदेशीर आहे.

(ड) वचनपत्रामध्ये नमूद केलेल्या रकमेवर विशिष्ट व्याज देण्याबाबतचा उल्लेख.

अशा तरतुदींमुळे रकमेत जरी फरक होऊ शकत असला तरीही अनिश्चितता निर्माण होत नाही. कारण काळानुरूप रकमेत बदल होतो पण रक्कम ही हिशोबाने येणारी असल्याने निश्चितच असते.

४) दस्तऐवजातील रक्कम भारतीय चलनात : वचनचिठ्ठीमध्ये नमूद केलेली रक्कम ही भारतीय चलनामध्ये दिली पाहिजे. तसेच सदर रकमेबरोबर आणखी काही वस्तू किंवा सेवा पुरविणेचा उल्लेख दस्तामध्ये केलेला असल्यास अशा दस्ताला वचनपत्रक/वचनचिठ्ठी म्हणता येत नाही.

अपवाद : वचनचिठ्ठीमध्ये विदेशी मुद्रेमध्ये (Foreign Currency) पैसे देण्याचे वचन असल्यास त्याची भारतीय मुद्रांकामध्ये होणारी रक्कम किती हे नमूद असले तरच अशी वचनचिठ्ठी कायदेशीर मानली जाऊ शकते.

५) वचनचिठ्ठी/वचनपत्रक लिहून देणारी व्यक्ती किंवा संस्था निश्चित असली पाहिजे : अधिकार नसताना दुसऱ्याचे नावाने लिहून दिलेले वचनपत्रक हे कायदेशीर होत नाही.

६) वचनचिठ्ठीतील रक्कम स्वीकारणारा निश्चित पाहिजे : वचनचिठ्ठीमध्ये नमूद केलेला स्वीकृता/धारक हा निश्चित म्हणजेच अस्तित्वात असलेली व्यक्ती अथवा संस्था असली पाहिजे. काल्पनिक व्यक्ती/संस्था असल्यास अगर मृत किंवा त्या नावाची व्यक्ती/संस्था असल्यास तो दस्त वचनपत्रक होऊ शकत नाही.

वचनपत्रकात एखाद्या व्यक्तीच्या आदेशानुसार दस्तातील रक्कम देण्याबाबत उल्लेख केला असेल तर आदेश करणारी व्यक्ती ही निश्चित/अस्तित्वात असणे आवश्यक आहे.

७) आवश्यक रकमेचे तिकीट : वचनचिठ्ठी/वचनपत्रकावर भारतीय मुद्रांक कायद्यानुसार (Indian Stamp Act) नमूद रकमेच्या प्रमाणात आवश्यक तेवढी तिकिटे असली पाहिजेत. अन्यथा दस्तात जोपर्यंत ही त्रुटी असेल तोपर्यंत दस्तास कायदेशीरपणा प्राप्त होत नाही.

८) वचनपत्रावरील तारीख : वचनपत्रावर जी तारीख नमूद केलेली असेल त्या तारखेस तो लेख बनविला गेला आहे असे मानले जाते. जरी अशा दस्तावर

मागाहून तारीख टाकली असली तरीही सदरची गोष्ट जोपर्यंत सिद्ध होत नाही तोपर्यंत दस्तावरील तारखेसच दस्त बनविला गेला आहे असे मानले जाते.

वचनचिठ्ठीवर तारीख असलीच पाहिजे असे बंधन कायद्यात नसले तरीही सदर लेखाचा कालावधी निश्चित करण्याकरिता किंवा विशिष्ट कालावधीनंतर पैसे द्यावेत असा उल्लेख दस्तात नमूद असल्यास दस्तावर तारीख असणे आवश्यक आहे.

९) एकापेक्षा अधिक स्वीकारकर्ते : चलनयोग्य दस्ताचे पैसे एकापेक्षा अधिक व्यक्तींना किंवा त्यांपैकी कोणासही स्वतंत्रपणे अथवा संयुक्तिकरीतीने (Independently or Jointly) मिळण्याची तरतूद करता येते. अशावेळेस सर्वांकरिता एकाने किंवा सर्वांनी दस्तातील नमूद केलेले पैसे स्वीकारले तरी चालतात. तसेच वचनचिठ्ठी सादर करताना तो अनेक व्यक्तींकरिता एका व्यक्तीने सादर केली तरीही सर्वांकरिता सादर केली आहे असे मानले जाते.

१०) वचनचिठ्ठीचे प्रतिफल : वचनचिठ्ठीमध्ये नमूद केलेली रक्कम कोणत्या कारणाकरिता वचनचिठ्ठीच्या निर्मात्याने स्वीकारली होती हे नमूद करण्याची आवश्यकता कायद्यात नाही. परंतु जर विशिष्ट कारण नमूद केले असेल तर त्या वचनचिठ्ठीचा उपयोग परिस्थितिजन्य पुरावा म्हणून पुराव्याच्या कायद्यात करता येतो.

उदा. घर खरेदीदासाठी पैसे स्वीकारून वचनचिठ्ठी लिहून दिली असल्यास सदरची रक्कम घराच्या खरेदीच्या व्यवहारासंदर्भातच घेतली होती असे मानले जाते.

वचनचिठ्ठीचा नमुना खालीलप्रमाणे देता येईल :

वचनचिठ्ठीचा नमुना

पुणे,
दि. २० जून २००५

मी, खाली सही करणार,म महेश कुमार कोठारी, १२१४, आर. वार्ड, पुणे मागताक्षणी श्री. मनोज नाबर, १०३५, सदाशिव पेठ, पुणे यांना किंवा त्यांच्या आदेशाप्रमाणे रुपये दोनशे फक्त देण्याचे वचन देतो.

रु. २००/-

सही /-
एम.आर. कोठारी

२. विनिमय विपत्र (Bills of Exchange) : चलनक्षम दस्त्याच्या कायद्याच्या कलम ५ मध्ये हुंडीची व्याख्या दिली आहे. ''ज्या लिखित दस्तावर दस्त्याच्या निर्मात्याने आपली सही करून विशिष्ट व्यक्तीला/संस्थेला, कोणत्याही अटीशिवाय आदेश करून दस्तामध्ये नमूद केलेल्या व्यक्तीला किंवा त्या व्यक्तीच्या आदेशानुसार इतर व्यक्तीला किंवा तो दस्त धारण करणाऱ्यास विशिष्ट रक्कम द्यावी असे नमूद केलेले असते त्या लेखाला हुंडी असे म्हणतात.''

विनिमयपत्र किंवा विपत्र (Bills of Exchange)

चलनक्षम दस्तऐवजांचा कायदा १८८१-कलम ५ नुसार विनिमयपत्र म्हणजे असा दस्तऐवज की ज्यावर त्याच्या कर्त्याने आपली स्वाक्षरी करून विशिष्ट व्यक्तीला विनाअट आज्ञा करून दस्तात नमूद केलेल्या व्यक्तीला किंवा त्या व्यक्तीच्या आदेशानुसार दुसऱ्या व्यक्तीला किंवा तो दस्त धारण करणाऱ्यास पैसे देण्याचे नमूद केलेले असते.

विनिमयपत्राची वैशिष्ट्ये : वचनपत्राची आणि विनिमयपत्राची वैशिष्ट्ये साधारण सारखीच आहेत. विनिमयपत्राची महत्त्वाची वैशिष्ट्ये किंवा आवश्यक लक्षणे खालीलप्रमाणे आहेत.

१) विनाअट किंवा विनाशर्त : विनिमयपत्राचे महत्त्वाचे वैशिष्ट्य म्हणजे ते विनाअट किंवा विनाशर्त असावे.

२) लिखित स्वरूप : विनिमयपत्र हे लिखित स्वरूपात असावे.

३) आज्ञा किंवा आदेश : विनिमयपत्रात पैसे देण्याची आज्ञा किंवा आदेश असतो आणि तो स्पष्ट असतो.

४) स्वाक्षरी : विनिमय पत्र हे आदेशकाने स्वाक्षरी केलेले असले पाहिजे आदेशकाने सहीन केलेले विनिमयपत्र जर आदेशीतीने स्वीकारले आणि ते जर तृतीय पक्षाला दिले गेले तर त्याला विनिमय पत्र म्हणून कायद्याने संबोधता येत नाही.

५) निश्चित पक्ष : विनिमयपत्रात उपक्ष असतात, अनुक्रमे

अ) आदेशक : विनिमयपत्राचा कर्ता ज्याने पैसे देण्याचा आदेश दिलेला असतो.

ब) आदेशिती : ज्याला विनिमयपत्राचे पैसे द्यावयाचे असतात.

६) केवळ पैसा व निश्चित रक्कम : विनिमयपत्र हे केवळ पैसे देण्यासाठी आणि तेसुद्धा निश्चित रक्कम देण्यासाठीच काढता येते.

तिकिट : विनिमयपत्रावर तिकीट लावणे आवश्यक असते. केवळ मागणी विनिमय हे तिकिटाशिवाय कायदेशीर असते.

विनिमयपत्राचा नमुना

रु.५०,०००/-

तिकीट

४०५, शिवाजीनगर
पुणे -४११ ००५
२ ऑगस्ट २०१०

६० दिवसांनंतर निखिल एंटरप्रायजेस यांना किंवा त्यांच्या आदेशानुसार रु. ५०,०००/- फक्त द्यावेत.

राहुल एंटरप्रायजेससाठी
सही
राहुल बोरीवाला
भागीदार

प्रति,
अस्मिता इलेक्ट्रिकल्स
डेक्कन जिमखाना, पुणे ४११ ००४

वरील नमुन्यामध्ये राहुल एंटरप्रायजेस हे आदेशक अस्मिता इलेक्ट्रिकल्स हे आदेशिती तर निखिल एंटरप्रायजेस हे आदाता आहेत.

विनीमयपत्र व हुंडी यातील फरक
Differene between Bills of Exchange

फरकाचा मुद्दा	विनिमयपत्र	हुंडी
१. भाषा	विनिमयपत्र हे प्रामुख्याने इंग्रजी भाषेत काढले जाते.	हुंडी ही कोणत्याही स्थानिक भाषेत काढले जाते.
२. नियमन	विनिमयपत्र हे चलनक्षम दस्तऐवज कायदा १८८१ नुसार नियमित केले जाते.	हुंडी ही स्थानिक परंपरेने किंवा चालीरीतीने नियमित केली जाते.
३. अटींवर	विनिमयपत्र हे कधीही विनाशर्त असते.	हुंडी ही अटींवर आधारित असू शकते.
४. नोंद आणि निषेध	आदरासाठी विनिमयपत्र स्वीकारण्यापूर्वी नोंद व निषेधाची गरज असते.	हुंडीला अशी कोणतीही गरज नसते.
५. व्याजदर-आकारणी	विनिमयपत्रासाठी ६% व्याज कायद्याने निश्चित केलेला आहे. व्याजदर प्रचलित चालीरीतीं-वर आधारित असतो. त्यामुळे तो ६% पेक्षा जास्त असू शकतो.	हुंडीसाठी असा निश्चित व्याजदर नाही. हुंडीचा

वचनचिठ्ठी आणि विनिमय पत्र यांतील फरक
Distinction between Promissory Note and Bills of Exchange

वचनचिठ्ठी (Promissory Note)	विनिमयपत्र (Bills of Exchange)
१. यात दोनच व्यक्ती असतात. वचनदाता (Maker) आणि प्राप्तकर्ता (Payee)	यात ३ व्यक्ती असतात. आदेशक किंवा निर्माता (Drawer) आहार्यी किंवा हुंडी स्वीकारणारा (Drawee) आणि प्राप्तकर्ता (Payee)
२. वचनचिठ्ठीतील रक्कम वचन देणाऱ्यालाच किंवा निर्मात्यालाच मिळावी अशा तऱ्हेची वचनचिठ्ठी देता येत नाही.	विनिमयपत्रामध्ये रक्कम विनिमय पत्राच्या निर्मात्याला द्यावी अशा तऱ्हेची आज्ञा करता येते. म्हणजेच हुंडीमध्ये एकच व्यक्ती ही

कारण अशा वेळेस वचनचिठ्ठी बनविणारा (Maker) आणि त्यातील रक्कम स्वीकारणारा एकच व्यक्ती होते.	विनिमयपत्राची निर्मिती आणि प्राप्तकर्ती (Payee) होऊ शकेल.
३. वचनचिठ्ठीमध्ये पैसे देण्याचे विनाअट वचन असते.	विनिमयपत्रामध्ये पैसे देण्याची विना अट आज्ञा असते.
४. वचनचिठ्ठीमध्ये तिच्या निर्मात्याने वचन-चिठ्ठीवर केवळ सही केल्यावर बंधनकारक होते. यासाठी वचनचिठ्ठी स्वीकारली असे नमूद करावे लागत नाही.	विनिमयपत्रामध्ये आदेशकाने आहार्यीने/आहेशितीने (Drawee) हुंडी स्वीकारली असे नमूद करणे आवश्यक असते. अन्यथा ते स्वीका रणाऱ्यावर बंधनकारक होत नाही.
५. वचनचिठ्ठीमध्ये निर्मात्याची जबाबदारी	विनिमयपत्रामध्ये आहार्यीची (Drawee) जबाबदारी प्रमुख असते आणि निर्मात्याची (Maker) जबाबदारी दुय्यम असते. विनिमयपत्र स्वीकारणाऱ्याने म्हणजेच आहार्यीने विनिमय पत्र नाकारल्यानंतरच आदेशकाची म्हणजेच निर्मात्याची जबाबदारी निर्माण होते.
६. वचनचिठ्ठीत दिलेले वचन विनाअट असते.	विनिमयपत्र स्वीकारताना आहार्यी अट घालून विनिमयपत्राचा स्वीकार करू शकतो.
७. वचनचिठ्ठी स्वीकृतीसाठी हजर करणे. किंवा प्रतिष्ठेसाठी वचनचिठ्ठी स्वीकारणे या गोष्टी नसतात.	विनिमयपत्रामध्ये विनिमय पत्राचा स्वीकार करण्यासाठी ती हजर करणे आवश्यक असते. तसेच प्रतिष्ठेसाठी विनिमयपत्राची स्वीकृती करता येते.
८. वचनचिठ्ठी गटाच्या प्रकाराने (In Sets) दिली जात नाही.	विनिमयपत्र ही गटाच्या प्रकाराने (In Sets) देता येते.
९. वचनचिठ्ठीचा अनादर झाल्यास अनादराबद्दल धारकाने सक्षम अधिकाऱ्या-कडे तिची नोंदणी करावी लागत नाही.	परदेशी विनिमयपत्राचा अनादर झाल्यास अनादराबद्दलची नोंदणी (Noting of Protests) योग्य त्या अधिकाऱ्याकडे केल्याशिवाय तिचा अनादर झाला असे समजले जात नाही.
१०. वचनचिठ्ठीचा अनादर झाल्यास निर्मात्याला अनादराची नोटीस द्यावी लागत नाही. पैसे वसूल करण्याकरिता सरळ दावा दाखल करता येतो.	विनिमयपत्राचा अनादर झाल्यास अनादराची नोटीस हुंडीच्या निर्मात्याला दिल्याशिवाय पैसेवसुलीचा दावा दाखल करता येत नाही.

३. धनादेश (Cheque) : चलनक्षम तारणाच्या कायद्याच्या कलम ६ मध्ये धनादेशाची व्याख्या दिलेली आहे. त्यानुसार मागणी करताच जी रक्कम देय होते. (Payment) असा विशिष्ट बँकेला लिहिलेला लेख हुंडी म्हणजे धनादेश होय. (A Cheque is a Bill of Exchange drawn on a specified banker and not expressed to be payable otherwise on demand.) म्हणजेच हुंडीसाठी लागणारी सर्व वैशिष्ट्ये चेकमध्ये सामावलेली असतात. परंतु हुंडीपेक्षा अधिक गोष्टी चेकसाठी आवश्यक आहेत.

उदा. धनादेश केवळ बँकेवरच काढता येतो.

अ) धनादेशाची वैशिष्ट्ये : हुंडीची सर्व वैशिष्ट्ये धनादेशामध्ये सामावलेली आहेत –

१) धनादेश हा लिखित स्वरूपातील आदेश असतो.

२) धनादेशनिर्मात्याने आपल्या बँकेला त्यात आदेश दिलेला असतो.

३) धनादेश हा विनाअट किंवा बिनशर्त असतो.

४) धनादेश फक्त बँकेवरच काढता येतो.

५) धनादेशनिर्मात्याने धनादेशावर सही करणे आवश्यक असते.

६) धनादेशामध्ये निश्चित रक्कम नमूद करणे आवश्यक असते.

७) धनादेशाची रक्कम धनादेशामध्ये नमूद केलेल्या व्यक्तीला किंवा अशा व्यक्तीच्या आदेशानुसार विशिष्ट व्यक्तीला किंवा धनादेश सादर करणाऱ्या व्यक्तीला मिळावयाची असते.

८) धनादेश रक्कम मिळण्याकरिता तो सादर करणे आवश्यक आहे. तसेच धनादेश सादर करणाऱ्याने मागणी केल्याबरोबर बँकेने धनादेशातील रक्कम देणे आवश्यक असते.

धनादेशाचा नमुना

	१० / ०८ / २००५
श्री............................ यांना किंवा आदेशाप्रमाणे	
रु. सात हजार फक्त देणे.	
खाते क्र. .... खाते वही पान नं.......	रु.७०००/–
कॅनरा बँक	
डेक्कन जिमखाना शाखा,	
पुणे ४	सही
चेक क्र...................... मायकर कोड...................	

९) धनादेशातील आदेश धनादेशाच्या निर्मात्याने त्याचे खाते असलेल्या बँकेवर काढणे आवश्यक आहे. तसेच धनादेशावर निर्मात्याने आपला खाते क्रमांक, दिनांक इ. मजकूर लिहिणे आवश्यक आहे.

१०) धनादेश त्यावरील दिनांकापासून जास्तीत जास्त ६ महिन्यांच्या आत बँकेत सादर करणे आवश्यक असते. मुदतीनंतर धनादेशाचे पैसे देण्याची जबाबदारी बँकेवर कायद्याने बंधनकारक रहात नाही.

(ब) धनादेश आणि विनिमयपत्र यामधील फरक

Difference between Cheque and Bills of Exchange

धनादेश	विनिमय पत्र
१. धनादेश केवळ बँकेवर काढला जातो.	१. विनिमयपत्र सामान्यपणे व्यक्तीवर किंवा व्यापारी संस्थेवर काढण्यात येते.
२. प्रत्येक धनादेश हुंडी असते.	२. प्रत्येक विनिमयपत्र धनादेश नसते.
३. धनादेश स्वीकारला आहे अशा प्रकारे पृष्ठांकन करण्याची गरज नसते.	३. विनिमयपत्र स्वीकारले गेले आहे अशा प्रकारे तिच्यावर पृष्ठांकन होणे आवश्यक असते.
४. धनादेशाचा उपयोग भारतात पैसे देण्याघेण्यासाठी होतो. परंतु भारताबाहेर तो लेख चलन दस्त म्हणून स्वीकारला जाईल असे नाही.	४. विनिमयपत्र ही भारतात अगर परदेशीसुद्धा चलन योग्य दस्त म्हणून स्वीकारले जाते.
५. धनादेशाची रक्कम मागणी केल्यावर मिळते.	५. विनिमयपत्राची रक्कम मागणी केल्यानंतर ठराविक दिवसात अथवा विनिमयपत्र विशिष्ट मुदत संपल्यानंतर रक्कम द्यावी असे नमूद असल्यास ती संपल्यानंतरच पैसे मिळू शकतात.
६. धनादेशाची रक्कम मिळणाऱ्या व्यक्तीने धनादेश स्वीकारणाऱ्या बँकेकडे मुदतीमध्ये सादर करणे आवश्यक असते. मुदतीत धनादेश बँकेकडे पाठवला नसल्यास धनादेशाची निर्मात्याची जबाबदारी संपते. परंतु धनादेशाची रक्कम प्राप्त होणाऱ्या व्यक्तीने मुदतीत धनादेश सादर केला तर, आणि त्या कालावधीत बँकेच दिवाळं निघाल्यास धनादेशाच्या निर्मात्याची जबाबदारी संपते.	६. विनिमयपत्रामध्ये आहार्यीचे दिवाळे निघाले तरी किंवा आहार्यीने विनिमय पत्र स्वीकारण्यास नकार दिला तरीही विनिमयपत्राच्या निर्मात्याची जबाबदारी संपत नाही.
७. धनादेशाचे पैस देण्यात येऊ नयेत अशी सूचना धनादेशाचा निर्माता बँकेला देऊ शकतो.	७. विनिमयपत्राचे पैसे देऊ नयेत असा आदेश विनिमयपत्राचा निर्माता आहार्यीय देऊ शकत नाही.

८. धनादेशावर रेव्हेन्यू तिकीट लावावे लागत नाही.	८. विनिमयपत्रावर योग्य किमतीचा रेव्हेन्यू स्टँप/मुद्रांक लावणे आवश्यक असते.
९. धनादेशाचे रेखांकन करून विशिष्ट व्यक्तीला त्याच्या खात्यावर पैसे मिळू शकतात.	९. विनिमयपत्रामध्ये अशा प्रकारे रेखांकन (Crossing) करता येत नाही व देय रक्कम रोख देणे आवश्यक असते.

(क) धनादेशाचे प्रकार : (Types of Cheques)

सामान्यपणे धनादेशाचे खुला धनादेश आणि बंद धनादेश असे दोन प्रकार पडतात.

१. खुला धनादेश : बँकेच्या खिडकीवर ज्या धनादेशाचे पैसे मिळतात त्याला खुला धनादेश असे म्हणतात. खुल्या धनादेशाचे खालील दोन प्रकार पडतात.

अ) **वाहक /धारक धनादेश** : ज्यावेळी वाहकाच्या नावाने धनादेश लिहिला जातो, त्यावेळी त्याला वाहक धनादेश असे म्हणतात. या धनादेशाचे पैसे देण्यापूर्वी आदात्याची ओळख पटण्याची गरज नसते. म्हणजे बँकेच्या खिडकीवर हा धनादेश सादर करणाऱ्याला धनादेशाचे पैसे मिळतात. (मग तो आदाता नसला तरीही) त्यामुळे हा धनादेश वटविण्यासाठी बँकेत खाते असण्याची गरज नसते. हा धनादेश वटविण्यासाठी बँकेत खाते असण्याची गरज नसते. हा धनादेश सुरक्षित नसतो कारण जर हा धनादेश हरविला किंवा चोरीला गेला तर ज्याला हा धनादेश सापडेल ती व्यक्ती याचे पैसे घेऊ शकते.

ब) **आदेश धनादेश** : ज्यावेळी धनादेशाचे पैसे हे आदेशाने द्यावयाचे असतात उदा. (मिस्टर कुलकर्ण्यांना पैसे द्यावेत.) किंवा आदेशानुसार Pay to Mr. Kulkarni or order त्यावेळी त्याला आदेश धनादेश असे म्हणतात. याचे प्रदानदेखील बँकेच्या खिडकीवर होऊ शकते पण आदेशानुसार पैसे देणे असल्याने वाहक धनादेशापेक्षा हा सुरक्षित आहे कारण पैसे देणाऱ्या व्यक्तीची योग्य ओळख बँकेला पटवून द्यावी लागते.

२. बंद धनादेश : ज्यावेळी धनादेशाचे प्रमाण बँकेमार्फत बँकेलाच दिले जाते किंवा विशिष्ट व्यक्तीच्या बँक खात्याला केले जाते त्यावेळी त्याला बंद धनादेश असे म्हणतात.

रेखांकित धनादेश हा नेहमी बंद धनादेश म्हणून ओळखला जातो. कारण याचे पैसे नेहमी आदात्याच्या बँक खात्यावर जमा केले जातात.

ड) धनादेशाचे रेखांकन (Crossing of Cheque)

रेखांकन म्हणजे काय ?

धनादेशामध्ये नमूद रक्कम धारकाला रोखीने मिळू नये तर ती रक्कम त्याचे

बँकेला अथवा विशिष्ट बँकेला द्यावी अशी खातेदाराने आपल्या बँकेला दिलेली सूचना दर्शविणारे चिन्ह म्हणजे रेखांकन होय.

धनादेशावर दोन तिरप्या समांतर रेषा हाताने किंवा रबरी शिक्क्याने किंवा छापील प्रकारे दर्शवून त्यामध्ये शब्द लिहून अथवा कोणत्याही शब्दांशिवाय केलेल्या क्रियेला 'धनादेशाचे रेखांकन' असे म्हणतात.

रेखांकनाचे प्रकार (Types of Crossing) :
(१) साधे रेखांकन (General Crossing)
(२) विशेष रेखांकन (Special Crossing)
(३) नियंत्रित रेखांकन (Restrictive Crossing)

१. साधे रेखांकन (General Crossing) : साधे रेखांकन म्हणजे जेव्हा धनादेशावर दोन समांतर तिरप्या रेषा डाव्या कोपऱ्यात काढतात व प्रसंगी त्यामध्ये काही शब्द 'अकौंट पेयी' (Account Payee) म्हणजे खात्यावर रक्कम जमा होणारी असा आदेश लिहिलेला असतो असा धनादेश. e.g.

२) विशिष्ट रेखांकन (Special Crossing) : कलम १२४ प्रमाणे जेव्हा धनादेशावर दोन समांतर तिरप्या रेषा काढून त्यामध्ये निर्धारित बँकेचे नाव लिहिलेले असते. अशा प्रकारे मजकूर व कलम १ मध्ये नमूद मजकूरसुद्धा असू शकतो. विशिष्ट रेखांकनामध्ये ज्या बँकेचे नाव नमूद असेल त्याच बँकेमार्फत सदर धनादेशाचा व्यवहार पूर्ण होतो.

३) नियंत्रित रेखांकन (Restrictive Crossing) : ज्या व्यक्तीच्या नावे धनादेश लिहिला आहे त्याच व्यक्तीच्या खात्यावर अशा धनादेशाचे पैसे जमा होतात.

रेखांकित धनादेशामुळे प्राप्त होणारी रक्कम बँकेने तिच्या निर्मात्याकडून एकदा वसूल केल्यानंतर जरी तो धनादेश कायदेशीररीत्या योग्य किंवा अंमलबजावणीयोग्य नव्हता असे सिद्ध झाले तरीसुद्धा खातेदारास यामुळे कोणताही तोटा होत नाही अथवा त्याच्या अधिकारात कोणतीही बाधा निर्माण होत नाही.

रेखांकन रद्द करणे : धनादेश रेखांकित नसल्यास तो ज्याप्रमाणे रेखांकित करून त्यातील अधिकार विशिष्ट व्यक्तीपुरते मर्यादित करता येतात. त्याचप्रमाणे केलेले रेखांकन केवळ धनादेशाचे निर्मात्याला रद्द करता येते. अशा वेळेस रेखांकन रद्द केल्याबद्दल रेखांकित केलेल्या धनादेशावरील चिन्हांवर व मजकुरावर काट मारून धनादेशाचे निर्मात्याने आपल्या सह्या धनादेशावर कराव्या लागतात. अशा प्रकारे रेखांकित धनादेशाचे अरेखांकित (Bearer) धनादेशात रूपांतर करता येते.

चलनक्षम दस्तऐवज कायदा, १८८१ / २७७

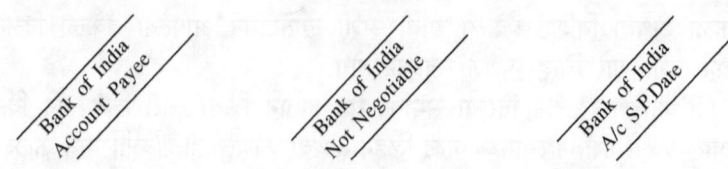

७.५ चलनक्षम दस्तांशी संबंधित पक्ष व त्यांची जबाबदारी (Parties in Negotiable Instrument and their Responsibilities)

अ) चलनक्षम दस्तास पात्र सज्ञान व्यक्ती : यापूर्वी आपण चलनक्षम दस्तांचा कायदा हा कराराच्या कायद्यातून निर्माण झाल्याचे पाहिले आहे. तसेच चलनक्षम दस्त म्हणजे कराराने एका व्यक्तीला प्राप्त झालेला संपत्तीवरील हक्क लिखित स्वरूपात, सही करून दुसऱ्या व्यक्तीला हस्तांतरण करणे अशी व्याख्या पाहिली. यावरून करार करण्यास पात्र असलेली व्यक्ती ही चलनक्षम दस्त करू शकते असे स्पष्टपणे दिसून येईल. म्हणजेच जी व्यक्ती सज्ञान आहे जिला सुज्ञ बुद्धी आहे आणि जी कोणत्याही प्रचलित कायद्याने अपात्र ठरविलेली नाही अशी व्यक्ती चलनक्षम दस्त करू शकते.

अज्ञान व्यक्ती : चलनक्षम दस्त करण्यास पात्र नाही असे असले तरी अज्ञान व्यक्तीला एखाद्या सज्ञान व्यक्तीने व चलनक्षम दस्त लिहून दिल्यास तिला सदर चलनक्षम दस्तातील संपत्ती मिळविण्याचा पूर्ण अधिकार सज्ञान व्यक्तीप्रमाणेच मिळतो. अज्ञान व्यक्तीला चलनक्षम दस्त लिहून दिल्यास अज्ञान व्यक्तीवर चलनक्षम दस्तातील संपत्ती देण्याचे कायद्याने बंधनकारक रहात नाही. याबाबत कराराच्या कायद्यातील अज्ञानासंबंधीच्या सर्व तरतुदी चलनक्षम दस्ताच्या कायद्याला लागू होतात.

ब) चलनक्षम दस्तातील पक्ष :

(१) वचनपत्राच्या संबंधित सर्व पक्ष :

अ) निर्माता (Maker or Drawer) : वचनपत्र लिहून पैसे देण्याचे वचन देणारा याला वचनपत्राचा निर्माता असे म्हणतात.

ब) प्राप्तकर्ता : आदाता (Payee) : ज्या व्यक्तीला वचनपत्रातील रक्कम मिळण्याचा हक्क असतो त्या व्यक्तीला प्राप्तकर्ता असे म्हणतात.

क) धारणकर्ता (Holder) : वचनपत्र ज्याच्या नावे असते व ज्या व्यक्तीला वचनपत्रातील रक्कम घेण्याचा अधिकार असतो अशा व्यक्तीला धारणकर्ता म्हणतात. वचनपत्रामध्ये अशी व्यक्ती प्राप्तकर्ता असते किंवा प्राप्तकर्त्याने आपले अधिकार इतर व्यक्तींना वचनपत्रावर पृष्ठांकन करून हस्तांतरित केलेले असतात.

(२) विनिमयपत्राशी संबंधित पक्ष :

अ) विनिमयपत्राचा निर्माता/आहर्ता/आदेशक (Drawer) : हा वचनपत्रातील निर्मात्याप्रमाणे हुंडीचा निर्माता असतो.

ब) विनिमयपत्राचा आदेशिती/आहार्यी (Drawer) : विनिमयपत्राच्या निर्मात्याने ज्या व्यक्तीला हुंडीतील रक्कम देण्याचा आदेश दिलेला असतो त्या व्यक्तीने हुंडीचा स्वीकार करून त्यातील रक्कम द्यावयाची असते.

क) स्वीकारकर्ता (Acceptor) : विनिमयपत्राचा आदेशिती विनिमयपत्राचा स्वीकार केल्यानंतर त्याचा स्वीकारकर्ता बनतो. स्वीकारकर्ता हा पैसे देण्यासाठी जबाबदार असतो.

ड) प्राप्तकर्ता/आदाता (Payee) : विनिमयपत्रातील रक्कम ज्या व्यक्तीला मिळावयाची असते तिला 'प्राप्तकर्ता' असे म्हणतात.

इ) पृष्ठांकक : हस्तांतरण करणारा (Endorser) : विनिमयपत्र धारण करणारा म्हणजेच धारक विनिमयपत्रामध्ये नमूद केलेल्या हक्कांचे जेव्हा अन्य व्यक्तींच्या नावे हस्तांतरण करतो त्यावेळेस तो चलनक्षम दस्तावर अन्य व्यक्तीचे नाव लिहून त्याला अधिकार दिलेबाबत सही करतो अथवा केवळ सही करून चलनक्षम दस्ताचे हस्तांतरण करतो त्याला पृष्ठांकक असे म्हणतात.

ई) पृष्ठांकन स्वीकारणारा : पृष्ठांकिती (Endorsee) : ज्या व्यक्तीच्या नावे चलनक्षम दस्त हस्तांतरित केले जाते त्या व्यक्तीला पृष्ठांकन स्वीकारणारा/पृष्ठांकिती असे म्हणतात. याला चलनक्षम पत्रकातील रक्कम वसूल करण्याचा अधिकार असतो अथवा चलनक्षम पत्र हस्तांतर करण्याचा अधिकार असतो.

फ) धारणकर्ता (Holder) : ज्या व्यक्तीला चलनक्षम पत्रक स्वत:च्या नावाने ताब्यात घेऊन त्यातील रक्कम वसूल करण्याचा अधिकार असतो तिला धारणकर्ता म्हणतात.

ग) गरजू स्वीकारकर्ता/आहार्यी (Drawee in case of Need) : विनिमय पत्राच्या मूळ स्वीकारकर्त्याच्या नावाबरोबर ज्यावेळी विनिमयपत्रात दुसऱ्या एखाद्या व्यक्तीचे नाव लिहण्यात येते आणि मूळ स्वीकारकर्त्याने विनिमयपत्राचा स्वीकार करण्यास नकार दिला तर दुसऱ्या व्यक्तीने विनिमयपत्राची स्वीकृती द्यावी म्हणून ही पर्यायी व्यवस्था केलेली असते, त्यावेळी त्या दुसऱ्या व्यक्तीस गरजू स्वीकारकर्ता/आहार्यी असे म्हणतात. मात्र मूळ स्वीकारकर्त्याने जर विनिमयपत्राला स्वीकृती दिली नाही तरच गरजू स्वीकारकर्ता या विनिमयपत्राला स्वीकृती देऊ शकतो.

घ) प्रतिष्ठार्थ स्वीकर्ता : आदरार्थ स्वीकार करणारा (Accepter for Honour) : विनिमयपत्राला स्वीकृती न मिळाल्यामुळे तिचे अनादरण झाल्यास तसे पृष्ठांकन केले जाते (Endorsement) व त्यानंतर इतर कोणतीही व्यक्ती विनिमय-पत्राच्या कोणत्याही पक्षाच्या आदरार्थ किंवा त्या पक्षाच्या प्रतिष्ठेच्या रक्षणासाठी ती हुंडी स्वीकारू शकते. (कलम १०८) अशा प्रकारे विनिमयपत्रातील कोणत्याही पक्षाच्या प्रतिष्ठेच्या रक्षणार्थ आदरासाठी म्हणून जो विनिमयपत्र स्वीकारतो त्याला विनिमयपत्र आदरार्थ स्वीकारणारा असे म्हणतात. मात्र या ठिकाणी विनिमयपत्राचा

सन्मानार्थ आदर करणाऱ्या व्यक्तीने हुंडीचा व्यक्तीकरिता आदर करीत आहोत. त्याबद्दल नोटरी पब्लिक (Notary Public) पुढे लेखी कथन केले पाहिजे व नंतर हुंडीचा स्वीकार करून पैसे दिले पाहिजेत.

३. धनादेशाचे पक्ष : धनादेशात ३ पक्ष असतात –

अ) धनादेशाचा निर्माता/आहर्ता/आदेशक (Drawer) **:** धनादेश लिहिणाऱ्या (काढणाऱ्या) व्यक्तीला आर्हता म्हणतात. हा बँकेचा खातेदार/ग्राहक असतो.

ब) धनादेशाचा आदेशिती/आहार्यी (Drawee) **:** धनादेशाची आहार्यी म्हणजेच आदेशिती नेहमी बँक असते. ज्या बँकेत ग्राहकाचे खाते आहे. त्या बँकेवरच धनादेश काढता येतो.

क) धनादेशाचा प्राप्तकर्ता : आदाता (Payee) **:** धनादेशातील रक्कम ज्या व्यक्तीला मिळावयाची असते. अशी रक्कम मिळण्यास पात्र व्यक्तीस आदाता म्हणतात.

७.६ धारक व यथाविधिधारक (Holder and Holder in due Course)

अ) धारक (Holder) **:** चलनक्षम दस्तऐवज कलम ८ प्रमाणे

धारक म्हणजे १) दस्तऐवज स्वतःच्या नावाने ताब्यात ठेवण्यासाठी पात्र असलेली आणि २) दस्तऐवजाची रक्कम वसूल करण्याचा अधिकार असलेली व्यक्ती.

धारक होण्यासाठी दस्तऐवजाचा भौतिक ताबा संबंधित व्यक्तीकडे असलाच पाहिजे असे नाही. धारक बनण्यासाठी दस्तऐवज स्वतःच्या नावाने ताब्यात ठेवण्याचा व रक्कम वसूल करण्याचा अधिकार असणे गरजेचे असते. दस्तऐवज योग्य मार्गाने मिळवला पाहिजे. दस्तऐवज चोरणारी व्यक्ती किंवा हरवलेला दस्तऐवज सापडणारी व्यक्ती धारक ठरू शकत नाही.

धारक हा दस्तऐवजाचा एक महत्त्वाचा पक्ष आहे त्याला इतर सर्वपक्ष जबाबदार असतात. दस्तऐवजात आदाता किंवा पृष्ठांकिती म्हणून उल्लेख असल्याशिवाय कोणतीही व्यक्ती धारक होऊ शकत नाही.

ब) यथाविधिधारक (Holder in due Course)

चलनक्षम दस्तऐवज कलम ९ मध्ये यथाविधिधारकाची व्याख्या :

एखाद्या व्यक्तीने i) योग्य मोबदला देऊन दस्तऐवज मिळवला असेल

ii) दस्तऐवज वाहक असल्यास ती व्यक्ती धारक असेल किंवा दस्तऐवज आदेशानुसार देय असल्यास ती व्यक्ती त्या दस्तऐवजाचा आदाता अथवा पृष्ठांकिती असेल

iii) तिने दस्तऐवज मुदतपूर्ती दिनांकापूर्वी आणि iv) सद्विश्वासाने तसेच

हस्तांतरणर्त्याच्या दस्तऐवजासंबंधी अधिकारातील दोषांची कल्पना नसताना मिळवला असेल अशी व्यक्ती.

यथाविधिधारकासाठी खालील अर्थ पूर्ण करणे आवश्यक आहे-

१) त्या व्यक्तीने योग्य मोबदला देऊन दस्तऐवज मिळवला असला पाहिजे.

२) दस्तऐवज वाहक असेल तर ती व्यक्ती धारक असली पाहिजे.

३) दस्तऐवज मुदतपूर्ती दिनांकापूर्वी त्या व्यक्तीच्या ताब्यात असला पाहिजे.

४) दस्तऐवज आदेशानुसार देय असेल तर ती व्यक्ती पृष्ठांकिती किंवा आदाता पाहिजे.

५) दस्तऐवज प्रथमदर्शनी पूर्ण व नियमित असला पाहिजे.

६) त्या व्यक्तीने सद्‌विश्वासाने दस्तऐवज स्वीकारला असला पाहिजे.

यावरून स्पष्ट होते की, प्रत्येक धारक हा यथाविधिधारक असतोच असे नाही. जो धारक वरील अटी पूर्ण करतो तो यथाविधिधारक होऊ शकतो.

क) धारक व यथाविधीधारक यांतील फरक

धारक (Holder)	**यथाविधीधारक** (Holder in Due Course)
१. चलनक्षम दस्ताच्या धारकाने दस्त स्वीकारल्याबद्दल मोबदला दिला पाहिजे असे नाही.	यथाविधीधारकाने मात्र दस्तयोग्य मोबदला देऊनच स्वीकारला असला पाहिजे.
२. चलनक्षम दस्त धारण करणाऱ्या व्यक्तीने त्या दस्त्यातील मुदत संपल्या-नंतरही दस्ताचा स्वीकार केला तरी चालतो.	यथाविधिधारक होण्यासाठी चलनक्षम दस्ता-तील नमूद तारखेपूर्वी सदरचा दस्त यथाविधि धारकाच्या ताब्यात असणे आवश्यक आहे.
३. चलनक्षम दस्त्याच्या धारकाला आदेशकाच्या इतकेच अधिकार मिळतात. त्यामध्ये कोणतीही वाढ होत नाही.	यथाविधिधारकाला आदेशकापेक्षा तसेच धारकापेक्षा जास्त अधिकार त्या दस्ताने प्राप्त होतात. उदा. चलनयोग्य दस्त हा अज्ञान व्यक्तीने बनविला असल्यास किंवा त्यामध्ये बनविताना काही त्रुटी राहिल्या असल्यास किंवा धारकाला तो दस्त कायदेशीररीत्या मिळाला नसला तरीही ज्यावेळेस यथाविधि-धारक योग्य मोबदला देऊन किंवा पृष्ठांकनामुळे त्या दस्ताचा यथाविधिधारक होतो तेव्हा सदरचा दस्त हा त्रुटीविरहित आणि कायदेशीररीत्या अंमलबाजवणीयोग्य आहे असे समजले जाते व तसा अधिकार यथाविधिधारकाला प्राप्त होतो.

४. धारकाला दस्ताबद्दल मर्यादित अधिकार मिळालेले असतात.	यथाविधिधारकाला धारकाचे सर्व अधिकार दस्तामुळे प्राप्त झालेले असतात व याशिवाय जास्त अधिकार यथाविधिधारक झाल्याने मिळतात.
५. धारकाकडे चलनक्षम दस्त हा कायदेशीररीत्या हस्तांतरित झाला नसेल तर म्हणजेच धारकाने चलनक्षम दस्त चोरून मिळवला असल्यास, बेकायदेशीररीत्या मिळवला असल्यास दस्त ताब्यात ठेवल्याने दस्ताबद्दल कोणताही अधिकार प्राप्त होत नाही.	याउलट यथाविधिधारकाने दस्ताच्या धारकाकडून प्रामाणिकपणे व विश्वासाने दस्त स्वीकारला असल्यामुळे दस्तासंबंधीचे सर्व अधिकार यथाविधिधारकाला प्राप्त होतात व असा दस्त कायदेशीर समजला जातो.

ड) यथाविधिधारकास मिळणारे विशेष अधिकार (Privileges of Holder in due Course) : आतापर्यंतच्या विवेचनावरून धारकापेक्षा यथाविधिधारकाला बऱ्याच प्रमाणात विशेष अधिकार आहेत असे स्पष्ट दिसते. ते विशेष अधिकार चलनक्षम दस्ताच्या कायद्यामध्ये खालील प्रकारे नमूद केलेले आहेत –

१) चलनक्षम दस्तात काही त्रुटी असतील किंवा तो दस्त अपूर्ण असला तरीही यथाविधिधारकाकडे दस्ताचे हस्तांतरण झाल्यामुळे त्यातील रक्कम घेण्याचा अथवा वसूल करण्याचा योग्य व कायदेशीर अधिकार यथाविधिधारकाला प्राप्त होतो.

उदा. चलनक्षम दस्तामध्ये ५०० रु. रक्कम लिहिली असतानाही दस्ताच्या धारकाने केवळ १०० रुपयास त्या दस्ताचे हस्तांतरण केले याठिकाणी यथाविधिधारकाला ५०० रुपयांची रक्कम वसूल करण्याचा अधिकार प्राप्त होतो.

२) चलनक्षम दस्त हा काल्पनिक व्यक्तीने बनविलेला आहे अथवा बनावट आहे असे सिद्ध झाल्यानंतर सुद्धा यथाविधिधारकाच्या दस्तातील रक्कम वसूल करण्याचा अधिकार कायम राहतो.

३) चलनक्षम दस्तामध्ये एखादी अट घालून त्या दस्ताचे हस्तांतरण केले असले तरीही यथाविधिधारकाला त्या अटी पाळल्या पाहिजेत असे बंधन नसते.

उदा. एखादा चलनक्षम दस्त हा धनादेश असल्यास आणि त्यातील रक्कम विशिष्ट व्यक्तीला मिळावी यासाठी त्यावर नोंद (Crossing) केली असल्यास धारकाशिवाय अन्य व्यक्तीला त्यातील पैसे मिळू शकत नाहीत. परंतु अशा धारकाने तो यथाविधिधारकाच्या नावे पृष्ठांकित करून ताब्यात दिल्यास यथाविधिधारकाला त्या दस्ताचे पैसे वसूल करण्याचा संपूर्ण अधिकार प्राप्त होतो.

४) एखादा दस्त बेकायदेशीररीत्या अगर योग्य मोबदल्याशिवाय बनविला गेला

असला तरीही यथाविधिधारकाला मात्र त्या दस्तामध्ये नमूद केलेली संपूर्ण रक्कम कायदेशीरपणे मिळते. मात्र दस्ताच्या धारकाला अशा प्रकारे रक्कम मिळण्याचा अधिकार प्राप्त होत नाही.

५) चलनक्षम दस्ताचा स्वीकारकर्ता यथाविधिधारकाला दस्त खोटा आहे, बनावट आहे, अयोग्य व्यक्तीकडे हस्तांतरित झाला होता किंवा गहाळ झाला होता. इ. कारणे सांगून दस्तातील रक्कम देण्याचे नाकारू शकत नाही अथवा त्या दस्तातून उद्भवणाऱ्या जबाबदारीतून मुक्त होऊ शकत नाही.

६) चलनक्षम दस्तामध्ये नमूद केलेला अगर पृष्ठांकिता हा यथाविधिधारकाला जबाबदार असतो.

७) काही चलनक्षम दस्त नाकारले गेल्यास धारकाने दस्ताच्या निर्मात्यास अगर आदेशकास कोर्टात दावा करण्यापूर्वी कायदेशीर नोटीस देणे आवश्यक असते. परंतु चलनक्षम दस्ताच्या यथाविधिधारकाला अशा प्रकारे नोटीस देऊन दस्ताचे निर्मात्यास अगर आदेशकास अथवा स्वीकार करणाऱ्यास कळविले पाहिजे असे बंधन नाही.

७.७ चलनयोग्य दस्तांतील पक्षांची जबाबदारी (Liability to a Negotiable Instrument)

१) वचनचिठ्ठीमध्ये : वचनचिठ्ठी लिहून देणाऱ्याची जबाबदारी त्यातील पैसे देण्याबद्दल प्रमुख असते. याउलट

२) हुंडीमध्ये : विनिमयपत्राच्या निर्मात्याची जबाबदारी दुय्यम स्वरूपाची असते; कारण विनिमयपत्राचा स्वीकार झाला नाही अगर विनिमय पत्र कोणतेही सयुक्तिक कारणाशिवाय नाकारली तरच विनिमयपत्राचा निर्माता जबाबदार राहील अन्यथा विनिमयपत्रातील रक्कम देण्याची प्रमुख जबाबदारी विनिमयपत्रात ज्याला आदेश दिला असेल/विनिमयपत्राच्या आहार्यी/स्वीकारकर्त्यावर राहते.

३) धनादेशाचा स्वीकार करणाऱ्याची जबाबदारी : धनादेशाचा स्वीकार करणारी ही कोणती तरी बँकच असते. ज्या व्यक्तीने धनादेश काढला आहे (बनविला आहे) ती व्यक्ती बँकेला आदेश देते. याकरिता निर्मात्याचे त्या बँकेमध्ये खाते असणे आवश्यक आहे. या ठिकाणी धनादेशाचा निर्माता हा धनको असतो आणि बँक ही ऋणको असते. धनकोचे खात्यावर धन म्हणजे रक्कम शिल्लक असेपर्यंत ऋणको बँक धनादेशाचा स्वीकार किंवा अनादर करू शकत नाही. मात्र या ठिकाणी इतर सर्व अटींचे पालन दोन्ही पक्षांकडून झाले पाहिजे. उदा. बँकेच्या सुट्टीव्यतिरिक्तच्या दिवशी व कार्यालयीन वेळेत योग्य प्रकारे धनादेश सादर केला पाहिजे.

खालील कारणांसाठी धनादेशाचा स्वीकृता किंवा आहार्थी हा धनादेशातील रक्कम देण्यास नकार देऊ शकतो –

१) धनादेश बनावट असल्यास.

२) धनादेश योग्य आणि कायदेशीरपणे पूर्ण केला नसल्यास.

३) धनादेशात काही त्रुटी राहिली असल्यास उदा. रकमेत खाडाखोड आहे व योग्य प्रकारे सदर दुरुस्ती झाली नसल्यास (Initials are not made by the maker) तारीख नमूद नसल्यास.

४) धनादेशातील रक्कम देऊ नये असे आदेश बँकेला धनादेशाच्या निर्मात्याने दिला असल्यास.

५) धनादेशावरील सही त्याच्या निर्मात्याच्या सहीशी जुळत नसल्यास.

६) धनादेश मुदतीनंतर अथवा मुदतीपूर्वी सादर केला असल्यास (Out of limitation or before maturity)

७) धनादेश हरवला/गहाळ झाला/नष्ट झाल्याची सूचना बँकेला दिली असल्यास.

८) धनादेशाच्या निर्मात्याचा मृत्यू झाला आहे/त्यास वेड लागले/किंवा दिवाळे निघाले आहे अशा प्रकारे बँकेची खात्री झाली असल्यास.

९) न्यायालयाने धनादेशाच्या निर्मात्याच्या खात्यावरील रक्कम जप्त केली असल्यास अथवा रकमेचे हस्तांतरण करणेस प्रतिबंध केला असल्यास अथवा विशिष्ट इसमालाच त्यातील रक्कम द्यावी असा स्पष्ट आदेश दिला असल्यास.

१०) धनादेश हा फर्मच्या नावे काढला असल्यास आणि सदर संस्थेचे दिवाळे निघाले असल्याची माहिती किंवा सूचना बँकेला मिळाली असल्यास धनादेशातील रक्कम देण्यास बँक नकार देऊ शकते.

४) पृष्ठांककाची जबाबदारी

पृष्ठांककाची जबाबदारी विपत्राच्या आहर्त्यासारखी असते. स्वीकर्त्याने विपत्राचे अनादरण केल्यास पृष्ठांकक विपत्राच्या रक्कमेबद्दल आणि अनादरणामुळे झालेल्या नुकसानीबद्दल पृष्ठांकनानंतरच्या विपत्राच्या प्रत्येक धारकाला जबाबदार असतो. परंतु खालील परिस्थितीत पृष्ठांकक आपल्या जबाबदारीतून मुक्त होईल :

अ) धारकाकडून त्याला अनादरणाची सूचना मिळाली नसल्यास.

ब) पृष्ठांकना जबाबदार विरहित असल्यास.

क) धारकाने पृष्ठांककाच्या संमतीशिवाय त्याच्यापूर्वीच्या पक्षांविरुद्ध असलेल्या पृष्ठांकना रद्द केल्यास.

५) इतर पक्षांची जबाबदारी

दस्तऐवज पृष्ठांकन केल्याबद्दल सही करणारी प्रत्येक व्यक्ती यथाविधिधारकाला दस्तऐवज रकमेसाठी आणि नुकसानभरपाईसाठी जबाबदार असते.

प्रतिज्ञा अर्थपत्राचा निर्माता, धनादेशाची आहर्ता, विपत्राला स्वीकृती मिळेपर्यंत विपत्राची आहर्ता आणि स्वीकृतीनंतर स्वीकर्ता संबंधित दस्तऐवजाबाबत प्रमुख ऋणको मानले जातात.

दस्तऐवजाशी संबंधित इतर सर्व व्यक्ती निर्माता, आहर्ता आणि स्वीकर्ता यांच्याकरिता आश्वासनदाते मानल्या जातात. ज्या व्यक्ती आश्वासनदात्या मानल्या जातात त्यांच्यापैकी प्रत्येक आधीची व्यक्ती पुढील व्यक्तीसाठी प्रमुख ऋणको मानली जाईल.

७.८ चलनक्षम दस्त्याचे हस्तांतरण व पृष्ठांकन (Negotiation of a Negotiable Instrument and its Endorsement)

अ) हस्तांतर (Negotiation) : वचनचिठ्ठी, हुंडी अथवा धनादेश एका व्यक्तीकडून दुसऱ्या व्यक्तीला त्या दस्ताचे अधिकार प्राप्त व्हावेत या हेतूने हस्तांतरित केले जाते, त्यावेळेस त्या दस्ताचे हस्तांतर झाले असे म्हणतात. **(कलम १४)**

हस्तांतर ही एक प्रक्रिया आहे. यामध्ये दस्ताचा निर्माता व दस्ताचा धारक यांचे शिवाय अन्य व्यक्तीला त्या दस्ताचे संपूर्ण अधिकार प्राप्त होतात. हस्तांतराने नवीन धारकाला तो दस्त-(१) आपल्या ताब्यात ठेवण्याचा, (२) आणि त्याची निर्गत/विल्हेवाट लावण्याचा हक्क कायदेशीररीत्या प्राप्त होतो. परंतु केवळ प्रदानामुळे (Delivery) दस्ताचा ताबा दिल्यामुळे दस्ताचे हस्तांतर होतेच असे नाही. कारण दस्ताच्या धारकाने आपल्या नोकरास/मॅनेजरला दस्त सुरक्षित ठेवण्यासाठी ताबा दिला तर त्याचे हस्तांतर झाले असे म्हणता येत नाही. 'हस्तांतरामध्ये दस्तातील हक्कांचे हस्तांतर होणे' आवश्यक असते. हस्तांतरामुळे दस्त स्वीकृत्याला (१) चलनयोग्य दस्त आपले नावे व ताब्यात ठेवण्याचा हक्क प्राप्त होतो (२) दस्तामध्ये नमूद केलेली रक्कम स्वीकारण्याचा अथवा वसूल करण्याचा हक्क त्याला प्राप्त होतो.

जी व्यक्ती चलनक्षम दस्ताचे हस्तांतर करते त्या व्यक्तीला हस्तांतरकर्ता (Endorser) असे म्हणतात.

ज्या व्यक्तीला चलनक्षम दस्ताचे हस्तांतर केले जाते त्या व्यक्तीला हस्तांतर स्वीकृता (Endorsee) असे म्हणतात.

(७) ज्या क्रमाने दस्तावर पृष्ठांकन झाल्याचे दिसून येईल त्याच क्रमाने पृष्ठांकन झाल्याचे मानले जाईल.

ब) चलनक्षम दस्तांचे हस्तांतर प्रकार (कलम १४ व ४६ ते ६०) (Types of Endorsement) : चलनक्षम दस्तातील मालकी हक्क खालीलप्रकारे हस्तांतरणाचे प्रकार –

(अ) पृष्ठांकन करून हस्तांतरण (By Endorsement of Delivery) :

(ब) चलनक्षम दस्ताची नोंदणी करून हस्तांतरण (By Assignment) किंवा अभिहस्तांकन करून हस्तांतरण

(अ) पृष्ठांकन करून हस्तांतराने चलनक्षम दस्तातील हक्क खालील प्रकारे हस्तांतरित करता येतात.

१. कोरे पृष्ठांकन करून हस्तांतर : चलनक्षम दस्ताच्या कलम १४ प्रमाणे – "ज्यावेळेस एका व्यक्तीकडून दुसऱ्या व्यक्तीला चलनक्षम दस्ताचे अधिकार प्राप्त व्हावेत या हेतूने तो दस्त सही करून दिला जातो त्यावेळेस चलनक्षम दस्ताचे हस्तांतर झाले असे समजले जाते. यालाच कोरे हस्तांतर म्हणतात." कारण धारकाचे अगर विशिष्ट व्यक्तीच्या नावे हा दस्त दिलेला नसतो. कोऱ्या पृष्ठांकनामुळे आदेश दस्तऐवजाचे रूपांतर वाहक दस्तऐवजात होते. कोऱ्या पृष्ठांकनामध्ये पुढील पृष्ठांकक आपले स्वत:च्या अगर दुसऱ्या व्यक्तीचे नाव पहिल्या पृष्ठांककाच्या स्वाक्षरीच्या वर लिहून त्या कोऱ्या पृष्ठांकनाचे पूर्ण पृष्ठांकनामध्ये रूपांतर करू शकतो.

ब अथवा आदेश यांना पैसे द्यावेत	सुमीत पोंक्षे	यशोधन शिंदे सुमीत पोंक्षे
आदेश धनादेशाची पुढची बाजू	कोरे पृष्ठांकन दस्तऐवजाची मागील बाजू	कोऱ्या पृष्ठांकनाचे पूर्ण पृष्ठांकनात रूपांतर

२. पूर्ण किंवा विशिष्ट पृष्ठांकन करून हस्तांतर : चलनक्षम दस्ताचे हस्तांतरण करताना हस्तांतरकर्ता जेव्हा त्यावर दस्ताच्या धारकाचे नाव लिहितो तेव्हा त्यास विशिष्ट हस्तांतर म्हणतात. पूर्ण पृष्ठांकनामध्ये य किंवा क्ष च्या आदेशाला पैसे द्यावेत असे लिहून त्याखाली पृष्ठांकक आपली सही करतो. अशा पृष्ठांकनामध्ये केवळ आदेश व्यक्ती दस्तऐवजाचे हस्तांतर करू शकते कारण पूर्ण पृष्ठांकनामुळे दस्तऐवजास आदेश दस्तऐवजाचे स्वरूप प्राप्त होते.

पूर्ण पृष्ठांकनाचे नमुने (दस्तऐवजाच्या मागील बाजूस)

ब अथवा आदेश यांना पैसे द्यावेत सुमीत पोंक्षे	य ला पैसे द्या सुमीत पोंक्षे

३. मर्यादित पृष्ठांकन करून हस्तांतर : चलनक्षम दस्ताचे हस्तांतर करताना ज्या वेळेस हस्तांतरकर्ता त्या दस्तामध्ये काही अटी/नियंत्रणे घालतो त्यावेळेस होणाऱ्या हस्तांतराला मर्यादित हस्तांतर म्हणतात. मर्यादित पृष्ठांकनामुळे दस्तऐवजाची चलनक्षमता नष्ट होते. या पृष्ठांकनामुळे पृष्ठांकितीला दस्तऐवजाच्या चलनक्षमतेचा (हस्तंतरणाचा) हक्क सोडून त्या दस्तऐवजाची रक्कम प्राप्त करण्याचा तसेच इतर सर्व हक्क प्राप्त होतात.

मर्यादित पृष्ठांकनाचे नमुने

केवळ 'क'ला पैसे द्या. – सुमीत पोंक्षे	'क'ला माझ्या उपयोगासाठी पैसे द्या. – सुमीत पोंक्षे	'क'ला 'ब'च्या खात्यासाठी पैसे द्या. – सुमीत पोंक्षे	'क' किंवा आदेशाला जमा करण्याचा हेतूने पैसे द्या. – सुमीत पोंक्षे

'क' किंवा आदेशाला जमा करण्याच्या हेतूने पैसे द्या याचा अर्थ त्या दस्तऐवजाची रक्कम 'क'ला मिळेल किंवा त्याच्या पृष्ठांकिती यांना मिळेल. या ठिकाणी 'क' तसेच त्याचा पृष्ठांकिती हे दस्तऐवजाची रक्कम ज्याने पृष्ठांकन केले आहे त्याच्याकडून घेऊ शकतात. मर्यादित पृष्ठांकन हे एक बँक दुसऱ्या बँकेकडे दस्तऐवज पैसे गोळा करण्यासाठी तो दस्तऐवज पाठविताना करते. दस्तऐवजाचा दुरुपयोग होऊ नये हा हेतू असतो.

४. अंशतः पृष्ठांकन करून हस्तांतरण : चलनक्षम दस्तातील सर्व रकमेचे हक्क हस्तांतरित करणे आवश्यक असते. परंतु या रकमेपैकी काही रक्कम रोख देऊन उरलेली रक्कम मिळावयाची असल्यास, बाकी रकमेसाठी चलनक्षम दस्ताचे हस्तांतर करता येते. उदा. दस्तातील नमूद दहा हजार रकमेपैकी दोन हजार रोख मिळाले असतील तर बाकी आठ हजार रुपयांकरिता तो दस्त हस्तांतरित करता येतो. मात्र स्वीकारलेल्या रकमेची नोंद त्यावर असणे आवश्यक आहे.

नमुना

रु. १००० पैकी रु. ७०० 'अ' ला अगोदरच देण्यात आले आहेत. उर्वरित रु. ३०० त्याला द्या. – सुमीत पोंक्षे

५. सशर्त पृष्ठांकन

पृष्ठांकन करताना जेव्हा पृष्ठांकन दस्तऐवजासंबंधीची आपली जबाबदारी एखादी अनिश्चित घटना घडण्यावर अवलंबून ठेवतो तेव्हा त्या पृष्ठांकनाला 'सशर्त पृष्ठांकन' म्हणतात.

याचे दोन प्रकार पडतात.

अ) जबाबदारीरहित किंवा दायित्वरहित पृष्ठांकन : दस्तऐवजाचे पृष्ठांकन करताना जेव्हा पृष्ठांकक किंवा धारक दस्तऐवजाबाबतीत पुढील जबाबदारी (दायित्व) नाकारतो आणि त्या जबाबदारीतून मुक्त होतो. तेव्हा त्याला जबाबदारीरहित पृष्ठांकन असे म्हणतात.

उदा. माझ्या जबाबदारीशिवाय क्ष ला रक्कम द्यावी.

> 'अ' किंवा आदेशाला त्याच्या स्वतःच्या
> जबाबदारीवर पैसे द्या
>
> — सुमीत पोंक्षे

ब) ऐच्छिक पृष्ठांकन : पृष्ठांकन करताना जेव्हा पृष्ठांकक स्पष्ट शब्दांत दस्तऐवजासंबंधीच्या आपल्या दायित्वात वाढ करतो किंवा आपल्या एखाद्या अधिकाराचा त्याग करतो त्याला ऐच्छिक पृष्ठांकन म्हणतात.

उदा. 'ब'ला किंवा त्याच्या आदेशानुसार पैसे द्यावे. अनादरणाची सूचना मिळण्याचा अधिकार सोडला.

> 'अ' किंवा आदेशाला पैसे द्या
> अनादरणाची सूचना नको.
>
> — सुमीत पोंक्षे

६. 'खर्च नको' पृष्ठांकन : पृष्ठांकितीने अगर त्या पुढील धारकांनी दस्तऐवजावर पृष्ठांककाच्या नावावर कोणताही खर्च करू नये, अशा अर्थाने जेव्हा पृष्ठांकन केले जाते तेव्हा त्यास खर्च नको पृष्ठांकन असे म्हणतात.

> 'अ' किंवा आदेशाला पैसे द्या, माझ्या
> खात्यावर दस्तऐवजासाठी कोणताही खर्च
> करू नका.
>
> — सुमीत पोंक्षे

७. घटनाधारित दायित्व पृष्ठांकन : जेव्हा एखादी घटना घडली तरच त्या दस्तऐवजाचे दायित्व पृष्ठांककाकडे असेल, अशा अर्थाने जे पृष्ठांकन केले जाते, त्यास घटनाधारित दायित्व पृष्ठांकन असे म्हणतात.

ती विशिष्ट अनिश्चित घटना घडेल अथवा न घडेल, मात्र ती घटना घडली तरच पृष्ठांककावर दायित्व राहील आणि पृष्ठांकितीला रक्कम मिळण्याचा अधिकार राहील, असा या पृष्ठांकनाचा अर्थ असतो.

> जहाज आल्यावरच 'अ' किंवा
> आदेशाला पैसे द्या.
>
> — सुमीत पोंक्षे

> 'ब'शी 'अ' चा विवाह झाल्यावरच
> 'अ' किंवा आदेशकाला पैसे द्या.
>
> — सुमीत पोंक्षे

७.२ (Difference between Negotiable Instrument and Document of Assignment)

चलनक्षम दस्त हा पैसे देण्याचा लेखी करार असतो. तरीही त्याच्यात व पैसे देण्याच्या इतर लेखी करारांमध्ये खालील प्रकारचा फरक आहे.

क) चलनक्षम दस्त व इतर लेखी करार फरक : (Difference between Negotiation and Assignment)

चलनक्षम दस्त Negotiation	**इतर लेखी करार** Assignment
१. चलनक्षम दस्ताचे हस्तांतर होते तेव्हा प्रतिफल हे दिले गेले आहे असे मानले जाते. जरी प्रत्यक्षात प्रतिफल दिलेले नव्हते हरकतीविरुद्ध पक्षाला मांडता येणार नाहीत. कारण हस्तांतरामुळे त्यातील सर्व दोष नष्ट होतात व हस्तांतर स्वीकृत्याला दस्ताचा चांगला अधिकार प्राप्त होतो.	इतर करारामध्ये केवळ दस्ताच्या हस्तांतरामुळे करारातील संबंधितव्यक्तीला प्रतिफल अगर पैसे दिले आहेत असे अशा प्रकारच्या मानले किंवा प्रतिफल विरहित करार जात नाही. झाला आहे प्रतिफल दिले होते हे सिद्ध करावे लागते.
२. चलनक्षम दस्त हस्तांतर करताना हस्तांतराची नोटीस/सूचना करण्याची गरज नसते. चलनक्षम दस्ताचा धारक हा सदर दस्त्याने कायदेशीर मालक झाला आहे असे विरुद्ध सांगण्याची गरज नसते. तसेच चलनदस्ताचा धारक हा कोणतीही सूचना दिल्याशिवाय चलनक्षम दस्ताच्या आधारे संबंधित पक्षाला पैसे मागू शकतो.	पैसे देण्याच्या लेखी दस्तामध्ये संबंधित पक्षास सूचना/नोटीस देणे जरुरीचे असते. दस्ताच्या धारकाने आपण दस्ताचे मालक झालो आहोत. असे सांगून नोटिशीत पैशाची मागणी पक्षाला केल्याशिवाय कायदेशीरपणे दावा दाखलक्षम करण्याचा अधिकार धारकास प्राप्त होत नाही.
३. चलनक्षम दस्तामध्ये दस्ताचा यथाविधिधारक दस्ताच्या हस्तांतरकर्त्याला मिळणाऱ्या सर्व दोषांपासून मुक्त झालेला असतो आणि यथाविधिधारकाला दस्ताच्या धारकापेक्षा जास्त अधिकार व कायदेशीरपणे पैसे वसूल करण्याचा हक्क प्राप्त झालेला असतो.	इतर लेखांमध्ये हस्तांतर झाले असले तरीही हा मूळ हरकती आणि हस्तांतराचे पूर्वीची अथवा अशा हस्तांतराचे वेळेस खरी परिस्थिती होती किंवा कसे, हस्तांतरकर्त्यात व मूळ ऋणको यांचे असलेले संबंध इ. बघितले जातात.

ड) चलनक्षम दस्ताचे हस्तांतर करणाऱ्या व्यक्ती Parties of Endorsement: चलनक्षम दस्ताचे हस्तांतर खालीलपैकी कोणतीही व्यक्ती करू शकते -

(१) चलनक्षम पत्रकाचा निर्माता (निर्माता या नात्याने नव्हे तर; धारक अथवा यथाविधिधारक इ. अधिकारामध्ये)

(२) चलनक्षम दस्ताचा धारक

(३) वचनचिठ्ठीमधील वचनदाता (वचनदाता या अधिकारात नव्हे तर, धारक अथवा यथाविधीधारक या अधिकारात)

(४) विनिमयपत्राचा आदेशक/आहर्ता/निर्माता.

(५) विनिमयपत्राचा प्राप्तकर्ता/आदाता

(६) हस्तांतर स्वीकृता

जेव्हा चलनक्षम दस्तामध्ये दोन किंवा अधिक प्राप्तकर्ते किंवा हस्तांतर स्वीकृते असतील तेव्हा त्या सर्वांनी संयुक्तपणे चलनक्षम दस्ताचे हस्तांतरण केले पाहिजे. अन्यथा त्या चलनक्षम दस्ताचे कायदेशीररीत्या हस्तांतर झालेले नाही असे समजले जाते.

उदा. एखाद्या भागीदारी पेढीमध्ये चार भागीदार असल्यास आणि तो चलनक्षम दस्त चारही भागीदारांच्या नावाने संयुक्तपणे बनविला असल्यास आणि एका भागीदाराची सही पृष्ठांकनावर झालेली नाही. परंतु बाकी भागीदारांच्या सह्या पृष्ठांकनावर झालेल्या असल्या तरीही त्या दस्ताचे कायदेशीररीत्या पृष्ठांकन पूर्ण झाले आहे असे मानले जात नाही.

इ) पृष्ठांकन (Endorsement) **:** चलनक्षम दस्ताच्या कायद्यामध्ये कलम १५ अन्वये पृष्ठांकनाची व्याख्या खालीलप्रमाणे दिलेली आहे –

"ज्यावेळेस चलनक्षम दस्ताचा निर्माता अथवा धारक दस्तावर किंवा मागील बाजूवर किंवा दस्ताला जोडलेल्या कागदावर दस्तांतील हक्कांचे कायदेशीर मार्गाने/ हस्तांतर करण्याच्या हेतूने सही करतो किंवा स्वतंत्र अशा स्टँप पेपरवर सही करून दस्तातील हक्कांचे हस्तांतर करतो त्यावेळेला सदर दस्ताचे पृष्ठांकन झाले असे म्हटले जाते."

उदा. चलनक्षम दस्तांवर "श्री.बंडोपंत श्रीधर जोशी यांच्या नावाने पृष्ठांकन केले" (Endorsed in favour of Shri.Bandopant Shridhar Joshi) असे लिहून त्याखाली हस्तांतरकर्त्याने आपली सही केली म्हणजे पृष्ठांकन पूर्ण झाले असे समजले जाते. सदरचा दस्त हस्तांतर स्वीकृत्याच्या ताब्यात दिल्यावर दस्ताचे हस्तांतर झाले असे समजले जाते.

पृष्ठांकन करणाऱ्या व्यक्तीस पृष्ठांकक असे म्हणतात. (Endorser) ज्या व्यक्तीच्या नावाने पृष्ठांकन झालेले असते त्या व्यक्तीस पृष्ठांकिती/पृष्ठांकन स्वीकृता (Endorsee) असे म्हणतात.

पृष्ठांकन करीत असताना चलनक्षम दस्ताचा निर्माता हा निर्माता या नात्याने नव्हे तर, चलनक्षम दस्ताचा धारक अथवा यथाविधिधारक या नात्याने दस्तावर पृष्ठांकन करीत असतो.

ई) पृष्ठांकनासंबंधी नियम (Rules regarding Endorsement) **:**

१) पृष्ठांकन करताना नवीन धारकाचे (पृष्ठांकितीचे) नाव लिहून पृष्ठांककाने त्याच्याखाली सही केली पाहिजे.

२) नाव असलेले रबरी शिक्के तसेच अधिकारपदे दर्शविणारी 'पदनामे' (Designations) किंवा आदर दर्शविणाऱ्या पदव्यांचा आणि शब्दांचा वापर पृष्ठांकन करताना केला जाऊ नये.
उदा. 'परमवीर चक्र विजेते' /सर्वमान्य/लोकप्रिय/लाडके नेते इ.

३) पृष्ठांकन करण्यासाठी कोणताही विशिष्ट नमुना, फॉर्म किंवा पद्धत सर्वमान्य नाही.

४) चलनक्षम दस्ताशी संबंध नसलेल्या व्यक्तीला पृष्ठांकन करण्याचा अधिकार नसतो.

५) चलनक्षम दस्त हा खोटा अथवा बनावट सही करून किंवा धाकदपटशा, बलप्रयोग इ.मार्गाने मिळविला असल्यास दस्ताचे धारकास त्यापासून पैसे मिळण्याचा अधिकार प्राप्त होत नाही.

६) कोरे पृष्ठांकन केलेला दस्त हा नंतर विशिष्ट पृष्ठांकन करून एखाद्या व्यक्तीच्या नावे हस्तांतरित केल्यास सदर नवीन धारकासच फक्त त्या दस्ताचे अधिकार प्राप्त होतात अन्य व्यक्तींना नाही. ज्यावेळेस चलनक्षम दस्ताचा धारक हा दस्तातील नमूद व्यक्ती नसते, तर त्याचा प्रतिनिधी अथवा नोकर असतो. (Agent or Servant) व त्यास दस्ताचा ताबा देण्यात येतो तेव्हा दस्ताचे 'रचनात्मक प्रदान' झाले असे म्हणतात.

७) अटींसह पृष्ठांकन करून प्रदान : सशर्त हस्तांतर : जेव्हा एखादी अट घालून चलनक्षम दस्त हस्तांतरित केला जातो त्यावेळेस सशर्त हस्तांतर केले गेले आहे असे मानले जाते. उदा. विशिष्ट गोष्ट पूर्ण केल्याशिवाय दस्त स्वीकारणाऱ्याने दस्त सादर करू नये अशी अट नमूद असल्यास, ठरलेली गोष्ट पूर्ण केल्याशिवाय दस्तातील रक्कम मिळू शकत नाही.

८) जबाबदारीमुक्त पृष्ठांकन करून हस्तांतर (Sans Recourse Endorsement) **:** ज्यावेळेस हस्तांतर करता आपली जबाबदारी संपली असे जाहीर करून तसे दस्त्यावर लिहून सही करतो व चलनक्षम पत्रकाचा ताबा देतो तेव्हा झालेल्या हस्तांतरास 'जबाबदारीमुक्त हस्तांतर' असे म्हणतात. अशा वेळेस चलनक्षम दस्ताचा धारक हा हस्तांतरकर्त्याविरुद्ध रक्कमवसुलीसाठी कोणतीही कारवाई करू शकत नाही.

९) एखादा प्रसंग किंवा घटना घडल्यानंतरचे पृष्ठांकन करून जबाबदारीबाबत हस्तांतर : ज्यामध्ये विशिष्ट घटना घडल्याशिवाय चलनक्षम दस्ताचा हस्तांतरकर्ता चलनक्षम दस्त स्वीकृत्याला पैसे देणे लागत नाही. परंतु घटना घडली तरच, पैसे देण्याची जबाबदारी हस्तांतरकर्त्यावर येते.

उदा. 'क्ष'चे 'य'शी लग्न झाले तर, 'य'ला किंवा त्याचे आदेशाप्रमाणे हुंडीची रक्कम द्यावी.

१०) **हक्कत्याग पृष्ठांकनाद्वारे हस्तांतर :** जेव्हा चलनक्षम पत्रकाचा हस्तांतरकर्ता त्याला असलेल्या कायदेशीर हक्काचा त्याग करून चलनक्षम पत्रकाचे हस्तांतर करतो तेव्हा त्याला हक्कत्याग हस्तांतर असे म्हणतात.

११) **खर्चमुक्त पृष्ठांकन करून हस्तांतर :** ज्यावेळेस चलनक्षम पत्रकाबाबत हस्तांतर स्वीकृत्याला कोणताही खर्च करावा लागू नये अशी दस्ताच्या हस्तांतर कर्त्याच्या इच्छा असते, तेव्हा झालेल्या हस्तांतरास खर्चमुक्त हस्तांतर असे म्हणतात.

१२) **मागे पृष्ठांकन करून हस्तांतर :** चलनक्षम दस्ताच्या हस्तांतरकर्त्याला जेव्हा तो दस्त पुन्हा हस्तांतरित केला जातो तेव्हा अशा हस्तांतरास मागे हस्तांतर असे म्हणतात. अशा वेळेस चलनक्षम पत्रकाचे पैसे देण्यास जबाबदार असलेल्या सर्व व्यक्तींची जबाबदारी संपुष्टात आलेली असते.

१३) **खोट्या सहीने पृष्ठांकन करून हस्तांतर :** हस्तांतरकर्त्याची बनावट सही करून चलनक्षम पत्रकाचे अशावेळेस हस्तांतर केले जाते ज्यावेळेस चलनक्षम दस्त हा वाहकास पैसे मिळणारा असतो, त्यावेळेस हस्तांतरकर्ता कोण आहे हे पाहण्याची जरुरी नसते. अशावेळेस हस्तांतरकर्ता हा बनावट असला तरी हस्तांतर स्वीकृत्याला त्या दस्ताची कायदेशीर मालकी प्राप्त होते व असा दस्त कायदेशीर म्हणून समजला जातो.

परंतु जेव्हा चलनक्षम पत्रकाचे पैसे आदेशाप्रमाणे मिळणारे असतात, त्यावेळेस हस्तांतरकर्त्याच्या बनावट सहीमुळे चलनक्षम दस्त स्वीकृत्याला त्या दस्ताने मालकी हक्क प्राप्त होत नाही.

१४) **चलनक्षम दस्ताची नोंदणी करून/अभिहस्तांकन करून** (By Assignment): लेखी दस्तऐवजाची योग्य त्या सक्षम अधिकाऱ्यापुढे नोंदणी (By registration before the competent authority) सदर दस्त जर त्या दस्ताचे स्वीकृत्यास प्रदान केला तर त्याला दस्ताचे हस्तांतर झाले असे म्हटले जाते व अशा दस्तास कायदेशीरपणा प्राप्त होतो. यामध्ये दस्त स्वीकृत्यास दस्ताचे मूळ निर्मात्यास जेवढा अधिकार असेल तेवढाच अधिकार प्राप्त होतो.

७.९ **चलनक्षम दस्ताचा अनादर** (Dishonour of a Negotiable Instrument) :

१. चलनक्षमदस्ताचा स्वीकृता/निर्माता जेव्हा त्या दस्ताचा स्वीकार करत नाही किंवा नेमलेल्या तारखेस पैसे देत नाही. तेव्हा अशा दस्ताचा अनादर झाला आहे असे समजले जाते. चलनक्षमदस्ताचा अनादर खालील दोन कारणांमुळे होतो –

१) दस्तास स्वीकृती न दिल्यामुळे.

२) दस्तातील नमूद रक्कम न दिल्यामुळे.

चलनक्षम दस्ताच्या कायद्यामध्ये केवळ विनिमयपत्रालाच स्वीकृती आवश्यक असल्याने तिची स्वीकृती न झाल्यास अनादर होऊ शकतो. चलनक्षम दस्ताच्या कायद्यातील कलम ९१ मध्ये विनिमयपत्राचा अनादर कोणकोणत्या कारणांमुळे होऊ शकतो ते सांगितले आहे. ती कारणे खालीलप्रमाणे –

अ) विनिमयपत्र सादर केल्यापासून ४८ तासांत तिच्या स्वीकारकर्त्याने हुंडीचा स्वीकार केला असे कळविले नाही तर.

ब) ज्यावेळेस विनिमयपत्राचा आदेशार्थी/स्वीकारकर्ता हा शोधाशोध करूनही सापडत नसेल तर किंवा ती काल्पनिक व्यक्ती असल्यास.

क) ज्यावेळेस विनिमयपत्राचा स्वीकारकर्ता/आदेशार्थी हा करार करण्यास अपात्र व्यक्ती असते. (उदा.अज्ञान, वेडसर इ.)

ड) विनिमयपत्राच्या स्वीकारकर्त्याने/आदेशार्थीने विनिमयपत्र स्वीकारताना काही अटी घालून विनिमयपत्राचा स्वीकार केल्यास.

इ) विनिमयपत्राचा स्वीकार करण्यास नकार देऊन विनिमयपत्र सादर करू दिली नाही तर.

फ) विनिमयपत्र सादर केली असताना ज्या वेळेस एकापेक्षा अधिक व्यक्तींनी (ज्या भागीदार नाहीत अशा) त्यास संमती देणे/स्वीकार करणे आवश्यक आहे. परंतु अशा सर्व व्यक्तींनी विनिमयपत्र स्वीकारल्याबद्दल सह्या केल्या नसल्यास.

२. पैसे न दिल्यामुळे अनादर : वचनचिठ्ठीचा निर्माता, विनिमयपत्राचा स्वीकारकर्ता किंवा धनादेशाचा आदेशार्थी/आहार्यी (बँक) चलनक्षम दस्तातील नमूद रक्कम देण्याची त्याची जबाबदारी असूनही ती देत नाही किंवा त्यास अकारण विलंब लावतो तेव्हा त्या दस्ताचा अनादर झाला असे समजले जाते.

चलनक्षम दस्त्याच्या कायद्याच्या कलम ९२ मध्ये याबाबत स्पष्ट तरतूद केलेली आहे. वचनचिठ्ठी आणि धनादेश यांचा स्वीकार होण्यासाठी सादर करण्याची आवश्यकता नसते. अशा चलनक्षम दस्तांमध्ये नमूद केलेली रक्कम दस्तातील तारखेस किंवा मुदतपूर्ती झाल्यावर मिळत नसल्यास 'पैशाअभावी अनादर' झाला असे म्हणतात.

चलनक्षम दस्ताचा अनादर झाल्यास दस्ताचे धारकास दस्तातील पैसे देण्याची जबाबदारी असणाऱ्या सर्व पक्षांविरुद्ध कायदेशीर कारवाई करण्याचा हक्क प्राप्त होतो. मात्र १) यासाठी दस्ताचे धारकाने संबंधित पक्षांना दस्ताचे अनादराची सूचना देणे आवश्यक मानले असल्यास तशी सूचना नोटीस दिली पाहिजे.

२) चलनक्षम दस्ताचा अनादर झाल्याबद्दल योग्य त्या अधिकाऱ्याकडे दस्ताची नोंदणी केली पाहिजे. (Noting and Protesting)

३. अनादरासंबंधी नियम : अनादराच्या सूचनेसंबंधी चलनक्षम दस्ताचे कायद्यात कलम ९३ ते ९८ मध्ये तरतुदी करण्यात आलेल्या आहेत.

ज्यावेळेस वचनचिठ्ठी, विनिमयपत्र अथवा धनादेशाला स्वीकृती न मिळाल्यामुळे किंवा पैसे न दिल्यामुळे त्याचा अनादर होतो, त्यावेळेस संबंधित पक्षांना विलेखावरून जबाबदार धरण्याकरिता व त्यांच्यावर पैसे वसुलीकरिता कायदेशीर कारवाई करण्यासाठी चलनक्षम दस्ताच्या धारकाने अथवा चलनक्षमदस्ताचे पैसे वसूल करण्याचा ज्या व्यक्तीस अधिकार दिलेला आहे अशा व्यक्तीने दस्ताचे अनादराची माहिती किंवा सूचना (Notice) देणे आवश्यक असते. या सूचनेला 'अनादराची सूचना' असे म्हणतात.

अनादर झाल्यास वचनचिठ्ठीच्या निर्मात्यास कायद्याने 'अनादराची सूचना' देण्याचे बंधन नाही. तसेच हुंडीच्या स्वीकारकर्त्यासुद्धा अनादराची नोटीस देण्याची आवश्यकता नाही. धनादेशाच्या बाबतीत आहर्ता किंवा स्वीकारकर्ता यांना अनादराची नोटीस देण्याचे कायदेशीर बंधन नाही. याचे कारण म्हणजे निर्माता, स्वीकारकर्ता वा आहर्ता यांनीच त्या दस्ताचा अनादर केलेला असतो.

अनादराची सूचना किंवा नोटीस न दिल्यास चलनक्षम दस्तातील सर्व संबंधित जबाबदार पक्षांची दस्ताबाबत पैसे देण्याची आणि नुकसानभरपाई देण्याची जबाबदारी संपुष्टात येते.

अनादराचे सूचनेसंबंधी कलम ९४ मध्ये खालील तरतुदी केल्या आहेत –

अनादराची सूचना कोणी द्यावी?

१) अनादराची सूचना चलनक्षम दस्ताच्या धारकाने किंवा त्याच्या अधिकृत एजंटाने किंवा कायदेशीर प्रतिनिधीने दिली पाहिजे.
२) चलनक्षम दस्ताचा धारक मरण पावला असल्यास त्या व्यक्तीच्या कायदेशीर वारसांनी अथवा अधिकारप्राप्त व्यक्तीने अनादराची नोटीस दिली पाहिजे.
३) चलनक्षम दस्ताचा धारक हा दिवाळखोर व्यक्ती आहे असे घोषित झाले असल्यास त्या धारकाच्या संपत्तीची व्यवस्था पाहणाऱ्या व्यवस्थापकाला अनादराची नोटीस दिली पाहिजे.

अनादराच्या सूचनेचे स्वरूप :

१) अनादराची सूचना तोंडी अगर लेखी असू शकते.
२) अनादराची सूचना पोस्टाने पाठविली तरी चालते.
३) अनादराची सूचना विशिष्ट नमुन्यात असली पाहिजे असे बंधन नाही.
४) अनादराच्या सूचनेमध्ये स्पष्टपणे अथवा योग्य शब्दांमध्ये दस्ताचा अनादर झाला असल्याचे नमूद असले पाहिजे.
५) अनादराच्या सूचनेमध्ये संबंधित पक्षावर पैसे देण्याची जबाबदारी असल्याचे नमूद असले पाहिजे.

६) अनादराची सूचना दस्ताचा अनादर झाल्यापासून योग्य मुदतीत दिली पाहिजे.

७) अनादराची सूचना संबंधित पक्षाचे/व्यवसायाच्या पत्त्यावर आणि ज्या पक्षाचे व्यवसायाचे विशिष्ट ठिकाण नसेल त्या पक्षास त्याचे राहते ठिकाणी नोटीस पाठविली पाहिजे.

८) अनादरासंबंधीची नोटीस पोस्टाने योग्य रीतीने पाठविली असल्यास व ती नोटीस चुकीच्या व्यक्तीकडे गेल्यास अशा चुकीमुळे नोटीस बेकायदेशीर ठरत नाही.

९) ज्या पक्षाला अनादराची सूचना मिळते त्या प्रत्येक पक्षाने आपल्या पूर्वीच्या पक्षांविरुद्ध असलेले आपले अधिकार अबाधित ठेवण्यासाठी योग्य मुदतीत त्या सर्व पक्षांना दस्ताच्या अनादराची सूचना दिली पाहिजे.

१०) **विशेष तरतुदी :** एका पक्षाने दुसऱ्या पक्षाला दिलेली अनादराची सूचना दस्ताचे धारणकर्त्याने स्वत: दिली आहे असे मानण्यात येते, असे कलम ९५ मध्ये स्पष्ट केलेले आहे.

११) ज्यावेळेस चलनक्षम दस्त हा सादर करण्याकरिता एजंटकडे दिलेला असतो त्यावेळेस एजंट हासुद्धा दस्ताचे स्वीकारकर्त्यास अथवा संबंधित जबाबदार पक्षांना अनादराची नोटीस पाठवू शकतो. **(कलम ९६)**

१२) अनादराची नोटीस ज्या व्यक्तीच्या विरुद्ध द्यावयाची आहे ती व्यक्ती मृत झालेली आहे, पण याची कल्पना नोटीस देणाऱ्यास नोटीस देण्यापूर्वी नसल्यास दिलेली नोटीस कायदेशीर मानली जाते. **(कलम ९७)**

अनादराची सूचना अनावश्यक : चलनक्षम दस्ताच्या कायद्यातील कलम ९८- अन्वये खालील परिस्थिती दस्ताच्या अनादराची सूचना देण्याची गरज नसते. अनादराची सूचना दिली नाही तरीही संबंधित सर्व पक्ष दस्ताबाबत जबाबदार राहतात—

१) जेव्हा अनादराची सूचना दिली पाहिजे असा हक्क असलेला पक्ष स्वत: होऊन आपला हक्क सोडतो. यासाठी संबंधित पक्षाने स्पष्टपणे किंवा आपल्या वर्तणुकीने आपला हक्क सोडला तरी चालतो.

२) चलनक्षमदस्ताच्या निर्मात्याने दस्ताचे पैसे देऊ नयेत असा आदेश दिला असल्यास किंवा निर्मात्याने दस्ताचे पैसे धारकाला मिळू नयेत असे प्रयत्न केले असल्यास.

३) चलनक्षम दस्तास जबाबदार असलेल्या पक्षाला अनादराची नोटीस न मिळाल्यामुळे काहीही हानी अथवा नुकसान होणार नसल्यास.

४) जेव्हा चलनक्षम दस्तातील पैसे देणारी जबाबदार व्यक्ती खूप शोध करूनही सापडत नाही तेव्हा.

५) जेव्हा चलनक्षम दस्ताचा धारक अथवा दस्तावरून कारवाई करणारी व्यक्ती स्वत:चा कोणताही दोष नसताना अन्य काही कारणांमुळे अनादराची नोटीस देऊ शकत नसेल तेव्हा उदा. अपघात इ.

६) ज्यावेळेस चलनक्षम दस्ताचा निर्माता हाच दस्ताचा धारक असतो.

७) वचनचिठ्ठी ही हस्तांतरयोग्य नसल्यामुळे अनादराची नोटीस देण्याची गरज नाही.

८) ज्यावेळेस चलनक्षम दस्तातील पैसे देण्याची जबाबदारी असलेल्या पक्षाला दस्ताच्या अनादराची माहिती असते आणि तो पैसे विनाअट देण्याचे कबूल करत असतो तेव्हा अशा पक्षास अनादराची नोटीस देण्याची गरज नसते.

४. **'योग्य कालावधी' :** चलनक्षम दस्त १) स्वीकारण्याबाबत/हजर करणेबाबत किंवा २) पैसे मिळण्यासाठी हजर करणेबाबत किंवा ३) अनादराची सूचना देण्याकरिता आणि ४) अनादराची नोंदणी (Noting) करणेसाठी.

अ) त्या दस्ताच्या एकंदर स्वरूपाचा विचार करणे आवश्यक असते.

ब) तसेच प्रचलित पद्धतीमध्ये अशाच प्रकारे साम्य असलेल्या दस्ताबाबतच्या तरतुदींचा अवलंब करावा लागतो.

क) कालावधी मोजताना सार्वजनिक सुट्ट्यांचा कालावधी वगळावा लागतो. (Excluding Public Holidays) याशिवाय.

ड) चलनक्षम दस्तांतील पक्षांचे स्वरूप (भागीदारी फर्म आहे की व्यक्ती आहे इ.) आणि त्यांचे हितसंबंध.

ई) एक पक्ष दुसऱ्या पक्षापासून किती दूर आहे.

फ) पोस्टाची/पाठविण्याची कार्यपद्धती आणि इतर सर्व आनुषंगिक परिस्थितीचा विचार करावा लागतो.

अशा प्रकारे रिकफोर्ड विरुद्ध रिज या केसमध्ये धनादेश ज्या दिवशी पाठविला त्याचदिवशी तो दुसऱ्या पक्षाला मिळाला असला तरीही धनादेशाचा सादर हा (Presentation) दुसऱ्या दिवशी झाला असे मानणे योग्य व सोईस्कर होईल असा निर्णय दिला गेला.

ग) कलम १०५ अन्वये : जेव्हा दस्ताच्या धारकाने दस्ताच्या अनादराची नोटीस ही संबंधित दूरच्या पक्षाला अनादर झाल्याबरोबर (१) त्वरित पोस्टाने पाठविली किंवा (२) अनादर झाल्याच्या दुसऱ्या दिवशी पाठविली तरी ती योग्य कालावधीत पाठविली आहे असे मानण्यात येते.

ह) कलम १०६ अन्वये : जेव्हा दस्ताचा धारक आणि ज्यास दस्ताचे अनादराची नोटीस पाठविणे आहे अशी व्यक्ती एकाच ठिकाणी व्यवसाय करीत असतील किंवा राहत असतील तर (उदा.कोल्हापूर येथेच) दस्ताचा अनादर झाल्याच्या दुसऱ्या दिवसापर्यंत ती नोटीस संबंधित पक्षाला मिळेल अशा कालावधीत पाठविली

असल्यास ती योग्य कालावधीत पाठविली आहे असे मानण्यात येते. परंतु या नियमांचा भंग होईल अशी कोणतीही क्षुल्लक गोष्टसुद्धा दुसऱ्या पक्षाची जबाबदारी संपुष्टात आणू शकेल व त्यामुळे खूप नुकसान होण्याचाही संभव असतो.

ट) कलम १०७ अन्वये : ज्या पक्षाला चलनक्षमदस्ताच्या अनादराची नोटीस मिळालेली असते त्या पक्षाने आपल्या पूर्वीच्या दस्ताच्या धारकांना याबाबत जबाबदार धरण्यासाठी व आपला हक्क बजावण्यासाठी सदर नोटिशीची कल्पना योग्य कालावधीमध्ये दिली पाहिजे. या ठिकाणी धारकाने जी दक्षता अनादराची नोटीस देण्याबाबत घेणे जरूर आहे तेवढी सर्व दक्षता किंवा काळजी अशी नोटीस मिळालेल्या व्यक्तीने घेणे आवश्यक आहे तरच तो योग्य कालावधी ठरेल.

५. नुकसानभरपाई वसुलीसंबंधी नियम : चलनक्षम दस्ताच्या कलम ११७- मध्ये दस्ताचा अनादर झाल्यास त्याबाबत नुकसानभरपाई कोणत्या प्रकाराने व किती मागता येईल हे स्पष्ट केले आहे. अशा प्रकारे धारकास अगर पृष्ठांकित्यास खालील पाच प्रकारे नुकसानभरपाई मागण्याचा हक्क आहे.

१) चलनक्षम दस्ताचा धारक अथवा पृष्ठांकिता हा

अ) दस्तामध्ये नमूद केलेली रक्कम

ब) दस्तातील नमूद मुद्दल रकमेवरील व्याजाची रक्कम.

क) दस्त सादर करण्यासाठी हजर करण्यासाठी आलेला तसेच दस्तावर अनादराची नोंदणी आणि त्याचे प्रमाणपत्र स्वीकारण्यासाठी आलेला एकूण खर्च असा सर्व खर्च मिळण्यास पात्र आहे.

२) ज्या वेळेस अनादर झालेल्या दस्ताचा धारक आणि दस्ताचा निर्माता किंवा स्वीकारकर्ता हे राहण्याचे ठिकाण किंवा दस्त स्वीकारणेसाठी नमूद केलेले ठिकाण हे (दस्ताचे धारकाचे ठिकाणापेक्षा) वेगळ्या ठिकाणी असते तेव्हा (At different Place) दस्ताचा धारक हा या दोन ठिकाणांमधील लागलेला खर्च (फरक) बाजारभावाप्रमाणे घेऊ शकतो. (विदेशी चलनक्षम अनादर झाल्यास येणारा चलनातील फरक मागू शकतो.)

३) अनादर झालेल्या चलनक्षम दस्ताच्या पृष्ठांकनाने (Endorser) जर दस्ताचा अनादर झाल्यामुळे भरलेल्या दाव्यात दस्त्यातील पैसे व दिलेल्या पैशावर दरसाल दर शेकडा ६% दराने पैसे दिलेल्या तारखेपासून ते सर्व पैसे वसूल होईपर्यंतची होणारी एकूण व्याजाची रक्कम मिळण्याचा अधिकार आहे. एवढेच नव्हे तर दस्ताचा अनादर झाल्यामुळे जो काही इतर (कोर्ट) खर्च झाला असेल तोही वसूल करण्याचा अधिकार आहे. या ठिकाणी दस्तामध्ये अनादर झाल्यास जादा व्याज आकारणेची तरतूद असली तरीही केवळ ६% दरानेच व्याज आकारता येते.

४) ज्या वेळेस दस्ताचा पृष्ठांकक आणि दस्ताचा अनादर होण्यास जबाबदार असलेली व्यक्ती हे वेगवेगळ्या ठिकाणी राहत असतात, तेव्हा दस्ताचा पृष्ठांकक हा या दोन ठिकाणांमधील फरकाची रक्कम मिळण्यास पात्र असतो.

या ठिकाणी प्रस्तुत नियम हा चलनातील फरकाची रक्कम चालू दराने मिळण्याबद्दल तरतूद करतो.

५) जो पक्ष नुकसानभरपाई मिळण्यास पात्र आहे, तो पक्ष नुकसानभरपाई देणेची जबाबदारी निश्चित झालेल्या पक्षावर चलनक्षम दस्त काढून रक्कम देणेबद्दल आदेश देऊ शकतो. या ठिकाणी असा नवीन बनवलेला चलनक्षम दस्ताबरोबर पूर्वी अनादर झालेला व तशी नोंदणी आणि प्रमाणपत्र धारण केलेला जुना दस्त असणे आवश्यक आहे. असा नवा दस्तसुद्धा नाकारला गेल्यामुळे त्याचा अनादर झालेला व तशी नोंदणी आणि प्रमाणपत्रधारण केलेला जुना दस्त असणे आवश्यक आहे. असा नवा दस्त- सुद्धा नाकारला गेल्यामुळे त्याचा अनादर झाला तर पुन: पूर्वीप्रमाणेच मूळ दस्ताचे पैसेवसुलीची पद्धत अवलंबून पैसे वसूल करता येतात.

७.१० चलनक्षम दस्ताची नोंदणी आणि निषेध (Noting and Protesting of a Negotiable Instrument)

चलनक्षम दस्ताच्या कायद्याच्या कलम ९९ ते १०४ अ मध्ये यासंबंधीच्या तरतुदी केल्या आहेत –

जेव्हा वचनचिठ्ठी किंवा विनिमयपत्राचा स्वीकार न केल्यामुळे किंवा त्याचे पैसे न दिल्यामुळे अनादर होतो तेव्हा अशा दस्ताचा धारणकर्ता, दस्ताच्या अनादराची 'नोटरी पब्लिक ऑफिसरपुढे' नोंदणी करू शकतो. ही नोंद खालील प्रकारात केली जाते.

अ) दस्तावर अनादराची नोंद करून.

ब) दस्ताला जोडलेल्या कागदावर नोंद करून.

क) थोडा मजकूर दस्तावर व बाकी मजकूर दस्ताला कागद जोडून त्यावर नोंद करून.

नोंदणीचा कालावधी : अशा प्रकारे (अनादराची) नोंद, ही दस्ताचा अनादर झाल्यापासून 'योग्य कालावधीमध्ये' झाली पाहिजे. सदर नोंदीमध्ये –

अ) दस्ताच्या अनादराची तारीख

ब) दस्ताचा अनादर होण्याची कारणे सांगितली गेली असतील तर ती कारणे

क) दस्ताचा स्पष्टपणे अनादर झाला नसल्यास धारकाला तसे का वाटते आणि

ड) नोटरी पब्लिक ऑफिसरची फी या सर्व गोष्टींचा समावेश असणे आवश्यक आहे.

चलनक्षमदस्ताच्या अनादराची नोंद केल्यामुळे दस्ताचे धारकास ती नोंद पुराव्याचे दृष्टीने सिद्ध करण्यास उपयोगी पडते. नोंदणी करणे हे दस्ताच्या निषेधाची पूर्वतयारी आहे.

चलनक्षम दस्ताची नोंदणी कशी होते ? : ज्यावेळेस धारकाने चलनक्षम दस्त स्वीकारण्यासाठी अथवा त्याचे पैसे मिळविण्याकरिता सादर केलेला असतो; परंतु त्याचा अनादर होतो तेव्हा दस्ताचा धारक नोटरी पब्लिक ऑफिसर (जो सरकारने सन्मानित केला आहे) यांच्याकडे अर्ज करून (Applying) तसे कळवितो. त्यावरून सदर नोटरी पब्लिक ऑफिसर तोच चलनक्षम दस्त स्वीकारार्थ पुन: स्वत: किंवा आपल्या लिपिकामार्फत अथवा कराराने अधिकार दिलेल्या व्यक्तीमार्फत अथवा चालीरीतीप्रमाणे किंवा रजिस्टरपत्र पाठवून सादर करतो. त्यावेळेस जर दस्ताचा स्वीकार केला नाही किंवा त्याचे पैसे दिले नाहीत तर नोटरी पब्लिक ऑफिसर स्वत: याची नोंदी दस्तावर करतो किंवा दस्तासोबत कागद जोडून त्यावर सही करतो व त्यावरून नंतर दस्ताचा निषेध जाहीर करतो.

चलनक्षम दस्ताचा निषेध म्हणजे काय ?

What is meant by Protest ?

A Protest is the formal certificate of the Notary, attesting the dishonour of the instrument, by non-acceptance or by non-payment.

दस्ताचा निषेध किंवा प्रमाणनाची व्याख्या कलम १०० मध्ये दिलेली आहे. त्यानुसार ''निषेध म्हणजे दस्ताचा अनादर झाल्याबद्दल दस्ताच्या धारकाला नोटरी पब्लिक जे प्रमाणपत्र देते त्याला निषेध किंवा प्रमाणन प्रमाणपत्र असे म्हणतात.'' हे प्रमाणपत्र नोटरी पब्लिक आपल्या सही-शिक्क्यासह देतो व त्यामध्ये खालील गोष्टी (नमूद) असतात. असा निषेध हा दस्ताच्या अनादरानंतर योग्य कालावधीमध्येच नोंदविलेला असला पाहिजे -

१) मूळ चलनक्षम दस्त किंवा त्याची प्रत
२) ज्या व्यक्तीविरुद्ध निषेध केला आहे तसेच ज्या व्यक्तीतर्फे हा निषेध झाला आहे त्यांची नावे.
३) दस्ताचे धारकाने दस्तस्वीकारार्थ अथवा पैसे मिळणेसाठी सादर केला होता याबद्दल धारकाचे निवेदन.
४) दस्ताचा अनादर का झाला हे सांगण्यात आलेली कारणे अथवा अनादर झाल्याचे धारकास का वाटले ?
५) अनादराची तारीख, ठिकाण व वेळ
६) निषेधपत्राचा खर्च व शुल्क.
७) नोटरी पब्लिक ऑफिसरची सही व हुद्दा.
८) दस्त सादर केल्यानंतर त्याचा दस्ताचे स्वीकारकर्त्याने स्वीकार न करता दस्ताचा आदरार्थ स्वीकार केला गेला असेल तर त्या स्वीकार करणाऱ्याचे नाव व पत्ता याबाबतची कारणमीमांसा.

नोंदणी आणि निषेध यांमधील फरक

अ.नं. नोंदणी (Noting)	निषेध (Protesting)
१. नोंदणी अनादराचे दस्तावर किंवा स्वतंत्र कागद करून दस्तासोबत तो जोडून नोंदणी केली जाते.	नोंदवलेल्या दस्तावरून स्वतंत्र कागदावर प्रमाणपत्र-निषेध नोंदवला जातो. नोंदणी केली जाते.
२. नोंदणीमध्ये अनादराचा आवश्यक तेवढाच उल्लेख केला जातो.	निषेधामध्ये अनादराबद्दल सविस्तर कारण-मीमांसा नोटरी पब्लिक स्वत: कथन करतो.
३. दस्ताचे अनादराची नोंद दस्त-धारकाने कथन केल्यावरून नोटरी पब्लिक करतो.	निषेधाचे प्रमाणपत्र हे नोटरी पब्लिकने दस्त स्वीकारार्थ सादर केल्यावर अथवा सादर केल्यानंतर त्याचे पैसे न दिल्यामुळे नोटरी पब्लिक तशी नोंद करतो.
४. देशांतर्गत चलनक्षम दस्ताच्या अनादराची नोंदणी आवश्यक आहे.	दस्ताचा निषेध करणे ही एक आवश्यक बाब नाही.
५. विदेशीचलनक्षम दस्तामध्ये नोंदणी ही आवश्यक आहे.	विदेशीचलनक्षम दस्ताचा निषेध होणे आवश्यक बाब आहे.
६. नोंदणी ही निषेधाचे प्राथमिक कार्य करीत असते.	निषेध हा नोंदणीचा उत्तरभाग आहे.
७. कलम १०८ प्रमाणे निषेधाऐवजी केवळ नोंदणी हीसुद्धा सन्मानार्थ दस्ताचा स्वीकार करावयास लावण्यास पुरेशी आहे.	निषेधानंतरही सन्मानार्थ दस्ताचा स्वीकार करणारा स्वीकारकर्ता मिळण्याची शक्यता शेवटपर्यंत मानली जाते.
८. कलम ११३ प्रमाणे दस्ताचा स्वीकार नोंदणी केल्यानंतरही परंतु निषेधाचे प्रमाणपत्र मिळण्याअगोदर करता येते.	निषेधामध्ये दस्ताचा अनादर झाला असे शेवटपर्यंत मानले जाते.
९. नोंदणीमध्ये दस्ताचा अनादर झाल्याचे सकृद्दर्शनी पुराव्याने कायद्यात प्रमाण मानण्यात येते; परंतु तसे बंधनकारक ठरत बंधनकारक नाही.	निषेधामध्ये दस्ताचा अनादर झाला असा पुराव्याचा कायदा मानतो व ते कोर्टावर बंधनकारक असते.
१०. नोंदणीमध्ये चलनक्षम दस्ताचे अनादराची सूचना दस्ताच्या स्वीकारकर्त्यास धारकाने देण्याची आवश्यकता नसते.	निषेधामध्ये चलनक्षम दस्ताच्या अनादराची सूचना दस्ताच्या स्वीकारकर्त्यास नोटरी पब्लिक ऑफिसरने द्यावी लागते.
११. नोंदणीमध्ये हुंडी ही ज्या ठिकाणी स्वीकारली जाईल अशी नोंद असते त्या ठिकाणी जर स्वीकारकर्त्याचे राहण्याचे ठिकाण नसेल तर तिची नोंद करता येते.	हुंडीच्या निषेधाची नोंद करताना हुंडी दुसऱ्यांदा स्वीकारकर्त्याकडे सादर करावी लागत नाही. जर ती विशिष्ट ठिकाणी पैसे देणारी असेल व तेथे तिचा अनादर झाला असेल तर.

चांगल्या तारणासाठी निषेध (Protest for Better Security) : ज्या वेळेस हुंडीचा स्वीकारकर्ता दिवाळखोर म्हणून घोषित केलेला असतो किंवा अशा स्वीकारकर्त्याची व्यापारामध्ये पत कमी झाल्यामुळे चलनक्षम दस्ताची रक्कम वसूल होईल अशी खात्री नसल्यास चलनक्षम दस्ताचा अनादर झाला नसतानासुद्धा दस्ताचा धारक हा नोटरी पब्लिक ऑफिसरकडे जाऊन दस्ताचे स्वीकारकर्त्यास चांगले तारण हजर करण्यास सांगतो. अशा वेळेस चलनक्षम दस्ताचा स्वीकारकर्ता योग्य मुदतीत दस्तातील रक्कम अथवा रकमेइतकी अन्य तारण (व्यक्ती) योग्य कालावधीत हजर करू शकला नाही तर दस्ताचा अनादर झाला असे समजून नोटरी पब्लिक त्या अनादाराची दस्तावर नोंद करतो. यालाच चांगल्या तारणासाठी केलेला निषेध असे म्हणतात; परंतु स्वीकारकर्त्यावर चांगला तारण देणे कायद्याने बंधनकारक नाही.

ज्या ठिकाणी नोटरी पब्लिक ऑफिसरची नेमणूकच झालेली नसेल (उदा.इंग्लंड) अशा ठिकाणी निषेध कसा नोंदवावा याबद्दल चलनक्षम दस्ताच्या कायद्यात कोणतीही तरतूद केलेली नाही. मात्र अशा वेळेस शेजारचे दोन साक्षीदारांच्या समक्ष अशी नोंद करून दस्ताच्या अनादराबद्दल प्रमाणपत्र घेता येईल व त्याचा पुरावा म्हणून वापर करण्यात येईल.

७.११ अनादरणाची सूचना (Notice of Dishonour)

अर्थ : दस्तऐवजाचे अनादरण झाल्याची माहिती देणारी जी सूचना दस्तऐवजाच्या धारकाने, दस्तऐवजाचे पैसे देण्यासाठी जबाबदार असलेल्या सर्व पक्षांना पाठविणे आवश्यक असते त्या सूचनेला 'अनादरणाची सूचना' म्हणतात. सूचना कोणी द्यावी?

अनादरणाची सूचना i) दस्तऐवजाचा धारक (अनादरणाच्यावेळी)
ii) अभिकर्त्याने द्यावी.

अनादरणाची सूचना योग्य वेळेत पक्षांना दिली पाहिजे. त्यामुळे प्रत्येक पक्षाचे आपल्या पूर्वीच्या पक्षांविरुद्ध असलेले अधिकार कायम राखता येतात. एका पक्षाने दुसऱ्या पक्षाला दिलेली सूचना आपण स्वतःच दिली आहे असे धारक मानू शकतो.

अनादरणाची सूचना कोणाला द्यावी?

१) अनादरणाच्यावेळी धारक असलेली व्यक्ती दस्तऐवजाशी संबंधित असलेल्या ज्या पक्षांना जबाबदार ठरवू इच्छिते ते सर्व पक्षांना अथवा त्यांच्या अधिकृत अभिकर्त्यांना.
२) सूचना मिळणाऱ्या व्यक्तीचा मृत्यू झाला असल्यास तिच्या वारसाला,
३) सूचना मिळणारी व्यक्ती दिवाळखोर झाल्यास तिच्या न्यायलयीन व्यवस्थापकाला,
४) एखाद्या दस्तऐवजाचे संयुक्त आहर्ते अथवा पृष्ठांकन असतील तर त्यांच्यापैकी कोणाही एकाला,

५) प्रतिज्ञा अर्थपत्राचा निर्माता, विपत्राचा स्वीकर्ता आणि धनादेशाचा आहार्यी यांना सूचना देण्याची गरज नसते.

अनादरणाची सूचना कलम ९४ नुसार पुढील पद्धतीने द्यावी–

१) अनादरणाची नोटीस लेखी किंवा तोंडी असू शकते; जर नोटीस लेखी असेल तर ती पोस्टाने पाठविणे गरजेचे असते. ती नोटीस संबंधित व्यक्तीने स्वीकारली नाही तर कायदेशीर कारवाई होऊ शकते.

२) अनादरणाची नोटीस योग्य व्यक्तीला त्याच्या पत्त्यावर पाठविली पाहिजे.

३) नोटिशीचे स्वरूप कसेही असले तरी चालते. सूचनेमध्ये वापरलेल्या भाषेवरून चलनक्षम पत्रकाचा अनादर झाला आहे आणि त्याबाबत जबाबदार धरले जाईल असा स्पष्ट उल्लेख असावा.

४) चलनक्षम पत्रकाचा अनादर झाल्यास ठराविक कालावधीत सूचना पाठविली पाहिजे.

अनादरणाची सूचना केव्हा आवश्यक ठरते?

खालील परिस्थितीत अनादरणाची नोटीस संबंधित व्यक्तीला देण्याची आवश्यकता नसते; कारण त्या बाबतीत सूचना न देताही संबंधित व्यक्ती रक्कम देण्यास जबाबदार असतात. त्या पुढीलप्रमाणे–

१) वचनदाता

२) अनादर झालेली हुंडी किंवा धनादेश स्वीकार्ता

३) अनादराची सूचना देण्याचा हक्क रद्द केला असेल तेव्हा

४) आदेशक रक्कम देण्याचे नाकारतो तेव्हा

५) वचनचिठ्ठी चलनक्षम नसल्यास

६) ज्या व्यक्तीला अनादराची नोटीस द्यावयाची आहे ती व्यक्ती कोणतीही अट न घालता पत्रकात लिहिलेली रक्कम देण्याचे अभिवचन देते तेव्हा

७) ज्या व्यक्तीवर पैसे देण्याची जबाबदारी आहे त्या व्यक्तीला नोटीस दिली नसल्यास कोणतेही नुकसान लागत नाही तेव्हा

८) स्वीकार्ता जेव्हा आदेशक असतो तेव्हा आदेशकांना जबाबदार धरण्यासाठी

९) ज्या व्यक्तीला नोटीस द्यावयाची आहे त्या व्यक्तीचा शोध घेऊनही ती व्यक्ती सापडली नाही किंवा ज्या व्यक्तीने अनादरणाची नोटीस द्यावयाची आहे ती व्यक्ती असामान्य कारणामुळे सूचना देऊ शकत नसल्यास.

७.१२ धनादेशाचे (चेकचे) अनादरण (Dishonour of Cheque)

अर्थ : ज्या वेळी धनादेशाच्या आज्ञार्थ्याने म्हणजे बँकेने धनादेशाची रक्कम देण्याचे अमान्य केले असेल तेव्हा त्याला 'धनादेशाचे अनादरण' म्हणतात.

धनादेशाच्या आहार्यीची (आदेशार्थी) जबाबदारी

धनादेशाच्या आहार्या म्हणजे बँक. ज्या व्यक्तीचे बँकेत खाते आहे तीच धनादेश काढू शकते. ग्राहक व बँक यांच्यात धनको व ऋणको प्रमाणे संबंध आहेत. जोपर्यंत ग्राहकाच्या खात्यात रक्कम आहे तोपर्यंत ग्राहकाने काढलेल्या धनादेशाची रक्कम देण्यास बँक जबाबदार राहिल.

त्यासाठी पुढील दोन अटींची पूर्तता आवश्यक आहे-

१) धारकाने योग्यरीतीने धनादेश शोधनासाठी बँकेत सादर केला पाहिजे.

२) बँकेच्या नेहमीच्या कामाच्या दिवशी आणि कामाच्या तासांमध्ये धनादेश सादर केला पाहिजे.

धनादेश सादर करण्याबाबत धारकाकडून चूक झाल्यास त्याची भरपाई करण्यासाठी आहार्यी (बँक) जबाबदार रहाणार नाही; पण योग्य कारणाशिवाय धनादेशाचे पैसे देण्यास 'नकार' दिल्यास आहर्त्याचे नुकसान झाल्यास आहार्यी जबाबदार राहील.

खालील परिस्थितीत धनादेशाची रक्कम देण्यास बँक 'नकार' देऊ शकते-

१) बँकेतील ग्राहकाच्या खात्यात शिल्लक रकमेवर बँकेचा ग्रहणाधिकार असल्यामुळे ती रक्कम वापरता येत नसल्यास.

२) धनादेशाची रक्कम देण्यासाठी आवश्यक रक्कम आहर्त्याच्या खात्यात शिल्लक नसल्यास; परंतु बँक आणि ग्राहक यांच्यात अधिकर्षाची सवलत मिळण्याबाबत करार झाला असल्यास, पुरेशी रक्कम शिल्लक नसताना पण मर्यादेपर्यंत धनादेशाची रक्कम देण्याची जबाबदारी बँकेवर राहील.

३) धनादेश योग्य प्रकारे लिहीला नसल्यास-

i) धनादेशाची रक्कम अक्षरी व आकड्यात फरक असल्यास, आकडे अस्पष्ट असल्यास.

ii) धनादेशाच्या मजकुरात खाडाखोड असल्यास.

iii) धनादेशावर तारीख नसल्यास.

iv) धनादेशावर पुढची तारीख असल्यास.

v) नमुना सहीपेक्षा धनादेशावरची सही वेगळी असल्यास.

खालील परिस्थितीत बँक धनादेशाची रक्कम देण्यास नकार देते.

i) धनादेशाची रक्कम देऊ नये असा आदेश ग्राहकाने बँकेला दिला असल्यास.

ii) ग्राहकाने धनादेश हरवल्याची सूचना बँकेला दिली असल्यास.

iii) ग्राहकाला वेड लागण्याची सूचना बँकेला मिळाल्यास.

iv) ग्राहक दिवाळखोर झाल्याची सूचना बँकेला मिळाल्यास.

v) ग्राहकाच्या मृत्यूची वार्ता बँकेला कळल्यास.

vi) आदेश काढून न्यायालयाने ग्राहकाची बँकेतील शिल्लक जप्त केल्यास किंवा ती विशिष्ट व्यक्तीला द्यावी अशी सूचना बँकेकडे दिल्यास.

vii) धनादेशाची आहर्ता प्रमंडळ असल्यास आणि प्रमंडळाचे दिवाळे निघाल्याची सूचना बँकेला मिळाल्यास.

सराव प्रश्न

अ) खालील प्रश्नांची उत्तरे २० शब्दांत लिहा
१. चलनक्षम दस्तऐवज म्हणजे काय?
२. धनादेश म्हणजे काय?
३. विनिमयपत्र म्हणजे काय?
४. हुंडी म्हणजे काय?
५. विनिमयपत्र म्हणजे काय?
६. सवलतीचे दिवस म्हणजे काय?
७. देय दिनांक म्हणजे काय?
८. धनादेशाचे रेखांकन म्हणजे काय?
९. दस्तऐवजाचे अभिहस्तांकन म्हणजे काय?
१०. पृष्ठांकन म्हणजे काय?
११. हस्तांतरण म्हणजे काय?
१२. धनादेशाच्या रेखांकनाचा उद्देश सांगा.
१३. दस्तऐवजाचे अनादरण म्हणजे काय?
१४. अनादराचे परिणाम कोणते?
१५. कोरे हस्तांतर म्हणजे काय?
१६. खोटे हस्तांतर म्हणजे काय?
१७. अनादरणाची सूचना म्हणजे काय?
१८. प्रतिष्ठेसाठी स्वीकृती म्हणजे काय?
१९. चलनक्षम दस्तऐवज सादर करणे म्हणजे काय?
२०. धारक म्हणजे काय?
२१. यथाविधिधारक म्हणजे काय?

ब) खालील प्रश्नांची उत्तरे ५० शब्दांत लिहा.
१. चलनक्षम दस्तऐवजाची वैशिष्ट्ये सांगा.
२. चलनक्षम दस्तऐवजासंबंधी गृहीत बाबी कोणत्या?
३. प्रतिज्ञापत्राची (वचनचिठ्ठी) वैशिष्ट्ये सांगा.
४. विनिमयपत्राची वैशिष्ट्ये सांगा.
५. विनिमयपत्राचे पक्ष स्पष्ट करा.
६. धनादेशाचे पक्ष सांगा.
७. धनादेशाची वैशिष्ट्ये सांगा.

८. हरविलेल्या चलनक्षम दस्तऐवजाच्या तरतुदी किंवा नियम स्पष्ट करा.
९. यथाविधिकरणाचे विशेष अधिकार कोणते?
१०. पृष्ठांकनाचे विविध प्रकार सांगा.
११. कोणकोणत्या परिस्थितीत वसुलीसाठी चलनक्षम दस्ताऐवजाचे उपस्थापन करणे आवश्यक नसते?
१२. अनादरणाचे प्रकार सांगा.
१३. अनादरणासंबंधी कायद्यातील तरतुदी स्पष्ट करा.
१४. चलनक्षम दस्तऐवजाचे पक्ष केव्हा आपल्या जबाबदारीतून मुक्त होतात?
१५. धनादेशाच्या रेखांकनाचे प्रकार सांगा.

क) खालील प्रश्नांची उत्तरे १५० शब्दांत लिहा.

१. चलनक्षम दस्तऐवज म्हणजे काय? त्याची वैशिष्ट्ये सांगा.
२. धनादेश व विनिमयपत्रांच्या व्याख्या सांगून त्यांतील फरक स्पष्ट करा.
३. धनादेश म्हणजे काय? धनादेशाची वैशिष्ट्ये सांगा.
४. वचनचिठ्ठी म्हणजे काय? तिची वैशिष्ट्ये सांगा.
५. विनिमयपत्र म्हणजे काय? विनिमयपत्राची वैशिष्ट्ये सांगा.
६. विनिमयपत्र म्हणजे काय? विनिमयपत्राचे पक्ष कोणते.
७. धनादेशाच्या आदेशार्थीची जबाबदारी स्पष्ट करून कोणत्या परिस्थितीत बँक धनादेशाचे पैसे देण्यास नकार देते?
८. यथाविधिधारक म्हणजे काय? धारक आणि यथाविधिधारक यांच्यातील फरक स्पष्ट करा.
९. चलनक्षम दस्तऐवजाचे पक्ष कोणते? त्यांची जबाबदारी सांगा.
१०. ग्राहकाने लिहिलेल्या धनादेशाचे शोधन करण्यास बँक केव्हा नकार देते?
११. अभिहस्तांकन म्हणजे कर्ी हस्तांतरता व अभिहस्तांकन यांतील फरक/स्पष्ट करा.
१२. पृष्ठांकन म्हणजे काय? त्याचे नियम स्पष्ट करा.
१३. शोधनासाठी (Payment) उपस्थापन म्हणजे काय? त्यासंबंधीचे नियम स्पष्ट करा.
१४. स्वीकृतीसाठी उपस्थापन सर्व दस्तऐवजांच्या बाबतीत आवश्यक आहे काय? कोणत्या परिस्थितीत ते आवश्यक असते व आवश्यक नसते?
१५. धनादेशाचे अनादरण म्हणजे काय? अनादरणाचे प्रकार सांगा.

ड) खालील प्रश्नांची ३०० ते ५०० शब्दांत उत्तरे लिहा.

१. वचनचिठ्ठी, विनिमयपत्र व धनादेशाची सामान्य वैशिष्ट्ये सांगून धनादेशाच्या रेखांकनाचे प्रकार स्पष्ट करा.

२. यथाविधिधारक म्हणजे काय? धारक व यथाविधिधारक यांतील फरक स्पष्ट करून यथाविधिधारकाला मिळणाऱ्या विशेष वैशिष्ट्यांचे वर्णन करा.

३. चलनक्षम दस्तऐवजाच्या पृष्ठांकन व हस्तांतराचे प्रकार सांगून चलनक्षम दस्ताचे हस्तांतर करणाऱ्या व्यक्तीची जबाबदारी स्पष्ट करा.

४. सर्वचलनक्षम दस्त स्वीकृतीसाठी सादर करणे आवश्यक आहे काय? कोणत्या परिस्थितीत ते आवश्यक व अनावश्यक असते ते स्पष्ट करा.

५. चलनक्षम दस्तांचा अनादर म्हणजे काय? अनादराचे प्रकार सांगून कोणत्या परिस्थितीत अनादरणाची सूचना देण्याची गरज नसते?

६. चलनक्षम दस्तांतील विविध पक्षांची जबाबदारी सांगून ते पक्ष आपआपल्या जबाबदारीतून केव्हा मुक्त होतात, ते स्पष्ट करा.

७. धनादेशाचे रेखांकन म्हणजे काय? रेखांकनाचे विविध प्रकार सांगून रेखांकनाचे फायदे सांगा.

८. हुंडी म्हणजे काय? हुंडीची वैशिष्ट्ये सांगून विविध प्रकार सांगा.

८ लवाद आणि समझोता कायदा, १९९६

Arbitration and Conciliation Law 1996

८.१ **प्रस्तावना** (Introduction)

लवाद आणि समेट (समझोता) कायदा १९९६, २५ जानेवारी १९९६ रोजी संपूर्ण भारतात (जम्मू आणि काश्मीर व्यतिरिक्त) अमलात आला. या कायद्यामध्ये राष्ट्रीय लवाद, आंतरराष्ट्रीय व्यापारी लवाद आणि भारताबाहेरील परदेशी निवाड्याची परिस्थिती यामधील तरतुदी समाविष्ट करण्यात आल्या आहेत. १९४० मध्ये अस्तित्वात आलेल्या लवाद कायद्याच्या तरतुदींमध्ये बदल करून १९९६ मध्ये आलेल्या लवाद आणि समझोता कायद्यात तरतुदी करण्यात आल्या.

१४ ऑगस्ट १९९५ रोजी मद्रास उच्चन्यायालयाच्या निर्णयावर, सर्वोच्च न्यायालयाने लवाद कायदा १९४० संदर्भात निर्णय दिला. निवाडा मान्य करताना पुढील मत व्यक्त केले. मत व्यक्त करताना न्यायालयाने मेसर्स गुरूनानक फाउंडेशन विरुद्ध मेसर्स राठन सिंग आणि सन्स् (M/s GuruNanak Foundation Vs M/s Rathan Singh and Sons (1981) (7)) या केसमधील वस्तुस्थितीचा आढावा/आधार घेतला. अतिशय किचकट आणि महाग अशा प्रचलित न्यायपद्धतीला कंटाळून जनतेने लवाद कायदा १९४० हा मान्य केला. परंतु सद्य:परिस्थितीत ज्या पद्धतीचा लवाद कायद्यामध्ये निवाडा होतो, त्यामध्ये मोठ्या प्रमाणावर पुराव्यांचा

किचकटपणा आणि इतर तांत्रिक बाबींचा गुंता वाढला आहे. वास्तविक दोन्ही पक्षांनी मान्य केलेला लवाद हा तत्परतेने निवाडा करण्यासाठी असतानासुद्धा तो निवाडा न्यायालयासमोर गेल्यावर त्यात अनेक गुंतागुंत वाढत गेल्या आहेत; म्हणूनच १९४० चा कायदा कालबाह्य ठरवून १९९६ चा सुधारित कायदा पारित झाला आहे; त्याचप्रमाणे, नवनवीन पर्याय तंटा निवारण योजना तंत्रांचाही अवलंब करणे गरजेचे आहे असेही मत व्यक्त केले.

भारत सरकारने २२ ऑगस्ट १९९६ रोजी राजपत्राद्वारे जाहीर करून लवाद व समेट कायदा १९९६ हा पारित केला. या कायद्यामधील समेटपद्धत ही तंटा सोडविण्याची पर्यायी पद्धत म्हणून मान्य केली आहे. समेट ही सलोख्याने तंटा मिटविण्याची प्रथम पायरी असून, लवाद ही दुसरी पायरी आहे.

८.२ *लवाद व समझोता–संकल्पना* (Concept of Arbitration and Conciliation)

लवाद ही काय संकल्पना आहे आणि तिची काय प्रगती झाली याचा सविस्तर विचार करताना, राष्ट्रसंघाच्या समितीने जो आदर्श लवाद कायदा तयार केला त्याची व्याप्ती आणि हेतू अभ्यासणे गरजेचे आहे; त्याचप्रमाणे आदर्श लवाद कायद्याचा अर्थ अभ्यासणेही महत्त्वाचे ठरते.

राष्ट्रसंघ समितीचा आदर्श लवाद कायदा : देशी आणि विदेशी व्यवहारांमध्ये वाद निर्माण होणे अगदी साहजिक असते. देशांतर्गत लवादाने वाद सोडविण्याची पद्धती समान नव्हती. अर्थातच प्रत्येक राष्ट्राच्या लवाद कायद्याच्या वाद/तंटा सोडविण्याच्या पद्धती आणि प्रक्रिया वेगवेगळ्या होत्या. त्यामुळे परदेशी निवाडा मान्य होत नसल्यामुळे आणि इतर कायदेशीर तरतुदी पोषक नसल्यामुळे आंतरराष्ट्रीय व्यापारात केवळ अडचणी येत नव्हत्या, तर त्या बंद होऊन जवळजवळ स्थिरावल्या जात असत.

लवादासंबंधित जगात उपलब्ध असलेल्या सर्व राष्ट्रांमधील कायद्यांची पाहणी केली असता असे लक्षात आले की, त्यातील जवळजवळ सर्व कायदे कालबाह्य ठरले आहेत. काही कायद्यांमध्ये महत्त्वाच्या तरतुदींची कमतरता होती; या सर्व पार्श्वभूमीवर राष्ट्रसंघांच्या आंतरराष्ट्रीय कायदा समितीने जगातील सर्व लवाद प्रकरणांची पूर्ण पाहणी केली; कारण जागतिक गॅट कराराच्या पूर्ततेसाठी ते आवश्यक होते. जागतिकीकरणाच्या युगात चीन, रशिया आणि भारत इ. राष्ट्रांची विज्ञान आणि तंत्रज्ञान क्षेत्रातील प्रगती लक्षात घेता विकसित राष्ट्रांचे दालन इतर राष्ट्रांसाठी बंद करणे अशक्य झाले आहे. त्याचप्रमाणे संभाषणकलेची नवनवीन तंत्रे जसे की ई-मेल, ई-कॉमर्स व इंटरनेट तसेच दळणवळणाची अद्ययावत साधने या सर्वांमुळे आंतरराष्ट्रीय व्यापाराने जोम पकडला आहे.

या सर्व गोष्टींचा विचार साधून राष्ट्रसंघाने 'दि युनायटेड नेशन्स कमिशन ऑन

इंटरनॅशनल ट्रेड लॉ' (युनिसीट्रेल) ही संस्था स्थापन केली. या संस्थेने 'आदर्श लवाद कायदा' (Model Law on Arbitration) तयार केला. या कायद्याला राष्ट्रसंघाने २१ जून १९८५ रोजी मान्यता दिली. यालाच 'आंतरराष्ट्रीय व्यापारी आदर्श लवाद कायदा' असेही संबोधतात. जगातील विकसित, अविकसित देशातील लवाद कायद्याच्या त्रुटी लक्षात घेता 'आदर्श लवाद कायदा' सर्वमान्य झाला. आदर्श कायद्यामधील तरतुदींमध्ये लवचिकता आहे; त्यामुळे प्रत्येक राष्ट्राला आपला कायदा करताना लवचिकता आणि एकसंघता टिकवण्यासाठी आदर्श कायदा मूलभूत पाया ठरते. हा कायदा सध्याच्या राष्ट्रीय, आंतरराष्ट्रीय कायद्यांची परिस्थिती लक्षात घेऊन व त्याबाबतचे प्रश्न सोडविणे सुलभ जाईल, या दृष्टिकोनातून तयार केला आहे.

आंतरराष्ट्रीय व्यापारी आदर्श लवाद कायद्याचा अर्थ : नवीन लवाद कायदा तयार करताना आदर्श लवाद कायदा, त्याच्या तरतुदी आणि त्याचे नियम विचारात घेतले आहेत. आदर्श लवाद कायद्याच्या नियमांचे अनुपालन करून तयार करण्यात आलेला लवाद आणि समझोता कायदा सर्व भारतात (जम्मू-काश्मीर वगळता) लागू आहे. १९४० चा लवाद कायदा संपूर्णपणे कालबाह्य ठरविण्यात आलेला असल्याने या कायद्यातील तत्त्वे नवीन कायद्यात लागू होत नाही. लवाद आणि समझोता कायदा १९९६ मधील सर्व ध्येय आणि धोरणे १९८५ च्या युनिसीट्रेल आदर्श कायद्यावर आधारित आहेत.

सर्व राष्ट्रांनी आदर्श लवाद कायदा आणि नियमांचा आपल्या कायद्यात समावेश केल्यास लवाद आणि समेटाच्या संकल्पनांचा जागतिक स्तरावर असलेल्या कायदेपद्धतीत मेळ बसू शकतो. नवीन कायद्यामध्ये राष्ट्रीय लवाद, आंतरराष्ट्रीय व्यापारी लवाद याबाबत एकत्रित सुधारणा केलेली आहे. याशिवाय परदेशी लवाद निवाड्याची अंमलबजावणी आणि समेट कायदा निश्चिती या दोन घटकांचाही समावेश करण्यात आला आहे. सर्वोच्च न्यायालयाने देखील नवीन कायद्याचा अर्थ लावताना आदर्श लवाद कायद्याचा संदर्भ घेणे योग्य ठरेल असे प्रतिपादन केले आहे.

लवाद – संकल्पना आणि प्रगती : भारतीय जनतेला 'लवाद' ही संकल्पना नवीन नाही. प्राचीन काळापासून पंचायत स्वरूपात ही संकल्पना अस्तित्वात आहे. या संकल्पनेप्रमाणे गावातील पंचायत कायद्यानुसार न्यायालय स्थापन होण्यापूर्वी ग्रामसभेमध्ये निकाल देते आणि हे पक्षकारांना बंधनकारक असते. पंचायतीमध्ये समाजातील प्रमुख व्यक्ती, समाजातील निवडलेल्या व्यक्ती आणि निवडून आलेल्या व्यक्तींचा समावेश असतो. लवाद प्रक्रियासुद्धा याच विचारप्रणालीवर आधारित असल्याने, भारत सरकारने न्याय पंचायत व ग्रामसेवा स्थापन करण्यासाठी घटनेत दुरुस्ती केली आहे. लवाद कायद्याचा मूळ पाया म्हणजे कोणतेही वादग्रस्त प्रकरण कोर्टाकडे न देता खाजगी लवादाकडे देणे.

लवाद पद्धतीने तंटा समझोता झाल्यास न्यायालयाच्या तुलनेत वेळ आणि पैसा कमी लागून दोन्ही पक्षांत सलोख्याचे संबंध कायम राहतात. न्यायालयीन प्रक्रिया संपूर्ण होण्यासाठी सुमारे २५ वर्षांचा कालावधी लागतो त्यामुळे ही खर्चीक प्रक्रिया आहे. लवाद ही आपल्या मताने निवडलेल्या अपक्ष आणि स्वतंत्र व्यक्तीकडून निकाल प्राप्त करण्याची प्रक्रिया आहे. लवाद प्रक्रियेत दोन्ही पक्षांत सलोखा कायम राहून कमी वेळात न्याय मिळतो. मुख्यत्वे लवाद ही प्रक्रिया न्यायालयीन कामकाजाविरोधी अथवा प्रतिद्वंद्वी प्रक्रिया नाही. या प्रक्रियेत 'अ' विरुद्ध 'ब' असे नसून 'अ' आणि 'ब' असे असते. बदलती व्यापारी पद्धती आणि शासनाच्या कल्याणकारी योजना इ. मुळे लवाद प्रक्रियेला नवीन स्वरूप प्राप्त झाले आहे.

लवाद पुढीलप्रमाणे असतात -

१) संस्थेमार्फत लवाद (Institutional Arbitration)
२) शासकीय लवाद (Government Arbitration)
३) कारणपरत्वे लवाद (A-Hoc Arbitration)
४) कायद्यानुसार लवाद (Statutory Arbitration)

लवाद प्रक्रियेत दोन्ही पक्षांची संमती अर्थात समजूतदारपणा ही प्राथमिक गरज आहे आणि यामुळेच दोन्ही पक्ष निर्णयाप्रत पोहचू शकतात. संमती आणि समजूतदारपणामुळे दोन्ही पक्ष समतोल पातळीवर वाटाघाटी करू शकतात.

अशा प्रकारे ज्या दोन व्यक्तींमध्ये विवाद निर्माण झाला आहे. त्या दोन व्यक्ती तो विवाद तिसऱ्या व्यक्तीच्या माध्यमातून (कोटी व्यतिरिक्त) सोडून घेतात. उदा. नुकसान भरपाई योग्य आहे का? अशासारख्या प्रकरणात लवाद हा उपयुक्त असतो. लवादाचा एक प्रमुख फायदा म्हणजे दोन्ही पक्षकारांना या प्रक्रियेमध्ये स्वत:हून म्हणजे व्यक्तिगत भाग घेता येतो.

कायद्याप्रमाणे लवाद तरतूद असल्यास त्याला 'वैधानिक लवाद' म्हणतात. दोन पक्षांच्या करारामध्ये लवाद करण्याचे उपकलम असू शकते. याबाबत दोन्ही पक्षांमध्ये कराराच्यावेळी एकमताने संमती असते. दोन्ही पक्ष स्वत:हूनच लवाद, न्यायासन, त्याची पद्धती, भाषा इ. बाबत करारात तरतूद करतात. कायद्याने लवाद करणे बंधनकारक नसते. दोन्ही पक्षांची आपसात सहमती झाली तरच लवाद होतो.

समझोता (समेट) संकल्पना आणि योजना : लवाद आणि समझोता कायदा १९९६ च्या कलमानुसार, समेट करू इच्छिणाऱ्या पक्षकाराने कायद्याच्या तरतुदी आणि नियमांप्रमाणे विरुद्ध पक्षाला समेटाबद्दल आपल्या तंट्याचेस्वरूप वर्णनासह लेखी विनंती करावी. विरुद्ध पक्षाने आमंत्रणाला लेखी मान्यता दिल्यास समेट कार्यवाही सुरू करता येते. अर्थातच, विरुद्ध पक्षाने समझोता करण्यास नकार दिल्यास समेटाची कार्यवाही थांबते; तसेच विनंती केलेल्या पक्षकाराला तीस दिवसांपर्यंत किंवा नमूद केलेल्या मुदतीपर्यंत जर लेखीमान्यता अथवा प्रतिसाद मिळाला नाही तर

विरुद्धबाजूने विनंती अमान्य केली असे समजावे. समेट कार्यवाहीसाठी दोन्ही पक्ष मिळून एक समेटकर्ता नेमू शकतात. दोन समेटकर्ते नेमणे असल्यास प्रत्येक पक्षकाराने एक, असा नेमावा जर समेटकर्त्यांची संख्या तीन असल्यास दोन्ही पक्ष प्रत्येकी एक समेटकर्ता नेमतात आणि तिसरा एकमताने नेमतात; तो पीठासीन समेटकर्त्याची भूमिका बजावतो. परिस्थितीनुसार समेटकर्ता समझोता कार्यवाही करतो. तो दोन्ही पक्षात तंट्याबाबत सलोखा निर्माण होण्यासाठी नि:पक्षपणे त्यांना साहाय्य करतो. समेट योजनेप्रमाणे समेटकर्ता आणि पक्षकार यांनी समझोत्याबाबत गोपनीयता पाळली पाहिजे. त्याचप्रमाणे ज्या वेळी आणि ज्या बाबींवर समेट चालू असेल त्या वेळी हक्क सुरक्षेव्यतिरिक्त कोणत्याही पक्षात लवाद कृती करू नये. १९९६च्या तरतुदींनुसार समेट पद्धतीमध्ये वादाबाबत गुप्तता दोन्ही पक्षकार आणि समेटकार यांच्याकडून काटेकोरपणे पाळली जाते. अर्थात, समेट करणारा आणि इतर दोन्ही पक्षांवर सर्व बाबतीत गुप्तता पाळण्याचे बंधन असते.

लवाद प्रक्रियेत पंच हा न्यायाधीश असतो, परंतु समेट/समझोता करताना तो न्यायाधीश नसून मदतनीस असतो. तो दोन्ही पक्षांना वस्तुनिष्ठता, वाजवीपणा व न्याय या तत्त्वांवर आधारित मार्गदर्शन करतो. समझोता करत असताना व्यापारामधील प्रथा व रूढी, आजूबाजूची परिस्थिती दोन्ही पक्षांची व्यापार करण्याची पद्धती इ. सर्व बाबी लक्षात घेणे जरुरीचे असते. समेट-कर्ते किती असावेत हे दोन्ही पक्षांनी ठरवायचे असते, असे काहीही ठरले नसेल तर १,२ किंवा ३ समेटकर्त्यांची नेमणूक करता येते; अथवा दोन्ही पक्षकार आपापल्या मताने देखील निर्णय घेऊ शकतात.

समझोता होणे ही मतऐक्याची प्रक्रिया असते; त्याचे यश दोन्ही पक्षाच्या सदिच्छेवर अवलंबून असते. समेट करारावर सह्या करण्यापूर्वी केव्हाही समेट रद्द करता येतो. यानंतर पक्षकारांनी लवाद किंवा न्यायालयात जाणे त्यांच्यावर बंधनकारक नसते. मात्र, १९९६च्या कायद्याच्या तरतुदीनुसार एकदा समेट झाल्यानंतर आणि त्यावर दोन्ही पक्षांच्या सह्या झाल्यावर तो दोन्ही पक्षांना बंधनकारक ठरतो.

८.३ लवादाची व्याख्या आणि लवाद कराराचे महत्त्व (Definitions and Essentials of Arbitration and Contracts)

१) **हाल्सब्युरी लॉज (इंग्लंड) - यांच्या मते :** लवाद म्हणजे विवाद किंवा मतभेद; यांचा संदर्भ की जो किमान दोन पक्षांमध्ये असतो आणि ज्याचा निवाडा न्यायिक पद्धतीने दोन्ही बाजूंचे म्हणणे ऐकून न्यायाधीश नसलेल्या व्यक्तींकडून (लवाद-पंचांकडून) दिला जातो.

२) **लवाद आणि समझोता कायदा १९९६ :** लवाद म्हणजे कोणत्याही प्रकारचा लवाद की जेथे किंवा कधीच कायमस्वरूपाचे लवाद प्रशासन करू शकत नाही.

थोडक्यात, दोन्ही पक्षकारांमधील तंटे परस्पर सलोख्याने न्यायालयात न जाता किंवा कोणत्याही तिसऱ्या व्यक्तीच्या मध्यस्थीने समेट घडावा यासाठी लवाद कायदा नेहमीच उद्युक्त करतो; म्हणजेच कोणतेही वादग्रस्त प्रकरण न्यायालयीन रिवाजाप्रमाणे न सोडवता खासगी लवादाकडे देणे एकापेक्षा जास्त व्यक्ती सलोख्याने पंच असल्यास वा नसल्यास आपल्यातील तंट्याचा न्यायनिवाडा करून घेतात.

उदा. १) नुकसान भरपाई योग्य आहे का?
२) नमुन्याप्रमाणे माल आहे का?
३) मालाची श्रेणी व गुणवत्ता विहितनमुन्याप्रमाणे आहे काय?

१९९६ च्या कलम २(१) (एफ) मध्ये आंतरराष्ट्रीय व्यापार लवादाची व्याख्या दिलेली आहे; त्यानुसार दोन पक्षांमध्ये कायदेशीर नाते असले पाहिजे. त्याबाबतचा करार असो वा नसो परंतु भारतीय कायद्याप्रमाणे तो व्यापाराबाबत असला पाहिजे; याशिवाय दोन्ही पक्षांपैकी एक भारताचा नागरिक किंवा भारताचे राष्ट्रीयत्व असलेला असला पाहिजे किंवा तशी संस्था किंवा शासन असले पाहिजे.

अ) व्याख्या समझोता (Definitation of Compramise)

१९४० च्या लवाद कायद्यामध्ये समेट तडजोडींबाबत तरतुदी नव्हत्या. आदर्श लवादाच्या नियमांवर आधारित १९९६ च्या कायद्यात त्या तयार करण्यात आल्या आहेत. कायद्याच्या भाग ३ मध्ये समेटाबाबत तरतुदी आहेत. समेट म्हणजे कोणत्याही न्यायालयीन प्रक्रियेशिवाय आपापसातील तंट्यांचे निवारण करणे. १९९६ च्या कायद्यानुसार कोणत्याही कायदेशीर संबंधातून निर्माण होणारे सर्व प्रकारचे विवाद सोडविण्यासाठी समेट किंवा समझोता योजनेचा वापर केला जातो. अर्थातच हे विवाद करारात्मक अथवा इतर प्रकारांचे असू शकतात (कलम ६१ ते ८१ भाग ३).

परंतु १) विवादाच्या पक्षांची समझोत्यास संमती नसेल.
२) एखाद्या विशिष्ट बाबींसाठी तात्पुरता कायदा करण्यात आला असल्यास.
३) इतर कायद्यातील तरतुदींनुसार संबंधित बाब समेटकर्त्यांकडे सुपुर्द करू नये. अशी तात्पुरती तरतूद केली असल्यास समेट योजना पद्धतीचा वापर करता येत नाही.

ब) लवाद ठराव/कराराचे महत्त्व (Essentials of Arbitration Agreement)

लवाद ही एक प्रकारे घरगुती न्यायनिवाडा पद्धती असून दोन्ही पक्षांची त्यास संमती असणे हा या पद्धतीचा पाया आहे. हा कायदा आंतरराष्ट्रीय लवाद कायद्यावर आधारित असून दोन्ही पक्षांना समान पातळीवर ठेवण्यात आलेले आहे. यानुसार संपूर्ण प्रक्रियेमध्ये दोन्ही बाजूंचा मोठा सहभाग असतो. लवादात संपूर्ण पद्धतीत सर्व दिवाणी आणि व्यापारी विषय हाताळले जातात. ही प्रक्रिया लवाद पोट कलम किंवा ठरावाप्रमाणे कार्यान्वित होते. सर्व प्रक्रियेत कायद्यापेक्षा वस्तुस्थितीला जास्त महत्त्व दिले जाते.

लवाद कायद्यानुसार ज्या कायम मध्यस्थ संस्थेची किंवा ज्याची विशिष्ट विवाद सोडविण्यासाठी मध्यस्थी म्हणून नियुक्ती झालेली आहे त्यास 'लवाद' असे म्हणतात. अर्थातच, दोन पक्षांमधील वाद तिसऱ्या व्यक्तीच्या माध्यमातून सोडवून घेतला जातो. ही तिसरी व्यक्ती / संस्था न्यायालय नसून 'मध्यस्थ' किंवा 'लवाद' म्हणून ओळखली जाते. दोन्ही पक्षांचा या तिसऱ्या व्यक्ती अथवा संस्थेशी झालेल्या करारास 'लवाद करार' असे म्हणतात; म्हणजेच एखाद्या विवादावर (करार किंवा प्रस्ताव स्वरूपात) विचार करण्याच्यादृष्टीने कायदेशीर बाबी लक्षात घेऊन दोन्ही पक्ष एकत्र येतात आणि विचार करतात, त्यास लवाद करार असे म्हणतात.

लवादाचे महत्त्व वरील विवेचनावरून पुढीलप्रमाणे सांगता येईल –

१) लवादाचा फायदा सर्वाधिक बांधकाम क्षेत्रात होतो; त्याचप्रमाणे व्यापार व तत्सम क्षेत्राला देखील होतो.

२) ही प्रक्रिया न्याय प्रक्रियेपेक्षा स्वस्त व कमी खर्चाची असते.

३) ह्यात लवाद पंच अथवा समेटकर्ता अनिवार्य असला तरीदेखील पक्षकारही समोरासमोर बसून निर्णयाच्या प्रक्रियेत भाग घेतात त्यामुळे कार्यवाहीला गती येते.

४) लवाद व समझोता कायदा १९९६ हा दिवाणी पद्धती १९०८ ला पूरक आहे.

५) लवादाच्या निर्णयाला आता न्यायालयाच्या आदेशाचा (Decree) दर्जा देण्यात आलेला आहे.

६) लवाद न्यायासन मूळ कायद्याला धरून निवाडा देते त्याचप्रमाणे नैसर्गिक न्याय तत्त्वांचा देखील अवलंब निवाडा करताना केला जातो.

७) लवादासमोर एकावेळी एकच प्रकरण असल्याने त्याचे सर्व लक्ष केंद्रित असते.

८) लवाद पंच किंवा समझोताकर्ता दोन्ही पक्षकारांच्या ओळखीचा असतो त्यामुळे दोघांनाही आपापली बाजू मोकळेपणाने मांडता येते व निर्णय लवकर होतो.

९) लवाद पद्धती/भाषा इ. दोन्ही पक्षकार एकमेकांच्या सहमताने ठरवू शकतात.

१०) लवादामध्ये जिंकणे/हारणे नसल्याने दोन्ही पक्षकारांचे संबंध अबाधित राहतात, त्यामुळे व्यवसायाच्यादृष्टीने ही महत्त्वाची बाब ठरते.

क) लवाद करारातील आवश्यक बाबी (Essentials Things in Arbitration Agreement)

जुन्या कायद्याप्रमाणेच नवीन कायद्यातदेखील 'लवाद करार' हा लेखी असावा अशी तरतूद आहे. आपापसातील पत्रव्यवहार किंवा इतर कोणत्याही मार्गाने झालेला पत्रव्यवहार ह्यालासुद्धा कराराचा आधार संबोधले जाईल (कलम ७ अ) हे व्यवहार लेखी स्वरूपात असणे आवश्यक आहे. एखाद्या पक्षाने लवाद कराराची मागणी करणे आणि दुसऱ्या पक्षाने ती नाकारणे यास देखील 'लवाद करार' असे नाव देता येते.

कलम ७ (१) नुसार ज्या ठिकाणी दोन व्यक्तींमध्ये कायदेशीर संबंध प्रस्थापित झाले आहेत (करार असो वा नसो) अशाच बाबी लवादासमोर मांडणे योग्य ठरते.

कलम २ (३) प्रमाणे विवाह, फौजदारी, पालकत्व, इच्छापत्र इ. प्रश्न लवाद प्रक्रियेला अपवाद ठरतात.

उदा. एखादा विवाह लवाद-पंचाच्या साहाय्याने सोडविण्यास दोन्ही पक्ष तयार असतील तर करारावर दोन्ही पक्षांच्या सह्या असण्याची गरज नाही. लवाद-पंचाचे नाव करारात उल्लेखणे बंधनकारक नाही. कायदेशीर/वैध करारातील सर्व वैशिष्ट्ये लवाद करारात असावीत. करार संदिग्ध, अविश्वासू स्वरूपाचा नसावा. लवाद करार हा संबंधित करार पात्र पक्षाकडूनच झाला पाहिजे आणि तो स्पष्टही असला पाहिजे. करार वर्तमान आणि भविष्यकालीन विवादाशी संबंधित असू शकतो.

८.४ लवादाचे अधिकार आणि कर्तव्ये (Powers and Duties of Arbitrator)

१९९६ च्या नवीन कायद्याप्रमाणे लवाद-पंच अथवा मध्यस्थावर अनेक बंधने (कर्तव्ये) तसेच अधिकारही असतात.

अ) लवाद-पंचाचे अधिकार पुढीलप्रमाणे आहेत –

१) लवाद करारानुसार प्रत्येक लवाद-पंचाला त्याचे कार्यक्षेत्र ठरवून दिलेले असते. लवाद-पंचाने ठरावाबाहेरील मुद्यांवर निवाडा दिल्यास तो रद्दबातल ठरतो म्हणून प्रत्येक लवाद-पंचाने हक्क आणि प्रतिहक्क आपल्या अधिकार कक्षेत आहेत किंवा नाहीत हे तपासून निर्णय द्यावा.

२) लवाद-पंच वस्तुस्थिती आणि कायदा यांचा आधार घेऊन निर्णय देतो. त्यांना चूक आणि बरोबर काय आहे, हे ठरविण्याचा अधिकार आणि कार्यक्षेत्र असते त्यामुळे दोन्ही बाजूंचे म्हणणे ऐकून घेतल्यानंतर त्यांनी एखादा वाजवी निर्णय घेतला तर त्या निवाड्यावर कोणीही आक्षेप घेऊ शकत नाही.

३) एकदा एका पक्षाने हक्क मागितले तर दुसरा पक्ष प्रतिहक्क मागू शकतो, हे हक्क बचावाचे वेळी सादर करावयाचे असतात. त्यामुळे लवादाने हक्क आणि प्रतिहक्क या दोन्हींवर निर्णय द्यायचा असतो.

४) लवाद-पंच हे पूर्वग्रहदूषित नसावेत. न्यायाचे हे मूळ तत्त्व आहे, त्यांचे मत नि:पक्षपातीच असावे; त्यामुळे प्रत्येक पंचाने सदर प्रकरणाशी त्याचा कणभरही संबंध नाही हे कामकाज सुरू होण्यापूर्वी जाहीर करावे.

५) अपेक्षित बाबींवर लवाद-पंचाने निर्णय देऊ नये. उदा. काही वादावर संबंधित अभियंता यांचा निर्णय अंतिम समजला जावा अशी कायद्यात तरतूद असते; यास 'अपेक्षित वाद' असे म्हणतात. अशा प्रकारचे वाद सोडविण्यासाठी स्वतंत्र यंत्रणा असत; त्यामुळे हा प्रश्न वाद-लवादाच्या कक्षेत येत नाही. परंतु तो अमान्य झाल्यास लवाद-पंचाच्या अधिकार कक्षेत येऊ शकतो.

६) लवादाने पुराव्याच्या आधारावरच निर्णय द्यावा, पुरावा लेखी स्वरूपात असल्यास तो ग्राह्य धरला जातो. विवाद सोडविण्यासाठी कार्यवाही लेखी किंवा तोंडी असू शकते. परंतु भविष्यातील बाबी लक्षात घेता कार्यवाही लेखी असणे योग्य ठरते. लवाद-पंचाने दोन्ही पक्षकारांना संबंधित कागदपत्र आणि लेखे सादर करावे असा आग्रह धरला पाहिजे. एखाद्या पक्षाने कागदपत्रे अथवा लेखे सादर करण्यास हलगर्जीपणा केल्यास अथवा सहकार्य न केल्यास अथवा कागदपत्रांची योग्य ती पूर्तता न केल्यास लवाद-पंच पक्षाच्या विरोधात शेरा देऊ शकतो. किंबहुना, वेळ पडल्यास लवाद कारवाई करण्याचे नाकारतो.

७) १९९६ च्या लवाद आणि समझोता कायद्याच्या कलम २१(३) नुसार-
लवाद पंच निवाडा हा कारणांवर आधारितच देतात यासच कारणा सहितनवाडा (Reasonable Award) असे म्हणतात.
मात्र, यांस खालील बाबी अपवाद असू शकतात-
अ) जर दोन्ही पक्षांनी कारणांसाठी आग्रह धरला नसेल.
ब) कलम ३० नुसार निवाडा दोन्ही पक्षांना मान्य असेल आणि १९९६ च्या कायद्याप्रमाणे निवाड्याची रक्कम कितीही असो पंचाने कारणे देणे अनिवार्य केले असेल.

८) विवादाच्या पक्षांची संमती असल्यास लवाद-पंच विवादाचा विषय आणि गाभा लक्षात घेऊन विवाद अंतर्गत सोडवितात.

९) विवाद सोडविण्याची जागा आणि भाषा लवाद-पंचाला ठरविता येते.

१०) लवाद-पंच दोन्ही पक्षांचे म्हणणे ऐकून घेतो. परंतु एकच पक्ष कुरघोड करत असल्यास विशिष्ट मर्यादेनंतर संबंधित पक्षाचे ऐकणे बंद करून कार्यवाही संपुष्टात आणू शकतो.

११) काही विवाद तांत्रिक स्वरूपाचे असल्यास विवाद सोडविण्यापूर्वी लवाद पंच तंज्ज्ञांचा सल्ला विचारात घेऊ शकतो. वेळप्रसंगी एक किंवा दोन तज्ज्ञांची नियुक्तीही करू शकतो. उदा. बांधकाम आणि अभियांत्रिकी क्षेत्र.

१२) एखाद्या विवादावर निर्णय घेण्यासाठी किती खर्च येऊ शकतो हे ठरविण्याचा अधिकार लवाद-पंचाला आहे, तसेच विवाद सोडविण्यासाठी आवश्यक तेथे न्यायालयाकडून पुरावा मिळण्याची शक्यता असल्यास तो मिळविण्याचा अधिकार लवाद-पंचाला आहे.

१३) निवाडा झाल्यानंतर भौगोलिक स्वरूपाच्या अथवा कारकुनी स्वरूपाच्या चुका असतील तर बदलण्याचा अधिकार लवाद-पंचाला असतो. लवाद करारात निर्णय प्रक्रियेची मुदत नोंदविलेली असते. परंतु काही अपरिहार्य कारणांमध्ये दोन्ही पक्षांच्या संमतीने मुदतवाढ मिळविण्याचा अधिकार लवाद-पंचाला आहे.

ब) लवाद-पंचाची कर्तव्ये

i) **लवाद-पंचाची प्रमुख कर्तव्ये पुढीलप्रमाणे :**

१) लवाद-पंचाच्या नियुक्तीच्या आदेशाची योग्य प्रकारे अंमलबजावणी झाली आहे की नाही हे पाहणे जरुरीचे असते. नियुक्ती ही कायदेशीर असावी.

२) लवाद-पंच ज्या विवादावर निर्णय देणार आहे तो त्याच्या कार्यकक्षेत असावा.

ii) **लवाद-पंचाची इतर कर्तव्ये पुढीलप्रमाणे :**

१) निर्णयाच्या कालावधीतच न्यायनिवाडा करणे अपेक्षित आहे.

२) निर्णय निरपेक्ष आणि नि:पक्षपाती असावा.

३) विवादाच्या विषयात कोणतेही हितसंबंध असू नयेत.

४) कोणत्याही प्रकारचे गैरवर्तन अथवा लाचलुचपत करू नये.

५) विवादावरील निर्णय सलोख्याने आणि सामंजस्याने सोडविण्यासाठीच लवाद-पंचाने प्रयत्नशील असावे.

६) निवाडा करताना लवाद कराराचे उल्लंघन होत नाही याची खबरदारी पंचाने घ्यावी.

७) सामान्य न्यायदानातील नियमांचे पालन करणे लवाद-पंचावर अनिवार्य आहे.

८) दोन्ही पक्षांचे संपूर्ण म्हणणे ऐकूनच योग्य तो निवाडा करणे; तसेच दोन्ही पक्षांची बाजू समोरासमोर ऐकणे.

८.५ समेट किंवा समझोता कार्यपद्धती/कार्यवाही (Process of Conciliation)

'कोणताही विवाद विकोपास जाऊ न देता, न्यायालयीन प्रक्रियेमार्फत न करता सामंजस्याने आणि सलोख्याने सोडविणे यासच 'समेट पद्धती' असे म्हणतात.' हे आपण आधीच्या मुद्द्यांत चर्चिले. वैध करार आणि अन्य कोणत्याही विवादावर समेट पद्धतीने निवाडा केला जाऊ शकतो, त्याचप्रमाणे कोणत्याही इतर कायद्याचा दुय्यम भाग म्हणून या योजनेचा वापर करण्यात येत नाही. कायद्यानुसार समेटाची तरतूद नसल्यास या पद्धतीचा अवलंब करता येत नाही.

कलम ६२ नुसार -

समझोता करू इच्छिणाऱ्या पक्षकाराविरुद्ध पक्षाला समेटाबाबत आपल्या तंट्याच्या स्वरूपाचे वर्णनासह लेखी विनंती/आमंत्रण देतो. विरुद्धपक्षाने विनंतीला/आमंत्रणाला लेखी मान्यता दिल्यावरच समेट/समझोता कार्यवाही सुरू होते. अर्थात, विरुद्धपक्षाने संमती दिली नाही तर कार्यवाही सुरू होत नाही. विनंती केलेल्या पक्षकारास ३० दिवसांच्या मुदतीपर्यंत विरुद्धपक्षाकडून प्रतिसाद न मिळाल्यास विनंती/आमंत्रण अमान्य झाल्याचे समजले जाते.

कलम ६३ नुसार -

समेटकर्त्यांची संख्या सर्वसाधारणपणे एक असते, परंतु दोन्ही पक्षांचे एकमत असल्यास ते २ किंवा ३ असू शकतात. दोन किंवा अधिक समेटकर्ता असल्यास त्यांनी संयुक्तपणे काम करावयाचे असते.

कलम ६४ नुसार -

समेटकर्त्याची नियुक्ती करण्यात येते. त्यानुसार एकमताने दोन्ही पक्ष एक समेटकर्ता नेमू शकतात; जर दोन्ही पक्षकारांमध्ये असे ठरले की, दोन समेटकर्ते असावेत तर प्रत्येक पक्ष; एक समेटकर्ता नेमतो. तीन नेमणे ठरल्यास दोन पक्ष प्रत्येकी एक नेमतील आणि तिसरा एकमताने नेमतील व तो पीठासीन समेटकर्ता असेल.

कलम ६५ नुसार -

नेमणूक झाल्यानंतर समेटकर्ता दोन्ही पक्षकारांना आपापले वाद व त्याबाबतचे विवेचन/विवरणपत्र सादर करण्यास सांगतो. त्याचप्रमाणे त्याची एक प्रत एकमेकांसदेखील पाठविण्यास सांगतो. सर्व कागदपत्रे, पुरावे, साक्षी इ. समेटकर्ता मागवून घेतो. कार्यवाही चालू असताना केव्हाही ज्यादा माहिती संबंधितांकडून समेटकर्ता मागवू शकतो. त्याचप्रमाणे त्याच्या प्रतिही एकमेकांस द्यावयास सांगतो.

कलम ६६ नुसार -

समेटकर्त्यावर दिवाणी प्रक्रिया संहिता १९०८ आणि भारतीय पुरावा कायदा १८७२ मधील तरतुदी बंधनकारक नाही.

कलम ६७ नुसार -

समेटकर्ता दोन्ही पक्षांना तंट्याबाबत सलोखा निर्माण होण्यासाठी स्वतंत्रवृत्तीने व नि:पक्षपणे साहाय्य करतो. समेटकर्ता वस्तुनिष्ठता, औचित्य, रास्तपणा, न्यायभूमिका इ. तत्त्वांचा अवलंब करतो. समेटाची कार्यवाही तोंडी पद्धतीने अथवा जलदगतीने सर्वमताने केली जाते. समेटकर्ता कार्यवाही चालू असताना केव्हाही समेटाचा प्रस्ताव देऊ शकतो आणि तो लेखी असलाच पाहिजे अथवा सकारण असावा असे नाही.

समेटपद्धतीचे टप्पे :

कलम ६८ नुसार - समेट कार्यवाही सुलभ होण्यासाठी दोन्ही पक्ष अथवा समेटकर्ताएकमेकांच्या संमतीने अन्य एखाद्या संस्थेची अथवा व्यक्तीची प्रशासकीय अन्य मदत घेऊ शकतो.

कलम ६९, ७०, ७१ व ७२ नुसार, कोणताही पक्षकार आपणहून किंवा समेटकर्त्याचे मागणीवरून समझोत्यासाठी प्रस्ताव सादर करू शकतो; जर समेटकर्त्याला वास्तविकतेवर आधारित माहिती उपलब्ध झाल्यास तो तिचा सारांश प्रकट करतो, जेणेकरून त्या त्या पक्षाला खुलासा करणे सोपे जाते. अर्थातच एखाद्या पक्षाने माहिती देताना ती गुप्त ठेवण्याची अट घातली तर समेटकर्ता दुसऱ्या पक्षाला ती प्रकट

करत नाही. जोपर्यंत समेटाची मान्यता आणि अंमलबजावणी होत नाही तोपर्यंत प्रत्येक समझोत्याबाबत गोपनीयता पाळली जाते. समेटकर्त्याची भूमिका मित्रत्वाची आणि मदतीची असल्याने त्याच्यापुढे सादर करण्यात आलेल्या विवादावर निर्णय घेण्याची प्रक्रिया सुरू असताना समेटकर्ता योग्य वाटेल तेव्हा विवादाच्या निवारणार्थ प्रस्ताव संबंधित पक्षांना देऊ शकतो. समेटकर्ता ही तिसरीच व्यक्ती असल्याने दोन्ही पक्षांचा त्याच्यावर विश्वास असतो. समेटकर्ता दोन्ही पक्षांना सतत सहकार्य करीत असतो. अशा पद्धतीने दोन्ही पक्षांच्या सलोख्याने आपापसातील वाद आणि तंट्यावर निवारण करून तोडगा या पद्धतीने काढू शकतो.

कलम ७३ नुसार –

समेट करारामध्ये खालील तरतुदी असतात –

१) समेट मान्यतेबाबत संमती चिन्हे दिसू लागल्यास मान्य होण्यासारख्या अटींसह प्रस्ताव करून दोन्ही पक्षांकडे अवलोकनार्थ पाठविला जातो आणि त्यानंतर समेटकर्ता त्याबाबत फेरमांडणी करतो.

२) दोन्ही पक्षांत समझोता झाल्यास लेखी समेट-करार केला जातो आणि त्यावर सह्या केल्या जातात. त्यानंतर हा करार दोन्ही पक्षकारांना आणि संबंधितांना बंधनकारक राहतो.

कलम ७५ नुसार –

कायद्यात इतर ठिकाणी काहीही नमूद केले असले तरीही समेटकर्ता आणि पक्षकार यांनी समेटाबाबत गोपनीयता पाळली पाहिजे. कायद्याच्या या तरतुदीनुसार जोपर्यंत समेटाची मान्यता व अंमलबजावणी होत नाही तोपर्यंत गोपनीयता पाळली जाते.

कलम ७६ नुसार –

१) दोन्ही पक्षांनी समेट करारावर सह्या केल्या त्या तारखेला
खालील बाबींची पूर्तता झाल्यास समेटप्रक्रिया बंद होते.

२) समेटकर्ता दोन्ही बाजूंशी सल्लामसलत करून यापुढे समझोता कार्यवाही चालू ठेवणे समर्थनीय नाही, असे जाहीर करतो त्या तारखेस

३) ज्या दिवशी एक पक्षकार दुसऱ्या पक्षकारास आणि समेटकर्त्यास समझोता कार्यवाही बंद होण्याचे कळवितो.

कलम ७८ नुसार –

समेट कार्यवाही समाप्त झाल्यावर समेटकर्ता खर्चाचा आढावा घेऊन दोन्ही पक्षांना लेखी कळवितो. समझोत्याबाबत खर्चाचा करारात उल्लेख केला नसल्यास सर्व पक्षांनी तो समान करावयाचा असतो. या व्यतिरिक्त खर्च ज्याचा त्याने करावयाचा असतो.

कलम ७९ नुसार -

कार्यवाही चालू असताना समेटकर्ता पूरक ठेवीबद्दल सूचना देतो. त्याचप्रमाणे दोन्ही पक्षांनी समसमान रक्कम ठेव म्हणून ठेवण्याची सूचना समेटकर्ता दोन्ही पक्षांना करतो. संबंधित रक्कम तीस दिवसांत भरणे बंधनकारक असते, अन्यथा कार्यवाही निलंबित केली असे समेटकर्ता जाहीर करतो. अथवा लेखी जाहीरनामा काढतो. कार्यवाही बंद झाल्यास समेटकर्ता प्रत्यक्ष खर्च वजा जाता शिल्लक दोन्ही बाजूंना परत करतो.

कलम ८०च्या तरतुदीनुसार -

दोन्ही पक्षकारांना मान्य असल्याशिवाय, समेटकर्ता ज्या बाबींवर समझोता चालू होता त्यासंबंधात लवाद म्हणून किंवा प्रतिनिधी म्हणून किंवा एखाद्या पक्षकाराचा सल्लागार म्हणून काम पाहू शकत नाही; त्याचप्रमाणे कोणत्याही पक्षकारांच्यावतीने समेटकर्त्याला लवाद अथवा न्यायालयात साक्षीदार म्हणून हजर राहता येत नाही.

तसेच या भागाच्या कलम ८१ नुसार -

पक्षकारांना समझोता कार्यवाहीतील कोणताही भाग ह्याच प्रकरणी लवाद अथवा न्यायालयीन कामकाज सुरू झाल्यास पुरावा म्हणून उपयोग करता येत नाही. लवाद आणि समझोता (समेट) कायद्याच्या तपशीलवार तरतुदींच्या वरील विवेचनावरून असे लक्षात येते की, देशांतर्गत लवाद, आंतरराष्ट्रीय व्यापारी लवाद आणि परदेशी निवाड्यांची अंमलबजावणी यासाठी १९९६चा हा एकच कायदा आता पूर्ण भारतात वापरला जातो. (पारित केलेला आहे.)

सराव प्रश्न

१) प्रत्येकी २० शब्दांत उत्तरे लिहा.

१) 'लवाद' म्हणजे काय?

२) 'समझोता' म्हणजे काय?

३) 'लवाद करार' म्हणजे काय?

४) समेटकर्त्यांची संख्या किती असते?

२) प्रत्येकी ५० शब्दांत उत्तरे लिहा.

१) लवाद-करार.

२) समेटकर्त्याची भूमिका.

३) प्रत्येकी १५० शब्दांत उत्तरे लिहा.

१) लवादाची व्याख्या स्पष्ट करा आणि लवाद कराराची वैशिष्ट्ये सांगा.

२) मध्यस्थी आणि समझोता संकल्पना स्पष्ट करा.

३) समेटकर्त्याची कर्तव्ये सांगा.

४) समेटकर्त्याचे अधिकार स्पष्ट करा.

४) प्रत्येकी ५०० शब्दांत उत्तरे लिहा.

१) लवाद आणि समझोता म्हणजे काय? त्यांचे अधिकार आणि कर्तव्ये स्पष्ट करा.

२) समझोता म्हणजे काय, हे सांगून त्याच्या कार्यपद्धतीचे सविस्तर वर्णन करा.

संदर्भसूची

महेश संभाजी जाधव; ज्ञान हिच प्रॉपर्टी, पेटंट्स : कॉपीराईट : ट्रेडमार्क; High Tech Easy Publishing; जाने. (२०१५)

ॲड. अभय शेलकर; नाशिक लॉ हाऊस, औरंगाबाद २०१३; मालविक्री कायदा (The Sales of Goods Act, १९३०) (२०१३)

ॲड. प्रशांत माळी; लक्ष्मी इन्फोमीडिया; २०१३; इन्फॉरमेशन टेक्नॉलॉजी कायदा २००० (२००८ अमेंडमेंट व २०११ नियम सह) आणि कॉपीराईट व ट्रेडमार्क कायदा

ॲड. आर. आर. टिपणीस; करार कायदे (एक व दोन) भारतीय करार अधिनियम १८७२, मालविक्री अधिनियम १९३० व भारतीय भागीदारी अधिनियम १९३२; मुकुंद प्रकाशन, (२०१३)

ॲड. ह. शि. घारे; ग्राहक संरक्षण अधिनियम; केंद्रिय व महाराष्ट्र नियम; मुकुंद प्रकाशन, (२०१२)

डॉ. विनायक द. पेंढारकर, भारतीय व्यापारी व औद्योगिक कायदे; पिंपळापुरे अॅन्ड कं. पब्लिशर्स, नागपूर; (१९९८)

डॉ. संजय कप्तान व डॉ. प्रल्हाद लढे; ग्राहक संरक्षण व शिक्षण; डायमंड पब्लिकेशन्स

डॉ. गोविलकर विनायक; बौद्धिकसंपदा अधिकार; डायमंड पब्लिकेशन्स

डॉ. पैठणकर आर. जी. व डॉ. जाधवर एस. यू.; व्यवसाय नियामक कायदे; डायमंड पब्लिकेशन्स

Dr. Avtar Singh; Law of Arbitration and Conciliation; Eastern Book Company

Dr. C. S. Rayudu; E-Commerce, E Business; Himalaya Publishing House

Dr. E. T. Lokganathan; Intellectual Property Rights (IPR) TRIPS Agreement and Indian Laws; New Century Publications, New Delhi; (2012)

Dr. Sreenivasulu N.S.; Intellectual Property Rights; Regal Publications, New Delhi; (2007)

P. T. Joseph; E - Commerce - an Indian Perspective; Eastern Book Company

Prof. S. N. Kulkarni; Laws Regulating Business; Diamond Publications